கடல்

கடல்
ஜி. குப்புசாமி (பி. 1962)
மொழிபெயர்ப்பாளர்

அயல் மொழி இலக்கிய மொழிபெயர்ப்பில் ஈடுபட்டுவரும் இவர் முக்கியமான சமகால எழுத்தாளர்கள் பலரின் எழுத்துக்களைத் தொடர்ந்து தமிழாக்கம் செய்துவருகிறார்.

'என் பெயர் சிவப்பு' மொழிபெயர்ப்புக்காகக் கனடா இலக்கியத் தோட்டம் விருதும், SRM பல்கலைக்கழகத்தின் தமிழ்ப்பேராய விருதும் (2012) பெற்றுள்ளார். 'கடல்' நாவல் மொழிபெயர்ப்புக்காக அயர்லாந்து அரசின் இலக்கிய நல்கையும் 2018ஆம் ஆண்டிற்கான தமிழக அரசின் சிறந்த மொழிபெயர்ப்பாளர் விருதையும் பெற்றுள்ளார்.

முகவரி : 74/26, பிள்ளையார் கோவில் தெரு,
ஆரணிப் பாளையம், ஆரணி
திருவண்ணாமலை மாவட்டம் 632 301

தொலைபேசி : 9443305456; 9791561654.

மின்னஞ்சல் : gkuppuswamy62@yahoo.com

ஜி. குப்புசாமியின் பிற மொழிபெயர்ப்பு நூல்கள்

- சேகுவேராவின் தென்அமெரிக்க பயணக் குறிப்புகள் – அல்பர்டோ கிரனாடோ (2003)
- பேர் லாகர்க்விஸ்ட் சிறுகதைகள் (2005)
- நூறு சதவீதப் பொருத்தமான ஒரு யுவதியை ஓர் அழகிய ஏப்ரல் காலையில் பார்த்தபோது – ஹாருகி முரகாமி (2006)
- நாளை வெகுதூரம் (2007)
- என் பெயர் சிவப்பு – ஓரான் பாமுக் (2009)
- அயல்மகரந்தச்சேர்க்கை (2011)
- கனவுகளுடன் பகடையாடுபவர் (2011)
- சின்ன விஷயங்களின் கடவுள் – அருந்ததி ராய் (2012)
- பனி – ஓரான் பாமுக் (2013)
- இஸ்தான்புல் – ஓரான் பாமுக் (2014)
- வெண்ணிறக் கோட்டை – ஓரான் பாமுக் (2015)
- உடைந்த குடை – தாக் ஸூல்ஸ்தாத் (2017)
- பெருமகிழ்வின் பேரவை – அருந்ததி ராய் (2021)
- ஆஸாதி : சுதந்திரம் • பாசிசம் • புனைவு – அருந்ததி ராய் (2022)

ஜான் பான்வில்

கடல்

தமிழில்
ஜி. குப்புசாமி

காலச்சுவடு பதிப்பகம்

● அன்பார்ந்த வாசகருக்கு,

வணக்கம்.

காலச்சுவடு நூலை வாங்கியமைக்கு நன்றி.

நூலின் உள்ளடக்கம், உருவாக்கம், அட்டைப்படம் இன்ன பிற அம்சங்கள் பற்றிய உங்கள் கருத்துகளையும் ஆலோசனைகளையும் காலச்சுவடு வரவேற்கிறது. தகவல், எழுத்து, வாக்கியப் பிழைகள் தென்பட்டால் கட்டாயம் தெரிவித்து உதவுங்கள். நூல் தயாரிப்பில் கடும் குறைபாடு இருப்பின் மாற்றுப் பிரதி உங்களுக்குக் கிடைக்கக் காலச்சுவடு ஏற்பாடு செய்யும்.

மின்னஞ்சல்: publisher@kalachuvadu.com

காலச்சுவடு நாகர்கோவில் தலைமையகத்துக்கும் கடிதம் அனுப்பலாம்.

தங்கள்
எஸ்.ஆர். சுந்தரம் (கண்ணன்)
பதிப்பாளர் — நிர்வாக இயக்குநர்

அயர்லாந்து, டப்ளினிலுள்ள 'அயர்லாந்து இலக்கியப் பரிமாற்றம்' (மொழிபெயர்ப்பு நிதி) நிறுவனத்தின் உதவி பெற்றமையை நன்றியுடன் பதிவு செய்கிறோம்.

www.irelandliterature.com
info@irelandliterature.com

கடல் ♦ நாவல் ♦ ஆசிரியர்: ஜான் பான்வில் ♦ தமிழில்: ஜி. குப்புசாமி ♦ முதல் பதிப்பு: டிசம்பர் 2010, பதினொன்றாம் (குறும்) பதிப்பு: டிசம்பர் 2022 ♦ வெளியீடு: காலச்சுவடு பப்ளிகேஷன்ஸ் (பி) லிட்., 669, கே. பி. சாலை, நாகர்கோவில் 629001

kaTal ♦ Tamil Translation of 'The Sea' ♦ Novel ♦ Author: John Banville ♦ Translated by: G. Kuppusamy ♦ Language: Tamil ♦ First Edition: December 2010, Eleventh (Short) Edition: December 2022 ♦ Size: Royal ♦ Paper: 18.6 kg maplitho ♦ Pages: 208

Published by Kalachuvadu Publications Pvt.Ltd., 669, K.P. Road, Nagercoil 629001, India ♦ Phone: 91-4652-278525 ♦ e-mail: publications@kalachuvadu.com ♦ Printed at Clicto Print, Jaleel Towers, 42 KB Dasan Road, Teynampet Chennai 600018

ISBN: 978-93-80240-06-0

12/2022/S.No. 352, kcp. 3987, 18.6 (11) uss

To Colm, Douglas, Ellen, Alice

ஜான் பான்வில், நல்கை, அயர்லாந்து . . . சில வார்த்தைகள்

ஜான் பான்வில் இன்றைய ஐரிஷ் எழுத்தாளர்களில் முதன்மையானவர். 'கடல்' நாவல் 2005ஆம் வருடம் புக்கர் பரிசைப் பெற்றது. இதுவரை பதிமூன்று நாவல்களை எழுதி யிருக்கும் பான்வில் தனது நாவல்களின் கருப்பொருட்களைத் தேர்வுசெய்வதில் மற்றவர்களிடமிருந்து பெரிதும் மாறுபட்டவர். பல்வேறு வகைமாதிரிகளைத் தனது படைப்புகளில் முயற்சி செய்துபார்க்கும் இவர், நியூட்டன், கெப்ளர், கோபர்நிகஸ் போன்ற விஞ்ஞானிகளின் வாழ்க்கைகளை நாவலாக்கியுள்ளார். அறிவியலாளர்கள் புதிய கண்டுபிடிப்புகளைத் தம் அறிவுத்திறத் தால் கட்டவிழ்க்கும் வித்தையை இலக்கியமாக்கியிருப்பதைப் போலவே கலை – ஓவிய உலகைச் சார்ந்து மூன்று நாவல்களை யும் படைத்திருக்கிறார். மிகவும் ஆழ்ந்த வாசிப்பைக் கோருபவை இவரது நாவல்கள். தனிப்பட்ட முறையிலும் பான்வில் சக எழுத்தாளர், விமரிசகர்களோடு இணக்கமாக இருப்பவரல்ல. தனது திறமைக்கேற்ற அங்கீகாரம் கிடைக்கவில்லை என்ற எண்ணம் அவரது தன்னகங்காரத்தை அதிகப்படுத்தியே வந்திருக்கிறது. பலமுறை புக்கர் விருதுப் பட்டியலின் இறுதிச் சுற்றுக்கு இவரது நாவல்கள் தேர்ந்தெடுக்கப்பட்டபோதும் கடைசியில் 'கடல்' நாவலுக்குத்தான் விருது கிடைத்தது. இவ் விருதினைப் பெற்றுக்கொண்டு 'கடைசியில் உன்னதமான கலைப்படைப்பு ஒன்றுக்கு புக்கர் கிடைத்திருக்கிறது', என்று கர்வத்தோடு அறிவித்தார். அதன் பின்னர், சக எழுத்தாளர்களை வெறுப்பேற்றுவதற்காகவே அப்படிச் சொன்னதாகவும் 'பாரிஸ் ரெவ்யூ' நேர்காணலில் தெரிவித்திருந்தார்.

இந்நாவல் இளம்பருவத்தையும் கடந்தகால ஞாபகங் களையும் பற்றியது. மனைவியை இழந்து விரக்தியில் தடுமாறிப் போயிருக்கும் ஓர் ஓவிய வரலாற்றாளனுக்கு பல வருடங்களுக்கு

முன் தன் சிறுவயதில் நிகழ்ந்த துயர அனுபவத்தின் ஞாபகம் திடீரென எழுந்து, தனது பால்ய காலத்தின் கடற்கரைக் கிராமத்துக்கு மீட்சியைத்தேடி அவரைச் செலுத்துகிறது. மனதின் உள்அடுக்குகளி லேயே வாழ்கிற இந்நாவல் தமிழுக்குப் புதிய வாசிப்பனுவத்தைத் தருமென்ற நம்பிக்கையில் மொழிபெயர்த்திருக்கிறேன்.

பான்வில்லின் மொழி ஆளுமை மொழிபெயர்ப்பாளனுக்கு அதிகபட்ச சவாலை முன்வைக்கக்கூடியது. மர்மமான வார்த்தைகள் *(Flocculent, Nether – Do)*, அசந்தர்ப்பமான சமயங்களில் எதிர்பாராத, விநோத உவமைகள் (புற்றுநோய் சிகிச்சைக்குட்பட்ட பெண்ணின் தலைமயிர், 'நக்கப்பட்ட பூனை ரோமம்போல'), கவித்துவமான வரிகள் ('கடந்தகாலம் ஓர் இரண்டாவது இதயம்போல எனக்குள் துடிக்கிறது') என உரைநடையின் தளத்தை அசாத்திய உச்சங்களுக்குக் கொண்டு செல்கிற இந்த அபாரமான கலைஞனை மொழிபெயர்க்கும்போது ஒரு மொழிபெயர்ப்பாளனாக எனது உண்மையான உயரத்தை என்னால் சோதித்துப் பார்த்துக்கொள்ள முடிந்தது.

இந்த நாவலை மொழிபெயர்ப்பதற்காக அயர்லாந்து அரசின் கலாச்சாரத்துறையின் பிரிவான *Ireland Literature Exchange* எனக்கு *Translator's Bursary* வழங்கியமை நான் எதிர்பாராத ஓர் இனிய அதிர்ச்சி. அயர்லாந்து நாட்டின் தற்கால இலக்கியங்களை மொழி பெயர்ப்பவர்களைத் தெரிவுசெய்து வழங்கப்படுகிற நல்கை அது. நாவலின் களத்தை நேரடியாகக் கண்டு அறிந்துகொள்வதற்காகவும் அப்பிரதேசத்தின் சூழலையும் ஐரிஷ் கலாச்சாரத்தின் விசேஷத் தன்மைகளையும் முழுதாக உள்வாங்கிக்கொண்டு மொழிபெயர்ப்பைச் செம்மையாக்கிக்கொள்வதற்காகவும் நான் அயர்லாந்துக்கு அழைக்கப் பட்டு ஒரு மாதம் தங்கியிருந்தேன். 'கடல்' நாவலின் களமான கடற் கரைக் கிராமம் ரோஷ்லேரிலும் (வெக்ஸ்ஃபோர்டு), தற்போது மிகப் பெரிய கடற்கரை விடுதியாக வளர்ந்துவிட்டிருக்கும் 'ஸீடர்ஸ்'ஸிலும் நான் தங்கியதும், ஐம்பதுக்கும் மேற்பட்ட ஐரிஷ் எழுத்தாளர்களை அந்த ஒரு மாதத்தில் சந்தித்ததும், தற்போது யூனிசெஃபின் இலக்கியத் தலைநகரமாக அறிவிக்கப்பட்டிருக்கும் டப்ளினில் அச்சமயம் கொண் டாடப்பட்டுவந்த 'எழுத்தாளர் மாத'த்தில் பல்வேறு நூல் வெளியீட்டு, விமரிசன அரங்கங்களில் பங்கெடுத்துக்கொண்டதும், டப்ளினின் தேசிய நூலகத்தில் பான்வில் படைப்புலகம் பற்றி ஒரு முனைவர் பட்ட ஆய்வைப்போல தரவுகளைச் சேகரித்ததும், எல்லாவற்றுக்கும் மேலாக அயர்லாந்தின் மத்தியக் கிராமப்பகுதிகளில் குறுக்கும் நெடுக்குமாகப் பயணம் செய்து சுற்றியலைந்ததும், இம்மொழி பெயர்ப்பை எனக்கே திருப்தியளிக்கும்படி செய்துமுடிக்க உதவின. அந்த ஒரு மாத அனுபவம் எனக்கு வாய்த்திருக்காவிட்டால் இந்நாவ லில் பான்வில் வர்ணிக்கும், எனக்கு முற்றிலும் அந்நியமான, பரிச்சய

மற்ற, அயர்லாந்துக்கே உரித்தான அந்த விசேஷமான நிலக்காட்சி களைச் சரியான வார்த்தைகளைக்கொண்டு மொழிபெயர்த்திருக்க முடியாது.

இவ்வளவு சொன்னதற்குப் பிறகு, அந்த ஒரு மாதத்தில் பான்வில்லை நான் சந்தித்தேனா என்பதையும் சொல்ல வேண்டுமே! அங்குச் சென்றடைந்த தினத்திலிருந்து கிளம்பி வருவதற்கு முன் தினம்வரை அவரை நான் சந்திக்க Ireland Literature Exchange, அப்பாய்ன்ட்மென்ட் கேட்டுவந்தது. என்னைச் சந்திக்க கடைசிவரை அவர் ஒப்புக்கொள்ளவே இல்லை. சில மாதங்கள் கழித்து டப்ளின் சென்ற என் நண்பர் கலை விமரிசகர் திரு. இந்திரன் ஒரு விழாவில் பான்வில்லை சந்திக்க நேர்ந்தபோது இதைப்பற்றி அவரிடம் கேட்டிருக்கிறார். "மொழிபெயர்ப்பாளர்களை என்னுடைய அந்தரங்கத்துக்குள் பிரவேசிப்பவர்களாகவே எப்போதும் உணர்கிறேன். அதனால்தான் மொழிபெயர்ப்பாளர்களை நேருக்கு நேராகப் பார்க்க எனக்குக் கூச்சமாக இருக்கிறது" என்றாராம் பான்வில். அவரது இந்தத் தொட்டாற் சிணுங்கித்தனத்தை மனதில் வைத்துக்கொண்டு நாவலை வாசிக்கக் கேட்டுக்கொள்கிறேன்.

தமது தேசத்தின் நாவல் ஒன்று உலகின் ஏதோ ஒரு மூலையில், ஒரு சில ஆயிர வாசகர்களுக்காக மொழிபெயர்க்கப்பட்டாலும்கூட அது செம்மையாக அமைய வேண்டுமென்பதற்காக அயர்லாந்து இலக்கியப் பரிவர்த்தனை மையம் எடுத்துக்கொண்ட அக்கறையும் எனக்களித்த விருந்தோம்பலும் அசாதாரணமானவை. இதுவரை எந்த வொருத் தமிழ் மொழிபெயர்ப்பாளனுக்கும் கிடைக்காத இத்தகைய தொரு வாய்ப்பை எனக்கு நல்கிய Ireland Literature Exchangeக்கும், அதன் இயக்குநர் Mrs. Sinead MacAodha அவர்களுக்கும், இதனைச் சாத்தியமாக்கி இம்மொழிபெயர்ப்பை மேற்கொள்வதற்கு எனக்கு நம்பிக்கையை அளித்த காலச்சுவடு கண்ணன் அவர்களுக்கும் என் உளப்பூர்வமான வந்தனங்கள் உரித்தாகின்றன.

இம்மொழிபெயர்ப்புப் பிரதியை வாசித்துத் திருத்தங்கள் செய்துதவிய திரு. எம்.எஸ்., கவிஞர் சுகுமாரன் ஆகியோருக்கும் இந்நூலைச் சிறப்பாக உருவாக்கியிருக்கும் காலச்சுவடு அலுவலக ஊழியர்களுக்கும் நன்றிகளைத் தெரிவித்துக்கொள்கிறேன்.

ஜி. குப்புசாமி

I

அந்த விநோதமான ஓதம் பொங்கிய தினத்தில்தான் அவர்கள் – அந்தத் தெய்வப்பிறவிகள் – மறைந்து போயினர். அன்று காலை முழுவதுமே பால்வண்ண வானத்தின் கீழே அந்த விரிகுடா வீங்கி, வீங்கி, இதுவரை கேள்விப்பட்டிராத உயரங்களுக்கு எழும்பிக்கொண்டிருந்தது. மழையைத் தவிர வேறெப்போதும் ஈரம்பட்டிராத காய்ந்த மணல்வெளியின் மீது குட்டி அலைகள் ஊர்ந்து மணல்மேடுகளின் அடிவாரம் வரை ஊறிக்கொண்டிருந்தன. விரிகுடாவின் கோடியில் எங்களுக் கெல்லாம் நினைவு தெரிந்த நாட்களுக்கு முன்பிருந்தே கரை தட்டிப்போயிருந்த ஒரு சரக்குக் கப்பலின் துருப்பிடித்த உடற் பகுதி சிதிலமாக துருத்திக்கொண்டிருந்தது. மீண்டும் அதனைக் கடலுக்குள் செலுத்துவதற்கு நேரம் வந்துவிட்டிருப்பதாக அது நினைத்திருக்கக்கூடும். அந்தத் தினத்திற்குப் பிறகு நான் மீண்டும் நீந்தச் செல்லவே இல்லை. பரந்து விரிந்திருந்த அந்த நீர்க்கிண்ணம் ஒரு கொப்புளம்போல, கன்றிப்போய், ஈய நிறத்தில் ததும்பிக் கொண்டிருந்தது. அதன் பளபளக்கும் அற்புதத்தால் கவரப் படாததுபோல கடற்பறவைகள் கீச்சிட்டபடி பாய்ந்து கொண் டிருந்தன. அன்றைய தினம் அவை – அந்தப் பறவைகள் – இயல்பை மீறி வெண்மையாகக் காணப்பட்டன. கடலோரத்தின் நெடுகிலும் அழுக்கு மஞ்சளில் நுரைத்திப்பியை அலைகள் ஒதுக்கிக்கொண்டிருந்தன. உயர்ந்திருந்த தொடுவானத்தை எந்தக் கப்பலும் சேதப்படுத்தியிருக்கவில்லை. இல்லை, நான் நீந்தப்போவதில்லை, இனி எப்போதும் நீந்தச் செல்ல மாட்டேன்.

என் கல்லறையின் மீது இப்போது யாரோ நடந்து சென்றிருக்கின்றனர். யாரோ.

அந்த விடுதியின் பெயர், பழையபடியே ‘ஸீடார்ஸ்’ என்றுதான் இருக்கிறது. தார் புகையோடு குரங்குப் பழுப்பில் தடிமனாக முறுக்கிக்கொண்டிருக்கும் அந்த மரங்கள் இன்னமும் இடது புறமாகத்தான் சாய்ந்து கொண்டிருக்கின்றன. முன்பு வசிப்பறை யாக இருந்த, ஆனால் மிஸ் வாவஸூர், விடுதித் தலைவித் தனமாக ‘லவுஞ்ச்’ என்றழைக்கின்ற அறையின் பெரிய வளைந்த சன்னலை நோக்கியபடியிருக்கும் ஒரு செப்பனிடப்படாத

புல்வெளிக்கு குறுக்கேதான் இப்போதும் அவை கிளைத்துக்கொண் டிருக்கின்றன. துருவேறி நொண்டிக்கொண்டிருந்தாலும் இப்போது கூட பச்சையிலேயே வர்ணமடிக்கப்பட்டிருந்த இரும்புக் கதவு, அதற்குப் பின்னாலிருந்த எண்ணெய்க் கறைபடிந்த சரளைப்படுகைக்கு எதிர்ப்பக்கத்தில்தான் திறக்கிறது. நான் இந்த இடத்தைவிட்டுச் சென்று ஐம்பது வருடங்கள் கழிந்தபின்னாலும் எப்படி மிகக் கொஞ்சமே மாறியிருக்கிறதென்று வியந்தேன். வியப்பும் ஏமாற்றமும் அடைந்து திகைத்துகூடப் போயிருந்தேன் என்று சொல்லலாம். இதற்கானக் காரணங்கள் எனக்குத் தெளிவில்லாமல்தான் இருக்கின்றன. கடந்த காலத்தின் இடிபாடுகளுக்கிடையே வாழ்வதற்காக இங்கே திரும்பி வந்திருக்கும் நான் ஏன் மாற்றத்தை விரும்ப வேண்டும்? இந்த விடுதியைப் பக்கவாட்டில் திருப்பி, கூழாங்கற்கள் பதித்த, சன்னலில்லாத வெள்ளையான பக்கச்சுவர் சாலையைப் பார்த்தபடி எதற்காகக் கட்டியிருக்கிறார்களென்று யோசிக்கிறேன். ஒருவேளை பழங்காலத்தில், ரயில்வே வருவதற்கு முன்பு, அந்தச் சாலை வேறு மார்க்கத்தில், விடுதியின் முன்கதவுக்கு நேராக இருந்திருக்கலாம். எல்லாமே சாத்தியம்தான். மிஸ் V.க்கு தேதிகளில் குழப்பம், ஆனால் சென்ற நூற்றாண்டின் ஆரம்பத்தில் இங்கே முதன்முதலாக ஒரு காட்டேஜ் கட்டப்பட்டதென்று நினைக்கிறாள். அதாவது போன நூற்றாண்டுக்கு முந்தைய நூற்றாண்டில். ஆயிரமாண்டு கணக்குகளில் நான் தடுமாறிப் போகிறேன், பின்புத் தற்செயலாக வருடங்கள் கூடிக்கொள்கின்றன. சின்ன அறைகள் பெரிதாக்கப்பட்டு, வெற்றுச் சுவர்களைப் பார்த்தபடி சன்னல்களையும் கூரையைத் தாழ்வாகவும் அமைத்து வைத்திருக்கும் இந்த இடத்தின் தாறுமாறான அலங்கோலத்திற்கு அதுவேகூட காரணமாக இருந்திருக்கலாம். பிட்ச்பைன் மரத்தாலான தரைகளும், கூம்பு முதுகைக்கொண்ட சுழல் நாற்காலியும் கப்பலுக்குள் இருப்பதைப் போன்ற தோற்றத்தை இந்த இடத்துக்குக் கொடுக்கிறது. வயதானக் கடலோடி ஒருவன் கடலை மறந்து கணப்புக்கருகில் தூங்குவது போலவும் பனிச்சூறைக் காற்று சன்னல் பலகைகளை அறைந்து அதிரவைப்பதைப்போலவும் கற்பனை செய்கிறேன். ஓ, அவனாகவே இருப்பதாக. அவனாகவே இருந்ததாக.

அத்தனை வருடங்களுக்கு முன்பு இங்கே நான் இருந்தபோது, அதாவது அந்தத் தெய்வப்பிறவிகள் இருந்த காலத்தில், ‘ஸீடார்ஸ்’ இரு வார, அல்லது மாத வாடகைக்கு விடப்படுகிற ஒரு கோடை இல்லம். ஒவ்வொரு வருட ஜூலை முழுக்கவும் ஒரு பணக்கார டாக்டரின் இரைச்சலான குடும்பம் அதனைப் பீடிக்கும். டாக்டரின் காட்டுக்கத்தல் போடும் பிள்ளைகளை எங்களுக்குப் பிடிக்காது – அவர்கள் எங்களால் ஊடுருவ முடியாத அந்தக் கேட்டிற்குப் பின்னா லிருந்து எங்களைப் பார்த்து சிரிப்பார்கள், கற்களை வீசியெறிவார்கள் – அவர்களுக்குப் பிறகு ஒரு மர்மமான நடுத்தர வயது தம்பதியினர் வந்தனர். யாரிடமும் அவர்கள் பேசியதில்லை. ஒவ்வொரு நாள்

காலையிலும் ஸ்டேஷன் ரோட்டிலிருந்து கடலோரம்வரை அவர்களது சாஸேஜ் நாயை இறுக்கமான முகத்தோடு கூட்டிச் செல்வார்கள். எங்களுக்கு ஆகஸ்ட்தான் ஸீடர்ஸில் மிகவும் சுவாரஸ்யமான மாதம். அப்போது ஒவ்வொரு வருடமும் அங்கே தங்க வருபவர்கள் வெவ்வேறு வகையானவர்களாக இருப்பார்கள். இங்கிலாந்திலிருந்தும் ஐரோப்பா விலிருந்தும் வருகிற டூரிஸ்ட்கள், நாங்கள் ரகசியமாக வேவு பார்க்கும் விநோதமான தேனிலவு ஜோடிகள், ஒரு முறை நகரத்தின் தகரக் கொட்டகை திரையரங்கத்தில் மதிய நேர நாடகம் போட்ட ஒரு நாடோடிக் குழுவினர்கூட தங்கியிருந்தனர். அதன் பிறகு, அந்த வருடம், கிரேஸ் குடும்பத்தினர் வந்தனர்.

என் கண்ணில் முதலில் பட்டது கேட்டுக்குப் பின்னால் சரளைப் பாதையில் நிறுத்தி வைத்திருந்த அவர்கள் கார். அது ஒரு குள்ளமான, உடம்பெங்கும் விழுப்புண்கள் நிறைந்திருந்த, சாயமிடாத லெதர் ஸீட்டுகளும், பெரிய ஆரங்களோடு பளபளப்பான மர ஸ்டீயரிங் வீலும் கொண்டிருந்த கருப்பு மாடல் கார். விடுதியின் நவீனமான சன்னல் அலமாரிக்குக்கீழே கிழிந்த, மங்கலான அட்டைகளோடு புத்தகங்கள் அக்கறையின்றிச் சிதறியிருந்தன. அதிகம் கையாண்டு நைந்துபோயிருந்த ஒரு பிரான்ஸ் தேசத்து சுற்றுலா வரைபடம்கூட கண்ணில் பட்டது. வீட்டின் முன்கதவு அகலமாகத் திறந்து, குரல்கள் உள்ளேயிருந்தும் கீழேயிருந்தும் வந்துகொண்டிருந்தன. மாடியில் பலகைத் தரையில் வெறும் காலில் யாரோ ஓடுகிற சத்தமும் ஒரு பெண் சிரிப்பதும் கேட்டன. நான் முன்வாசலிலேயே தயங்கி நின்றிருக்க, திடீரென்று ஒரு ஆள் கையில் கோப்பையோடு வீட்டிலிருந்து வெளியே வந்தார். குள்ளமாக, மேல்பாகம் கனத்து காணப்பட்ட முரட்டு மனிதராகத் தெரிந்தார். அகன்ற தோள்கள், மார்பு, பெரிய உருண்டை யான தலை. ஒட்ட வெட்டப்பட்டிருந்த பளபளப்பானக் கருப்பு கேசத்தில் அகாலமான நரைகள், கூரானக் கருப்பு மச்சம்போலத் தாடி. பொத்தானிடப்படாத ஒரு தளர்வான பச்சைச் சட்டையும் காக்கி அரைநிஜாரும் அணிந்து வெறும் காலோடு இருந்தார். அவர் சருமம் வெயிலில் ஆழமாக 'டேன்' ஆகப்பட்டு ஊதா நிறத்தில் மின்னியது. அவர் பாதங்களின் மேலேகூட பழுப்பாக இருப்பதைக் கவனித்தேன். என் அனுபவத்தில் பார்த்த பெரும்பான்மையான அப்பாக்களுக்கு மீன் வயிறுபோலத் தொப்பையும் தொளதொள வென்று குலுங்கும் வெளுத்துப்போன கீழ்த்தாடையுமாகத்தான் இருக்கும். அவர் தன் கையிலிருந்த கோப்பையை – ஐஸ் நீலத்தில் ஜின், ஐஸ் கட்டிகள், எலுமிச்சம் பழ ஸ்லைஸ்கள் – காரின் மேற்கூரை யின் மேல் ஓர் அபத்திரமான கோணத்தில் வைத்துவிட்டு முன்கதவைத் திறந்து உள்ளே குனிந்து டாஷ்போர்டுக்கு அடியில் எதையோ தேடினார். கண்ணுக்குப் புலப்படாத அந்தப் பெண் மாடியிலிருந்து மீண்டும் ஒரு பொய்யான பயத்தில் நீளமாக வீறிட்டபடி சிரித்தாள். மீண்டும் தடதடவென்று ஓடிவரும் சத்தம். அவளும் குரலில்லாத

இன்னொருத்தரும் ஓடிப்பிடித்து விளையாடிக்கொண்டிருக்கின்றனர். அந்த ஆள் நிமிர்ந்து, காரின் கூரையிலிருந்து ஜின்னை எடுத்துக் கொண்டு கதவை அறைந்து சாத்தினார். அவர் தேடிக்கொண்டிருந்தது எதுவோ, அது கிடைக்கவில்லையென்று தெரிந்தது. வீட்டை நோக்கித் திரும்பும்போது அவர் கண்கள் என்னைச் சந்தித்தன. அவர் கண் சிமிட்டினார். அவர் சிமிட்டிய விதம் வழக்கமாக பெரியவர்கள் தங்களுக்குள் கிளுகிளுப்பாக கண்ணடித்துக்கொள்வதைப்போல இருக்கவில்லை. வெளியே பார்க்க முக்கியத்துவமோ விஷயமோ ஏன் அர்த்தமோ இல்லாமல் இருந்தாலும் கூட இரண்டு அந்நியர்கள் – ஒரு வளர்ந்த ஆளும், ஒரு சிறுவனும் – இந்தத் தருணத்தை பகிர்ந்து கொள்கிற தோழமையுணர்வும் சதித்தனமும் இந்தக் கண் சிமிட்டலில் இருந்தது. அவர் கண்கள் அசாதாரண வெளிர் நீலத்தின் பளிங்குத் துண்டங்களாக இருந்தன. கதவைத் தாண்டுவதற்கு முன்பாகவே தனக்குள் பேசிக்கொண்டே சென்றார். “நாசமாய்ப்போக”, “எங்கே போய்த் தொலைந்திருக்கும்”, என்றெல்லாம் அவரிடமிருந்து கேட்டது. போய்விட்டார். மாடியின் சன்னல்களைக் கண்ணால் துழாவிக் கொண்டே நின்றிருந்தேன். அங்கே எந்த முகமும் தோன்றவில்லை.

கிரேஸ் குடும்பத்தினரோடு எனக்கு நேர்ந்த முதல் சந்திப்பு அதுதான்: அந்தப் பெண்ணின் குரல் மேலிருந்து வந்ததும், ஓடுகின்ற காலடிச் சத்தங்களும், இங்கே கீழே நீலக் கணகள் கொண்ட ஆள் என்னைப் பார்த்து உல்லாசமாக, அந்நியோன்யமாக, கொஞ்சம் சாத்தான் தனமாக கண் சிமிட்டியதும்.

இப்போது என்னையும் அறியாமல் மீண்டும் சீழ்க்கையடிக்கத் தொடங்குகிறேன். சமீப காலமாக முன்பற்கள் வழியாக காற்றைச் செலுத்தி சீழ்க்கையடிக்கத் தொடங்கிவிட்டிருக்கிறேன். டீடில், டீடில், டீடில் என்று பல்வைத்தியரின் டிரில்லைப்போல. என் அப்பாவும் இதுபோலத்தான் சீழ்க்கையடிப்பார். நான் அவரைப் போல மாறிக் கொண்டிருக்கிறேனா? தாழ்வாரத்தை அடுத்த அறையில் கர்னல் பிளண்டென் வானொலியை நோண்டிக்கொண்டிருக்கிறார். நாசக்கார அரசியல்வாதிகளையும் பானங்களின் விலையையும் இதர நிரந்தர பிரச்சனைகளையும் பொதுமக்கள் தொலைபேசியில் புலம்பும் பிற்பகல் விவாத நிகழ்ச்சிகள் அவருக்குப் பிடிக்கும். “எனக்கு இருக்கும் ஒரே துணை” என்று சொல்கிறார், தொண்டையைக் கனைத்துக்கொள் கிறார். நான் ஏதோ போட்டிக்கு அழைத்ததைப்போல அவரது புடைத்து வீங்கிய கண்கள் கொஞ்சம் நாணத்தோடு என்னைத் தவிர்க்கின்றன. ரேடியோ கேட்கும்போது இவர் படுக்கையிலா படுத்துக்கொண்டிருப்பார்? அவரது கனத்த சாம்பல் நிற உல்லன் ஸாக்ஸ்களோடு கால்விரல்களைத் திருகிக்கொண்டு, நரம்புகள் புடைத்த கழுத்துக்குப் பின்னால் கைகளைக் கோர்த்துப் படுத்துக் கொண்டிருப்பதை கற்பனை செய்ய கஷ்டமாக இருந்தது. அறையை விட்டு வெளியே வந்தால் பலமுறை தைக்கப்பட்டிருந்த அவரது

பளபளக்கும் பழுப்பு ஷூக்களிலிருந்து அவருடைய கூம்பு வடிவ மண்டைவரைக்கும் ஒரே நேர்க்கோடாக நிமிர்ந்து நின்றிருப்பவராகத் தான் அவர் எப்போதும் காணப்படுவார். ஒவ்வொரு சனிக்கிழமைக் காலையிலும் அந்தக் கிராமத்தின் நாவிதன் வந்து தலையின் பக்கவாட்டிலும் ஓரத்திலும் சுத்தமாக மழித்து, உச்சியில் மட்டும் பருந்துக்கு இருப்பதைப்போல ஒரு பிடி நரைத்த முடிக்கற்றையை மட்டும் விட்டுவைத்துவிட்டுச் செல்வான். அவரது நீண்டு தளர்ந்த காது மடல்கள், காயவைத்து வறுத்ததைப்போல தனியாக நீட்டிக்கொண்டிருக்கும். அவர் கண்களின் வெள்ளையிலும்கூட ஒரு மஞ்சளான புகைப்படலம் இருக்கும். அவரது ஓயர்லெஸ்ஸிலிருந்து அடங்கிய குரல்கள் வருவதைக் கேட்க முடிகிறது. ஆனால் அவர்கள் பேசுவது தான் என்னவென்று விளங்கவில்லை. இங்கேயே இருந்தால் எனக்குப் பைத்தியம் பிடித்துவிடும். *டீடில், டீடில்.*

கிரேஸ் குடும்பத்தினர் வந்த அன்று இரவோ அல்லது அடுத்த நாளோ அல்லது அதற்கடுத்த நாளோ அந்த கருப்புக் காரை மீண்டும் பார்த்தேன். ரயில்வே லைனை ஒட்டியிருந்த அச்சிறிய கூன்விழுந்த பாலத்தின் மேல் தடதடவென்று போகும்போதே பார்த்துவிட்டேன். ஸ்டேஷனைத் தாண்டியவுடனேயே அந்தப் பாலம் இன்னும் அங்கேயேதான் இருக்கிறது. ஆம், பொருட்கள் சாஸ்வதமாக நிலைத்திருக்கின்றன. வாழ்பவைதான் காலாவதியாகிவிடுகின்றன. கிராமத்தை விட்டு, பன்னிரண்டு கிலோமீட்டர் தூரத்திலிருந்த, நகரத்தின் திசையை நோக்கி கார் சென்றுகொண்டிருந்தது. அந்த நகரத்தைப் பாலிமோர் என்று சொல்வேன். பாலிமோர் என்பது நகரம், இந்தக் கிராமம் பாலிலெஸ். கேலி செய்கிறேனோ? இருக்கட்டும், எனக்கு அக்கறையில்லை. என்னைப் பார்த்து கண்ணடித்த தாடிக்காரர் வண்டியை ஓட்டிச்சென்றார். தலையை பின்னால் சாய்த்து ஏதோ பேசி சிரித்துக்கொண்டிருந்தார். அவருக்குப் பக்கத்தில் முழங்கையைச் சன்னலுக்கு வெளியே மடக்கி வைத்துக்கொண்டு ஒரு பெண் உட்கார்ந்திருந்தாள். அவளும் தலையைப் பின்னுக்கு சாய்த்திருந்தாள். அவளது வெளிறிய கேசம் சன்னலிலிருந்து அடிக்கும் காற்றில் கலைந்து பறந்துகொண்டிருந்தது. அவள் சிரித்துக்கொண்டிருக்கவில்லை, புன்னகைத்துக்கொண்டு மட்டுமே இருந்தாள். சந்தேகம், சகிப்பு, பலவீனமான ஆச்சரியம் கலந்து அந்த ஆளுக்காக மட்டும் ஒதுக்கிவைத்திருக்கும் புன்னகையைப்போல. அவள் ஒரு வெள்ளைச் சட்டையும் வெள்ளை பிரேமிட்ட வெயில் கண்ணாடியும் அணிந்து சிகரெட் பிடித்துக்கொண்டிருந்தாள். இவற்றையெல்லாம் நான் எந்த இடத்தில் நின்றபடி பார்த்துக்கொண்டிருந்தேன்? ஞாபகமில்லை. அந்தக் காரின் அகம்பாவம் பிடித்த பிருஷ்ட பாகம் சாலையின் வளைவில் கருப்புப் புகையை கக்கிவிட்டு விலக, அவர்கள் சடுதியில் மறைந்துபோயினர். கால்வாயிலிருந்த உயரமான புற்கள் கார் சென்ற வேகத்தில் அந்தப் பெண்ணின்

வெண்ணிறக் கூந்தல்போலக் கொஞ்சம் நடுங்கிவிட்டு, பின் முன்னைப் போலவே ஸ்தம்பித்த கனவுக்குத் திரும்பின.

வெயில் நிரம்பிய பிற்பகலின் வெற்றான வெளியில் ஸ்டேஷன் சாலையில் நடந்துசென்றேன். மலையடிவாரத்திலிருந்த கடற்கரை, கருநீல மினுமினுப்பில் அடக்கத்தோடு இருந்தது. கடற்பகுதியில் இருப்பவை எல்லாமே குறுகலான, கிடைமட்டங்களாகப் படுத்த வாக்கில் இருக்கின்றன. உலகம் சில நீண்ட நேர்க்கோடுகளாக பூமிக்கும் வானத்துக்குமிடையே அழுத்தப்பட்டிருக்கிறது. தயக்கத்தோடு ஸீடர்ஸை அணுகினேன். சிறுவயதில் என் ஆர்வத்தை ஈர்த்திருந்த ஒவ்வொரு புதிய விஷயத்திலும் எப்படி ஓர் அமானுஷ்யப் பிரபை சூழ்ந்திருந்தது? அமானுஷ்யம் என்பது ஏதோ புதியதொரு விஷயமல்ல, பரிச்சயமான ஒரு விஷயம். மாள்விலிருந்து மீண்டுவந்து வேறொரு வடிவத்தை அடைந்துவிடுகிறது என்றுதான் எல்லா அதிகார மையங்களும் கூறுகின்றன. பதிலில்லாத எவ்வளவோ விஷயங்களில் கடைசி இது. நெருங்கும்போது வழக்கமானத் துருப்பிடித்த கிறீச்சொலி காதில் விழுந்தது. என் வயதொத்த ஒரு சிறுவன் அந்தப் பச்சை கேட்டில் தொற்றிக்கொண்டு, ஒரு காலால் நிலத்தை உந்தியபடி அந்தக் கேட்டைச் சரளைத்தரையில் முன்னும் பின்னுமாக கால்வட்டம் அடித்துக்கொண் டிருந்தான். காரிலிருந்த பெண்மணியின் அதே வெளிர் வைக்கோல் நிற கேசமும் அந்த ஆளின் நீலமணிக் கண்களும் தப்பாமல் அவனிடம் இருந்தன. நான் மெதுவாக அந்த வீட்டைக் கடந்துசெல்ல, ஒருவேளை தயங்கி நின்றுகூட இருக்கலாம், அல்லது கால் தடுக்கியிருக்கலாம்; அவன் தனது பிளிம்ஸால் காலணியின் முனையைத் தரையில் ஊன்றி, ஊஞ்சலாடும் கேட்டை நிறுத்தி என்னை விரோதமாக முறைத்தான். சிறுவர்களான நாங்கள் எல்லோருமே முதல்முறை பார்த்துக்கொள்ளும்போது இப்படித்தான் முறைத்துக்கொள்வோம். அவனுக்குப் பின்னால் வீட்டின் பின்புறத்திலிருந்த குறுகலான தோட்டத்திலிருந்து ரயில்வே லைனை ஒட்டி சாய்கோணத்தில் செல்லும் மர வரிசைகளும், அதைத்தாண்டி விரிந்திருக்கும் வயல்களில் பசுமாடுகளும், பிரகாசமான மஞ்சள் கொத்துகளாக கோர்ஸ் புதர்ச் செடிகளும், தூரத்தில் ஒரேயொரு கோபுரக்கூம்பும், அதன்பின் வானமும் அதில் பிசிர்பிசிரான வெள்ளை மேகங்களும் தெரிந்தன. இருப்புப் பாதையை ஒட்டிய மரங்களெல்லாம் இப்போது போய் விட்டன. அவை வெட்டப்பட்டு பொம்மை வீடுகள்போல நீல நிறத்தில் பங்களாக்கள் முளைத்திருக்கின்றன. திடீரென்று எதிர்பாராத வகையில் அந்தப் பையன் என்னைப் பார்த்து விநோதமாக முக சேஷ்டை செய்து காட்டினான். கண்களை மாறுகண்ணாக்கி, நாக்கை நீட்டி கீழுதட்டைத் துருத்தினான். நான் திரும்பிப் பார்க்காமல் நடக்க, அவன் கண்கள் கிண்டலாக என்னைத் தொடர்வதை முதுகில் உணர்ந்தேன்.

பிளிம்ஸால். இப்போது இந்த ஒரு வார்த்தை காதில் கேட்பதே இல்லை. கேட்டாலும் அரிதாக, மிக மிக அரிதாக. கடலோடிகள் அணியும் காலணி அது. யாருடைய பெயரையோ வைத்திருக்கிறார்கள் என்று ஞாபகம். கப்பல்களோடு சம்பந்தப்பட்டு ஏதோ. கர்னல் மீண்டும் கழிவறைக்குக் கிளம்பிவிட்டார். பிராஸ்ட்ரேட் பிரச்சனை யாக இருக்கும். என் கதவைத் தாண்டிப் போகும்போது காலடிகளை மெத்தென்று எடுத்து வைக்கிறார். மனைவியைப் பறிகொடுத்திருப்பவ னுக்கு அவர் காட்டும் மரியாதை. நமது பரிவுமிக்க கர்னல், நியமங் களை வழுவாமல் கடைபிடிப்பவர்.

ஸ்டேஷன் ரோடில் நடந்துசென்றுகொண்டிருக்கிறேன்.

அப்போது வாழ்க்கை பெரும்பாலும் சாந்தமாகத்தான் இருந்தது. நாங்கள் சிறுவர்களாக இருந்த காலத்தில் அப்படி இருந்ததாகத்தான் இப்போது தோன்றுகிறது. நம்மை கவர்ந்திழுக்கும் ஒரு சாந்தம்; ஒரு கண்காணிப்பு. இன்னும் நாகரிகமுற்றிடாத எங்கள் உலகத்தில் நாங்கள் காத்துக்கொண்டிருந்தோம். யுத்தக் களத்தில் வீரர்களைப் போல, அந்தப் பையனும் நானும் ஒருவரையொருவர் முறைத்துப் பார்த்துக்கொண்டிருந்ததைப்போல, என்ன வரப்போகிறதென்று எதிர்காலத்தைக் கூர்ந்து பார்த்துக் கொண்டிருந்ததுதான் எங்கள் வழக்கமாக இருந்தது. குன்றின் அடிவாரத்துக்கு வந்ததும், நின்று அங்கிருந்து பிரிந்த மூன்று பாதைகளைப் பார்த்தேன். நேராகச் செல்லும் ஸ்ட்ராண்ட் ரோடு, நான் வந்த ஸ்டேஷன் ரோடு, தகரக் கொட்டகை சினிமாவையும் பப்ளிக் டென்னிஸ் கோர்ட்டுகளையும் நோக்கிச் செல்லும் இன்னொரு சாலை. ஒருத்தரும் கண்ணில் பட வில்லை. டென்னிஸ் கோர்ட்டுகளுக்குப் பின்னால் செங்குத்தாக ஏறுகிற பாதைக்கு க்ளிஃப் வாக் என்று பெயர். முன்பொரு காலத்தில் அங்கு இருந்திருக்கக்கூடிய செங்குத்து மேடுகள் எல்லாவற்றையும் கடல் அரித்துவிட்டது. அங்கேயிருந்த ஒரு சர்ச்சும் மணியோடு சேர்ந்து மணிக்கோபுரமும் முழுசாக கடலுக்குள் மூழ்கி மணலில் புதைந்திருப்பதாகச் சொல்வார்கள். அந்த சர்ச் இருந்த நிலப்பகுதி மொத்தமுமே ஒரு மறக்கமுடியாத ராத்திரியில் ராட்சத அலைகளாலும் கடல் பெருகி வெள்ளமாகப் புகுந்ததாலும் முழுகிப்போய்விட்டதாம். பால்காரன் டியூக்னன், மைதானத்துக்கு வெளியே தப்பித்துவரும் கால்ஃப் பந்துகளை விற்றுப் பிழைக்கும் செவிட்டு கோல்ஃபர் போன்ற உள்ளூர்க்காரர்கள் இத்தகையக் கதைகளை விடலைகளான எங்களிடம் சொல்லி, அவர்களின் சாதுவான இந்தக் கடலோர கிராமம் ஒருகாலத் தில் பயங்கரங்கள் கொந்தளித்த பிரதேசமாக இருந்ததென்று நம்ப வைப்பார்கள். ஸ்ட்ராண்ட் கபேவுக்குமேல் நேவிகட் சிகரெட்டுக்காக வைத்திருந்த விளம்பரத்தில் ஒரு மிதவைக்குள் (அல்லது அது ஒரு கயிற்று வளையமா?) ஒரு தாடி வைத்த மாலுமியின் படம் தெரிந்தது. துருப்பிடித்த கீல்களில் அந்தச் சிறுவன் ஊஞ்சலாடும் ஸீடர்ஸ்

கேட்டின் எதிரொலியைப்போல அது கிறீச்சிட்டுக்கொண்டிருந்தது. இன்றைய கேட், அதன் பழங்கால அடையாளத்தை இன்றளவும், இன்றிரவு வரையிலும், என் கனவுகளில் முனகிக்கொண்டிருக்கிறது. ஸ்ட்ராண்ட் ரோட்டின் வழியே நடந்தேன். வீடுகள், கடைகள், இரண்டு ஓட்டல்கள் – தி கால்ஃப், தி பீச் – ஒரு கருங்கல் தேவாலயம், மளிகைக்கடையும் அஞ்சலகமும் மது அருந்தகமும் ஒருங்கிணைந்த மைலரின் கூட்டுக் கடை, அதன்பின் வயல்கள். அவற்றில் மரக்குடில்கள். அவற்றில் ஒன்று என் அப்பாவினுடைய, என் அம்மாவினுடைய, என்னுடைய விடுமுறை இல்லம்.

அந்தக் காரிலிருந்தவர்கள் அவனுடைய பெற்றோர்களென்றால், அந்தப் பையனை வீட்டில் தனியாகவா விட்டுச் சென்றிருப்பார்கள்? அப்புறம், அந்தப் பெண் எங்கே? சிரித்தாளே, அந்தப் பெண்?

கடந்த காலம் எனக்குள் இரண்டாவது இதயம்போலத் துடிக்கிறது.

அந்த மருத்துவரின் பெயர் மிஸ்டர் டாட். பன்மொழி விதியின்படி இந்தப் பெயர் ஒரு மட்டமான ஜோக் என்று கருதப்படலாம். இதைவிட மோசமான பெயர்களும் இருக்கக்கூடும், *De' Ath* என்று கூட ஒரு பெயர் இருக்கிறது. விநோதமாக பெயருக்கு நடுவில் ஒரு பெரிய எழுத்து, அதற்கு முன்னதாக ஓர் எழுத்தெச்சக்குறி. இந்த டாட், அன்னாவை மிஸஸ் மார்டென் என்று அழைத்தார், ஆனால் என்னை மேக்ஸ் என்று கூப்பிட்டார். இதில் இருக்கின்ற அழுத்தத்தையோ அல்லது அவர் குரலில் இருந்த முரட்டுத்தனமான பரிச்சயத் தன்மையையோ நான் ரசித்ததாகச் சொல்ல முடியாது. அவரது அலுவலகம் – இல்லை, அலுவலகம் என்று சொல்ல வேண்டாம் – அவரது அறைகள் (அவரை டாக்டர் என்றழைக்காமல் மிஸ்டர் என்றழைப்பதைப் போலவே, அவரது அலுவலகத்தையும் அறைகள் என்றே சொல்லலாம்) முதல் பார்வைக்கு மலையுச்சியில் கட்டப் பட்ட கூண்டுபோல இருந்தது, அது வெறும் மூன்றாவது மாடியாக இருந்தாலும். அது முழுக்கக் கண்ணாடியாலும் ஸ்டீலாலும் ஆன புதிய கட்டிடம். சிரிஞ்ச் குழாய்போலவே வடிவமைக்கப்பட்டிருந்த ஒரு லிஃப்ட்டும் இருந்தது. அதுவும் முழுக்க கண்ணாடியும் ஸ்டீலுமாக, ஒரு ராட்சச மூழ்கி போல மாறி மாறி அழுத்தப்பட்டும் இழுக்கப்பட்டும் மேலும் கீழுமாக முனங்கியபடி ஏறி இறங்கிக்கொண்டிருந்தது. அவரது பிரதான ஆலோசனை அறையின் இருபக்கங்களிலும் தரை முதல் கூரைவரை கண்ணாடிச் சுவர். அன்னாவையும் என்னையும் உள்ளே அழைத்தபோது அந்தக் கண்ணாடிப்பரப்பில் பிரதிபலித்த முன் இலையுதிர்கால வெயிலில் என் கண்கள் கூசின. நர்ஸ் அணிகிற கோட்டும் பூனைபோல கீச்சிடும் காலணிகளும் அணிந்திருந்த ரிஸப்ஷனிஸ்ட் – இப்படிப்பட்டத் தருணத்தில் ரிஸப்ஷனிஸ்ட்டை

யார் கவனிப்பார்கள்? – அன்னாவின் ஃபைலை மிஸ்டர் டாட்டின் மேஜையில் வைத்துவிட்டு, காலணிகள் முனக வெளியேறினாள். மிஸ்டர் டாட் எங்களை அமரச் சொன்னார். என் ஸ்தூல சரீரத்தை அந்த நாற்காலியில் நுழைத்து உட்காருகிற அவஸ்தையை நினைத்து, சகிக்காமல் அந்தக் கண்ணாடிச்சுவர் அருகே நகர்ந்து சென்று வெளியே பார்த்தேன். எனக்கு நேர்கீழே ஓர் ஓக் மரம் இருந்தது, அல்லது அது ஒரு புங்கமரமாகக்கூட இருக்கலாம். இந்த இலையுதிர்க்கும் பிரம்மாண்ட மரங்களைப்பற்றி எனக்கு உறுதியாகத் தெரிவதில்லை. நிச்சயமாக எல்ம் இல்லை, அவையெல்லாம் அழிந்துபோனவை. இதன் அகன்ற இலைக்குடையின் கோடைக்காலப் பசுமையில் இன்னமும் இலையுதிர் பருவ வெளுப்பு வந்திருக்கவில்லை. கார்களின் கூரைகள் பளபளத்தன. கருப்பு சூட் அணிந்த ஓர் இளம்பெண் கார் நிறுத்துமிடத்தின் ஊடாக வேகமாகச் சென்றுகொண்டிருந்தாள். இவ்வளவு உயரத்திலிருந்தும் அவளது ஹைஹீல்ஸ்கள் தரையில் தாளமிடும் சத்தம் கேட்பதுபோல எனக்குத் தோன்றியது. எதிரே யிருந்த கண்ணாடியில் அன்னா இரும்பு நாற்காலியில் நேராக உட்கார்ந்திருக்கும் முக்கால் பாக முகவெட்டு மெலிதாகப் பிரதிபலித் தது. ஓர் உதாரண நோயாளிபோல ஒரு காலின் மேல் மற்றதை மடக்கி, தொடையின் மேல் கைகளை கோர்த்துக்கொண்டு உட்கார்ந் திருந்தாள். மிஸ்டர் டாட் அவரது மேஜையில் பக்கவாட்டில் திரும்பி உட்கார்ந்து அவள் கோப்பில் இருந்த காகிதங்களைப் புரட்டிக்கொண் டிருந்தார். அந்த வெளிர் மென் சிவப்பு மேலட்டை, கோடை விடுமுறை முடிந்து பள்ளிக்குத் திரும்பிய முதல் நாளின் உதறலெடுக்கும் காலை நேரங்களை நினைவூட்டியது. பாடப்புத்தகங்களின் புத்தம்புதிய வாசனை, எந்தவிதத்திலோ துர்ச்சகுனம்போல உணரவைக்கும் இங்க் வாசனை, சீவப்பட்ட பென்சில்கள். மனம் எப்படியெல்லாம் அலை பாய்கிறது, பெரும் சோதனையான நேரங்களில்கூட.

கண்ணாடியிலிருந்து பார்வையைத் திருப்பினேன். வெளிக்காட்சி கள் இப்போது சகித்துக்கொள்ள முடியாததாகிவிட்டிருந்தன.

மிஸ்டர் டாட் ஒரு தடிமனான மனிதர். உயரமானவரோ கனமானவரோ அல்ல. ஆனால் அகலமானவர். சதுரமாகத் தெரிவார். ஒரு தீர்மானமான பழங்காலத்திய தோரணையை அவர் கைக்கொண் டிருந்தார். இடுப்புக்கோட்டும் கடிகார செயினும் சேர்ந்த ஒரு ட்வீட் சூட்டும் கர்னல் பிளண்டன் அங்கீகரித்திருக்கக்கூடிய செஸ்நட் – பழுப்பில் பதனிடப்படாத தோல் ஷூக்களும் அணிந்திருந்தார். அவரது கேசம் முற்காலத்திய மோஸ்தரில் எண்ணெயிட்டு நெற்றியி லிருந்து பின்னுக்கு அழுத்தமாகத் தள்ளி வாரப்பட்டிருந்தது. அவருக்கு மீசையும் இருந்தது. சின்னதாகப் புசுபுசுவென்று அம்மீசை அவருக்கு ஒரு கடுப்பான பாவத்தைத் தந்தது. இப்படியான மரியாதைப்பட்ட தோற்றத்தைத் திட்டமிட்டே வரித்துக்கொண்டிருந்தாலும் அவருக்கு

ஐம்பது வயதுக்குமேல் இருக்காது என்பது கொஞ்சம் அதிர்ச்சியாகவே இருந்தது. எப்போதிலிருந்து டாக்டர்கள் என்னைவிட வயதில் குறைந்தவர்களாக இருக்க ஆரம்பித்தார்கள்? நேரத்தைக் கடத்த அவர் எதையோ எழுதிக்கொண்டிருந்தார். அவரை குறைசொல்ல மாட்டேன். அவருடைய இடத்தில் நானும் இப்படித்தான் செய் திருப்பேன். கடைசியில் பேனாவை கீழே வைத்தார். ஆனாலும் எங்கிருந்து எப்படித் தொடங்குவது என்று தெரியாமல் தயங்கினார். இந்தத் தயக்கத்தில் ஏதோ ஒருவிதமான ஒத்திகை பார்க்கப்பட்ட நாடகத்தனம் இருப்பதாகப்பட்டது. சரி, எனக்குப் புரிகிறது. ஒரு டாக்டர் என்பவர் மருத்துவராக இருக்க வேண்டிய அளவுக்கு நடிகராகவும் இருக்க வேண்டும். அன்னா நாற்காலியில் பொறுமை யிழந்து அசங்கினாள்.

திடீரென நாற்பதுகளின் சினிமா நட்சத்திரங்களைப்போல ஒரு கடுமையான தொனியில் சற்று உரக்கவே, “சரி, டாக்டர் எனக்குக் கிடைத்திருப்பது மரண தண்டனையா அல்லது ஆயுள் தண்டனையா?” என்றாள்.

அறை நிசப்தமாயிற்று. இந்தச் சுய கிண்டல் நிச்சயம் முன் கூட்டியே ஒத்திகை செய்யப்பட்டிருக்கக்கூடியது. இப்போது இங்கே தட்டையாக குப்புற விழுந்திருக்கிறது. தீயணைப்பு வீரர்களைப்போல நான் முன்னால் பாய்ந்து அவளை அப்படியே தூக்கிக்கொண்டு அங்கிருந்து ஓடிவிடலாமாவென்றிருந்தது. நான் அசையவில்லை. மிஸ்டர் டாட்டின் கண்களில் கலவரம் தெரிய அவரது புருவங்கள் நெற்றியின் பாதிவரை உயர, வரவழைக்கப்பட்ட சாந்தத்தோடு அவளைப் பார்த்தார்.

“ஓ, அப்படியெல்லாம் உங்களை கைவிட்டுவிடமாட்டோம் மிஸஸ் மார்டென்”, ஓர் அசிங்கமான புன்னகையில் அவரது பெரிய சாம்பல் நிறப்பற்கள் தெரியச் சொன்னார். “இல்லை, நாங்கள் நம்பிக்கை இழக்கமாட்டோம்.”

மற்றொரு நிசப்த அலை பரவியது. அன்னா, தன் மடியின்மேல் கைகளை வைத்துக்கொண்டு அவற்றை இதற்குமுன் கவனித்திராதவள் போல முகச்சுளிப்போடு பார்த்துக்கொண்டிருந்தாள். என் வலது முட்டி கிலியில் வெட்டியிழுத்துத் துடித்தது.

மிஸ்டர் டாட், தொடர்ந்து பயன்படுத்தி மெருகேற்றப்பட்டிருக்கும் சமாதான ஆறுதல் வார்த்தைகளில் இப்போது வந்திருக்கும் நம்பிக்கை யூட்டும் சிகிச்சை முறைகள், புதிய மருந்துகள், அவர் வசமிருக்கும் மகத்தான ரசாயன ஆயுதங்கள் போன்றவற்றை பிரஸ்தாபிக்கத் தொடங்கினார். அபூர்வமான மந்திரக்கஷாயங்கள், ரஸவாதி ஒருவன் உண்டாக்கிய ஔஷதம் பற்றி பேசுவதைப்போலிருந்தது. அன்னா

தொடர்ந்து தன் கைகளை முகச்சுளிப்போடு வெறித்துக்கொண்டிருந் தாள்; அவள் காதில் எதுவும் விழுந்திருக்குமென்று தோன்றவில்லை. கடைசியில் அவர் பேசுவதை நிறுத்தி பழையபடியே விரக்தியான முயல்தனமான பார்வையில் அவளைப் பார்த்தார். சத்தமாக மூச்சு விட்டார். ஏதோ கயமைத்தனமாக அவர் உதடுகள் மடிய, அந்தப் பற்கள் மீண்டும் காட்சிப்படுத்தப்பட்டன.

வெகுதூரத்திலிருந்து வரும் குரலைப்போல அவள் அடக்கமாக, “தேங்க் யூ” என்றாள். அவள் தனக்குத்தானே தலையை ஆட்டிக்கொண் டாள். மேலும் அந்நியப்பட்டு, “நல்லது” என்றாள். “ரொம்ப நன்றி”.

அதில் சட்டென விடுவிக்கப்பட்டவராக மிஸ்டர் டாட் தனது முட்டிகளை உள்ளங்கைகளால் தட்டிக்கொண்டு துள்ளியெழுந்து எங்களை அரவணைத்துக் கதவருகே கொண்டுசென்றார். அன்னா வாசலைக் கடந்ததும் அவர் என்னை நோக்கித் திரும்பி, ஓர் இறுக்க மான ஆணுக்கு – ஆண் புன்னகை புரிந்து, இத்தகையச் சந்தர்ப்பங் களில் வாழ்க்கைத் துணைவர்களுக்காக ஒதுக்கப்பட்ட, வறட்சியான, வேகமான, வலுவான கைக்குலுக்கலைத் தந்தார்.

தரைவிரிப்பில் போர்த்தப்பட்டிருந்த தாழ்வாரம் எங்கள் காலடி களை உறிஞ்சிக்கொண்டது.

லிஃப்ட் அழுத்தப்பட்டது. சரிந்தது.

எங்களைத் தவிர வேறு யாரும் வசிக்காத ஒரு புதிய கிரகத்துக்குள் காலெடுத்து வைப்பதைப்போல அந்தத் தினத்துக்குள் நுழைந்தோம்.

வீட்டை அடைந்தோம். நன்றாகத் தெரிந்துவிட்ட ஒரு விஷயத்திற்குள் மீண்டும் செல்ல விருப்பமில்லாமல், எதுவும் பேசாமல், எங்களுக்கு நாங்களே திடீரென்று அந்நியர்களாகி, வீட்டுக்கு வெளியே காரிலேயே வெகு நேரம் உட்கார்ந்திருந்தோம். அன்னா திரும்பி கடலைப் பார்த்துக்கொண்டிருந்தாள். விரித்துவிடப்பட்டிருந்த பாய்மரங்கள் கண் கூசும் வெயிலில் சிலிர்த்துக்கொண்டிருந்தன. அவள் வயிறு உப்பியிருந்தது. அவள் பாவாடையின் இடுப்பு பெல்ட்டை மீறி கெட்டியான மொத்தையாகப் பிதுக்கிக்கொண்டிருந்தது. யாராவது பார்த்தால் அவள் கர்ப்பமாக இருப்பதாக நினைத்துக்கொள்வார்கள் என்று கொஞ்சநாட்களுக்கு முன் பேசும்போது சொன்னாள் – “அதுவும் இந்த வயதில்!” – ஒருவரையொருவர் பார்க்காமல் நாங்கள் அப்போது சிரித்துக்கொண்டோம். எங்கள் வீட்டு புகைபோக்கிகளில் கூடுகட்டியிருந்த கடற்பறவைகள் இதற்குள் கடலுக்கோ அல்லது வலசைக்கோ அல்லது அவற்றுக்கு இஷ்டமாக வேறெங்கோ போய்விட் டிருந்தன. எல்லாம் நல்லபடியாகவே இருப்பதைப்போல, தகாததாக

எதுவுமே இல்லாததைப்போல, உலகம் சந்தோஷமாகவே சென்றுகொண்டிருப்பதைப்போல பாசாங்கு செய்துகொண்டிருந்த எங்கள் யத்தனங்களை ஏளனம் செய்தபடி அந்தப் பறவைகள் அந்தத் துயரார்ந்த கோடைக்காலம் முழுக்கவும் கூரைகளின் மேல் நாள் முழுக்க வட்டமடித்துக்கொண்டிருந்தன. ஆனால் இங்கே அவள் அடிவயிற்றில் பொதிந்திருக்கும் குண்டுப் பாப்பா போல *De' Ath* என்ற அந்த வீக்கம் அவளுக்குள் அரித்தபடி, அதன் நேரத்திற்காக காத்துக்கொண்டிருந்தது.

வேறு எங்கும் தப்பித்துச் செல்வதற்கு இல்லாமல், கடைசியில் வீட்டுக்குள் சென்றோம். மதிய நேரத்தின் பிரகாசம் சமையலறை சன்னல் வழியே நுழைந்து அந்த அறையில் இருப்பவற்றை நான் காமிரா லென்ஸால் ஆராய்வதைப்போல வருடி, எல்லாவற்றின் மீதும் ஒரு கண்ணாடி பிரதிபலிப்பை ஜொலிக்க வைத்துக் கொண்டிருந்தது. வீட்டிலிருக்கும் எல்லாப் பொருட்களும் – அலமாரிகளில் இருந்த ஜாடிகள், அடுப்பில் இருந்த வாணலிகள், அந்த ரொட்டிப் பலகை, அதிலிருந்த ரம்பக்கத்தி – அவற்றின் பார்வைகளை எங்கள் மீதிருந்து உடனே விலக்கி, அவற்றிற்கு மத்தியில் நாங்கள் இருக்க வேண்டியிருக்கும் ஒரு பரிச்சயமில்லாத கட்டாயத்தால் இறுக்கமான அவஸ்தையை அடைந்திருப்பதைப் போலிருந்தன. இது, இனிமேல் இப்படித்தான் இருக்கப்போகிறது, அவள் எங்கே சென்றாலும் அவளுக்கு முன்னால் குஷ்டரோகியின் மணிச்சத்தம் ஓசையின்றிக் கேட்டுக்கொண்டிருக்கப் போகிறது என்பதை உணரும்போது தாங்கமுடியாதிருந்தது. பார்க்கிறவர்களெல்லாம் *பார்ப்பதற்கு நன்றாகத்தான் தெரிகிறாய்!, இந்தளவுக்கு உன்னை சௌக்கியமாகப் பார்த்ததேயில்லையே!* என்று சமாதானம் சொல்லப்போகின்றனர். தைரியமாக முகத்தை வைத்துக்கொண்டு, பிரகாசமாக புன்னகைக்க வேண்டும் இந்தப் பரிதாபத்துக்குரிய திருமதி ஒல்லிக்குச்சி.

அறைக்கு மத்தியில், கோட்டையும் ஸ்கார்ஃபையும் கழற்றாமல் இடுப்பில் கையை வைத்தபடி ஒரு விரக்தியான பாவத்தில் நின்றுகொண்டிருந்தாள். தூக்கலான கன்னமும் மினுமினுக்கும் சருமமுமாக அவள் அப்போது அழகாகத்தான் தென்பட்டாள். புருவத்திலிருந்து சேதமின்றி வளைந்து தந்தத்தில் செதுக்கியதுபோல நாசியை வரைந்து செல்லும் அவளது பக்கவாட்டுத் தோற்றத்தை நான் எப்போதுமே ரசித்திருக்கிறேன்.

ஒரு கசப்பான பிடிவாதத்துடன், "இப்படியெல்லாம் நான் எதற்காக அவஸ்தைப்பட வேண்டுமென்று உங்களுக்குத் தெரியுமா?" என்றாள். "எந்தவிதத்திலும் நியாயமில்லாதது, அவ்வளவுதான் சொல்வேன்."

என் கண்கள் காட்டிக்கொடுத்துவிடுமென்று பயந்து உடனே தலையைத் திருப்பிக்கொண்டேன். ஒருவருடைய கண்கள் என்பவை

உள்ளே குறுக்கிக்கொண்டு உட்கார்ந்திருக்கும் புத்தி பேதலித்த, விரக்தியுற்ற வேறு எவனோ ஒருத்தனுடையதாகத்தான் இருந்துவரு கின்றன. அவள் என்ன சொல்ல வருகிறாள் என்று எனக்குத் தெரிந்தது. அவளை வீழ்த்துவது இதுவாக இருக்கக் கூடாது. எங்களை வீழ்த்துவது இதுவாக இருக்கக் கூடாது. நாங்கள் அப்படிப்பட்ட மனிதர்கள் அல்ல. துரதிருஷ்டங்கள், நோய்கள், அகால மரணம், இவையெல்லாம் நல்ல மனிதர்களுக்கு, எளிமையான ஜீவன்களுக்குத் தான் நிகழும்; அன்னாவுக்கு நிகழாது, எனக்கு நிகழாது. எங்கள் வாழ்க்கையென்னும் ராஜாங்கத்தின் மத்தியில் ஆர்ப்பரிக்கும் கூட்டத்தி லிருந்து ஓர் உதவாக்கரைப் பயல் சிரித்துக்கொண்டே வெளியேவந்து, காற்றில் அம்பு வரைந்து, என் சோகராணிக்கு ஒரு பதவிபறிப்பாணை யைக் கொடுத்துவிட்டுச் சென்றிருக்கிறான்.

ஒரு பாத்திரத்தில் தண்ணீர் ஊற்றி அடுப்பில் கொதிக்க வைத்து விட்டு கோட்டுப் பாக்கெட்டுக்குள் துழாவி கண்ணாடியை வெளியே எடுத்தாள். அதன் காது கொக்கிகளில் மாட்டியிருந்த கயிற்றை கழுத்தில் மாட்டிக்கொண்டு கண்ணாடியைப் பொருத்திக்கொண்டாள். அவள் அழத் தொடங்கினாள். தன்னிலை மறந்துதானிருக்க வேண்டும். சத்தமேயில்லாமல். நான் அபத்தமாக அவளைக் கட்டியணைக்க முயல, அவள் சட்டென்று பின்னுக்கு நகர்ந்தாள்.

"சும்மா அலட்டிக்கொள்ளாதீர்கள்," என்றாள் வெடுக்கென்று. "நான் செத்துப் போய்க்கொண்டிருக்கிறேன். அவ்வளவுதான்."

தண்ணீர் கலம் கொதிக்கத் தொடங்கி, அது தன்னைத் தானே அணைத்துக்கொள்ள, உள்ளே கொப்பளிக்கும் தண்ணீர் முனகிக் கொண்டே அடங்கியது. சாமான்ய விஷயங்களின் குரூரமான தன்னிறைவை நினைத்து வியந்தேன். இல்லை, குரூரம் அல்ல; தன்னிறைவு அல்ல; வெறும் அக்கறையின்மை. வேறு எப்படி இருக்க முடியும்? இது யதார்த்தத்தின் புதிய வடிவம் என்பதால் அவை எப்படி இருக்கின்றனவோ அப்படித்தான் நான் அவற்றை அழைக்க வேண்டும்; நான் அவற்றைக் கற்பனை செய்து வைத்திருப்பதைப் போலல்ல. தேநீர் குவளையையும் தேநீரையும் நான் கையில் எடுக்க, அவை என் கை நடுக்கத்தில் கிணுகிணுத்தன. அவள் வேண்டாம் என்றாள். மனதை மாற்றிக்கொண்டாளாம். பிராந்திதான் வேண்டு மாம். பிராந்தியும் சிகரெட்டும். அவள் சிகரெட் பிடிப்பதில்லை, குடிப்பதுகூட அரிதாகத்தான். மேஜையருகே இன்னும் கோட்டைக் கழற்றாமல், அடம்பிடிக்கும் குழந்தைபோல என்னை மந்தமாக வெறித்துக்கொண்டு நின்றிருந்தாள். அவள் கண்ணீர் நின்றுவிட்டிருந்தது. கண்ணாடியைக் கழற்றி, கழுத்தில் மாலையாகத் தொங்கவிட்டுக் கொண்டு பின்னங்கையால் கண்களைக் கசக்கிக்கொண்டாள். நான் பிராந்தி பாட்டிலைத் தேடியெடுத்து ஒரு டம்ளரில் கை நடுங்க ஊற்றினேன். பாட்டிலின் கழுத்தும் கோப்பையின் விளிம்பும் ஒன்றோ

ஜான் பான்வில்

டொன்று மோதி பற்கள் கிடுகிடுப்பதைப்போல சத்தமெழுப்பின. வீட்டில் சிகரெட்டே இல்லை. சிகரெட்டுக்கு நான் எங்கே போவேன்? அவள், பரவாயில்லை என்றாள். புகைப்பதில் அவளுக்குப் பெரிய ஆர்வம் இல்லையாம். உலோகத்தாலான தேநீர் கலம் பளபளத்தது. அதன் மூக்கிலிருந்து மெதுவாக ஆவி எழும்பிச் சுருண்டது. விளக்கும் பூதமும் ஞாபகத்துக்கு வந்தது. ஓ, பூதமே! எனக்கு ஒரேயொரு வரத்தைக் கொடு. ஒரேயொரு வரம்.

“அட்லீஸ்ட், உன் கோட்டையாவது கழற்று,” என்றேன்.

எதற்கு ‘அட்லீஸ்ட்’? இது என்ன சம்பாஷணை, தம்பதிகளுக் கிடையே இப்படி ஒரு சம்பாஷணை?

அவளுக்குப் பிராந்திக் கோப்பையைக் கொடுத்தேன். வாங்கிக் கொண்டு குடிக்காமல் நின்றாள். எனக்குப் பின்னாலிருந்த சன்னலி லிருந்து வெளிச்சம் அவள் கழுத்தில் தொங்கிக்கொண்டிருந்த கண்ணாடியின் லென்ஸ்களில் பட்டு பளபளக்க, அவளுடைய முகவாய்க்குக் கீழே அவளது இன்னோர் குட்டி உருவம் தலைகீழாகக் கண்களைத் தாழ்த்திக்கொண்டு அவளுக்கு முன்னால் நின்றிருப்பதைப் போல பிம்பத்தை உண்டாக்கியது. திடீரென்று அவள் தளர்ச்சி யடைந்து, எதிரே கண்ணுக்குத் தெரியாத யாரிடமோ இறைஞ்சு வதைப்போல ஒரு விநோதமான விரக்தித் தோரணையில் கைகளை நீட்டிக்கொண்டே தொப்பென்று உட்கார்ந்தாள். அவள் கையிலிருந்த டம்ளர் மேஜையில் இடித்து பாதி விஸ்கி தளும்பியது. செயலிழந்து அவளைப் பார்த்துக்கொண்டிருந்தேன். அவளிடம் பேசுவதற்கு இன்னொரு வார்த்தை இனி எப்போதுமே எனக்குக் கிடைக்கப் போவதில்லையென்று சித்தம் கலங்கிய ஒரு நொடியில் தோன்றியது. கடைசிவரை இதேபோல ஒரு வேதனையான பிதற்றல்தான் எங்க ளிடையே இருக்கப்போகிறது. குனிந்து, அவள் முன்நெற்றியில் ஆறுபென்ஸ் நாணயம் அளவுக்குச் சுருண்டிருந்த கரிய முடிக்கற்றை யின் மீது முத்தமிட்டேன். நிமிர்ந்து சுருக்கமாக ஒரு வெற்றுப் பார்வை பார்த்தாள்.

“உங்கள்மேல் ஆஸ்பிட்டல் வாடை,” என்றாள். “என்னால்தான் இருக்கும்.”

அவளிடமிருந்த டம்ளரை வாங்கி மிச்சமிருந்த அந்தக் காட்ட மான விஸ்கியை ஒரே மடக்கில் குடித்தேன். அன்று காலை மிஸ்டர் டாட்டின் ஆலோசனை அறையின் கண்ணாடி பளபளப்பில் அடி யெடுத்து வைத்ததிலிருந்து என்னை வாட்டிக்கொண்டிருந்த உணர்வு என்னவென்று அப்போது புரிந்தது. அது சங்கட உணர்வு. அன்னாவும் அதை உணர்ந்திருந்தாள், எனக்கு நிச்சயமாகத் தெரியும். சங்கடம். ஆம், என்ன சொல்வதென்று, எங்கே பார்ப்பதென்று, எப்படி நடப்ப தென்று தெரியாத ஒரு பீதியுற்ற உணர்வு. அதனோடு சேர்ந்து

வேறு ஏதோவொன்று கூட இருந்தது. அது கோபம் அல்ல, ஒருவித சிடுசிடுப்பு கலந்த எரிச்சல். திடீரென்று எங்களைத் தாக்கியிருக்கும் இந்தச் சோதனையின் மேல் வந்த வெறுப்பு. அசிங்கமான, மிக அருவருப்பான ஒரு ரகசியம் எங்களுக்குத் தெரிவிக்கப்பட்டதுபோலவும் ஒருவருக்கு அருகில் மற்றவரால் இருக்கவும் முடியாமல், விட்டு விலகவும் முடியாமல், மற்றவருக்குத் தெரிந்த அந்த அசிங்கத்தை இன்னொருவரும் அறிந்துகொண்டு, அந்தத் தெரிதலினாலேயே ஒருவரோடு ஒருவர் பிணைக்கப்பட்டிருப்பதைப்போலவும் தோன்ற வைக்கும் உணர்வு. இந்தத் தினத்திலிருந்து எல்லாமே பொய்வேடமிட்டுக் கொள்ளப்போகின்றன. மரணத்தோடு வாழ்வதற்கு வேறு எந்த உபாயமும் இல்லை.

இருந்தும் அன்னா மேஜையில் நிமிர்ந்து விறைப்பாக உட்கார்ந்திருந்தாள். உள்ளங்கைகளை விரித்து மேலேயிருந்து விழப்போகிற எதையோ பிடிக்கப்போகிறவள்போல கைகளை நீட்டிக்கொண்டிருந்தாள்.

திரும்பாமல், "சரி? இப்போது என்ன?" என்றாள்.

அதோ கர்னல் தனது அறைக்கு ஊர்ந்து செல்கிறார். கழிவறையில் வெகுநேரம் கழிக்கப்பட்டிருக்கிறது. நீர்க்கடுப்பு. நல்ல வார்த்தை. இந்த விடுதியில் நான் தங்கியிருக்கும் படுக்கையறையை மிஸ் வாவஸூர் தயக்கத்தோடு லேசாக உதட்டைப் பிதுக்கி en suite என்கிறாள். சன்னலிலிருந்து பார்க்க நல்ல சுற்றுக்காட்சி. கீழே தோட்டத்தைச் சுற்றி இந்த அசட்டு பங்களாக்கள் முளைத்திருந்தாலும்கூட சுற்றுவட்டாரம் ரம்யமாகத்தான் தெரிகிறது. அந்தக் காலத்தில் வெனிஸ்ஸின் குடியரசுத் தலைவர் டோகே துயில்கொண்டிருந்த இத்தாலியில் தயாரான ராஜகம்பீரக் கட்டில்போல இருக்கின்ற எனது கட்டில் பயமுறுத்துகிறது. ஸ்ட்ராடிவேரியஸ்போல தலைமாடு எழும்பிச் சுருண்டு பளபளவென்று பாலீஷ் செய்யப்பட்டிருந்தது. இது எங்கே செய்யப்பட்டதென்று மிஸ் V. யிடம் கேட்க வேண்டும். கிரேஸ் குடும்பத்தினர் இங்கே இருந்தபோது இதுதான் பிரதான படுக்கையறையாக இருந்திருக்க வேண்டும். அந்த நாட்களில் கீழ்த் தளத்தைத் தாண்டி நான் எப்போதுமே அடியெடுத்து வைத்ததில்லை, என் கனவுகளில் தவிர.

இன்றைய தேதியை இப்போதுதான் கவனிக்கிறேன். சரியாக ஒரு வருடத்துக்கு முன்புதான் அன்னாவும் நானும் மிஸ்டர் டாட்டை அவரது அறையில் முதன்முறையாகச் சந்திக்க வேண்டியிருந்தது. என்ன ஒரு தற்செயலான நிகழ்வுப் பொருத்தம்! இல்லாமலும் இருக்கலாம். ப்ளூட்டோவின் ராஜ்ஜியத்தில் லயர் வாத்தியமில்லாத ஆர்ஃபியஸாக சுவடற்றக் கழிவுகளுக்கு மத்தியில் அலைகின்ற எனக்குத்

ஜான் பான்வில்

தற்செயலான நிகழ்வுகள் சாத்தியமா? பன்னிரண்டு மாதங்கள்! ஒரு டைரி வைத்துக்கொண்டிருக்க வேண்டும். எனது கொள்ளைநோய் ஆண்டின் நாட்குறிப்பு.

என்னை இங்கே இழுத்துவந்தது நான் கண்ட ஒரு கனவுதான். ஒரு கிராமத்துச் சாலையில் நடந்து சென்றுகொண்டிருந்தேன், அவ்வளவுதான். அது குளிர்காலத்து அந்தி நேரம், அல்லது கனவுகளில் மட்டுமே வருகின்ற ஒரு விநோதமான மங்கிய ஒளி பரவிய ராத்திரி யாக இருக்கலாம். ஈரப்பனி விழுந்துகொண்டிருந்தது. தீர்மானமாக எங்கோ சென்றுகொண்டிருந்தேன். வீட்டை நோக்கித்தான் போலிருக் கிறது. எந்த வீடு, எங்கே என்பதெல்லாம் தெரியவில்லை. எனது வலப்புறத்தில் வெட்டவெளி. தட்டையாக, எந்தவொரு வீடோ ஒரு தொழுவமோ கண்ணில்படாத வெற்றுப்பரப்பு. இடப்புறத்தில் சாலையை வரிசையிட்டபடி இருட்டில் அடர்ந்த மரங்கள். இந்தப் பருவத்திலும் மரங்களின் கிளைகள் மொட்டையாக இல்லாமல், கனத்த, ஏறக்குறைய கருத்த இலைகள் கொத்துக்கொத்தாக, மிருது வான, ஒளிகசியும் உறைபனியை அப்பிக்கொண்டு இருந்தன. அங்கே ஒரு கார் – இல்லை, அது சைக்கிள், சிறுவர்கள் சைக்கிள் – பழுதடைந் திருக்கிறது. இப்போதிருக்கும் வயதாக இருந்தாலும் நான் ஒரு சிறுவனாக இருந்தேன். பொருத்தமற்று வளர்ந்த ஒரு மாபெரும் சிறுவன். வீட்டுக்குப் போய்க்கொண்டிருந்தேன். வீடாகத்தான் இருக்கும். ஒருகாலத்தில் வீடாகவோ அல்லது வேறு ஏதாவதாகவோ, இருந்திருக்கும். அங்கே போனால் அடையாளம் கண்டுபிடித்து விடுவேன். பல மணி நேரங்கள் நடக்க வேண்டியிருந்தது, ஆனால் அதில் எனக்கு ஆட்சேபனை இல்லை. இது தவிர்க்க முடியாத, ஆனால் விளக்க முடியாத முக்கியத்துவம்கொண்ட, நான் மேற் கொண்டு முடித்தே ஆக வேண்டிய ஒரு பயணம் என்பதால் அமைதியாகவே இருந்தேன். வீட்டுக்குத்தான் போகிறோம் என்றா லும், சரியாக எங்கே போய்க்கொண்டிருக்கிறோம் என்று தெரியாத போதிலும் மிகவும் சாந்தமாக, நம்பிக்கையோடுகூட இருந்தேன். சாலையில் நான் தனியாக இருந்தேன். நாளெல்லாம் மெதுவாக இறங்கிக்கொண்டிருந்த உறைபனியில் டயரோ, பூட்ஸ்களோ, குளம்பு களோ, எந்தச் சுவடுமின்றியிருந்தது; இந்த வழியில் யாருமே சென்றிருக்க வில்லை. யாரும் செல்லவும் மாட்டார்கள். என் காலில் ஏதோ பிரச்சனை. இடதுகாலில். காயமுற்றிருக்க வேண்டும். ஆனால் வெகு நாட்களுக்கு முன்பு. வலியில்லாவிட்டாலும் ஒவ்வோரடி எடுத்து வைக்கும்போதும் காலை ஒரு பாதிசுற்று சுற்றி வைக்க வேண்டியிருக் கிறது. இது என்னை அதிகமாக பாதிக்காவிட்டாலும், பாதிக்கிறது. என் மீதே எனக்கு பாவமாக இருக்கிறது; அதாவது என்னைக் கனவு கண்டுகொண்டிருக்கும் என் சுயத்தின்மீது கனவு காண்பவனின்

பச்சாதாபம். பொழுது சாயும் நேரத்தில் வீடு வந்தபாடில்லாமல் எதிரே சாலை மட்டும் நீண்டிருக்க, கொட்டும் பனியில் விடாமல் நடந்துபோகும் இந்த பரிதாபத்துக்குரிய முட்டாளின் மேல் பச்சாதாபம்.

கனவில் வந்தது அவ்வளவுதான். அந்த நடை முடியவில்லை. நானும் எங்கேயும் அடைந்துவிடவில்லை. எதுவும் நடந்துவிடவும் இல்லை. அங்கே வெறுமனே நான் நடந்துபோய்க்கொண்டிருந்தேன். யார் துணையுமின்றி, பிடிவாதத்தோடு, பனியிலும் குளிர்கால அந்தி ஒளியிலும் முடிவேயின்றி நடந்துகொண்டிருந்தேன். ஆனால் அடுத்த நாள் விடியற்போதில் விழித்தெழும்போது சமீபகாலமாக நான் தூங்கியெழுந்தவுடன் ஏற்படுகிற உணர்வுக்கு மாறாக இருந்தது. இப்போதெல்லாம் ஒவ்வொரு நாளும் தூக்கத்திலிருந்து எழுந்திருக்கும் போது என்மேல் அடுக்கடுக்காகப் போர்த்தப்பட்டிருக்கும் பாதுகாப்புப் படலங்களில் ஒன்றை உரித்துக்கொண்டு வெளிவருவதைப்போல ஓர் உணர்வு வந்துகொண்டிருந்தது. ஆனால் அன்று விழித்தெழும்போது எதையோ சாதித்துவிட்டதைப்போல, அல்லது குறைந்தபட்சம் ஏதோவென்று தூண்டிவிடப்பட்டதைப்போல உணர்ந்தேன். பாலிலெஸ், கிரேஸ் குடும்பத்தினர், க்ளோயி கிரேஸ் நினைவுகளெல் லாம் இதற்குமுன் கடைசியாக எப்போது மனதைக்கடந்து சென்றன என்றே ஞாபகத்தில் இல்லை. ஆனால் அன்று கண்விழித்த அந்தக் கணத்தில் ஏனென்று தெரியாமல் ஏதோ இருட்டிலிருந்து ஒரு திடீர் பிரகாசத்துக்கு, உப்புப் போட்டுத் துலக்கிய சூரிய வெளிச்சத்துக்கு வந்துவிட்டதைப்போல அந்த ஞாபகங்கள் பிரசன்னமாயின. அது ஒரே ஒரு நிமிடம்தான் மனதில் தங்கியிருந்தது. ஒரு நிமிடத்துக்கும் குறைவாக. ஆனால் அந்தச் சொற்ப நேரத்தில் எனக்குள் வியாபித் திருந்த மகத்தான கனம் திடீரென்று எடையிழந்து ஒரு பரவசமான இலேசுத்தன்மையை ஏற்படுத்தியது. அது, நான் என்ன செய்ய வேண்டுமென்பதை, எங்கே போக வேண்டுமென்பதை அந்தக் கணத்தில் எனக்குச் சொன்னது.

நான் அவளை, க்ளோயி கிரேஸை, முதன்முதலாகப் பார்த்தது கடற்கரையில். அது, கவலையேற்படுத்தும்படி காற்று கனமாக அடித்துக் கொண்டிருந்த ஒரு பிரகாசமான தினம். காற்றும் அலைகளும் சேர்த்து குவித்து வைத்திருந்த மணல்மேடுகளின் மறைவில் கிரேஸ் குடும்பத்தினர் குழுமியிருந்தனர். கூச்சமில்லாமல் காணப்பட்ட அவர்களின் தோரணையில் செயற்கையான நாடகத்தன்மை இருப்பது போலிருந்தது. குளிர்காற்றிலிருந்து தடுக்க இரண்டு கழிகளில் கட்டி வைத்த வெளிர் கோடிட்ட கேன்வாஸ், மடக்கு நாற்காலிகள், ஒரு சின்ன மடக்கு மேஜை, ஒரு சின்ன சூட்கேஸ் அளவுக்கு ஒரு

கூடைப்பெட்டியில் பாட்டில்கள், வாக்குவம் ஃபிளாஸ்க்குகள், ஸாண்ட்விச் டின்கள், பிஸ்கட்டுகள் என அவர்கள் கவர்ச்சிகரமான பந்தாவில் இருந்தனர். அவர்களிடம் நிஜமான டீ கப்புகளும் ஸாஸர் களும்கூட இருந்தன. கடற்கரையின் இந்தப் பகுதி கால்ஃப் ஹோட்ட லில் தங்குபவர்களுக்காக அத்துமீறி ஆக்கிரமிக்கப்பட்ட இடமாக இருந்தது. மணல்மேடுகளுக்கு சற்று முன்னால்வரை ஹோட்டலின் புற்பரப்பு நீண்டிருந்தது. நேர்த்தியான கடற்கரை சாதனங்களையும் ஒயின் பாட்டில்களையும் சுமந்துகொண்டு சர்வ அலட்சியத்தோடு, திமிர்த்தனமாக இங்கே பிரவேசிக்கும் இந்தப் பங்களாவாசிகள்மீது உள்ளூர்வாசிகளின் வெறுப்பு மண்டிய பார்வைகள் வீசப்பட்டுக் கொண்டிருந்தன. அவற்றைக் கவனித்தாலும் கிரேஸ் குடும்பத்தினருக்கு அவை பொருட்படுத்தத்தக்கவையாக இல்லை. மிஸ்டர் கிரேஸ் என்கிற கார்லோ கிரேஸ் என்கிற டாடி மீண்டும் ஷார்ட்ஸ்தான் அணிந்திருந்தார். மார்பில் மிட்டாய் கலரில் பிளேஸர் திறந்து இரண்டு சிறகுகள்போல விரிந்திருக்கும் அடர்த்தியான ரோமப்பரப்பை வெளிக் காட்டியது. அதுவரையோ, அல்லது அதற்கப்புறமோ இவ்வளவு கவர்ச்சியாக மார்பில் முடி அடர்ந்த எவரையும் நான் சந்தித்ததில்லை. சிறுவர்களின் விளையாட்டு மணல் பக்கெட்டை அவர் தலையில் கவிழ்த்து வைத்ததைப்போல அவர் தலையில் ஒரு கான்வாஸ் தொப்பி. மடக்கு நாற்காலியில் உட்கார்ந்து, கடலிலிருந்து பலமாக வீசும் எதிர்காற்றிலும் செய்தித்தாளைப் பிரித்து வைத்துக்கொண்டு, பிடிவாதமாகப் புகைபிடித்துக்கொண்டிருந்தார். முன்பு வாசல் கேட்டில் தொங்கிக் கொண்டிருந்தானே, அந்த பொன்நிறக் கேசம் கொண்ட சிறுவன் – அவன் பெயரைச் சொல்லிவிடுகிறேன். மைல்ஸ் – அவன் அப்பாவின் காலடியில் சோகமாக குந்தி அமர்ந்து கடலிலிருந்து ஒதுங்கியிருந்த ஒரு வழவழப்பான கட்டையை வைத்து மணலில் தோண்டிக்கொண்டிருந்தான். அவர்களுக்கு கொஞ்ச தூரம் பின்னால், மணல்குன்றின் நிழலில் ஒரு சிறுமி, அல்லது இளம் பெண், ஒரு பெரிய சிவப்பு டவலை சுற்றிக்கொண்டு மணலில் மண்டியிட்டபடி அந்த டவலின் மறைப்பில் தனது ஈரமான நீச்சல் உடையைக் கழற்ற படாதபாடு பட்டுக்கொண்டிருந்தாள். அவள் குறிப்பிட்டுச் சொல்லும் படி வெளுத்துப்போயிருந்தாள். நீண்டு மெலிந்த முகத்தில் ஓர் ஆத்மார்த்தமான பாவம் இருந்தது. மிகக் கரிய அடர்த்தியான தலைமுடி. கார்லோ கிரேஸின் பின்னந்தலையை நோக்கி அவள் அவ்வப்போது ஓரக்கண்ணால், வெறுப்போடு என்றுதான் தோன்றியது, பார்த்துக்கொண்டிருந்தாள். அந்தப் பையன் மைல்ஸும் என்னைப் போலவே அந்தப் பெண்ணின் பாதுகாப்பு டவல் நழுவி விழாதா என்ற நம்பிக்கையில் பக்கவாட்டில் திரும்பித் திரும்பிப் பார்த்துக் கொண்டிருந்தான். அப்படியானால் அவள் அவனுடைய சகோதரியாக இருக்க முடியாது.

மிஸஸ் கிரேஸ் கடலிலிருந்து மேலேறி வந்தாள். ஸீலின் சருமத்தைப் போல இறுக்கமாகவும் வழவழப்பாகவும் ஒரு கரிய நீச்சலுடையை அணிந்திருந்தாள். அதற்கு மேலே இடுப்பில் வெங்காயச் சருகாக ஒரு வஸ்திரத்தைச் சுற்றிக்கொண்டிருக்க, அது அவளது ஒவ்வோர் அடியிலும் நடுவில் பிரிந்து வெயில் பழுப்பேறிய, கனத்த, ஆனால் வடிவான கால்களை பட்டவர்த்தனமாகக் காட்டிக்கொண்டு வந்தது. அவள் கணவனுக்கெதிரே நின்று அவர் தனது வெள்ளை பிரேமிட்ட வெயில் கண்ணாடியை நெற்றிக்கு மேலே ஏற்றிக்கொண்டு, அவர் செய்தித்தாளை இறக்கி தலையை உயர்த்தி சிகரெட் வைத்திருந்த கையால் கண்ணிற்கு மேல் நிழல் நிமிர்ந்து பார்க்கும்வரை காத்திருந்தாள். அவள் ஏதோ சொல்ல, அவர் தன் தலையைச் சாய்த்து தோள்களைக் குலுக்கிக்கொண்டு ஒழுங்கான வரிசையிலிருந்த சின்னச் சின்ன வெள்ளைப்பற்களைக் காட்டியபடி சிரித்தார். அவருக்குப் பின்னால் இன்னமும் டவலைப் போர்த்திக்கொண்டிருந்த அந்தப் பெண் ஒருவழியாக தனது குளியல் உடையை உரித்து விடுதலை பெற்று உதிர்த்து, அந்த டவலை ஒரு கூடாரம் போல அமைத்து கால்களைத் தளர்த்தி மணலில் குத்திட்டு உட்கார்ந்து முட்டியில் நெற்றியைப் பதித்து தலையைப் புதைத்துக்கொள்ள, மைல்ஸ் ஏமாற்றத்துடன் கட்டையை வேகமாக மணலுக்குள் குத்தினான்.

ஆகவே, இங்கே இருப்பவர்கள்தான் கிரேஸ் குடும்பத்தினர்: கார்லோ கிரேஸ், அவர் மனைவி கான்ஸ்டன்ஸ், அவர்கள் மகன் மைல்ஸ், அப்புறம் அந்தச் சிறுமி அல்லது இளம் பெண். அந்த வீட்டில் முதல் நாள் சிரிக்கக்கேட்ட பெண் இவள் இல்லை என்று நிச்சயமாகத் தெரிந்தது. அவர்களைச் சுற்றிலும் மடக்கு நாற்காலிகள், தேநீர்க் கோப்பைகள், வெள்ளை ஒயின் டம்ளர்கள், கானி கிரேஸின் கவர்ச்சிகரமான பாவாடை, அவள் கணவனின் வேடிக்கையான தொப்பி, செய்தித்தாள், சிகரெட், மைல்ஸின் கட்டை, அந்தப் பெண்ணின் நீச்சல் உடை. அவள் அதை வீசி எறிந்தபோது அது காற்றில் துவண்டு ஈரப்பரப்பில் விழுந்ததில் மணற்துகள்கள் தீற்றாக ஒட்டிக்கொண்டு, அது ஏதோ கடலிலிருந்து ஒதுங்கியதைப்போல இருந்தது.

க்ளோயி அங்கிருந்து குதிப்பதற்கு முன் அந்த மணற்குன்றின்மேல் எவ்வளவு நேரமாக நின்றிருந்தாளென்று எனக்குத் தெரியவில்லை. இவ்வளவு நேரமாக நான் அவர்களை கவனித்துக்கொண்டிருந்ததை அவள் அங்கிருந்தே கவனித்தபடி இருந்திருக்க வேண்டும். பின்னா லிருந்த சூரியன் அவளது ஒட்ட வெட்டப்பட்ட கேசத்தை ஒரு பளபளக்கும் ஹெல்மட்டாக்கியிருந்ததில் முதலில் அவள் ஒரு நிழலுரு வாகத்தான் தெரிந்தாள். பின் கைகளை உயர்த்தி, கால் முட்டிகளை ஒன்றாகச் சேர்த்து மடக்கி அந்த மணல் மேட்டிலிருந்து கீழே குதித்தாள். காற்று அவள் சராயின் கால்களைக் கொஞ்ச நேரம்

பலூன்களாக்கியது. வெறும்காலோடு முட்டியை ஊன்றிக்கொண்டு அவள் குதித்தவுடன் மணல் விசிறியடித்தது. டவலுக்கடியிலிருந்த அந்தப் பெண் திடுக்கிட்டுச் சின்னதாகக் கீச்சிட்டாள். அவளுக்கும் ஒரு பெயரைத் தரலாம்: ரோஸ். பரிதாபத்துக்குரிய ரோஸி. க்ளோயி குதித்த அதிர்ச்சியில் கீழே விழாமல் கைகளை இன்னும் உயர்த்தி வைத்துக்கொண்டே, முட்டியை மணலில் ஊன்றியபடியே சமாளித்தாள். அவள் விழப்போகிறாள், அல்லது தொப்பென்று உட்காரப் போகிறாள் என்றிருந்தபோது பாலன்ஸ் கிடைத்து ஸ்திரமாகி பக்கவாட்டில் திரும்பி ரோஸைப்பார்த்து புன்னகைத்தாள். ரோஸ் கண்களில் மணற்துகள்கள் விழுந்துவிட்ட எரிச்சலில் முகத்தைச் சுருக்கி, தலையைக் குலுக்கி கண்களைக் கொட்டினாள். மிஸஸ் கிரேஸ், "க்ளோ – யீ!" என்று கண்டிக்கும் குரலில் கத்த, க்ளோயி அவளைப் பொருட்படுத்தாமல் அவள் தம்பியிடம் சென்று முட்டி போட்டு உட்கார்ந்தாள். அவன் கையிலிருந்த கட்டையைப் பிடுங்க முயற்சித்தாள். நான் ஒரு டவலை விரித்து அதன்மேல் குப்புறப்படுத்துக் கொண்டு கன்னங்களைக் கைகளில் தாங்கியபடி புத்தகம் ஒன்றைப் படிப்பதுபோல பாவனை செய்துகொண்டிருந்தேன். நான் அவளைப் பார்த்துக்கொண்டிருக்கிறேன் என்று க்ளோயிக்குத் தெரிந்திருந்தது. அதைப்பற்றி அக்கறையில்லாதவள்போலத் தென்பட்டாள். அப்போது எங்களுக்கு என்ன வயது இருந்திருக்கும் – பத்து, பதினொன்று? பதினொன்று என்று வைத்துக்கொள்ளலாம். அவள் நெஞ்சு மைல்ஸைப் போலவே தட்டையாக இருந்தது. அவள் இடுப்பு எனக்கிருப்பதை விட அகலமானதாக இருக்கவில்லை. ஷார்ட்ஸ்களுக்குமேலே வெள்ளையில் கையில்லாத உட்சட்டை அணிந்திருந்தாள். வெயிலில் சாயமிழந்த அவள் கேசம் ஏறக்குறைய வெளுத்திருந்தது. கையில் வைத்திருந்த கட்டையை விடாமல் போராடிக்கொண்டிருந்த மைல்ஸ், கடைசியில் அவள் பிடியிலிருந்து பிடுங்கி அவள் கைமுட்டியின்மேல் ஓங்கி அடித்தான். அவள் "ஔ!" என்று கத்திக்கொண்டு முஷ்டியை கூராக மடக்கி அவன் மார்பெலும்பில் குத்தினாள்.

"இந்த விளம்பரத்தைக் கேளேன்," அவள் அப்பா குறிப்பாக யாரிடமும் அல்லாமல் சொல்லிவிட்டு, பெரிதாக சிரித்தபடியே அந்த செய்தித் தாளிலிருந்து சத்தமாகப் படித்தார்: "*Live ferrets required as venetian blind salesman. Must be car drivers. Apply Box 23.*" அவர் மீண்டும் சிரித்து இருமினார். இருமிக்கொண்டே சிரித்தார். "*Live ferrets!*" அவர் உரக்கச் சிரித்தார். "ஓ, மை . . ."

கடற்கரையில் எப்படி எல்லாச் சத்தங்களும் தட்டையாக மாறி விடுகின்றன! தட்டையாக, ஆனாலும் அழுத்தமாக. தூரத்திலிருந்து கேட்கின்ற துப்பாக்கிச் சத்தங்களைப்போல. நீண்ட மணற்பரப்பு ஓசைகளை அடக்கிப் பொதித்துவிடுகிற விளைவாக இருக்க வேண்டும். துப்பாக்கியோ, துப்பாக்கிகளோ வெடிக்கின்ற சந்தர்ப்பத்தை நான் எப்போது கேட்டிருக்கிறேன்?

மிஸஸ் கிரேஸ் தானே ஒயினை எடுத்து ஊற்றிக்கொண்டு வாயில் லேசாக வைத்துவிட்டு முகத்தைச் சுளித்தபடியே மடக்கு நாற்காலியில் உட்கார்ந்தாள். கால் மேல் கால் போட்டுக்கொண்டாள். அவளுக்கு இறுக்கமான கால்கள். கடற்கரைக்கான ஷூ அணிந்த அவள் பாதத்தை ஆட்டத் தொடங்கினாள். ரோஸ் அவளது டவலுக்கடியில் தட்டுத்தடுமாறி உடையணிந்துகொண்டிருந்தாள். இப்போது முட்டியை மடக்கி நெஞ்சோடு சேர்த்து, பாதங்களைக் கைகளால் பற்றியபடி உட்கார்ந்துகொள்வது க்ளோயியின் முறையாக இருந்தது – முன்னால் கவிழ்த்துப்போட்ட 'இஸட்' எழுத்தைப்போல உட்கார்ந்து கொள்ளும் இந்த விதம், எல்லாப் பெண்களும் செய்வதுதானா? மைல்ஸ் அவன் வைத்திருந்த கட்டையால் அவள் இடுப்பில் குத்தினான். அவள் கவனமற்ற எரிச்சலோடு "டாடி" என்று முறையிட்டாள். "இவனைச் சும்மாயிருக்கச் சொல்லுங்கள்." அவள் அப்பா தொடர்ந்து படித்துக்கொண்டிருந்தார். கானி கிரேஸ் காலாட்டிக்கொண்டிருந்த ஷூ அவள் தலைக்குள் ஒலிக்கும் ஏதோ ஒரு தாளத்திற்கேற்றபடி துடித்துக்கொண்டிருந்தது. என்னைச் சுற்றியிருந்த மணல்வெளி கடுமையான வெயிலில் அதன் மர்மமான வன்மநெடியை வீசிக்கொண் டிருந்தது. கடலில் ஒரு வெண்ணிற பாய்க்கப்பல் ஒரு முறை நடுங்கிக் காற்றில் ஒரு பக்கமாகச் சரிய, ஒரு கணம் உலகம் சாய்ந்தது. கடற் கரையில் தொலைவிலிருந்த யாரோ யாரையோ கூப்பிட்டார்கள். குழந்தைகள். குளிப்பவர்கள். சடைமுடியோடு ஒரு நாய். அக்கப்பல் காற்றின் திசையில் மீண்டும் சாய்ந்தது. கடலிலிருந்து இப்போது கான்வாஸ்களின் படபடப்புச் சத்தம் தெளிவாக எனக்குக் கேட்டது. பின் காற்று தணிந்தது. ஒரு கணம் அனைத்தும் நிச்சலனமாகின.

க்ளோயி, மைல்ஸ், மிஸஸ் கிரேஸ் மூவரும் ஒரு விளையாட்டு விளையாடினர். குழந்தைகள் இருவரும் அவர்கள் அம்மாவை நடுவில் நிற்கவைத்து பந்தைத் தூக்கிப்போட்டு விளையாட, அதைப் பிடிப்ப தற்காக அவள் எம்பி எம்பி குதித்துக்கொண்டிருந்தாள். அவள் ஓடும்போது அவள் பாவாடை அவளுக்குப் பின்னால் உயருகிறது. அவள் மடியின் தலைகீழ் சிகரத்தின் இறுக்கமான கரிய புடைப்பை விட்டு என் கண்களை அகற்ற முடியாதவனாகியிருந்தேன். அவள் எம்பிக் குதிக்கிறாள்; மூச்சு வாங்கி, தளர்ந்து, கத்தி, உரக்கச் சிரிக்கிறாள். அவள் மார்புகள் ததும்பித் துள்ளுகின்றன. அவளைப் பார்ப்பதற்கு ஏறக்குறைய அபாயகரமாக இருக்கிறது. இவ்வளவு சதைத்திரட்சி களையும் மேடுகளையும் கொண்டிருக்கும் ஒரு ஜீவராசி இப்படி கண்மண் தெரியாமல் குதிக்கக் கூடாது. அவளுக்குள்ளிருக்கிற எந்தப் பாகத்தையாவது – மென்மையாக அமைக்கப்பட்டிருக்கும் அடிபோஸ் திசுக்களையும், முத்துப்போன்ற குருத்தெலும்புகளையும் – சிதைத்துக் கொள்ளப்போகிறாளோவென்று பயந்தேன். அவள் கணவன் செய்தித் தாளை கீழிறக்கி, முகவாய் கட்டைக்குப் பின்னே தாடியை விரல் களால் கோதிக்கொண்டு, அந்தச் சிறிய பல்வரிசை லேசாகத்தெரிய,

ஜான் பான்வில்

அன்பில்லாமல் புன்னகைத்துக்கொண்டிருந்தார். அவர் நாசித்துவாரங் கள் அவள் வாசத்தைப் பிடிப்பதைப்போல ஓநாய்த்தனமாக விடைத் திருந்தன. அவரைப் பார்க்க எழுச்சியும் கிளர்ச்சியும் மெலிதான திருப்தியும் அடைந்த ஒரு மனிதரைப்போன்றிருந்தது; அவள் கீழே மணலில் விழுந்து அடிபட்டுக்கொள்வதைப் பார்க்க விரும்புகிறவர் போல காணப்பட்டார். அவருடைய ரோமம் மண்டிய மார்பின் நடுவில் க்ளோயி அவள் தம்பியை குத்தியதைப்போல நான் ஓங்கிக் குத்துவதாகக் கற்பனை செய்கிறேன். இவர்களை இதற்குள் நான் நன்றாகத் தெரிந்துவைத்துக்கொண்டிருக்கிறேன். இவர்களில் ஒருவன் நான். அப்புறம் இன்னொரு விஷயம்: மிஸஸ் கிரேஸின் மீது நான் காதல்வயப்பட்டிருக்கிறேன்.

மந்திரவாதியின் கோட்டுக்கடியிலிருந்து அவன் உதவியாளன் பிரசன்னமாவதைப்போல், அந்த டவலிலிருந்து சிவப்புச் சட்டையும் தளர்வான கறுப்பு பேன்ட்டும் அணிந்தபடி ரோஸ் வெளிப்பட்டாள். எதையும் கவனிக்காமல், குறிப்பாகக் குழந்தைகளும் அம்மாவும் விளையாடிக்கொண்டிருப்பதைத் திரும்பிக்கூடப் பார்க்காமல் வேகமாக நடந்து சென்றாள்.

திடுதிப்பென்று க்ளோயி விளையாட்டில் ஆர்வம் இழந்து, திரும்பி மணலில் சரிகிறாள். திடீர்திடீரென்று மாறும் இவள் மனநிலை களை, இந்தத் திடீர்ச் சிணுக்கங்களை எந்தளவுக்கு நான் புரிந்து கொள்ளப்போகிறேன் என்பது தெரியவில்லை. அவள் அம்மா அவளை மீண்டும் விளையாடக் கூப்பிடுகிறாள், ஆனால் க்ளோயி பதில் கூறாமல் முழங்கையை நீட்டி அதன்மேல் ஒருக்களித்து படுத்துக் கொள்கிறாள். கால்களை மடக்கிக்கொண்டு நான் இருக்கும் திக்கில், என்னை ஊடுருவிக்கொண்டு பின்னாலிருக்கும் கடலை கண்களைச் சுருக்கி வெறித்துக்கொண்டிருக்கிறாள். மைல்ஸ் அவளுக்கு முன்னால் வந்து தன் அக்குளுக்கடியில் கைகளை வைத்துக்கொண்டு புரியாத மொழியில் சத்தமெழுப்பிக் குரங்காட்டம் போடுகிறான். அவனைத் தாண்டி பார்த்துக் கொண்டிருப்பதைப்போல அவள் பாவனை செய்கிறாள். அவளுடைய அழுகுணி ஆட்ட மகளைப் பார்த்து கானி, "ப்ராட்" என்று திட்டிவிட்டு ஏறக்குறைய மனநிறைவோடு நாற்காலிக்குத் திரும்பிச் செல்கிறாள். அவளுக்கு மூச்சு வாங்குகிறது. அவள் மார்பின் வழவழப்பான மணல் நிறச்சரிவு எழும்பித் தாழ்கிறது. அவள் ஒரு கையை மேலே தூக்கி ஈரமான நெற்றியில் ஒட்டிக்கொண் டிருக்கும் முடிக்கற்றையை ஒதுக்க, அவள் அக்குளுக்கு கீழே தெரியும் ரகசிய நிழல் என் பார்வையில் படிகிறது. அதன் ப்ளம்-நீல நிறம் இனி என் ஈரமான இரவுக் கற்பனைகளின் நிறமாக இருக்கப்போகிறது. க்ளோயி சிணுங்குகிறாள். மைல்ஸ் திரும்பிச்சென்று குச்சியை வைத்து மணலை ஆக்ரோஷமாகத் தோண்டுகிறான். அவர்களின் அப்பா செய்தித்தாளை மடித்துவைத்துவிட்டு கண்களைச் சுருக்கி ஆகாயத்தைப் பார்க்கிறார். ரோஸ் அவள் சட்டையில் லூஸாகிவிட்ட ஒரு பட்டனைச்

கடல்

சோதித்துக்கொண்டிருக்கிறாள். சிறிய அலைகள் எழும்பி கரையில் மோதிச்சிதற, சடை நாய் குரைக்கிறது. என் வாழ்க்கை என்றென்றைக்கு மாக மாறிப்போகிறது.

ஆனால், அந்த இறுதியான, நிச்சய விளைவை ஏற்படுத்திய தருணத்துக்கு முன்பு, நமது எண்ணிறைந்த தருணங்களில் எந்தத் தருணத்தில் வாழ்க்கை முற்றிலுமாக, முற்றிலுமாக மாறிப்போனது என்று சொல்ல முடியும்?

ஒவ்வொரு கோடையிலும் என் அப்பாவும் என் அம்மாவும் நானும் இங்கேதான் விடுமுறையைக்கொண்டாடினோம். இப்படிச் சொல்வதைப்போல நாங்கள் அதைக் குறிப்பிட்டிருக்கமாட்டோம். *எங்கள் விடுமுறைக்கு இங்கே வருவோம்,* என்றுதான் சொல்லி யிருப்போம். அப்போது நான் பேசியதைப்போல இப்போது பேசுவது எவ்வளவு கஷ்டமாக இருக்கிறது! அந்தக் காலத்தில் சில அப்பாக் களுடைய வழக்கமாக இருந்ததைப்போல என் அப்பாவும் இங்கிலாந் திற்கு ஓடிப்போகும்வரை – சொல்லப்போனால் இப்போதும் இதே கதைதான் – ஒவ்வொரு வருடமும் எங்கள் விடுமுறைக்கு இங்கு வந்துகொண்டிருந்தோம். நாங்கள் வாடகைக்கு எடுத்திடுந்த ஷாலே – மரக்குடிசை – ஒரு சராசரி வீட்டின் அளவைவிடச் சற்று சின்னதாக இருந்தது. அதில் மூன்று அறைகள். முகப்பில் ஒரு வசிப்பறை, அதுவே சமையலறையும். பின்னால் குட்டியாக இரண்டு படுக்கையறைகள். மேலே சீலிங்குகள் இருக்கவில்லை, தார்பாய்தான் கூரை. சுவர்கள் ஒழுங்கற்ற, ஆனால் அழகான, குறுகிய மரப்பலகைகளை இணைத்துச் செய்யப்பட்டிருந்தன. அந்தச் சாய்கோண பலகைகள் வெயில் தினங் களில் பெயின்ட்டும் பைன் மரச்சாற்று வாடையும் கலந்து எழுப்பின. என் அம்மா ஒரு பாரஃபின் அடுப்பில் சமைத்தாள். நுண்ணிய துளைகள்கொண்ட அதன் பர்னரைச் சுத்தப்படுத்த என்னிடம் கொடுக்கும்போது ஒரு மெல்லிய கம்பியை வைத்து, ஒரு நுட்பமான சாதனத்தைக் கையாளுவதுபோல அந்தத் தகர அடுப்பைச் சுத்தம் செய்வதில் ஒரு கள்ளத்தனமான கவர்ச்சியும் சந்தோஷமும் இருந்தது. கனமாகவும் திடமாகவும் இருந்த அந்தச் சின்ன ப்ரைமஸ் ஸ்டவ் இப்போது எங்கிருக்கிறது என்று யோசிக்கிறேன். அப்போது மின்சாரம் கிடையாது. இரவில் ஓர் எண்ணெய் விளக்கில் வாழ்ந்திருந்தோம். என் அப்பா பாலிமோரில் வேலை செய்து வந்தார். மாலை நேரங் களில் அவரது அன்றாட தினங்களின் எரிச்சல்கள் வார்த்தையற்ற கோபத்தில் அவரைப் பீடித்திருக்க, மானசீகமான சுமைகளைத் தன் முஷ்டிகளில் இறுக்கிக்கொண்டு ரயிலில் வீடு வந்து சேருவார். அவரும் வெளியில் சென்றிருந்து, நானும் அங்கே இருந்திராத நேரங் களில் என் அம்மா என்ன செய்துகொண்டிருந்தாள்? அச்சிறிய மரக்குடிசைக்குள் எண்ணெய்த் துணி போர்த்திய மேஜையில்

தலைக்குக்கீழே கையை வைத்து சாய்ந்துகொண்டு நீண்ட தினம் கழியும்வரை தனது மனக்கசப்புகளை அசைபோட்டுக்கொண்டிருந்த தைக் கற்பனை செய்து பார்க்கிறேன். இப்போது நானிருப்பதைவிட அவளுக்கு அப்போது வயது குறைவு. இருவருக்குமே. என் அப்பாவுக் கும் என் அம்மாவுக்கும். இது யோசிக்கும்போது எவ்வளவு வினோத மாக இருக்கிறது? எல்லோரும் என்னைவிட இளையவர்களாகத் தோன்றுகிறார்கள். இறந்து போனவர்கள்கூட. உலகமே யௌவனப் பிராயத்தில் இருந்தபோது பரிதாபமிக்க என் பெற்றோர் பரஸ்பரம் கடும் வெறுப்போடு வீட்டிற்குள் ஊடாடி வந்ததை யோசித்துப் பார்க்கிறேன். அவர்களின் மகிழ்வற்ற நேரங்கள்தான் என் ஆரம்ப வருடங்களின் மாறாத நிச்சயங்களில் ஒன்றாக இருந்தது. செவியால் உணரப்படாத ஓர் உச்சபட்ச, முடிவேயற்ற ஊளை. அவர்களை நான் வெறுக்கவில்லை. அவர்களை நேசித்தேன். அப்படிதான் நினைக்கிறேன். எதிர்காலத்தை நோக்கிய என் பார்வையை மறைப்பது அவர்களாக மட்டும்தான் இருக்கிறது. போகப் போக அவர்களை ஊடுருவி என்னால் பார்க்க முடியலாம்.

அம்மா அந்தக் கடற்கரையில் வெகுதூரம் தள்ளிச்சென்று, அந்த ஹோட்டல் கூட்டங்களின் பார்வைகளிலிருந்தும், அங்கே முகாமிட்டிருப்பவர்களின் கூச்சல்களிலிருந்தும் விலகிச்சென்றுதான் குளிப்பாள். கால்ஃப் மைதானம் ஆரம்பிப்பதைத் தாண்டி, அங்கே ஒரு நிரந்தரமான மணற்கரை இருந்தது. கரையிலிருந்து சற்று தூரம் தள்ளி ஆழமில்லாத காயல் ஒன்று, அலைவீச்சு சரியாக இருக்கும் போது உண்டாகும். அந்தக் கலங்கிய நீரில் அவள் சின்னதான, நம்பிக்கையற்ற சந்தோஷத்தில் புரளுவாள், நீந்தமாட்டாள். அவளுக்கு நீந்தத் தெரியாது. ஆனால் உடம்பை முழுதாக நீட்டி கடல்தரையில் கைகளால் நடப்பாள், வாயை தண்ணீர் பரப்புக்கு மேல் துருத்திக் கொண்டு. அவள் எலிக்குஞ்சின் வெளிர்சிவப்பு நிறத்தில் க்ரிம்ப்ளீன் துணியில் ஒரு நீச்சல் உடை வைத்திருந்தாள். கால் கவட்டுக்குச் சற்றுக் கீழே குறுக்கே இறுக்கமாகத் தைக்கப்பட்டிருக்கும். ரப்பரில் செய்த இறுக்கமான குளியல் தொப்பிக்கடியில் அவள் முகம் வெற்றாக, பாதுகாப்பின்றித் தோன்றும். என் அப்பா சுமாராக நீந்துவார். ஒருவிதமாக தடுமாறிக்கொண்டே, கிடைநிலையில் இயந்திரத்தனமான ஸ்ட்ரோக்குகளில் பக்கவாட்டில் திரும்பி முகத்தைச் சுளித்து மூச்சுவாங்கியபடி, ஓரக்கண்ணால் பார்த்தபடி, முக்கி முனகி நீந்துவார். குறிப்பிட்ட தூரம் நீந்திவிட்டு, மூச்சுவாங்க எச்சில் துப்பிக்கொண்டு, தலைமயிர் தட்டையாக ஒட்டியபடி, தனியாகத் துருத்திக்கொண்டிருக்கும் செவிகளும் தொப்பையுமாக கடலிலிருந்து எழுந்து வந்து இடுப்பில் கையை வைத்துக்கொண்டு என் அம்மாவின் ஏடாகூடமான நீச்சல் முயற்சிகளைத் தாடையில் ஒரேயொரு சதைமட்டும் துடிக்க, லேசாகச் செயற்கை சிரிப்பு சிரித்தபடி பார்த்துக்கொண்டிருப்பார். அவள் முகத்தில் நீரை வாரி

யிறைத்து, மணிக்கட்டைப் பற்றிப் பின்னுக்காக இழுத்து தண்ணீருக்குள் அழுத்துவதை ஒருநாள் பார்த்திருக்கிறேன். அவள் கண்களை இறுக்க மாக மூடிக்கொண்டு அவரை நிறுத்தும்படி கோபமாகக் கீச்சிட்டாள். இந்த எரிச்சலூட்டும் விளையாட்டைச் சட்டென்று தாக்கிய ஓர் அருவருப்புணர்வோடு கவனித்திருந்தேன். கடைசியில் அவளை விட்டுவிட்டு என் பக்கம் திரும்பி, என்னைத்தூக்கி தலைகீழாகக் கவிழ்த்து, என் கணுக்கால்களை அவரது இரண்டு கைகளாலும் பற்றிக்கொண்டு, என்னை ஏதோ தள்ளுவண்டியைப்போல தண்ணீரின் ஓரத்துக்கு இழுத்துச்சென்றார். எவ்வளவு வலுவாக இருக்கின்றன அவர் கைகள்! சில்லென்று ஒசிவான இரும்புச் சங்கிலியைப்போல. அவரது முரட்டுத்தனமான பிடியை இப்போதும் உணர்கிறேன். அவர் ஒரு முரட்டு மனிதர், முரட்டுச் செய்கைகள், முரட்டு வேடிக்கை கள். ஆனால் அவர் ஒரு கோழை. அவர் எங்களைவிட்டு ஓடிப்போனது, ஓடிப்போக வேண்டியிருந்தது ஆச்சரியமேயல்ல. நான் தண்ணீரைக் குடித்தேன். அவர் பிடியிலிருந்து பயத்தில் முறுக்கிக்கொண்டு வெறியோடு பிய்த்துக்கொண்டு வெளியேறி தண்ணீரில் குதித்து, காலை ஊன்றி நுரையில் நின்று வாயிலெடுத்தேன்.

சற்றுத்தள்ளி கெட்டியான மணலின்மீது தண்ணீரின் விளிம்பில் நின்றுகொண்டு க்ளோயி கிரேஸும் அவள் தம்பியும் எங்கள் குடும்பத் தினரை வேடிக்கை பார்த்துக்கொண்டிருந்தனர்.

அவர்கள் வழக்கம்போல ஷார்ட்ஸ் அணிந்து வெறும் காலோடு இருந்தனர். அவர்கள் இருவரும் எந்தளவுக்கு ஒரே அச்சாக இருக்கின்ற னர் என்று வியப்போடு பார்த்தேன். ஒரு கைக்குட்டையின் இரண்டு முனைகளைக் கட்டி ஒரு பைபோலாக்கி அவர்கள் அதில் கிளிஞ்சல்கள் சேகரித்துக்கொண்டிருந்தனர். நாங்கள் ஏதோ ஒரு நகைச்சுவை நிகழ்ச்சிபோல, அவர்களுக்காக நாங்கள் நிகழ்த்திக்காட்டுகிற ஒரு வேடிக்கைபோல, அவர்களுக்கு அது அதிகம் சுவாரஸ்யமாகவோ சிரிப்பாகவோ இல்லாமல் விசித்திரமாக மட்டுமே இருப்பதைப்போல, எங்களை எவ்வித பாவமுமின்றி கவனித்துக்கொண்டு நின்றனர். நிச்சயம் நான் வெட்கப்பட்டேன் என்பதைச் சொல்ல வேண்டும். வெளுத்து, உடம்பெங்கும் சிலிர்த்து, என் ஜட்டியிலிருந்து நிற்கவே நிற்காத நீர் வளையமாக ஈரம் சொட்டிக்கொண்டிருந்ததை உணர்ந் திருந்தேன். எனக்கு மட்டும் சக்தி இருந்திருந்தால் என் அசிங்கம் பிடித்த பெற்றோர்களை அந்த இடத்திலேயே ரத்து செய்து, அந்தக் குண்டான வெற்று மூஞ்சிக்காரியான என் அம்மாவையும், உடம் பெங்கும் கொழுப்பு திரண்டிருந்த என் அப்பனையும் கடல் நுரையைப் போல தூக்கியெறிந்துவிட்டிருப்பேன். கடற்கரைக்குக் குறுக்கே ஒரு காற்று அலை வீசி உலர்ந்த மணலைப் புரட்டிவிட்டு கடலின் மேற்பரப்பைக் கூரான உலோகச்சில்லுகளாக வெட்டிக்கொண்டே சென்றது. எனக்கு உடல் நடுங்கியது. குளிரால் அல்ல. ஏதோவொன்று

என்னை மௌனமாக, வேகமாக, தடுக்க முடியாமல் ஊடுருவிப் போனதைப்போல. கரையிலிருந்து அவ்விருவரும் திரும்பித் தரைதட்டிச் சேதமுற்றிருந்த கப்பலின் திசையில் நடந்துசென்றனர்.

அந்தத் தினத்தில்தானா மைல்ஸின் கால்விரல்கள் சவ்விட்டிருப்பதை முதன்முதலாக நான் கவனித்தேன்?

மிஸ் வாவஸூர் கீழே பியானோ வாசித்துக்கொண்டிருக்கிறாள். மிக லாவகமாக, லேசாகக் கையாண்டுகொண்டிருக்கிறாள், வெளியே கேட்டுவிடக் கூடாதென்பதற்காக. மாடியில் கற்பனைக்கெட்டாத படிக்கு ஏராளமான முக்கிய வேலைகளில் மூழ்கியிருக்கும் எனக்குத் தொந்தரவாக இருக்குமோ என்று கவலைப்படுகிறாள். Chopin-ஐ மிக அழகாக வாசிக்கிறாள். அவள் ஜான் ஃபீல்டை ஆரம்பித்துவிட மாட்டாள் என்றே நம்புகிறேன். என்னால் அதைத் தாங்க முடியாது. ஆரம்பத்தில் அவளுக்கு Fauré வில் ஆர்வத்தை ஏற்படுத்த முயற்சித்தேன். குறிப்பாக நான் மிகவும் ரசிக்கும் லேட் நாக்டர்ன்ஸில். அவளுக்காக இசைக்குறிப்புகளைக்கூட லண்டனிலிருந்து கணிசமாகச் செலவுசெய்து வரவழைத்துக் கொடுத்தேன். நான் மிகையாக ஆர்வம் காட்டிவிட்டேன். அந்த இசைக்குறிப்புகளுக்கேற்ப அவளால் விரல்களைச் செயல்படுத்த முடியவில்லை என்கிறாள். விரல்களையா? உன் மனதை, என்று சொல்ல விரும்புகிறேன், ஆனால் பதில் சொல்லாதிருக்கிறேன். கோழைத்தனமான, கோழைத்தனமான எண்ணங்கள். அவள் கல்யாணமே செய்துகொள்ளவில்லையென்று நினைக்கிறேன். ஒரு காலத்தில் அவள் அழகாக இருந்தாள், அவளுக்கே உரித்தான ஓர் ஆத்மார்த்தமான அழகோடு. முன்பு மிகக் கருப்பாக இருந்த அவள் தலைமுடி இப்போது சாம்பலாகியிருக்கிறது. ஆனால் இன்னமும் நீளமாக இருக்கும் முடியைத் தலைக்குப் பின்னால் இறுக்கமான வளையமாகப் பின்னி, நிட்டிங் ஊசி அளவுக்கு பெரிதாக இரண்டு கொண்டையூசிகளைக் குறுக்குமறுக்காகக் குத்திவைத்திருக்கிறாள். இந்த மோஸ்தர், ஜப்பானிய நாட்டியக்காரிகளின் கெய்ஷா இல்லத்தைக் கொஞ்சமும் சம்பந்தமில்லாமல் எனக்கு ஞாபகப்படுத்தியது. கிமோனோ வைப் போன்ற பெல்ட் வைத்த டிரெஸ்ஸிங் கௌனில் ஜப்பானிய ராகம் தொடர்கிறது. காலையில் அவள் அணிகிற இந்த ஸில்க் உடையில் பளிச்சென்ற நிறத்தில் பறவைகளும் மூங்கில் இலைகளும் கொண்ட பூவணி வேலைகள் இருக்கும். மற்ற நேரங்களில் அடக்கமான நேரியல் கம்பளியில் இருப்பாள். ஆனால் இரவு உணவு நேரங்களில் எங்களை – கர்னலையும் என்னையும் – ஆச்சரியப்படுத்தும்படி இடைக்கச்சையோடு முழங்கால் நீள எலுமிச்சம்பச்சை நிற உடுப்பில், அல்லது ஸ்பானியத் தோரணையில் செக்கச்செவேலென்ற பொலிரோ ஜாக்கெட்டும், சரியும் கருப்பு அரைக்கைச் சட்டையும், அழகாக பளபளக்கும் கருப்புக் காலணிகளும் அணிந்து காணப்படுவாள்.

கடல்

அவள் ஒரு மிக அழகான வயதான மாது. என் அங்கீகரிப்புப் பார்வையை மௌனமான அசைவுகளில் உள்வாங்கிக்கொள்கிறாள்.

ஸீடார்ஸ், கடந்த காலத்தின் – நான் இங்கு அறிந்திருந்த கடந்த காலத்தின் – எந்தப் பகுதியையும் இப்போது மிச்சம் வைத்திருக்க வில்லை. கிரேஸ் குடும்பத்தினர் விட்டுச்சென்றிருந்த ஏதாவது ஒரு விஷயம், அது எவ்வளவு சின்னதோ, முக்கியமற்றதோ பரவாயில்லை, உதாரணத்திற்கு இழுப்பறையில் மறதியாய் விட்டுச் சென்றிருந்த ஒரு மங்கிப்போன புகைப்படம், அல்லது ஒளிந்திருக்கும் முடிக் கற்றை, அல்லது அலமாரித் தட்டுகளுக்கிடையே ஒரு கொண்டை ஊசி, என்று ஏதாவது இருக்குமோ என்று நம்பினேன். ஆனால் அதைப்போல எதுவும், எதுவும், இல்லை. சொல்லப்போனால் ஞாபகத்தில் இருந்த சூழ்நிலைகூட இல்லை. இது ஒரு தங்கும் விடுதிதானே! எவ்வளவோபேர் இங்கே தங்கி, வசித்து, வாழ்ந்து, அவர்களுக்கு முன் இங்கிருந்து மரித்துப்போனவர்களின் தடயங்கள் எல்லாவற்றையும் அழித்துவிட்டுத்தானே போயிருப்பார்கள்!

காற்று அதன் விஸ்தாரமான, மென்மையான, பலனற்ற முஷ்டி களால் ஜன்னல் கண்ணாடிகளை எவ்வளவு முரட்டுத்தனமாக அடித்துக்கொண்டிருக்கிறது! இதைப்போன்ற சீற்றமும் தெளிவுமிக்க கூதிர்பருவ வானிலைதான் நான் எப்போதுமே விரும்புவது. மற்றவர் களுக்கு வசந்தகாலம்போல எனக்கு இலையுதிர்காலம் கிளர்ச்சி யூட்டும் பருவம். இலையுதிர்காலம் பணியாற்றுவதற்கான காலம். இவ்விஷயத்தில் நான் புஷ்கினைப்போல. ஓ, ஆமாம். அலெக்ஸாண்டரும் நானும்கூட. இருவருமே அக்டோபரிஸ்ட்டுகள். புஷ்கின்தனத்திற்கு எதிர்மாறாக பொதுவான ஒரு மந்தத்தன்மை வந்து சேர்ந்துவிட்டது, என்னால் வேலைபார்க்க முடியாது. ஆனால் என் மேஜையில் உட்கார்ந்துகொண்டு, எனக்கு ஆட மறந்துவிட்ட ஓர் ஆட்டத்தின் காய்களை நகர்த்துவதைப்போல பத்திகளைத் தள்ளிக்கொண்டிருக்கத் தான் முடிகிறது. இந்த மேஜை, ஒல்லியாக, நம்பத்தகாத ஊசலாட்டத் தோடு இருந்தது. ஏதோ உள்நோக்கம் இருப்பதைப்போல இதனை மிஸ் V. கூச்சத்தோடு தானே தூக்கிக்கொண்டுவந்து போட்டாள். *க்ரீக்... க்ரீக்...* மாலுமிகளின் சுழல்நாற்காலி ஒன்றும் எனக்காக இருந்தது. பல வருடங்களுக்கு முன்பு நாங்கள் – அன்னாவும் நானும் – வாடகைக்கு இருந்த வீட்டில் இருந்ததைப்போலவே, உட்காரும் போது இதுவும் அதே விதத்தில் முனகுகிறது. நான் எழுதுவதாகப் பேர் பண்ணிக்கொண்டிருப்பது பியர் பொனார் பற்றிய ஒரு தனி வரைவு நூல். *Monograph.* இது எளிய அளவிலான ஒரு திட்டம். ஆனால் இதை எத்தனை வருடங்களாக எழுதிக்கொண்டு வருகிறேன் என்ற கணக்கே மறந்து போய்விட்டது. என் மதிப்பில் பொனார் மிக அபாரமான ஓர் ஓவியர்தான். ஆனால் வெகுகாலத்திற்கு முன்பாகவே அவரைப்பற்றி அசலாகச் சொல்வதற்கு என்னிடம்

எதுவுமில்லை என்று புரிந்துகொண்டுவிட்டேன். அன்னா அவரைக் 'குளித்துக்கொண்டிருக்கும் கல்யாணப்பெண்' என்பாள் நமட்டுச் சிரிப்போடு. *Bonnard, Bonn'art, Bon'nargue*. முடியாது, என்னால் வேலை பார்க்க முடியாது. இப்படி அர்த்தமில்லாமல் கிறுக்கத்தான் முடியும்.

எப்படியிருப்பினும் நான் செய்வதை 'வேலை' என்ற சொல்லால் குறிப்பிடக் கூடாது. வேலை என்பது மிகப்பெரியதொரு சொல் லாடல். மிகத்தீவிரமான பொருள்கொண்டது. வேலையாட்கள் வேலை செய்வார்கள். மகத்தான புருஷர்கள் வேலையாற்றுவார்கள். எங்களைப் போன்ற இடைநிலைப்பட்டவர்கள் என்ன செய்கிறோம், எப்படிச் செய்கிறோம் என்பதைப் பொருத்தமாக விவரிப்பதற்குப் போதிய அளவுக்கு அடக்கமானதொரு சொல் இல்லை. மேம்போக்குத்தனம் என்பதை நான் ஒப்புக்கொள்ளமாட்டேன். அமெச்சூர்கள்தான் மேம்போக்குத்தனமாக இருப்பார்கள். ஆனால் நாங்கள், நான் குறிப்பிடுகிற வகுப்பு அல்லது வர்க்கத்தைச் சேர்ந்தவர்கள், தொழில் முறையாளர்கள் என்பதைவிட வேறுசொல்லால் குறிப்பிட முடியாது. வியார், மாரிஸ் டெனிஸ் போன்ற சுவர்க் காகிதத் தயாரிப்பாளர்கள், அவர்களுடைய நண்பர் பொனாரைப் போலவே கடுமையான உழைப்பாளிகள் – இதோ இன்னொரு முக்கியமானதொரு சொல் – ஆனால் கடும் உழைப்பு என்பது போதுமான சொல் அல்ல. வேலைக்கு பயந்து மட்டம் போடுகிறவர்களல்ல நாங்கள். நாங்கள் சோம்பேறி களல்லர். உண்மையில் திடுதிப்பென வெறிபிடித்தாற்போல ஊக்கம் பெற்று பணியாற்றுகிறவர்கள்தாம், ஆனால் நாங்கள் சுதந்திரமானவர் கள். சாசுவதத்தின் சாபம் என்று கூறும்படியாக உயிர்போகுமளவுக்கு சுதந்திரமானவர்கள். நாங்கள் பணிகளைச் செய்து முடிக்கிறோம். ஆனால் கவிஞர் வாயெரியைப்போன்ற நிஜமான உழைப்பாளிகளுக்கு ஒரு பணியை முடிப்பது என்பதே இல்லை. ஏதோ ஒரு கட்டத்தில் கைவிட்டுவிடுவதைத்தான் அவர்களுக்கு வேலையை முடிப்பது என்று அர்த்தமென்று நினைக்கிறேன். ம்யூஸே த்யூ லுக்ஸாம்பூழ் – இல் பொனாரின் உன்னதமானச் சித்திர வேலைப்பாடு ஒன்று இருக்கிறது. பொனாருக்கு அவ்வோவியத்தில் ஏதோ குறை. அவருடைய நண்பர் – அது வியார் என்றுதான் நினைக்கிறேன் – அந்த அருங்காட்சியகக் காவலாளியின் கவனத்தைத் திசைதிருப்பி வைத்துக்கொண்டிருக்க, பொனார் அவரது பெயின்ட் பாக்ஸை எடுத்து, அங்கே வருடக்கணக் காக தொங்கிக்கொண்டிருந்த அந்த ஓவியத்தின் ஒரு பகுதியை அழித்து மீண்டும் வரைகிறார். உண்மையான உழைப்பாளிகள் எல்லோரும் விரக்தியின் படபடப்பில் இறந்துபோகின்றனர். செய்வதற்கு எவ்வளவோ இருக்கிறது, எவ்வளவோ முடிக்கப்படாமல் இருக்கிறது !

ஐயோ. ஊசியில் குத்துவதைப்போன்ற அந்த வலி மீண்டும். சீரியஸான ஏதோ ஒன்றுக்கான சகுனமோ இது என்ற நினைப்பை தவிர்க்க முடியவில்லை. அன்னாவின் முதல் அறிகுறிகள் மிகவும்

நுட்பமாக இருந்தன. இந்தக் கடந்த ஒரு வருடத்தில் மருத்துவ விஷயங்களில் நான் ஒரு வல்லுனன் ஆகியிருப்பதில் ஆச்சரியமில்லை. உதாரணமாக, விரல் நுனிகளில் ஊசியில் குத்துவதைப்போன்ற உணர்ச்சி உண்டானால் அது மல்ட்டிப்பிள் ஸ்க்ளீரோஸ்ஸிற்கான ஆரம்ப அறிகுறிகளில் ஒன்று. இந்த ஊசியில் குத்துவதைப்போன்ற உணர்ச்சி எனக்கு எல்லா இடங்களிலும் வருகிறது. அது ஒரு எரிச்சலூட்டும் குத்தல். தொடர்ந்து குத்திக்கொண்டே இருப்பதைப் போல, என் கையில், பின்னங்கழுத்தில், அப்புறம் ஒரு முறை என் வலது கால் கட்டைவிரலின் மேல்கணுவில் ஏற்பட்ட அந்த வலியை மறக்கவே முடியாது. அறைக்குள் வலியில் புலம்பிக்கொண்டே ஒற்றைக் காலில் நொண்டிக்கொண்டிருந்தேன். அது வலியோ, அல்லது குடைச்சலோ, கொஞ்சநேரமே இருந்தாலும் தீவிரமாக இருந்தது. ஜீவாதார அறிகுறிகள் என்னிடம் தென்படுகிறதாவென்று என்னைச் சோதிப்பதைப்போலிருந்தது. உணர்ச்சிகளின் அறிகுறிகளுக்காக. ஜீவித்திருப்பதன் அறிகுறிகளுக்காக.

எனது அதீதமான நோய்க் கற்பனைகளை அன்னா எப்போதுமே கிண்டல் செய்து சிரிப்பாள். டாக்டர் மேக்ஸ், என்று கூப்பிடுவாள். டாக்டர் மேக்ஸ் இன்று எப்படி இருக்கிறார், மறுபடியும் ஏதாவது உடம்புக்கு வந்திருக்கிறதா? அவள் சொன்னது சரிதான். நான் எப்போதுமே ஒரு புலம்பல் ஆசாமி. லேசான வலிக்கெல்லாம்கூட பெரிதாக அலட்டிக்கொள்பவன்தான் நான்.

அதோ அந்த ராபின் குருவி. ஒவ்வொரு நாளும் பிற்பகல் வேளைகளில் எங்கிருந்தோ பறந்துவந்து தோட்டக்கிடங்குக்குப் பக்கத்தில் முட்புதரின் கிளைகளில் உட்காருகிறது. அது எல்லாவற்றையும் மூன்று மூன்றாகச் செய்வதை கவனித்திருக்கிறேன். முதலில் உட்கார்ந்த கிளையிலிருந்து கீழ்க்கிளைக்குத் தாவுகிறது. பின் மீண்டும் கீழே ஒரு கிளைக்குக் குதித்து அங்கிருந்து அதன் அதிகார தோரணை மிக்க கீச்சிடும் குரலில் மூன்று முறை கூவுகிறது. எல்லா ஜீவராசி களுக்கும் ஒவ்வொரு பழக்கம் இருக்கிறது. இப்போது தோட்டத்தின் எதிர்ப் பக்கத்திலிருந்து அண்டை வீட்டாரின் கதம்பமான வண்ணப் புள்ளிகள் கொண்ட பூனை ஒன்று மெதுவாகத் திருட்டு நடை போட்டுக்கொண்டு பம்மிப் பம்மி வருகிறது. ஏ, குருவியே, ஜாக்கிரதை. புல் அதிகமாக வளர்ந்து வெட்டப்பட வேண்டியிருக்கிறது. இந்த வருடத்துக்கு இன்னும் ஒரு முறை வெட்டினால் போதுமானதாக இருக்கும். நானே அதைச் செய்ய முன்வர வேண்டும். இந்த நினைப்பு தோன்றியவுடனேயே நான் அங்கே அரைக்கை சட்டையும், கான்செர்டினா டிரௌசர்களுமாக புல்வெட்டு இயந்திரத்துக்குப் பின்னால் வியர்வை வழிய, வெட்டப்பட்ட புல் துணுக்குகள் முகத்தில் சிதறி உதடுகளில் ஒட்டிக்கொண்டிருக்க, தலைக்குமேல் பூச்சிகள் பறக்க வேலை செய்வது கண்களில் தெரிகிறது. விநோதம். இப்போதெல்லாம் என்னைத் தூரத்தில் வைத்துப் பார்த்துக்கொள்

ஜான் பான்வில்

கிறேன். யாரோ செய்கிற வேலைகளையெல்லாம் பார்க்கும்போது அந்த வேலையைச் செய்கிற அந்த 'யாரோ'வை நானென்று கற்பனை செய்துகொள்வது அடிக்கடி நிகழ்கிறது. சரி, புல்லை வெட்டு. அந்தப் புல்வெட்டு வண்டி தலைகீழாகக் கவிழ்ந்து கிடந்தாலும் கருணை யோடு பார்த்தால் அழகாகத்தான் தெரிகிறது. அதன் கைப்பிடிக் கட்டை வெகுகாலமாக உபயோகித்துவந்த ஒரு மண்வெட்டி அல்லது கோடாலியின் கைப்பிடியைப்போல வழவழப்பான சாம்பல் நிறத்தில் இருந்தது. 'குளித்துக்கொண்டிருக்கும் கல்யாணப் பெண்கள்' இந்தக் கட்டையின் நயத்தை, அதன் நிச்சலனமான வழவழப்பை, மினுமினுப்பை மிகச்சரியாக கொண்டுவந்திருப்பார்கள். *டூடில், டூடில், டூ.*

என் மகள் க்ளேர் நான் எப்படி இருக்கிறேன் என்று கேட்டு எழுதி யிருக்கிறாள். நான் சுகமாக இல்லை, என் புத்திசாலி க்ளாரிண்டாவே, சுகமாகவே இருக்கவில்லை. யாரிடமிருந்து தொலைபேசி அழைப்பு வந்தாலும் அவளிடமிருந்தே வந்தாலும்கூட, நான் பேசமாட்டேன் என்று அவளிடம் எச்சரித்திருந்ததால் அவள் போன் செய்வதில்லை. வேறு யார் எனக்குப் போன் செய்யப் போகிறார்கள்? நான் எங்கே போகிறேன் என்பதை அவளைத் தவிர வேறு யாரிடமும் நான் சொல்லியிருக்கவில்லை. அவளுக்கு இப்போது என்ன வயது இருக்கும்? இருபத்தி சொச்சம். சரியாகத் தெரியவில்லை. மிகவும் புத்திசாலி, அறிவுஜீவி ரகம். ஆனால் அழகு இல்லை. வெகுகாலத்திற்கு முன்பாகவே இதற்காக என்னைச் சமாதானப்படுத்திக்கொண்டிருக்கிறேன். இதனால் எனக்கொன்றும் ஏமாற்றம் இல்லை என்று நான் பாசாங்கு செய்ய மாட்டேன். அவள் மற்றொரு அன்னாவாக வருவாள் என்று ஆசைப் பட்டுக்கொண்டிருந்தேன். மிக உயரமான, விறைப்பான பெண் அவள். அவளது செம்பட்டைக் கேசம் முரட்டுத்தனமாகச் சுருட்டிக்கொண்டு எந்தத் தலை வாரலுக்கும் அடங்காமல் அவளின் பழுப்புப் புள்ளி களிட்ட முகத்தைச் சுற்றி சிலிர்த்துக்கொண்டிருக்கும். சிரிக்கும்போது மேல் ஈறு வெளிறிய இளஞ்சிவப்பில் பளபளப்பாகத் தெரியும். அந்த நீண்டு மெலிந்த கால்களையும் பருத்த பிருஷ்டங்களையும் அந்த முடியையும் குறிப்பாக நீண்ட கழுத்தையும் – அதை மட்டும் அப்படியே அவள் அம்மாவிடமிருந்து வரித்துக்கொண்டிருக்கிறாள் – பார்க்கும்போது மந்திரக்காளானைக் கடித்துப்பார்க்கும் ஆலிஸ்ஸை வரைந்திருக்கும் டென்னியேலின் ஓவியம்தான் வெட்கத்தோடு ஞாபகத் துக்கு வரும். இருந்தாலும் ரொம்பவும் துணிச்சல்காரப் பெண். தன்னம்பிக்கை. சாமர்த்தியம். அழகற்ற பெண்கள் பலருக்கும் இருப்பதைப் போல சிடுசிடுப்பும் கண்டிப்பும் கலந்த அதிகாரத் தோரணை அவளுக்கு உண்டு. இப்போது இங்கே அவள் வருவதாக இருந்தால், கதவைத் தடாரென்று வெடித்துத் திறந்துகொண்டு வந்து என் சோபாவில் தொப்பென்று சரிந்து, முட்டியிலிருந்து கணுக்கால்வரை

உள்ளங்கைகளால் அழுத்தி நீவிவிட்டுக்கொண்டு உதடுகளை இறுக்கிக் கன்னங்களை உப்பி, *ப்பூஹ்!* என்று பெருமூச்சு விட்டு நாங்கள் கடைசியாகப் பார்த்ததற்குப் பிறகு நடந்த தமாஷான அசம்பாவிதங் களையெல்லாம் கடகடவென்று ஒப்பிக்கத் தொடங்கிவிடுவாள். என் செல்லக்குட்டி க்ளேர். இனிமையான பெண்.

பனியில் வீட்டை நோக்கி நடந்துகொண்டிருந்த அந்தக் கனவுக்குப் பிறகு, பாலிலெஸ்ஸுக்கு முதல்முறையாக நான் வந்தபோது அவளும் கூடவந்தாள். நான் ஏதோ தண்ணீரில் மூழ்கித் தற்கொலை செய்து கொள்ளும் உத்தேசத்தில் இருப்பதாக அவள் கவலைப்பட்டிருந்தாள் என்று நினைக்கிறேன். அவளுக்கு நிச்சயமாகத் தெரியாது, நான் எவ்வளவு பெரிய கோழை என்று. நாங்கள் வந்த அந்தப் பயணம் எங்கள் பழைய காலங்களைக் கொஞ்சம் ஞாபகப்படுத்தியது. அவளுக்கும் எனக்கும் எப்போதுமே சுற்றுலா செல்வது உவப்பான விஷயம். அவள் குழந்தையாக இருக்கும்போது ராத்திரியில் தூங்க மாட்டாள். ஆரம்பத்திலிருந்தே தூக்கமின்மையில் அவஸ்தைப்படும் பிறவிதான் அவள் – அவள் அப்பாவைப்போல. அவளை ஒரு போர்வை யில் சுற்றி காரில் போட்டுக்கொண்டு கருப்புக்கடலின் ஓரமாகவே கடற்கரைச்சாலையில் மைல்கணக்காக ஓட்டிச்செல்வேன். தூங்க வைக்கிற தாலாட்டுப்பாடல்களில் எதற்கெல்லாம் எனக்குக் கொஞ்ச மாவது வார்த்தைகள் தெரியுமோ அந்தப் பாடல்களை உரக்கப் பாடுவேன். அவை அவளைத் தூங்க வைப்பதற்குப் பதிலாக கையைத் தட்டவைக்கும். என் பாடலைக் கேட்ட சந்தோஷத்தில் அல்ல, வீறிட்டு அழும்போது அவள் கையை அறைந்தபடிதான் அழுவாள். அதன் பிறகு பல காலம் கழித்துக் காரில் இருவரும் ஒன்றாக விடுமுறைச் சுற்றுலா சென்றோம். நாங்கள் இருவர் மட்டும். ஆனால் அது ஒரு தப்பு. அவள் அப்போது ஒரு டீன்ஏஜ் பெண். திராட்சைத் தோட்டங்களிலும் பழங்கால வாசஸ்தலங்களிலும் எனது கம்பெனி யிலும் அவளுக்குச் சடுதியில் 'போர்' அடித்துப்போய் என்னை விடாமல் நச்சரிக்கத் தொடங்கிவிட்டதில் சீக்கிரமாகவே வீட்டுக்குத் திரும்ப அழைத்து வந்துவிட்டேன். இங்கே வந்த எங்கள் பயணமும் அதிகம் வித்தியாசப்பட்டிருக்கவில்லை.

அது ஒரு செழிப்பான, ஓ, உண்மையிலேயே ஒரு மிகச் செழிப்பான இலையுதிர் பருவ தினம். எனாமல் நீல வானத்தின் அடியில் பைசான்டைன் தாமிரங்களும் தங்கங்களும் உன்னதப் பளப்பளப்பில் மின்னின. ஏரியின் நிச்சலப்பரப்பில் அசையாமல் கண்ணாடியாய்ப் பிரதிபலித்துக்கொண்டிருக்கும் கரையோர விருட்சங்களின் பிம்பங்கள் நிஜத்தைவிட வேறு மாதிரியாகத் தோன்றின. என் சொந்தத் துயரங் களில் நான் துடித்துக்கொண்டிருப்பதைத் திருப்தியான குதூகலத்தோடு பார்த்து ரசித்துக்கொண்டிருக்கும் உலகத்தின் உப்பிப் பெருத்த கண்ணைப்போல வானத்தில் சூரியன் இருப்பதாக எனக்குத் தோன்ற வைத்துக்கொண்டிருந்த ஒரு தினம் அது. கழுதை நிறத்தில் ஒரு

மங்கலான பழுப்பு லெதர் கோட் க்ளேர் அணிந்திருந்தாள். காருக்குள்ளிருந்த கதகதப்பில் அதிலிருந்து மாமிச வாடை எழும்பி என்னைத் தொந்தரவு படுத்திக்கொண்டு வந்தது. இருந்தும் எந்த ஆட்சேபனையும் எழுப்பாமல்தான் வந்தேன். ஜனத்திரளிலிருந்து எழும் கதம்பமான வாசனைகள் என்னை எப்போதுமே அதீதமாக பாதித்து வந்திருக்கின்றன என்று நினைக்கிறேன். பாதிப்பு என்பது தப்பான வார்த்தையாக இருக்கலாம். எனக்கு சில வாசனைகள் பிடிக்கும். உதாரணத்திற்கு, தலை குளிக்க வேண்டியிருக்கும் பெண்களின் பழுப்பு வாசனை. சுலபத்தில் மனநிறைவு அடைந்துவிடாத கன்னிப்பெண்ணான என் மகளிடம் – ஐயோ, அவள் எப்போதுமே கல்யாணம் செய்து கொள்ளப் போவதில்லையென்றுதான் எனக்குத் தோன்றுகிறது – வழக்கமாக எந்த வாசனையுமே இருப்பதில்லை. என்னால் கண்டுபிடிக்கவே முடிந்ததில்லை. அவள் அம்மாவிடமிருந்து அவள் வித்தியாசப்படும் கணக்கற்ற விதங்களில் இதுவும் ஒன்று. காட்டுமிருகத்தின் வாடை போல அவள் அம்மாவிடமிருந்து எழும் அந்த வாசனைதான் எனக்கு வாழ்க்கையின் கவுச்சி வாடை. எந்த பலமான வாசனாதி திரவியங்களாலும் முற்றிலுமாக அடக்க முடியாத அந்த மணம்தான் அத்தனை வருடங்களுக்கு முன்பு அவளை என்னிடம் முதன்முதலாக ஈர்த்த விஷயமாக இருந்தது. இப்போது என் கைகளில், அதே வாசனையின், அவளுடைய வாசனையின், மிச்சம் இருப்பது மயிர்கூச்செறிய வைக்கிறது. இந்த வாசனையை என்னால் ஒழிக்க முடியவில்லை. கையை எவ்வளவு உதறினாலும் அந்த வாசனை கழன்று விழுவதில்லை. அவளது கடைசி மாதங்களில் பெரும்பாலும் மருந்து குறிப்பேட்டைப் போன்ற வாசனையில்தான் அவள் இருந்தாள்.

நாங்கள் இங்கே வந்துசேர்ந்ததுமே, என் ஞாபகத்தில் மிச்சமிருந்த அந்தக் கிராமம் எந்தளவுக்கு மாறாமல் இன்னமும் அப்படியே இருக்கிறதென்று வியப்பாக இருந்தது. முந்தையப் பழக்கத்தில் கண்கள் திரும்புமிடத்திலெல்லாம் பழையபடியே இருந்தது. பழைய காதலியை இப்போது வயதேறித் தடித்த தோற்றத்தில் பார்க்கும்போது, முன்பு உருகி உருகிக் காதலித்த அந்தப் பழைய மென்மையான சுயம் உள்ளே பொதிந்திருப்பதைத் தெளிவாக உணர முடிவதைப்போலத்தான் இது. ஆளரவமற்ற ரயில்வே ஸ்டேஷனைக் கடந்து இன்னமும் அங்கேயே பத்திரமாக இருக்கும் அந்தச் சிறிய பாலத்தைத் தாண்டினோம். சாலையின் மேடேறித் தாழும்போது என் வயிற்றிற்குள் அதே பழக்கமான இறுகித்தளரும் உணர்வு. எனக்கு முன்னால் அதே மேட்டுச்சாலை உச்சிக்குச் சென்றதும் சரேலென்று சாலையின் அடியிலிருந்து விரியும் கடல். வீட்டைக் கடக்கும்போது நிறுத்தவில்லை. ஆனால் வேகத்தைக் குறைத்து மெதுவாகச் சென்றேன். உங்களை நிர்மூலமாக்கிவிடுகின்ற வலுவான கடந்த காலத் தருணங்கள் சில இருக்கின்றன.

“அதோ, அங்கே!” கிளேரிடம் ஆர்வத்தோடு கூவினேன். “ஸீடார்ஸ்!” வரும் வழியில் அவளிடம் கிரேஸ் குடும்பத்தினரைப்பற்றி எல்லா வற்றையும், ஏறக்குறைய எல்லாவற்றையும் சொல்லியிருந்தேன். “இங்கே தான் அவர்கள் தங்கியிருந்தார்கள்.”

அவள் இருக்கையிலிருந்து திரும்பி என்னைப் பார்த்தாள்.

“ஏன் நிறுத்தவில்லை?” என்றாள்.

நான் என்ன பதில் சொல்வது? நான் தொலைத்துவிட்ட உலகத்துக்கு மத்தியில் இப்போது வந்திருக்கும்போது என்னை முடக்கிப்போட்டுவிடுகிற கூச்சம் ஒன்று திடீரென ஆட்கொண்டு விட்டது என்பதைச் சொல்ல முடியுமா? தொடர்ந்து வண்டியை ஓட்டிச்சென்றேன். ஸ்ட்ராண்ட் ரோடில் திரும்பினேன். ‘தி ஸ்ட்ராண்ட் கபே’ காணாமற்போயிருந்தது. அதன் இடத்தில் ஒரு மிகப்பெரிய, பருத்து குட்டையான ஒரு அசிங்கமான பங்களா இருந்தது. இங்கே இருக்கும் இரண்டு ஹோட்டல்களும் என் ஞாபகத்தில் இருந்ததை விட இப்போது சிறியனவாக, அசிங்கமானதாக இருந்தன. ஒரு முக்கிய மாற்றமாக கால்ஃப் ஹோட்டலின் கூரையில் பந்தாவாக ஒரு கொடி படபடத்துக்கொண்டிருந்தது. முகப்பிலிருந்த புல்பரப்பில் நின்றிருக்கும் பனைமரங்கள் அவற்றின் உலர்ந்த ஓலைகளைக் கனவுத் தன்மையோடு சடசடத்துக்கொண்டிருப்பது காருக்கு உள்ளேயேகூட கேட்க முடிந்தது. பல காலத்துக்கு முன்பு கோடைகாலத்தின் ஊதா நிற இரவுகளில் அராபிய ஞாபகங்களைத் தூண்டியபடி இதே சத்தம் அவ்வப்போது கேட்டிருக்கிறது. இப்போது அக்டோபர் பிற்பகலின் வெண்கல நிற வெயிலில் – இப்போதே நிழல்கள் நீளத்தொடங்கி விட்டன – எல்லாமே பழங்காலத்தனமாக மங்கலாகத் தெரிந்தன, ஏதோ பழைய அஞ்சலட்டைப் படங்களின் வரிசைபோல. மைலரின் மதுவகம் – மற்றும் போஸ்ட் ஆபீஸ் – மற்றும் மளிகைக்கடை, இப்போது ஒரு பகட்டான சூப்பர்ஸ்டோராக, முன்னால் கல்பாவிய பார்க்கிங் ஏரியாவோடு இருந்தது. ஐம்பது வருடங்களுக்கு முன்னால் மைலரின் கடைக்கெதிரே சரளைப்படுகையில் அப்பிராணியாக நின்றிருந்த ஒரு நாய்க்குட்டியின் ஞாபகம் வந்தது. அது என்னைப்பார்த்து உதடுகளை விரித்து பற்களைக் காட்டியதை நட்போடு சிரிப்பதாக மடத்தனமாக நினைத்துக்கொண்டு கையை நீட்ட, திடுக்கென்று என் மணிக்கட்டை ஒரே கடியாக கடித்துவிட்டு சந்தோஷமாகத் துள்ளிக்கொண்டு ஓடியது. அது ஓடியவிதத்தைப் பார்த்தால் என்னை வெறுப்பேற்றிவிட்டு சிரித்துக்கொண்டே ஓடுகிற மாதிரிதான் எனக்குப் பட்டது. வீட்டுக்கு வந்து அம்மாவிடம் சொன்னபோது முட்டாள்தன மாக நாயோடு விளையாடியதற்காகத்தான் கண்டபடி திட்டினாளே தவிர பச்சாதாபப்படவில்லை. என்னைத் தனியாகவே கிராமத்து மருத்துவரிடம் அனுப்பினாள். அவர் ஒரு ஸ்டைலான மேல்தட்டு

கனவான். மணிக்கட்டில் அழகான ஊதாவில் வீங்கியிருந்த இடத்துக்கு மேல் ஒப்புக்கு ஒரு பிளாஸ்திரியை ஒட்டிவிட்டு என் சட்டையைக் கழற்றச் சொன்னார். அவர் கால் முட்டியின் மீது என்னை உட்கார வைத்து, அற்புதமாக வெளுத்துப் போயிருந்த அவரது பருத்த, அழகாக நகம் வெட்டப்பட்டிருந்த கையை என் அடிவயிற்றில் அழுத்திப் பார்த்தார். அவர் உள்ளங்கை சூடாக இருந்தது. சரியான விதத்தில் மூச்சை இழுத்துவிட சொல்லிக் கொடுத்தார்? "வயிற்றை ஒடுக்கிக் கொள்ளாதே. இப்படி உப்ப வேண்டும், தெரிகிறதா?" என் காதுக்கருகே அவரது பரந்த, உணர்ச்சியற்ற முகத்தைக் கொண்டுவந்து மென்மை யாகப் பேசினார்.

க்ளேர் ஒரு நிறமற்ற சிரிப்பை சிரித்தாள். "எது அழியாத வடுவாக இருந்தது? நாயின் பல்லா, டாக்டரின் தொடுகையா?" என்று கேட்டாள்.

என் மணிக்கட்டின் அல்நார் ஸ்டைலாய்டு எலும்புக்கு மேலே தோலில் இலேசாகக் காணப்பட்ட இரண்டு கோரைப்பற்களின் அடையாளத்தை அவளிடம் காட்டினேன்.

"இதுவொன்றும் கேப்ரி அல்ல," என்றேன். "டாக்டர் ஃப்ரெஞ்ச்சும் திபேரியஸ் ஜூலியஸ் சீஸர் அல்ல."

உண்மையில் அந்த நாளைப்பற்றிய இனிமையான ஞாபகங்கள் தான் எனக்கு இருக்கின்றன. டாக்டரின் மூச்சில் இருந்த சாப்பாட்டுக்குப் பின் அருந்திய காபியின் வாசம், என்னை முன் வாசல்வரை வந்து வழியனுப்பிய ஹவுஸ் கீப்பரின் அலைபாயும் கண்கள்.

க்ளேரும் நானும் ஃபீல்டை அடைந்தோம்.

உண்மையில் அது இப்போது பார்ப்பதற்கு ஃபீல்டாக இருக்க வில்லை. கன்னாபின்னாவென்று ஸ்திரமில்லாத பங்களாக்களாக நெருக்கிக் கட்டப்பட்டிருக்கும் ஒரு தூங்கி வழிகிற விடுமுறை எஸ்டேட் டாகத்தான் இருந்தது. இங்கே கீழே தோட்டத்தில் அலங்கோலமாகக் கட்டப்பட்டிருக்கும் அசிங்கங்களுக்கு வடிவமைத்த ஏடாகூடமான கட்டிட வரைவாளன்தான் இந்த பங்களாக்களையும் வடிவமைத் திருப்பானோவென்று சந்தேகமாக இருந்தது. இருந்தாலும் இந்த இடத்திற்கு, செயற்கையாக இருந்தாலும் 'லுபின்ஸ்' என்று பெயர் வைத்திருப்பது சந்தோஷம்தான். சாலையிலிருந்து பிரிகிற அந்தக் கேலிக்குரிய பிரம்மாண்டமான போலி – கோத்திக் வாசலுக்குப் பக்கத்தில் நான் நிமிர்ந்து பார்க்கிற பாப்பிலியோனேசியே குடும்பத் தைச் சேர்ந்த இந்த உயரமானக் காட்டுப் புதர்ச் செடி லூபினஸ்ஸை நட்டு வைத்திருப்பதுகூட அந்தக் கட்டிடக்காரனாகத்தான் இருக்கு மென்று தோன்றியது. லுபின் புதர்களுக்கடியில்தான் என் அப்பா ஒரு கையில் மண்வெட்டியும் இன்னொரு கையில் டார்ச்லைட்டுமாக ஒவ்வொரு வாரமும் எங்கள் ரசாயன கழிப்பறையின் நீர்மத்தை பக்கெட்டில் மொண்டுவந்து தனக்குள் சபித்துக்கொண்டே இளகிய

மணல் தரையில் பள்ளம் தோண்டி புதைப்பார். வினோதமாக மனிதவாடையைப்போலவே வாசம்கொண்டிருக்கும் அப்புதர்ச்செடியின் மலர்களின் வாசனைக்குப் பின்னால் நரகலின் லேசான நாற்றம் எப்போதுமே நான் உணராமல் இருந்ததில்லை.

"என்ன, வண்டியை நீங்கள் நிறுத்தவே போவதில்லையா?" என்றாள் க்ளேர். "எனக்கு 'கார் – ஸிக்' வந்துவிட்டது."

வருடங்கள் ஆக ஆக, என் மகள் என் வயதோடு எட்டிப்பிடித்துக் கொண்டு, இப்போது ஏறக்குறைய சமவயது உடையவளாகிவிட்டிருப்பபதைப்போல எனக்குத் தோன்றுகிறது. இப்படிப்பட்ட புத்திசாலிக் குழந்தையைப் பெற்றிருப்பதால் உண்டாகும் விளைவாக இருக்கலாம். அவள் மட்டும் தொடர்ந்து முயன்றிருந்தால், என்னால் எப்போதும் சாத்தியப்பட்டிருக்க முடியாதபடி ஒரு மிக உன்னதமான பேரறிஞராகியிருப்பாள். மேலும் என் அமைதியைக் குலைக்கும் அளவிற்கு அவள் என்னைப் புரிந்துகொள்கிறவளாக இருக்கிறாள். என்னைக் குறைவாக அறிந்திருப்பவர்கள், அதனால் என்னைக் கண்டு பயப்படுபவர்கள் செய்வதைப்போல எனது பலவீனங்களுக்கும் அத்துமீறல்களுக்கும் அவள் சலுகை அளிப்பதில்லை. ஆனால் இப்போது நான் என் துணையை இழந்தவனாக, காயப்பட்டிருப்பவனாக, சலுகைகள் தேவைப்படுபவனாக இருக்கிறேன். விஸ்தாரமான பாவ மன்னிப்பு என்று ஒன்று இருக்குமானால், அதுதான் எனக்கு இப்போது தேவை. என் மனதுக்குள் அவளிடம் கதறினேன், *என்னைத் தனியாக இருக்க விடு. இந்த இழிவான ஸீடர்ஸை, மறைந்துபோன ஸ்ட்ராண்ட் கபேவை, லுபின்ஸை, முன்பிருந்த ஃபீல்டை, கடந்த காலத்தை நான் ஊர்ந்து கடந்து செல்லவிடு. நின்றால் நிச்சயம் அவமானகரமான கண்ணீர் வெள்ளத்தில் கரைந்து போய்விடுவேன்.* இருந்தாலும் தளர்ச்சியோடு காரைச் சாலையின் ஓரத்தில் நிறுத்தினேன். வெறுப்பு மண்டிய ஒரு மௌனத்தோடு அவள் வெளியே வந்து பின்னால் காரின் கதவை என் காதில் ஓங்கிக் குத்துதைப்போல அறைந்து சாத்தினாள். இப்படி அவளை எரிச்சல்படும்படி நான் என்ன செய்து விட்டேன்? சமயங்களில் இவள் அம்மாவைப்போலவே விருப்பத்தோடு சிடுசிடுப்பை உருவாக்கிக்கொள்கிறவளாக இருக்கிறாள்.

கொஞ்சமும் எதிர்பாத்திருக்க முடியாதபடி 'லூபின்ஸ்'ஸின் லேப்ரகான் வீடுகளின் குவியலுக்குப் பின்னால், இதோ டைக்னனின் சந்து இப்போதுகூட இருக்கிறது! எப்போதும்போல செல்தடப் பள்ளங்களோடு, பின்னிக்கொண்டிருக்கும் முட்செடிப்புதர்களுக்கிடையில் கவலையின்றி நெளிந்து, கள்ளிச்செடிகளின் புழுதி படிந்து உள்ளே செல்கிற இந்தப் பாதை எப்படி இவ்வளவு நாட்களாக லாரி கிரேன்களின் அட்டூழியங்களிலிருந்தும், இயந்திர, மனிதத் தோண்டல்களிலிருந்தும் தப்பி வந்திருக்கிறது? சிறுவனாக இருந்தபோது ஒவ்வொரு நாளும் காலையில் வெறும் காலோடு, ஒரு சொட்டை

யான தகரக் குவளையோடு இந்தப் பால்கார டைக்னனிடமிருந்தோ அல்லது அகலமான இடுப்பும் எப்போதும் சிரித்த முகமாக தன்னடக்கத்தோடு இருக்கும் அவருடைய மனைவியிடமிருந்தோ பால் வாங்குவதற்காக வருவேன். சூரியன் மேலேறியிருந்தாலும் இரவின் ஈரப்பனி இன்னமும் ஒட்டிக்கொண்டிருக்கும் அந்தச் சரளைக்கல் முற்றத்தில் கோழிகள் சுண்ணாம்பும் ஆலிவ் பச்சைச் சமாச்சாரங்களும் கலந்த அவற்றின் கழிவுகளுக்கிடையே ஜாக்கிரதை யாக அடியெடுத்துவைத்து தானியங்களை கொத்திக்கொண்டிருக்கும். எப்போதும் சாய்த்து வைக்கப்பட்டிருக்கும் வண்டியின் அடியில் சங்கிலியில் கட்டப்பட்டிருக்கும் நாய் ஒன்று, கோழிப்புழுக்கையில் கால்பட்டுவிடாமல் என் கட்டைவிரல் நுனியில் பயத்தோடு நான் கடந்துசெல்வதை ஓரக்கண்ணால் பார்த்துக்கொண்டு படுத்திருக்கும். அழுக்கு வெள்ளையில் ஒரு வண்டிக்குதிரை தொழுவத்தின் பாதி கதவுக்குமேல் தலையை நீட்டி ஆச்சரியமும் சந்தேகமுமாக பக்கவாட் டில் என்னைப் பார்க்கும். அந்தக் குதிரையின் கண்களுக்குமேல் சரிந்திருக்கும் நெற்றிமயிரும் அதேபோன்ற புகைபடிந்த பாலாடை வெளுப்பில், ஹனிஸக்கிள் பூக்களைப்போலவே இருக்கும். அந்தப் பண்ணை வீட்டின் கதவை நான் தட்டமாட்டேன். டைக்னனின் அம்மா சின்னதாக சதுரமான வடிவத்தில் இருக்கும் ஒரு கிழவி. கட்டை குட்டையான கால்கள் இரண்டு மூலைகளிலும் பொருத்தப் பட்டிருப்பது போலிருக்கும். மூச்சு விடும்போது திணறுவாள். வெளிறிப் போயிருக்கும் நாக்கின் ஈரத்தை கீழுதடுகளில் ஒட்டிக்கொள்வாள். அவளுக்கு முன்னால் எதிர்ப்படுவதற்கு பதிலாக தொழுவத்தின் வயலெட் நிற நிழலில் ஒதுங்கி டைக்னனோ அல்லது அவனுடைய மிஸ்ஸஸ்ஸோ வெளியில் வருவதற்காக காத்திருப்பேன்.

டைக்னன் மணலைப்போன்ற சன்னமான முடியோடு பார்க்க ஒல்லியாக, தலைமட்டும் தனியாகக் குண்டூசிபோல இருப்பான். கண்ணிமைகளே கண்ணுக்குத் தெரியாது. அந்தக் காலத்திலேயே வழக்கொழிந்துபோயிருந்த காலர் இல்லாத காலிகோ சட்டைகளை யும் வெலிங்டன் என்ற சேறுபடிந்த, முழங்கால்வரை மூடும் புதை மிதியடிகளுக்குள் செருகியிருக்கும் வடிவமில்லாத கால் சராய்களை யும் அணிந்திருப்பான். எனக்குப் பாலை ஊற்றித்தரும்போது ஓர் ஆபாசமான கரகரப்புக் குரலில் – பிற்பாடு அவன் தொண்டையில் நோய்வந்து இறந்துபோனான் – பெண்களைப்பற்றி மறைமுகமான அர்த்தத்தில் ஆபாசமாகப் பேசுவான். எனக்கு ஏதோ ஒரு சின்னப் பெண் சிநேகிதி இருப்பது அவனுக்கு நிச்சயமாகத் தெரியுமென்றும், அவளை முத்தமிடுவதற்கு என்னை அனுமதித்திருக்கிறாளா என்றும் கேட்பான். பேசும்போது எனது குவளையில் நீண்டு மெலிந்த குழலாக சரிகிற பாலின் மேல் கவனமாகப் பார்வையை பதித்தபடி, தனக்குள் சிரித்துக்கொண்டே அந்த நிறமற்ற கண்ணிமைகளை வேகமாக சிமிட்டிக்கொள்வான். அவனைப் பார்க்க கலக்கமாக

இருந்தாலும் என்மீது அவனுக்கு ஏதோ அபிமானம் இருந்தது. எப்போது பார்த்தாலும் ஏதோ அசிங்கமான படம் ஒன்றை என்னிடம் காட்டப்போகிறவன்போல, பெரியவர்களுக்கு மட்டுமே தெரிந்த ஏதோ ஒரு பெரிய அருவருப்பான விஷயத்தை என்னிடம் சொல்லப் போகிறவன்போலவே இருப்பான். அந்தப் பால்பண்ணை, தாழ்வான இடத்தில் அமைந்திருந்த ஒரு சின்ன, சதுரமான இடம். வெள்ளை வெளேரென்று சுண்ணாம்பு அடித்திருப்பது ஏறக்குறைய நீலமாக இருக்கும். தட்டையாகத் தொப்பி அணிந்து குந்தி அமர்ந்திருக்கும் காவலாளிகள்போல் வெண்ணைக் கடைப்பான்கள் வாசலிலிருந்து அடிக்கும் வெயிலில் ஒரே மாதிரியாக விளிம்புகளில் ஜொலிக்க நின்றிருக்கும். மஸ்லின் துணிகளால் மூடி கட்டப்பட்ட வாயகன்ற பாத்திரங்களில் வெண்ணெய் பிரிந்து வருவதற்காகத் தரையில் அடுக்கி வைத்திருக்கும் பால் வரிசையில் மௌனம் உறைந்திருக்கும். கையால் இயங்கும் மரத்தாலான வெண்ணெய் கடைப்பான் ஒன்று கூட அங்கிருந்தது. அதை அவர்கள் இயக்குவதைப் பார்க்க வேண்டு மென்று எனக்கு எப்போதுமே ஆசை. ஆனால் பார்த்ததேயில்லை. பாலின் சில்லென்று கனத்திருக்கும் ரகசிய வாசனை மிஸஸ் கிரேஸின் ஞாபகத்தைத் தூண்டும். டைக்னனின் இச்சகத்தில் மயங்கி அவளைப் பற்றிச் சொல்லிவிடலாமாவென்று ஒரு கருப்பு இச்சை எனக்குள் கிளம்பும். ஆனால் புத்திசாலித்தனமாக, ஆம் சந்தேகமில்லாமல் புத்திசாலித்தனமாக, எதுவும் வாயைத் திறக்காமல் சமாளித்துக் கொள்வேன்.

இப்போது இந்தப் பண்ணையின் வாசலில் நான். அந்தத் தினங்களின் சிறுவன் உடல் பெருத்து, பாதி நரைத்து, ஏறக்குறைய கிழவனாகியிருக்கிறான். வாசல் கம்பத்தில் அபத்தமாக பெயின்ட் அடித்து எழுதப்பட்டிருந்த அறிவிப்புப் பலகை அத்துமீறி பிரவேசிப்பவர் களுக்குத் தண்டனை என்று எச்சரித்தது. எனக்குப் பின்னாலிருந்து க்ளேர், விவசாயிகளைப்பற்றியும் கைத்துப்பாக்கிகளைப்பற்றியும் ஏதோ சொல்லிக்கொண்டிருக்கிறாள். அவளை உதாசீனப்படுத்திவிட்டு சரளைப்படுக்கையை – இன்னும்கூட சரளைக்கற்கள் இருக்கின்றன! – கடந்து சென்றேன். நடப்பதுபோலத் தெரியவில்லை. கடந்த காலத்தின் மூச்சடைக்கும் அலைக்கழிப்புகளால் அபத்தமாக, பாதி ஊதிய பேரேஜ் பலூன் மாதிரி குதித்துக் குதித்து அடித்துச் செல்லப்படுவதைப்போல உணர்ந்தேன். இதோ அந்தத் தொழுவமும் அதன் பாதிக் கதவும். டைக்னனின் வண்டி சாய்த்து வைக்கப்பட்டிருந்த இடத்தில் ஒரு துருப்பிடித்த பரம்புச்சட்டம் சாய்த்து வைக்கப்பட்டிருந்தது – முன்பு வண்டி இருந்ததாகத் தோன்றுவது ஞாபகப்பிறழ்வுதானா? பால் பண்ணைகூட அங்கேயேதான் இருந்தது. அதன் அபத்தமான கதவு கொண்டிப்பூட்டால் தாழிடப்பட்டிருக்க, அதன் ஜன்னல் சட்டங்கள் உடைந்து, தூசுபடிந்து, கூரையில் புற்கள் முளைத்திருந்தது கற்பனை செய்ய முடியாததாக இருந்தது. பண்ணை வீட்டின் முன்னால்

ராட்சச பூச்சி ஒன்றின் புராதனக் கூட்டுக்கண்களை நினைவூட்டு கிறாற்போல கண்ணாடியிலும் அலுமினியத்திலுமாக ஒரு விஸ்தார மான மூடுமுன்றில் கட்டப்பட்டிருந்தது. இப்போது அதற்குள் ஒரு கதவு திறந்து ஒரு வயதான இளம் பெண் தோன்றினாள். கண்ணாடிக் குப் பின்னால் நின்று என்னைச் சந்தேகமாக ஆராய்ந்தாள். இன்னும் மதம் மாறியிருக்காத ஒரு குதூகலமான பிக்மி பழங்குடி மக்களின் குட்டி அரசி ஒருத்தியை அணுகும் ஆர்வமிக்க ஒரு குண்டு மிஷனரியைப்போலப் பெரிதாக இளித்துக்கொண்டு தலையை ஆட்டியபடியே கால் இடற முன்னேறிச் சென்றேன். என் பெயரைச் சத்தமாகப் பறைசாற்றிவிட்டு கைகளால் வேகவேகமாக அங்க சேட்டைகள் செய்துகாட்டி அபிநய பாஷையில் முயற்சிசெய்து பார்த்தேன். கண்ணாடிக்கு மறுபுறத்திலிருந்து முன்றிலுக்கு உள்ளேயே நின்றபடி எச்சரிக்கையோடு என்னைக் கவனித்துக்கொண்டிருந்தாள். அவளைப் பார்ப்பதற்கு, முதியவளாக தோற்றமளிப்பதற்காக விஸ்தார மாக, ஆனால் அபத்தமாக மேக்கப் செய்துகொண்டிருக்கும் ஓர் இளம் நடிகையைப் போலிருந்தாள். பழுப்பு பூட்பாலீஷ் நிறத்தில் சாயமடிக்கப்பட்டு, செயற்கையான அலைநெளிவுகளாக இறுக்கிப் பின்னி, பளபளவென்று அலையடித்துக்கொண்டிருந்த அவளது கேசம் அவளுடையச் சின்னப் பருக்கள் நிறைந்த முகத்திற்குப் பெரிதாக, அடர்த்தியான முள்கிரீடம்போலத் தெரிந்தது. உண்மை யான முடியாக இல்லாமல் ‘விக்’ அணிந்திருக்கிறாளோ என்று தோன்றியது. கித்தான் மேற்சட்டையின் மீது அவள் அணிந்திருந்த சாயம்போன ஏப்ரனை அவளேதான் பின்னியிருக்க வேண்டும். ஆண்கள் அணியும் கார்டுராய் முட்டி பகுதியில் வெளுத்திருந்தது. பாசாங்கு வெல்வெட்டில், பிரஷ்ஷியன் நீலத்திலிருந்த அந்த ஜிப் வைத்த கணுக்கால் பூட்ஸ் என் சின்னவயதில் வயதான கிழவிகளின் மோஸ்தராக இருந்தது. அதன் பிறகு பிச்சைக்காரிகளும் மலிவான குடிகாரிகளும் மட்டும்தான் இந்தப் பூட்ஸ்களை போட்டுக்கொண் டிருப்பதைப் பார்த்திருக்கிறேன். சிறுவனாக இருந்த காலத்தில் நான் இந்தப் பகுதியில் வசித்திருந்தது, ‘ஃபீல்’டில் இருந்த ஒரு ‘ஷாலே’வில் குடியிருந்தது, ஒவ்வொரு நாள் காலையிலும் பால் வாங்குவதற்காக இந்தப் பால்பண்ணைக்கு வழக்கமாக வந்துகொண் டிருந்தது என எல்லாவற்றையும் அந்தக் கண்ணாடித் தடுப்பிற்குப் பின்னாலிருந்து அவளிடம் அடித்தொண்டையிலிருந்து இரைந்தேன். நான் கத்தியது எல்லாவற்றையும் தலையை அசைத்துக்கொண்டே கவனித்துக் கேட்டுக்கொண்டிருந்தாள். சிரிப்பை அடக்குவதைப்போல அவள் வாயின் ஓரத்தில் ஒரு திரைப்பு சின்னதாகத் தோன்றி மறைந்தது. கடைசியில் முன்றில் கதவைத் திறந்து சரளைக்கல் பாவிய நடைக்கு வெளியே வந்தாள். எனக்கிருந்த அரைப்பைத்திய சந்தோஷ வெறியில் – உண்மையிலேயே நான் கிறுக்குத்தனமாகக் களிப்புற்றிருந்தேன் – அவளை அப்படியே சேர்த்துக் கட்டிக்கொள்ள லாமாவென்று உத்வேகம் ஏற்பட்டது. டைக்னன்கள் – அந்த ஆள்,

அவனுடைய பெண்டாட்டி – டைக்னனின் அம்மா, அப்போதிருந்த பால்பண்ணை, அந்தச் சிடுமூஞ்சி நாயைப் பற்றிக்கூட தடதடவென்றுப் பிரசங்கித்தேன். இன்னமும் அவள் தலையை ஆட்டிக்கொண்டு தான் இருந்தாள். எதையும் நம்ப முடியாத பாவனையில் புருவத்தைச் சுருக்கி, பார்வையை என்னைத்தாண்டிச் செலுத்தினாள். வாசலில் விலையுயர்ந்த கம்பளிக் கோட்டுக்குள் தன்னைத்தானே இறுக்கமாக கைகளால் கட்டிக்கொண்டு நின்றிருக்கும் க்ளேரின் இடத்துக்கு அவள் பார்வை சென்றது.

அந்த இளம் பெண் தன் பெயர் ஆவ்ரில் என்றாள். ஆவ்ரில். குடும்பப் பெயரைச் சொல்லவில்லை. வெகு காலத்திற்கு முன்பே செத்துவிட்டதாக நினைத்துக்கொண்டிருந்த ஏதோ ஒரு விஷயம் மெதுவாகத் தலையை உயர்த்திப் பார்ப்பதைப்போல, வெகு காலத்திற்கு முன்பு அந்தப் பண்ணை வீட்டின் அலங்கோலமான ரேழியில் கட்டித் தொங்கவிட்டிருந்த அழுக்குத் தூளி ஒன்றிற்குள் இருந்த குழந்தை ஒன்றின் ஞாபகம் மங்கலாக எழுந்தது. உருண்டு திரண் டிருந்த மென்மையான கையில் இளஞ்சிவப்பு நிறத்தில், வழுக்கையாக, அம்மணமாக இருந்த பொம்மை ஒன்றை அசிரத்தையாகப் பற்றிக் கொண்டு என்னை வைத்த கண் வாங்காமல் அர்த்தச்செறிவோடு பார்த்துக்கொண்டிருந்த ஒரு குழந்தை. ஆனால் என் முன்னாலிருக்கும் இந்தப் பெண் அந்தக் குழந்தையாக இருந்திருக்க முடியாது. அதற்கு இப்போது என்ன வயதிருக்கும், ஐம்பது இருக்குமா? ஞாபகத்தில் வந்த அந்தக் குழந்தை ஒருவேளை இவளுடைய அக்காவாக இருக்கலாம், ஆனால் வயது வித்தியாசம் அதிகம் இருக்கும், இல்லையா? அப்படி இருக்கலாமோ? இருக்காது. டைக்னன் சின்ன வயதிலேயே இறந்து விட்டான், நாற்பதுகளிலேயே. எனவே இந்த ஆவ்ரில் அவனுடைய மகளாக இருப்பது சாத்தியமில்லை. ஏனென்றால் நான் சிறுவனாக இருந்தபோது அவன் வாலிப வயதில் இருந்தான். மேலும்... அபரி மிதமாக பாரம் ஏற்றப்பட்ட கிழட்டு வண்டிமாட்டைப்போல என் மனம் இந்தக் கணக்கீடுகளில் கால்தடுமாறிக் குழம்பிப் பின்வாங்கியது. ஆனால் இப்போது ஆவ்ரில். இம்மாதிரியான பிரதேசத்தில் இப்படிப் பட்ட ஒரு நளினமான யௌவனப் பெயரைத் தன் மகளுக்கு யார் சூட்டியிருப்பார்கள்?

டைக்னன்களைப்பற்றி ஆவ்ரில்லிடம் மறுபடியும் விசாரித்தேன். ஆம், க்ரிஸ்டி டைக்னன் இறந்துவிட்டான் – க்ரிஸ்டி? டைக்னனின் பெயர் கிரிஸ்டி என்று எனக்குத் தெரிந்திருந்ததா? – ஆனால் திருமதி டைக்னன் இன்னமும் இருக்கிறாள். கடற்கரையோரமாக ஏதோ ஒரு நர்ஸிங் ஹோமில். 'பேட்ஸி, ஓல்டு பானிற்கு அருகில் இடம் வாங்கி வசிக்கிறார். மேரி இங்கிலாந்தில் இருக்கிறாள். ஆனால் பாவம், வில்லி இறந்துவிட்டது.' நான் தலையசைத்தேன். டைக்னன் வம்சத்தின் கிளைப்பிரிவுகளைக் கேட்பதற்கு திடீரென்று சோர்வேற் பட்டது. குடியானவனான பேட்ஸி, புலம்பெயர்ந்த மேரி, செத்துப்

ஜான் பான்வில் 53

போன குட்டி வில்லி. வெறும் பெயர்களிலேயே மிகவும் திடமாக, கிளர்ச்சியுண்டாக்காத நிஜத்தன்மையோடு இருப்பவர்கள். ஒரு நவநாகரிக ஈமச்சடங்குக்கு அழையா விருந்தாளிகளாக வந்திருக்கும் ஏழை உறவினர்கள்போல, என் தனிப்பட்ட நினைவுகூரல் விழாவுக்கு இவர்களெல்லோரும் நெருக்கியடித்து வந்திருப்பதாக உணர்ந்தேன். என்ன சொல்வதென்று தோன்றவில்லை. கடந்த காலத் தருணம் ஒன்றின் பளுவற்ற பரவசம் எல்லாம் இப்போது போய்விட்டது. நடப்பு கணத்தில் அபரிமிதமாக உடல் கொழுத்து, தகுதியற்ற ஸ்திதியில், கடைசிக் காற்றும் என்னிடமிருந்து கசிந்து வெளியேற, அங்கே நின்றுகொண்டு சிரித்தபடி பலவீனமாக தலையாட்டிக்கொண்டிருப்பதாக உணர்ந்தேன். இன்னமும் ஆவ்ரில் தனது பெயரைத் தவிர்த்து வேறு எப்படியும் தன்னை அடையாளம் காட்டிக்கொண்டிருக்கவில்லை, அவளை எனக்குத் தெரிந்திருக்கும், நான் அவளை அடையாளம் கண்டுகொண்டிருப்பேன் என்று நினைத்துக்கொண்டிருக்கிறாள்போலிருக்கிறது. ஒருகாலத்தில் டைக்னனின் வாசலாக இருந்த இடத்திலிருந்து அவள் நின்றுகொண்டிருந்தாலும் எப்படி, அல்லது எங்கிருந்து நான் ஊகித்திருப்பேன்? டைக்னன் குடும்பத்தைப் பற்றி இவ்வளவு விஷயங்களைத் தெரிந்துவைத்திருந்தாலும் அவள் அந்தக் குடும்பத்தைச் சேர்ந்தவளாக இருக்கமாட்டாள் என்று தோன்றியது. அந்த வில்லிக்களும் மேரிகளும் பேட்ஸிகளும், வேறுயாரும் அவளுடைய பெற்றோர்களாக இருக்க முடியாது, நெருங்கிய சொந்தமாகக்கூட இருந்திருக்க முடியாது என்பது நிச்சயம். இருந்தால் அவள் இதற்குள் சொல்லியிருப்பாள். அவள் ஏதோ ஒரு தனிப்பட்ட நோக்கத்தோடு இந்தப் பொருத்தமில்லாத வேடம் தரித்து – அந்தச் சாயம் தீட்டிய கேசம், இந்தக் கிழவிகளின் பூட்ஸ் – என் கடந்த கால மெய்ம்மையின் ஒரு மூலையை வேண்டுமென்றே ஆக்கிரமித்து கைப்பற்றுவதற்காக வந்திருக்கிறாள் என்பதுபோல எனது சோகம் அனைத்தும் ஒரு கசப்பு அலையாகத் திரண்டு அவளுக்கெதிராக உயர்ந்தது. அவள் முகத்தின் சாம்பல் சருமம் உடல் முழுக்கக் குட்டிக் குட்டிப் புள்ளிகளோடு பரவியிருப்பதைக் கவனித்தேன். அவை க்ளேரினுடையதைப்போல செம்பழுப்பு நிறத்திலோ, இருக்கும் க்ரிஸ்டி டைக்னனின் சின்னப்பிள்ளைத்தனமான முழங்கையில் பளீரென்று மொய்த்திருந்த பெரிய பெரிய புள்ளிகளைப்போலவோ, அல்லது சமீபகாலமாக என் பின்னங்கைகளிலும், தோள்களின் சரிவுகளிலும், கழுத்து காரை எலும்பின் இரண்டு பக்கங்களிலும் தோன்றத்தொடங்கி எனக்குக் கவலையேற்படுத்தியிருப்பவைபோலவோ இருக்கவில்லை. இவற்றைவிடக் கருப்பாக, க்ளேரின் கோட்டைப்போல மட்டிப் பழுப்பில், குண்டூசி தலைகளைவிடப் பெரிதாக அவை இருந்தன. இதைச் சொல்ல வருத்தமாக இருந்தாலும், ஆரோக்கிய பராமரிப்பில்லாத அசுத்தமான சூழல் காரணமாக ஏற்பட்டவைபோல இருந்தன. அவை மனதில் எதையோ தோன்றவைத்து அசௌகரியத்தை உண்டாக்கினாலும் அது என்னவென்று அறிந்துகொள்ள முடியவில்லை.

“அது வந்து, வேறொன்றுமில்லை, என் மனைவி காலமாகி விட்டாள்” என்றேன் திடுதிப்பென்று.

இதைப்போன்ற உளறலுக்கு நான் எப்படி வந்து சேர்ந்தேன் என்று தெரியவில்லை. பின்னால் இருந்த க்ளேருக்கு கேட்டிருக்காது என்று நம்பினேன். ஆவ்ரில் முகத்தில் எவ்வித பாவமுமின்றி என் முகத்தை வெறித்தாள். மேலும் எதையாவது சொல்ல வேண்டுமென்று எதிர்பார்க்கிறாள், அதில் சந்தேகமில்லை. ஆனால் என்னால் மேலும் எதைச் சொல்ல முடியும்? சில அறிவிப்புகளில் விளக்கங்கள் இருப்ப தில்லை. கரிசனத்தைக் காட்டும் விதமாக ஒரு தோளைக் குலுக்கிக் கொண்டு வாயையும் ஒரு பக்கமாக உயர்த்தினாள்.

“அடப்பாவமே,” உணர்ச்சியற்ற, தட்டையான குரலில் சொன்னாள். “ஸாரி.” அவள் வருத்தப்பட்டுச் சொன்னதாகத் தெரியவில்லை.

இலையுதிர்க் காலச் சூரியன் முற்றத்தில் சாய்வாக விழுந்து சரளைக்கற்களை நீல நிறத்தில் பளிச்சிட வைத்தது. மூடுமுன்றிலில் பூத்தொட்டியில் இருந்த ஜெரானியச் செடிகள் அந்தப் பருவத்தின் கடைசி மலர்களைத் தூக்கி உயர்த்திப் பிடித்துக்கொண்டிருந்தன. வாஸ்தவத்தில், இந்த உலகம், உலகமாகவேதான் இருக்கிறது.

மெத்தென்றக் கம்பளித் தரைவிரிப்பு சப்தங்களை உறிஞ்சிக்கொண் டிருக்க, கால்ஃபீப் ஹோட்டலில் நாங்கள் – க்ளேரும் நானும் – மட்டும் தான் இருப்பதைப்போலிருந்தது. க்ளேருக்குப் பிற்பகலுக்கான தேநீர் வேண்டியிருந்தது. நான் ஆர்டர் செய்தபோது பின்பக்கத்தில் இருந்த, கடற்கரையையும் உள்வாங்கிக்கொண்டிருந்த ஓதத்தையும் நோக்கி யிருந்த, ஆளரவமற்ற கண்ணாடி அறை ஒன்றுக்கு அனுப்பப்பட்டோம். அறை சில்லிட்டிருந்தது. அந்தப் பனிச்சூழலை மீறி இதற்குமுன் இங்கு நடந்த மதுக்கொண்டாட்டத் தடயம் லேசாக இருந்தது. சிந்தப்பட்ட பீரும், தேங்கியிருந்த சிகரெட் புகையும் கலந்த ஒரு வாடை விரவியிருந்தது. ஒரு மேடையின் மூலையில் பியானோ ஒன்றின் மூடி உயர்த்தப்பட்டு, பிளந்த வாய்க்குள் பற்கள்போல விரற்கட்டைகளைக் காட்டியபடி வைல்டு வெஸ்ட்டுக்கு ஒவ்வாத சான்றாக நிமிர்ந்து நின்றிருந்தது. அந்தப் பண்ணைவீட்டுச் சந்திப்புக்குப் பின், மேடையில் உச்சஸ்தாயியில் குரல் உடைந்து, வசனங்கள் மறந்து, காட்சிகளைச் சிதைத்து, நிகழ்ச்சி இரவை அவலமாக்கிவிட்ட நடிகையைப்போல படபடப்பாகவும் பஸ்பமாகி காற்றில் கரைந்தது விட்டதைப்போலவும் உணர்ந்திருந்தேன். சோபாவில் க்ளேரும் நானும் அருகருகே அமர்ந்தோம். செம்பட்டை முடியோடு எதற்காகவோ சங்கடத்தோடு நெளிந்துகொண்டு, வெயிட்டர்களின் கறுப்பு ஜாக்கெட் டும் பக்கவாட்டில் வெள்ளைப்பட்டையிட்டிருந்த கால்சராயும் அணிந்திருந்த இளைஞன் ஒரு ட்ரேயில் தேநீர்க் கோப்பைகளை

எடுத்துக்கொண்டுவந்து எங்கள் முன்பிருந்த குள்ளமான மேஜையில் கடகடவென்று சப்தமெழுப்ப அடுக்கிவிட்டு, அவனது அளவுக்கு அதிகமான ஷூக்களில் கடுகி மறைந்தான். இந்தத் தேநீர்ப் பொட்டலங்கள் ஒரு அசிங்கமான கண்டுபிடிப்பு. எனக்கு முன்னதாகக் கழிப்பறையை உபயோகித்தவன் சரியாகத் தண்ணீர் சரித்திருக்காமல் எதையோ விட்டு சென்றிருந்தால் எனக்கு மிகையாகக் குமட்டிக் கொண்டு வருவதைப்போல எனக்குத் தோன்றவைப்பது. மண்ணாங் கட்டி நிறத்திலிருந்த தேநீரை ஒரு கப்பில் ஊற்றிக்கொண்டு, என் ஃபிளாஸ்கிலிருந்து கொஞ்சம் ஆல்கஹாலை அதில் சேர்த்துத் திடப் படுத்திக்கொண்டேன். மயக்கமருந்து இல்லாமல் வெளியே வரக் கூடாது – கடந்த ஒரு வருடத்தில் நான் கற்றுக்கொண்ட பாடம். பிற்பகல் வெளிச்சம் இப்போது குளிர்காலத்தைப்போல அழுக்காக இருந்தது. தொடுவானத்திலிருந்து அடர்த்தியான ஒரு மேகச்சுவர் சேற்று நிறத்தில் எழுந்துகொண்டிருந்தது. ஒய்யாரமான கடலோர மணற்பரப்பை அலைகள் பிறாண்டியபடி, காலூன்றி மேலேற முயன்று தொடர்ந்து தோற்றுக்கொண்டிருந்தன. யானைத்தோலைப்போல கெட்டியான கருஞ்சாம்பல் நிறத்தில் ஒல்லிப்பிச்சான்களாகத் தலை கலைந்த பனைமரங்கள் நிறைய அங்கிருந்தன. இந்த உறையவைக்கும் வாடை சீதோஷ்ணத்தைத் தாக்குப்பிடிப்பதற்கு நல்ல கடினமான இனமாகத்தான் இருக்க வேண்டும் இந்த மரங்கள். இதன் செல்களில் பாலைவனத்தின் உலைக்கள – உஷ்ணம் ஞாபகம் இருக்குமா? என் மகள் தேநீர்க் கோப்பையைக் கதகதப்புக்காக இரண்டு உள்ளங் கைகளையும் பிணைத்துப் பொதிந்துகொண்டிருந்தாள். குழந்தைத் தனமாக இருந்த அவளது கைவிரல் நகங்களையும் அவற்றின் வெளிர்–லிலாக் சாயத்தையும் ஒருவித வேதனையோடு கவனித்திருந்தேன். ஒருவனின் குழந்தை எப்போதுமே ஒருவனின் குழந்தைதான்.

ஃபீல்டைப்பற்றி, மரக்குடில்களைப்பற்றி, டைக்னன்களைப்பற்றிப் பேசினேன்.

“இறந்த காலத்திலேயே வாழ்கிறீர்கள்,” என்றாள்.

வெடுக்கென்று ஒரு பதிலளிக்க யத்தனித்து, அடக்கிக்கொண்டேன். அவள் சொல்வது உண்மைதானே. வாழ்க்கை, மெய்யான வாழ்க்கை என்பது போராட்டங்களும், சோர்வுறாத செயல்பாடுகளும், உடன் பாடுகளும், மழுங்கிய தலையை உலகத்தின் சுவரில் முட்டிக்கொள் வதும், இதைப்போல இன்ன பிற வியர்த்தங்களும் என்பதாகத்தானே கருதப்பட்டுவருகிறது? ஆனால் இப்போது எல்லாவற்றையும் திரும்பிப் பார்க்கும்போது புலப்படுகிற விஷயம், பாதுகாப்புக்காக, சௌகரியத்துக்காக, ஆம், சொகுசுத்தனத்துக்காகத்தான் என் பெரும் பான்மையான சக்தியைச் செலவழித்து வந்திருக்கிறேன் என்பது. இது அதிர்ச்சியளிக்கக்கூடிய என்று சொல்ல முடியாவிட்டாலும் ஆச்சரியமளிக்கக்கூடிய ஒரு புரிதல். இதற்கு முன்னர் குறுவாளைப்

பல்லில் கடித்தபடி எதிரே தாக்கவரும் எல்லோரையும் எதிர்த்துப் போராடிக்கொண்டிருக்கும் ஒரு கடலோடியாகத்தான் என்னைக் கற்பனை செய்து வந்திருக்கிறேன். ஆனால் இது ஒரு மாயை என்பதை இப்போது ஒப்புக் கொள்ள கட்டாயப்படுத்தப்பட்டிருக்கிறேன். வெளியுலகின் விரோதப் பார்வைகளிலிருந்தும், வன்மம்மிக்க வெளிக் காற்றின் அரிப்புகளிலிருந்தும் தப்பித்து, கருவறையின் கதகதப்புக்குள் பொதிந்து பாதுகாப்பாக காவல் காக்கப்பட்டு வருவதைத்தான் உண்மையில் எப்போதுமே விரும்பி வந்திருக்கிறேன். அதனால்தான் இறந்தகாலம் என்பது, கைகளைப் பரபரவென்று தேய்த்து, தற்போதைய குளிரையும் அதைவிடக் குளிராக இருக்கப்போகும் எதிர்காலத்தையும் உதறிவிட்டுக்கொண்டு புகலிடம் தேடிச் செல்லும் அத்தகையதோர் ஒதுங்கிடமாக இருக்கிறது. மேலும் இறந்தகாலத்துக்கென்று உண்மையில் என்ன இருப்பு இருக்கிறது? தற்காலம் என்பது ஒரு காலத்தில் என்னவாக இருந்ததோ அதுவாகத்தானே இருக்கும்? அதுவும் கடந்துபோய்விட்ட தற்காலம். அதற்குமேல் வேறு என்ன? இருந்தும்.

க்ளேர் தன் தலையை ஆமையைப்போல அவள் கோட்டின் கூடுக்குள் இழுத்துக்கொண்டு, தன் ஷூக்களை உதறிவிட்டு எதிரிலிருந்த அந்தக் குள்ளமான மேஜையின் விளிம்பில் பாதங்களைத் தூக்கி வைத்துக்கொண்டாள். காலுறை அணிந்த ஒரு பெண்ணின் பாதங் களைப் பார்ப்பதில் ஏதோ ஒரு நெகிழ்ச்சி இருக்கத்தான் செய்கிறது. கால்விரல்களைக் கொத்தாகச் சேர்த்து, ஏறக்குறைய இணைவித் திருப்பதைப்போல காணப்படும் விதத்தினால் இருக்கலாம். மைல்ஸ் கிரேஸின் கால் விரல்கள் இயற்கையாகவே – அல்லது இயற்கைக்கு மாறாக – அப்படித்தான் இருக்கும். கைவிரல்களை விரித்துக் காட்டு வதைப்போலவே கால்விரல்களையும் சுலபமாக விரித்துக் காட்டுவான். அவன் கால்விரல்களை முழுசாகச் சேர்த்துப் பிணைத்திருக்கும் ஜவ்வு, வெளிர் சிவப்பில் சிலந்திப்படலம்போல நொய்ம்மையாக விரியும்போது நெருப்பை மூடிவைத்திருப்பதைப்போன்ற ரத்த நாளங்கள் இலை நரம்புகள்போல பரவியிருப்பது தெரியும். உப கடவுள் ஒருவரின் அடையாளம்போல. சொர்க்கத்தின் நிச்சயம் போல.

மாலை நேரத்தின் சீராக அடர்த்தி கூடிக்கொண்டு வரும் நீலத்திலிருந்து திடீரென எனக்குக் க்ளேரின் குழந்தைப்பருவம் முழுவதும் அவளுக்குத் துணையாக இருந்துவந்த டெடி கரடிகளின் ஞாபகம் எழுந்தது. பார்ப்பதற்கு உயிரோடு இருப்பதாகவே தெரிவதால் எனக்குக் கொஞ்சம் அருவருப்பாகவே தோன்றும். படுக்கையறை விளக்கின் மங்கிய வெளிச்சத்தில் க்ளேருக்குக் குட்நைட் சொல்லி முத்தம் கொடுக்கக் குனியும்போது படுக்கை விரிப்புக்கு மேலே ஈரப்பழுப்பில், அசைவின்றி, பளபளக்கும் அரைடஜன் கண்ணாடிக் கண்கள் விழித்துப்பார்த்துக்கொண்டிருக்கும்.

“உன் குட்டி தெய்வங்களை இன்னும்கூட வைத்துக்கொண்டிருக் கிறாயா?” என்றேன். “உன் படுக்கை மெத்தையில் அவை இன்னும் கூட இறைந்து கிடக்கின்றனவா?”

செங்குத்துச் சாய்வாக சரியும் வெயில் கடல் நீர்வரைக்கு மேலே மணலை எலும்பு வெண்மைக்கு மாற்றியிருக்க, மேகச் சுவரின் பின்னணியில் ஒரு வெள்ளை கடற்பறவை அரிவாள் சிறகுகளில் உயர்ந்தெழும்பி, ஒரு சப்தமற்ற சொடுக்கலில் திரும்பி, கவிழ்ந்த V போல சரிந்துகொண்டே வந்து கடலின் கட்டுப்பாடற்ற முதுகின்மேல் பாய்ந்தது. க்ளேர் ஒருகணம் அசைவின்றி அமர்ந்திருந் தாள். பின் அழத்தொடங்கினாள். சத்தமே வரவில்லை. வெறும் கண்ணீர் மட்டும். எதிரே உயர்ந்திருந்த கண்ணாடிச் சுவரில் விழுந் திருக்கும் கடல் வெளிச்சத்தின் கடைசி ஒளிர்வில் பாதரச முத்துக்கள் வழிந்தன. இதைப்போன்று அமைதியான, ஏறக்குறையத் தற்செயலான விதத்தில் அழுவது என்பது அவள் அம்மாவைப்போலவே இவளும் செய்கின்ற இன்னொரு விஷயம்.

“துயரப்பட்டுக்கொண்டிருப்பது நீங்கள் ஒரே ஒருவர் மட்டுமல்ல” என்றாள்.

என்னுடைய மகள்தான். உண்மையில் அவளைப்பற்றி மிகக் கொஞ்சம்தான் எனக்குத் தெரிந்திருக்கிறது. அவள் சின்னவளாக, பூப்படைகிற தருவாயில் இருக்கும்போது, (அப்போது அவளுக்கு பன்னிரண்டோ, பதிமூன்றோ இருக்கலாம்) ஒரு நாள் அவள் தாளிட மறந்துவிட்ட அவளது குளியலறைக்குள் தடாலென்று நுழைந்து விட்டேன். தலையில் ஒரு டவலை டர்பன்போல இறுக்கிக்கட்டிக் கொண்டிருந்ததைத் தவிர அவள் நிர்வாணமாக இருந்தாள். சொர சொரப்பான கண்ணாடி ஜன்னல் வழியே அமைதியாக கசியும் வெளிச்சத்தில் அவள் கொஞ்சமும் பதட்டப்படாமல் அவளது முழுமையான முழுமையிலிருந்து கழுத்தைத் திருப்பி என்னை நோக்கி வெறித்தாள். அவள் மார்புகள் இன்னமும் மொட்டுகளாகத் தான் இருந்தன, ஆனாலும் அதற்குள் அந்தத் திரட்சி பின்னால் வந்துவிட்டிருந்தது. அவளைப் பார்க்கும்போது நான் உணர்ந்தது என்ன? கனிவும் ஒருவித கிலியும் மேலோங்கிய ஓர் அகக் கலவரம். பத்து வருடங்கள் கழித்து அவள் பயின்றுவந்த கலை வரலாற்றியல் படிப்பைப் பாதியிலேயே புறக்கணித்துவிட்டு (அவள் வாப்லின், *féte galante* பாணியைப்பற்றி படித்துக்கொண்டிருந்தாள்; இதுதான் என் பெண்; இப்படிப்பட்டவளாகத்தான் இருந்தாள்) நகரத்தில் இப்போது புற்றீசல்போல பெருகிக்கொண்டுவரும் எண்ணற்ற நெரிசல் மிக்க சேரிகள் ஒன்றின் பிற்படுத்தப்பட்ட குழந்தைகளுக்குப் பாடம் சொல்லித்தரச் சென்றுவிட்டாள். எப்படிப்பட்டவொரு திறமை விரயம். அவளை என்னால் மன்னிக்கவே முடியவில்லை, இன்னமும் கூட. முயற்சி செய்கிறேன், ஆனால் முடியவில்லை. இதற்கெல்லாம்

காரணம் அவள் தன் இதயத்தைப் பறிகொடுத்திருந்த, அகராதி பிடித்த ஓர் இளைஞன். முகத்தில் முகவாயே இல்லாமல் தீவிரமான சமத்துவக் கொள்கையை கைக்கொண்டிருந்தவன். அவர்கள் உறவு – அப்படி ஒன்று இருந்திருந்தால் – கடைசியில் அவளுக்கு மோசமாக முடிந்துபோனது. அவள் இன்னமும் தனது கன்னித்தன்மையை இழந்துவிடவில்லை என்றுதான் நினைக்கிறேன். அவள் வாழ்க்கை யையே அர்ப்பணித்திருந்த ஒரு மகத்தான கலை ஆய்வை ஒரு சமூகப்பணிக்காக தியாகம்செய்ய வைத்திருந்த அந்த அயோக்கியன், துரதிருஷ்டம் பிடித்த என் மகளை நட்டாற்றில் தவிக்கவிட்டு ஓடிப் போய்விட்டான். அவனைத் துரத்திக்கொண்டுபோய் கொன்றுபோட வேண்டுமென்று எனக்கு வெறியாக இருந்தது. குறைந்தபட்சம் ஒரு நல்ல வழக்கறிஞரை அமர்த்தி வாக்குமீறலுக்காக அவனுக்கு நான் தண்டனை வாங்கித் தந்திருக்கலாம். அது விவகாரத்தை மேலும் மோசமாக்கிவிடலாமென்று அன்னாதான் தடுத்துவிட்டாள். அவள் ஏற்கனவே நோய்வாய்ப்பட்டிருந்தாள். வேறு என்ன நான் செய்ய முடியும்?

வெளியே அந்திக்கருக்கல் கூடிக் கொண்டிருந்தது. இதற்கு முன் அமைதியாக இருந்த கடல் இப்போது மெதுவாக கொந்தளிக்கத் தொடங்கியிருந்தது. ஓதம் திரும்புகிறது போல. க்ளேரின் கண்ணீர் நின்றுவிட்டிருந்தாலும் துடைக்கப்படாதிருந்தது. அதனை அவள் உணராததைப்போலிருந்தாள். நான் நடுங்கினேன். சர்ச்சின் முற்றம் முழுக்க நிறைந்திருந்த அஞ்சலியாளர்கள் எல்லோரும் இந்நாட்களில் என் கல்லறையின் மீது உணர்ச்சியின்றி நடந்துசென்றுகொண்டிருக் கிறார்கள்.

எங்களுக்குப் பின்னாலிருந்த வாசலிலிருந்து மார்னிங்கோட் அணிந்த ஒரு பருமனான ஆள் சேவகனுக்கேயுரிய பம்மிய நடையில் சப்தமில்லாமல் வந்து எங்களை அடக்கமான விசாரிப்புப் பார்வையில் பார்த்தான். என் கண்களை உற்று நோக்கிவிட்டு அகன்று சென்றான். க்ளேர் தும்மினாள். பாக்கெட்டுக்குள்ளிருந்து கைக்குட்டையை வெளியி லெடுத்து சப்தமாக மூக்கைச் சிந்தினாள்.

“துயரப்பட்டுக்கொண்டிருப்பது என்பது நீ எதைக் குறிப்பிடு கிறாயோ அதைப் பொறுத்தது,” என்றேன் சன்னமான குரலில்.

அவள் எதுவும் சொல்லாமல், கைக்குட்டையை உள்ளே செருகிக் கொண்டு எழுந்து, எரிச்சலோடு எதை என்று தெரியாமல் எதையோ தேடுவதைப்போல சுற்றுமுற்றும் பார்த்தாள். எனக்காகக் காரில் காத்திருப்பதாகச் சொல்லிவிட்டு தலையைக் குனிந்தபடி, கைகளை அந்த கோட் வடிவ தோலாடைக்குள் அழுத்தமாகச் செருகிக்கொண்டு வெளியேறினாள். பெருமூச்செறிந்தேன். கருமை கூடிக்கொண்டுவரும் வானத்துக் கவிகையின் பின்னணியில் கந்தல் துணியின் துணுக்கு களைப்போல கடற்பறவைகள் எழும்பி சரிந்துகொண்டிருந்தன.

எனக்குத் தலை வலித்துக்கொண்டிருக்கிறது என்பதை உணர்ந்தேன். இந்தப் புழுக்கக் காற்றடைத்த கண்ணாடிப் பெட்டிக்குள் வந்து உட்கார்ந்தது முதற்கொண்டு என் மண்டைக்குள் வலி இடித்துக் கொண்டிருப்பது உறைத்தது.

அந்த வெயிட்டர் – பையன் நரிக்குட்டியைப்போல நிச்சயமில்லா மல் அடியெடுத்து வந்து, தயக்கத்தோடு, தட்டை எடுக்கக் குனிய, கேரட் நிறத்தில் முடிக்கற்றை முகத்தில் சரிந்தது. இந்த முடியின் நிறத்தைப் பார்த்தால் இவனும்கூட டைக்னன் வம்சத்தைச் சேர்ந்த இளவல்களில் இன்னொருவனாக இருக்கக்கூடும். அவன் பெயரைக் கேட்டேன். அவன் நின்றான். இடுப்பை அசௌகரியமாக மடக்கி முன்னால் குனிந்து அவனது வெளிறிய புருவங்களில் சந்தேகமும் எச்சரிக்கையும் தெரிய என்னைப் பார்த்தான். அவனது ஜாக்கெட் டில் ஒரு பளபளப்பு இருந்தது. அவன் சட்டையின் குட்டையான மணிக்கட்டுப் பகுதி அழுக்காக இருந்தது.

“பில்லி, ஸார்” என்றான்.

அவனிடம் நாணயம் ஒன்றைக் கொடுத்தேன். அவன் நன்றியுடன் அதனை உள்ளே செருகிக்கொண்டு தட்டை எடுத்துக்கொண்டு திரும்பினான். பின் தயங்கினான்.

“நீங்கள் நலமாகத்தானே இருக்கிறீர்கள், ஸார்?” என்றான்.

கார் சாவிகளை வெளியிலெடுத்து அவற்றைக் குழப்பத்தோடு பார்த்தேன். எல்லாமே வேறு ஏதோபோலத் தெரிந்தன. ஆம், நலமாகத் தான் இருக்கிறேன், என்றேன். அவன் அகன்றான். என்னைப் பற்றி யிருந்த நிசப்தம் கடலினுடையதைப்போல அத்தனை கனமாக இருந்தது. மேடையிலிருந்த பியானோ தனது கோரமான பற்களைக் காட்டி இளித்தது.

லாபியைவிட்டு வெளியே வரும்போது மார்னிங்கோட்டில் இருந்த அந்த ஆள் அங்கே இருந்தான். அவனுக்குப் பெரிசான, மெழுகால் செய்யப்பட்டதைப் போன்ற, தனித்துவமேயில்லாத ஒரு முகம். அவன் தனது கைகளை மடக்கி, முஷ்டியை மார்புக்கு முன் வைத்து பிரகாசமான பாவத்துடன் மிகையான நாடகத்தன்மை யுடன் குனிந்து வணங்கினான். இத்தகைய மனிதர்களை என் நினைவில் வைத்துக்கொள்ள என்னதான் இருக்கிறது? அவனது தோற்றத்தில் குழைவு இருந்தாலும் ஏதோ விதத்தில் அச்சுறுத்துகிறாற்போலவும் இருந்தது. ஒருவேளை அவனுக்கும் நான் டிப்ஸ் தந்தாக வேண்டுமோ, என்னவோ. நான் சொல்வதைப்போல: இந்த உலகம் இருக்கிறதே . . .

க்ளேர் காருக்குப் பக்கத்தில், தோள்களை குறுக்கி கோட்டின் கைப்பகுதிகளைக் குளிருக்கு அடக்கமாக மஃப்ளர் போலாக்கிக் கொண்டு நின்றிருந்தாள்.

“சாவியை வாங்கிக்கொண்டு போயிருக்கலாமே” என்றேன். “நான் தரமாட்டேன் என்றா நினைத்தாய்?”

வீட்டுக்குத் திரும்பும்போது என் கடும் எதிர்ப்பையும் மீறி அவள்தான் ஓட்ட வேண்டுமென்று பிடிவாதமாக இருந்தாள். இதற்குள் இரவு முழுதாக ஆக்கிரமித்துவிட்டிருக்க, எதிரில் பாய்ந்து வரும் வரிசையான ஹெட்லைட்டுகளின் பிரகாசத்தில் அடுத்தடுத்து வந்துகொண்டேயிருக்கும் பயங்கர மரங்கள் திடீரென்று முன்னால் விஸ்வரூபம் எடுத்து வியாபித்து, பின் தோன்றியதுபோலவே இரண்டு பக்கத்திலும் பிரிந்து இருட்டில் சரிந்து மறைந்துபோய்க்கொண்டிருந்தன, ஏதோ எங்கள் வண்டி கடந்துபோகும் அழுத்தத்தில் போல. க்ளேர் தலையை முன்னால் துருத்தி, சாலையை உன்னிப்பாகப் பார்த்துக் கொண்டு ஓட்டினாள். அவள் மூக்கு காரின் முன் கண்ணாடியை ஏறக்குறைய தொட்டுக்கொண்டிருந்தது. டாஷ்போர்டிலிருந்து எழும் வெளிச்சம் ஒரு பச்சை ஆவிபோல அவள் முகத்திற்கு ஒரு பிசாசுத் தன்மையை அளித்திருந்தது. நான் வண்டியோட்ட அவள் அனுமதிக்க வேண்டுமென்றேன். வண்டியோட்ட முடியாதளவுக்கு நான் குடித் திருப்பதாகச் சொன்னாள். நான் குடித்திருக்கவில்லை என்றேன். என் இடுப்பு – ஃபிளாஸ்க்கில் இருந்தவை மொத்தத்தையும் நான் காலியாக்கிவிட்டதை அவள் பார்த்ததாகச் சொன்னாள். இதைப் போல என்னை அவமானப்படுத்த அவளுக்கு உரிமையில்லை என்றேன். அவள் மீண்டும் அழத்தொடங்கினாள். இந்த முறை சத்தமாக, கண்ணீர்விட்டழுதாள். குடித்திருந்தாலும்கூட நான் வண்டியோட்டுவது என்பது அவள் இப்போதிருக்கும் நிலையில் ஓட்டுவதைவிட அபாயக் குறைவானது என்றேன். எனவே இப்படியாகப் போய்க்கொண்டிருந்தது. நெருப்புப் பொறி பறக்க, விடாப்பிடியான சமர். உனக்கா எனக்கா என்று எனக்கு எந்தளவுக்கு கிடைத்ததோ, அது நல்லதோ கெட்டதோ, அதே அளவுக்கு அவளுக்குத் திரும்பிக் கொடுத்தேன். பயன்படுத்தும் மொழி எவ்வளவுதான் துல்லியமற்றிருந்தாலும், இந்தச் சந்தர்ப்பத் திற்கு எவ்வளவுதான் பொருத்தமற்றிருந்தாலும், ஒரு திருத்தம் செய்வதைப்போல, ஒரு மிகச்சரியான விஷயத்தை – இல்லை, ஒரு மிக மோசமான விஷயத்தை – அவளுக்கு நினைவூட்டினேன். அவள் அம்மா இறந்துபோன அந்த ஒரு வருடத்தில் அவள் மட்டும் படிக்கின்ற சாக்கில் வெளிநாட்டில் சௌகரியமாக இருந்தாள், எல்லா சிரமங்களையும் என் தலைமேல் முழுசாக சுமத்திவிட்டு. இது மைய ஸ்தானத்தைத் தாக்கிவிட்டது. பல்லைக் கடித்துக்கொண்டு அவள் அடிவயிற்றிலிருந்து வீறிட்டாள். ஸ்டீயரிங்கின் மேல் கையை அறைந்தாள். அடுத்ததாக என்மீது எல்லாவிதமான குற்றச்சாட்டு களையும் வீசத் தொடங்கினாள். *நான்தான் ஜெரோமை விரட்டி விட்டேன்* என்றாள். நான் மௌனமானேன். ஜெரோம்? அது யார் ஜெரோம்? ஓ, அந்த முகவாயற்ற நற்பணி சேவகன் – இவளை விட்டு ஓடிவிட்டானென்றால் அவன் இவளுக்கு எவ்வளவு பெரிய

நன்மையை செய்திருக்கிறான் என்று நினைத்துக்கொண்டேன். ஜெரோமின்மேல் அவள் அப்படிப்பட்ட ஒரு காதலில் இருந்தாளாம். ஜெரோம். ஆம், அவளைத்தான் சொல்கிறாள். அந்த அயோக்கியனுக்கு என்னமாதிரியான பெயர். அது போகட்டும், நான்தான் அவனை *விரட்டிவிட்டேன்* என்றால், அது எப்படி? இதற்குப் பதிலாக தலையை வெடுக்கென்று ஒரு வெட்டு வெட்டி ஒரு உறுமல் உறுமினாள். நான் யோசித்தேன். இவளுக்கு அவன் பொருத்தமில்லாதவன் என்று நான் நினைத்தது உண்மைதான், அதை அவனிடம் நேராகக் குறிப்பிட்டும் ஒன்றுக்குப் பல முறை சொல்லியிருக்கிறேன் என்பதும் உண்மை தான். ஆனால் நான் என்னவோ ஒரு குதிரை சவுக்கையோ அல்லது கைத்துப்பாக்கியையோ கையில் எடுத்துக்கொண்டு அவனை விரட்டியடித்ததைப்போல பேசுகிறாள். தவிர, எனது எதிர்ப்புதான் அவனை விரட்டிவிட்டதென்றால், அதுவே அவனது குணத்தை, எந்தளவுக்கு அவன் இவள் விஷயத்தில் உறுதியாக இருந்திருக்கிறான் என்பதைக் காட்டவில்லையா? இல்லை, இல்லை. அவனைப் போன்றவர்களின் சகவாசத்திலிருந்து விடுபட்டிருப்பது அவளுக்கு நல்லதுதான், அது மட்டும் நிச்சயம். ஆனால் இப்போதைக்கு எதுவும் பேசாமல் அடக்கிக்கொண்டிருந்தேன். ஒன்றிரண்டு மைல் தூரம் கடந்ததும் அவளுடைய சூடு தணியத்தொடங்கியிருந்தது. எப்போதுமே பெண்களிடம் நான் கண்டிருந்த விஷயம்தான் இது. கொஞ்சநேரம் பொறுமையாக இரு. அதன்பின் எல்லாம் அடங்கி உனக்கு வழி கிடைக்கும்.

நாங்கள் வீட்டை அடைந்ததுமே, அவளையே காரைப் பார்க் செய்ய விட்டுவிட்டு வீட்டுக்குள் நுழைந்து தொலைபேசி புத்தகத்திலிருந்து 'ஸீடார்ஸ்'ஸின் எண்ணைத் தேர்ந்தெடுத்து மிஸ் வாவஸருக்குப் போன் செய்தேன். அவளது விடுதி அறைகளில் ஒன்றை வாடகைக்கு எடுக்க விருப்பமிருப்பதாகச் சொன்னேன். பின் மாடிக்குச் சென்று என் படுக்கைக்கு ஊர்ந்தேன். திடீரென்று மிகவும் அயர்ச்சியாக இருந்தது. மகளோடு ஏற்படுகின்ற சண்டையைப்போல தளர்ச்சியுண்டாக்குவது எதுவுமில்லை. அன்னாவும் நானும் பயன்படுத்தி வந்த படுக்கையறையிலிருந்து, சமையலறைக்குமேலே இருந்த இச்சிறிய உபரி அறைக்கு அப்போதே மாறிவிட்டிருந்தேன். இந்த அறை குழந்தைகள் அறையாக முன்பு இருந்தது. தாழ்வான, குறுகிய படுக்கை. ஒரு சின்னக் கட்டில் என்றுதான் சொல்ல வேண்டும். கீழே சமையலறையில் க்ளேர் வாணலிகளையும் பாத்திரங்களையும் பந்தாடிக்கொண்டிருப்பதைக் கேட்க முடிந்தது. வீட்டை விற்க நான் முடிவெடுத்துவிட்டதை இன்னமும் அவளிடம் சொல்லவில்லை. மிஸ் V. தொலைபேசியில் அழைத்தாள். எவ்வளவு காலம் அந்த விடுதியில் தங்க நினைத்திருப்பதாகக் கேட்டாள். அவள் திகைப்புற்றிருப்பது, ஏன் நம்ப முடியாமலிருப்பது அவள் குரலில் தெரிந்தது. வேண்டுமென்றே குழப்பமாகப் பதிலிறுத்தேன். சில வாரங்கள், ஒருக்கால்

சில மாதங்கள்கூட. அவள் ஒரு நீண்ட கணத்திற்கு யோசித்தபடி அமைதியாக இருந்தாள். அந்தக் கர்னலைப்பற்றிக் குறிப்பிட்டாள். நிரந்தரமாக அங்கேயே குடியிருப்பவர் அவர் என்றாள். அவர் நடவடிக்கைகள் தனிப்பட்டவையாக இருக்கும் என்றாள். அதற்கு எந்த பதிலையும் நான் சொல்லவில்லை. கர்னல்கள் இருந்தால் எனக்கென்ன? ராணுவ அதிகாரிகளின் படையையே அந்த வளாகத்தில் குடியமர்த்தி இருக்கட்டுமே, அதைப்பற்றி எனக்கொன்றும் அக்கறையில்லை. என் துணிகளை வெளியில் கொடுத்துதான் சலவை செய்துகொள்ள வேண்டும் என்றாள். என்னை அவளுக்கு ஞாபகம் இருக்கிறதா என்று கேட்டேன். "ஓ, எஸ்" என்றாள் குரலில் எவ்வித மாறுதலும் இல்லாமல். "ஞாபகம் இருக்கிறது."

க்ளேர் படிக்கட்டுகளில் ஏறி வருவதைக் கேட்டேன். அவள் கோபம் இதற்குள் முற்றிலுமாக வடிந்து, ஒரு துயரார்ந்த கனத்த நடையில் வந்தாள். விவாதங்கள் அவளுக்கும் சோர்வூட்டுவனவாக இருக்குமென்பதில் சந்தேகமில்லை. படுக்கையறைக் கதவு திறந்துதான் இருந்தது, ஆனால் அவள் உள்ளே வராமல் கதவின் இடைவெளி வழியாக எனக்குச் சாப்பிட ஏதாவது வேண்டுமா என்று அக்கறையில்லாமல் கேட்டாள். அறையின் விளக்குகளை நான் போட்டிருக்கவில்லை. அவள் நின்றிருந்த ரேழியின் லினோலியத்திலிருந்து கசிந்துவந்த நீண்ட வெளிச்ச நாடா ஒரு பாதையாக மாறி அவளுடைய, என்னுடைய குழந்தைப் பருவத்திற்கு நேராக நுழைந்தது. அவள் சின்ன வயதில் இந்த அறையில், இந்தப் படுக்கையில் தூங்கும்போது, கீழே என் வாசிப்பறையில் நான் டைப்ரைட்டர் அடிக்கும் சத்தத்தைக் கேட்டுக்கொண்டே தூங்குவது அவளுக்கு மிகவும் பிடிக்கும் என்று சொல்லியிருக்கிறாள். நான் சிந்திக்கும் சத்தம் அது என்ற எண்ணமே அவளுக்கு ஆறுதல் அளிப்பதாக இருக்கும் என்பாள். அதுதான் எனக்குப் புரிந்ததில்லை. எனது சிந்திப்பின் சத்தம் எப்படி ஒருவருக்கு ஆறுதலைத் தரும், நேர்மாறான விளைவையல்லவா உண்டாக்கும், என்றுதான் நான் கேட்டிருக்க வேண்டும். ஆ! அந்த நாட்கள், அந்த இரவுகள், எவ்வளவு தொலைதூரத்துக்குச் சென்றுவிட்டிருக்கின்றன! எப்படியிருந்தபோதிலும் அவள் காரில் அதைப் போல என்னிடம் கத்தியிருக்கக் கூடாது. எனது தகுதிக்கு இப்படிப்பட்ட கத்தல் எனக்குத் தேவையில்லை. "டாடி." அவள் மீண்டும் அழைத்தாள். இம்முறை குரலில் ஒரு சிடுசிடுப்பு அடிக்கோடிட்டிருந்தது. "உங்களுக்கு இரவு உணவு வேண்டுமா, வேண்டாமா?" நான் பதிலளிக்கவில்லை. அவள் திரும்பிச் சென்றாள். இறந்தகாலத்தில் வாழ்பவன் இல்லையா நான்.

வெளிச்சத்திலிருந்து திரும்பி, சுவரைப் பார்த்து ஒருக்களித்துப் படுத்தேன். முட்டி மடங்கியிருந்தாலும் என் பாதங்கள் படுக்கைக்கு

வெளியே நீட்டிக்கொண்டிருந்தன. போர்வையின் குழப்பமான மடிப்புகளுக்குள் நான் புரண்டுகொண்டிருந்தபோது – இந்த பெட்ஷீட்டுகள் எப்போதுமே எனக்குப் பிரச்சனைதான் – என்னிடமிருந்து வீசும் பாலாடைக்கட்டி மணம் என் நாசியை எட்டியது. அன்னா நோய் வாய்ப்படுவதற்கு முன்னர் என் ஸ்தூல உடம்பை, பெரும்பாலான மனிதர்கள் தமது உடம்பைக் கருதிவருவதைப்போல, ஓர் அபிமான வெறுப்போடுதான் கருதிவந்தேன். என் மனித ஜீவிதத்தின் சோகம் போல அதன் தப்பிக்க முடியாத இயல்புகளான பல்வேறு அழுகல் கசிவுகள், முன்னாலிருந்தும் பின்னாலிருந்தும் வெளியேறும் தீயாவிகள், புண்ணீர், தோல் பொருக்குகள், வியர்வையும் இதர பொதுவான கசிவுகளும், கீழுலகான நரகத்தின் துகள்களென்று ஹார்ட்ஃபோர்டின் பாணன் பழங்கவர்ச்சியில் வர்ணிக்கும் மற்ற உடற்பிறழ்வுகள் அனைத்தையும் சகித்துக்கொண்டு ஜீவித்து வருபவனாகத்தான் இருந்திருக்கிறேன். இருந்தபோதிலும், அன்னாவின் உடம்பு அவளுக்குத் துரோகம் இழைத்துவிட்டபின், அதன் அந்நிய சாத்தியக்கூறுகளைப் பற்றி அவள் பயம்கொள்ள ஆரம்பத்துவிட்ட பிறகு, ஒரு மர்மமான இடமாற்றீட்டுச் செயல்பாட்டின் மூலம் எனது சொந்த உடற்தசையின் மீதே ஒத்திசையாத ஒரு வெறுப்பு ஊர்ந்துவந்து படிந்துவிட்டதைப் போல உணரத் தொடங்கிவிட்டேன். இந்த சுய அருவருப்புணர்வு எல்லா நேரமும் என்னோடு இருக்கிறது என்பதில்லை. அதுபாட்டுக்கு உள்ளே பொதிந்திருப்பது, நான் தனியாக இருக்கும் நேரத்துக்காகக் காத்திருந்து, ராத்திரி வேளையில் அல்லது குறிப்பாக விடியற்காலையில், சதுப்புநில வளியின் நச்சு ஆவிபோல என்னைச் சுற்றிச் சூழ்ந்து எழும்பும். என் உடல் வளர்ச்சி குறித்தும் எனக்குக் குமட்டலெடுக்கும் கற்பனைகள் உண்டாகிவிட்டிருந்தன. நான் எத்தகைய நிலையில் இருந்தாலும், எந்தவிதமான வேதனையை அனுபவித்துக்கொண்டிருந்தாலும் அதைப்பற்றிய சுவாதீனமேயில்லாமல் என் உடம்பில் நிகழ்ந்து வரும் சில மெதுவான வளர்ச்சிகள்: உதாரணமாக என் முடி. என் விரல் நகங்கள். பரிவுணர்ச்சியில்லாமல், சந்தர்ப்பச் சூழ்நிலை பற்றிய அக்கறையில்லாமல் இவை நடப்பதைப்போலத் தோன்றுகின்றன. ஏற்கனவே செத்துப்போன இந்தத் திசுக்களின் இரக்கமற்ற வளர்ச்சி என்பது மிருகத்தனமான செயல்பாடு. வளர்த்த எஜமான் மாடியில் வாய்பிளந்து, கண்கள் நிலைகுத்தி, படுக்கையில் சரிந்திருந்தாலும், அவன் இனி எப்போதுமே கீழே இறங்கிவந்து தமக்குத் தீனி எடுத்து வைக்கப்போவதில்லை, பதப்படுத்திய ஸார்டைன் மீன் டப்பாவைத் திறந்து உணவூட்டப்போவதில்லை என்று எந்தப் பிரக்ஞையுமின்றி தமது மிருக வாழ்க்கையைத் தன்பாட்டுக்கு நடத்திக்கொண்டிருக்கும் மிருகங்களைப்போலத்தான் இவ்விஷயம் இருக்கிறது.

டைப்ரைட்டர்களைப் பற்றிப் பேசும்போது – ஒரு நிமிடத்திற்கு முன் டைப்ரைட்டரைப்பற்றி குறிப்பிட்டேன், இல்லையா? – நேற்றிரவு கனவில் அது வந்தது. என் உயிலைத் தட்டச்சு செய்ய முயற்சித்துக்

கொண்டிருக்கிறேன். அந்த இயந்திரத்தில் 'நான்' என்றே அடிக்க முடியவில்லை. I எழுத்து பெரிய எழுத்திலும் இல்லை, சின்ன எழுத்திலும் இல்லை.

இங்கே கடலுக்குப் பக்கத்தில் இருக்கையில், இரவின் நிசப்தத்திற்கு ஒரு தனித்துவமான இயல்பு வந்துவிடுகிறது. இதற்கு நான்தான் காரணமாவென்று எனக்குத் தெரியவில்லை. நான் சொல்லவருவது, என் அறையின், ஏன், இந்த விடுதி மொத்தத்தின் ஊடாகவும் கவிந்திருக்கும் இந்த நிசப்தம் என்னால் ஏற்பட்டவொன்றா, அல்லது காற்றில் கலந்திருக்கும் உப்புத்தன்மை, அல்லது ஒருவேளை பொதுவான கடலோர தட்பவெப்பம் போன்றவற்றால் உண்டான வட்டார விளைவா என்பது தெரியவில்லை. என் இளவயதில் 'ஃபீல்'டில் தங்கியிருந்தபோது இதனை உணர்ந்திருக்கிறேனா என்பது ஞாபகத்தில் இல்லை. இது அடர்த்தியானதாகவும் அதே சமயத்தில் உள்ளீடற்றதாக வும் இருக்கிறது. அது எனக்கு நினைவூட்டுவது என்ன என்பதை அடையாளம் கண்டுகொள்வதற்குப் பலகாலம், பல ராத்திரிகள், பற்பல ராத்திரிகள் ஆயின. என் சிறுவயதில் ஜுரம் வரும்போது கதகதப்புக்காகப் போர்வைமேல் போர்வையாக போர்த்திக்கொண்டு, உடம்பு வியர்வையில் கசகசக்க, நீர்முழ்கி கடலுக்குள் அமிழும்போது காதுக்குள் ஜிவ்வென்று அடைக்கிறமாதிரி ஒரு நிசப்தம் என்னை நிரப்புவதை உணர்ந்திருக்கிறேன். அந்த நாட்களில் காய்ச்சலுக்கு ஒரு விசேஷ ஸ்தானம் உண்டு. ஒரு தனி இடம். யாரும் நுழைய முடியாத இடம். பார்த்தாலே உடம்பை நடுங்க வைக்கிற ஸ்டெதாஸ்கோப் போடு வரும் டாக்டரோ, கொதிக்கும் நெற்றியில் சில்லென்று கை வைத்துப் பார்க்கும் என் அம்மாவோ கூட வர அனுமதியில்லாத ஓர் இடம். இப்போது எல்லோரிடமிருந்தும், எல்லா இடங்களிலிருந்தும் பல மைல்கள் விலகிவந்து தொலைதூரத்தில் நான் இருப்பதைப்போல உணருகின்ற இந்த இடத்தைப்போல அது ஒரு இடம். விடுதியில் இருக்கும் மற்றவர்கள், மிஸ் வாவஸுர், கர்னல் அவர்களைப்பற்றி யோசிக்கிறேன். அவர்கள் அறைகளில் தூங்கிக்கொண்டிருக்கலாம். அல்லது என்னைப்போலவே இந்த ஈய – நீல இருட்டுக்குள் கண்களை வெறித்தபடி தூக்கமின்றி படுத்துக்கொண்டிருக்கலாம். ஒருவேளை ஒருவர் இன்னொருத்தரைப்பற்றி யோசித்துக்கொண்டிருக்கலாம். நமது மாளிகை முதல்வியின் மீது கர்னலுக்கு ஒரு சஞ்சலம் உண்டு. அது எனக்கு நன்றாகவேத் தெரியும். ஆனால் மிஸ் வாவஸுர் அவருடைய முதுகுக்குப் பின்னால் கர்னல் அரைகுறை, நமது தைரியசாலி போர்வீரர் என்று சொல்லி கெக்கலித்துச் சிரிப்பாள். ஆனால் அந்தச் சிரிப்பில் பிரியம் என்பது சுத்தமாக இருக்காது என்று சொல்லிவிட முடியாதுதான். சில நாட்கள் காலையில் அவள் எழுந்து வரும்போது, ராத்திரி முழுக்க அழுதுகொண்டிருந்ததைப் போல கண்கள் செக்கச் செவேலென்றிருக்கும். நடந்த எல்லாவற்றுக்கும்

தானேதான் காரணமென்று இன்னும்கூட அழுதுகொண்டிருக்கிறாளா, என்ன? இலையுதிர்கால இருட்டுக்குள் இந்த மட்டுப்படுத்திய நிசப்தத்தில் மிதந்து போகும் சின்ன சோகப்படகுதான் நாமெல்லோரும் போல.

குறிப்பாக இரவு நேரங்களில்தான் கிரேஸ் குடும்பத்தினரைப் பற்றிய யோசனைகள் வந்துகொண்டிருந்தன. மரக்குடிலின் திறந்த ஜன்னலுக்கடியில் எனது குறுகலான இரும்புக் கட்டிலில் படுத்தபடி, கடற்கரையில் ஆக்ரோஷமாக புரண்டு வந்து திரும்பத் திரும்பத் தரையை அறைந்து நொறுங்கி திரும்பத் திரும்ப உள்வாங்கி ஒடுங்கும் அலைகளின் ஒரேவிதமான சலிப்பூட்டும் இரைச்சலையும், தூக்கமிழந்த கடற்பறவையின் ஒற்றைக் கத்தலையும், சிலநேரங்களில் தொலைவிலிருந்து கேட்கும் கார்ன்க்ரேக் பறவைகளின் தொணதொணப்பையும், கால்ஃப் ஹோட்டலில் நாட்டியக் குழுவினர் கடைசியாக இசைக்கும் மெதுவான வால்ட்ஸ் இசையின் ஜாஸ்தனமான முனகலையும், நான் தூங்கிவிட்டதாக நினைத்துக்கொண்டு முன்அறையில் என் அம்மாவும் அப்பாவும் கரகரவென்று கள்ளக்குரலில் ஒவ்வொரு ராத்திரியும் போட்டுக்கொண்டிருக்கும் சண்டையையும் கேட்டபடி கிரேஸ் குடும்பத்தினரைப்பற்றிய நினைவுகளில் ஆழ்ந்திருப்பேன். அம்மா அப்பாவின் சண்டை கடைசியில் முடிவுக்கு வந்த ஒரு ராத்திரி, அப்பா எழுந்து வெளியே எங்கோ சென்றார். திரும்பி வரவேயில்லை. அது குளிர்காலம், எங்கேயோ போய்விட்டார். எத்தனையோ வருடங்களாகிவிட்டன. அவர்கள் என்ன பேசிக்கொண்டிருக்கிறார்களென்பது எனக்கு கேட்டுவிடக் கூடாதென்பதற்காகவே எனக்குள் சில நாடகங்களைக் கவனத் திருப்பலுக்காக உருவாக்கிக்கொண்டு, அவற்றில் மிஸஸ் கிரேஸை ஏதோ பயங்கரமான விபத்திலிருந்து – ஒரு மூழ்கும் கப்பலிலிருந்தோ அல்லது பேரழிவை ஏற்படுத்தும் ஒரு புயலிருந்தோ – காப்பாற்றினேன்; தனியான குகை ஒன்றுக்குப் பத்திரமாக அழைத்துவந்தேன்; சௌகரியமாக, கதகதப்பாக இருக்கும் அந்தக் குகையில், வெண்ணிலவு வெளிச்சத்தில் – இதற்குள் அந்தக் கப்பல் முழுசாக மூழ்கிவிட்டது, புயல் தணிந்துவிட்டது – ஈரத்தில் நனைந்திருக்கும் அவளது நீச்சல் உடுப்பைக் கழற்றுவதற்கு மென்மையாக உதவினேன்; இருட்டில் ஜ்வலிக்கும் அவளது பிறந்தமேனியில் ஒரு டவலைச் சுற்றிக் கட்டினேன்; நாங்கள் அங்கேயே தரையில் சாய்ந்தோம்; என் கையின்மேல் அவள் தலையைச் சாய்த்துக்கொண்டு என் முகத்தை நன்றியோடு தீண்டிப் பெருமூச்செறிந்தாள். இப்படியே நாங்களிருவரும் ஒன்றாகப் படுத்து, அந்த விஸ்தாரமான கோடை இரவு எங்களை அருந்த, ஒன்றாகத் தூங்கினோம்.

அந்த நாட்களில் கடவுள்களைப்பற்றி ஆழமாகச் சிந்தித்துக்கொண்டிருந்தேன். கடவுள் என்றால் பெரிய எழுத்தில் குறிப்பிடப்படும்

பரம்பொருள் அல்ல, பொதுவான கடவுள்களை அல்லது கடவுளர் பற்றிய கருத்தை, அதாவது கடவுளரின் சாத்தியங்களை. நான் ஒரு நுட்பமான வாசகன். கிரேக்கத் தொல்கதைகளின் கதாபாத்திரங்களை நினைவில் நிறுத்திக்கொள்வது சிரமமாக இருந்தாலும், அவற்றின் சாகசங்கள் பலதரப்பட்டவையாக இருந்தாலும், அவற்றைப்பற்றி விரிவாகவே தெரிந்து வைத்திருந்தேன். அப்பாத்திரங்களைப் பற்றி ஒரு வடிவான பிம்பம் மனதில் இருந்தது – ஏறக்குறைய நிர்வாண மான மிகப்பெரிய செயற்கைக் களிமண் உருவங்கள், புடைத்துப் பின்னிய தசை நார்கள், கவிழ்த்து வைத்த கிண்ணம்போல மார்பகங்கள். புத்தகங்களிலோ பத்திரிகைகளிலோ நான் பார்த்திருந்த இத்தாலிய மறுமலர்ச்சியின் மகத்தான ஓவிய மேதைகள், மைக்கேலாஞ்சலோ போன்றோரின் படைப்புகளிலிருந்து உருவாக்கமடைந்திருந்த கற்பனை கள். நானும் எங்காவது ஆடை விலகிய தசை தெரியாதா என்று பார்த்துக்கொண்டிருந்தவன்தானே. அதனால் இந்த வானுலகவாசி களின் பாலுறவு சாகசங்கள்தான் என் கற்பனையின் பெரும்பான்மையை நிரப்பியிருந்தன. முறுக்கேறிய, முறுக்கேறித் துடிக்கும் நிர்வாண தேகங்களைப் பளிங்குக்கல் மடிப்புகளால் கலைந்திருக்கும் உடை களும், அரைகுறையான சல்லாத்துணியும் தற்செயலாக மறைத்திருக் கும் – தற்செயலாகத்தான். ரோஸின் கடற்கரை டவலைப்போல, அல்லது கானி கிரேஸின் நீச்சல் உடையைப்போல எரிச்சலூட்டும்படி மானத்தை மறைத்திருக்கும் தற்செயலான மறைப்புகள். என் அனுபவ மற்ற, ஆனால் ஏற்கனவே எல்லைமீறி கொதித்துக்கொண்டிருக்கும் கற்பனையில் இந்த எண்ணங்கள் அனைத்தும் செயல்ரூபமடைந்து அந்தப் பெண்ணுடலை மானசீக துரத்தலில் வென்று, வீழ்த்தி, ஆக்கிரமித்து முயங்கும் காமத்துவ பகற்கனவுகள் திகட்டத் திகட்ட அடுத்தடுத்து உருவாகி நிரம்பி வழிந்துகொண்டிருக்கும். கிரீஸ் தேசத்தின் தங்கப்புழுதியில் நடந்தேறும் இந்தக் காமக் கைகலப்புகளின் விபரங்கள் லேசாகத்தான் ஞாபகத்தில் சிக்கியிருந்தன. பழுப்பு மஞ்சள் நிறத்தி லிருந்த தொடைகள் மேலும் கீழும் இயங்கித் துடிக்க, வெளிறிய இடைகள் அவற்றில் சரணடையும்போதே சுருங்குவதையும், கலப்பட மான பரவசமும், இன்பமான துன்பமும் கலந்து வெளிப்படும் முனகல்களையும் வெறும் கற்பனையில் மட்டும் உருவகித்து வந்தேன். அந்தச் செயல்பாட்டின் இயக்க முறைகள் மட்டும் என் அறிவுக்கு அப்பாற்பட்டதாக இருந்தன. இலக்கில்லாமல் அலைந்து திரிந்துகொண் டிருந்தபோது ஒரு முறை, கடற்கரைக்கும் வயல்வெளிகளுக்கும் இடையிலிருந்த 'பர்ரோ' என்றழைக்கப்பட்ட புதர் நிலத்தில் இரண்டு பேர் சம்போகித்துக்கொண்டிருப்பதை யதேச்சையாகப் பார்த்தேன். பல்வேறு வண்ணங்களில் பூச்செடிகள் செறிந்திருந்த ஒற்றையடிப்பாதை ஒன்றிலிருந்து பக்கவாட்டில் சரிந்த ஒரு மணற்பாங்கான பள்ளத்தில் அவர்கள் மழைக்கோட்டை மேலே போர்த்திக்கொண்டு உக்கிரமாக இயங்கிக்கொண்டிருந்தனர். அவர்களின் கடுமுயற்சி, அந்த மழைக்

கோட்டை மேலே ஏற்றி அவர்கள் தலைகளை மட்டும் மூடிவைத்திருந்தது; அவர்களின் வால்களையல்ல. ஒருவேளை அதை அப்படித்தான் அவர்கள் அமைத்திருந்தார்களோ என்னவோ! அடியைவிடவும் உச்சிதானே அடையாளம் தெரியக்கூடியது என்பதால் முகங்களை மட்டும் மறைத்துக்கொண்டிருக்கலாம். அந்தப் பெண்ணின் அகல விரித்து உயர்த்தப்பட்ட கால்களின் செங்குத்தான கவட்டையில் அந்த ஆணின் விலா ஒரேவிதமான தாளகதியில் மும்முரமாகச் செயலாற்றிக்கொண்டிருந்தது என் தொண்டைக்குள் எதையோ வீங்கித் தடிக்க வைத்து, குருதிப்பாய்ச்சலில் தலையைக் கிறுகிறுக்க வைத்தது. எனவே இதுதான் என்று நினைத்தேன். அல்லது எனக்காக அது நினைக்கப்பட்டது: எனவே, அவர்கள் செய்வது இதுதான்.

பெரிய மனிதர்களிடையே நிகழும் காதல். அவர்களது ஒலிம்பிய படுக்கைகளில், இரவின் இருட்டில், நட்சத்திரங்கள் மட்டும் அவர்களைப் பார்த்துக்கொண்டிருக்க, ஒன்றாகப் போராடிக்கொண்டு, பற்றியிழுத்துக்கொண்டு, இறுகப் பிணைத்துக்கொண்டு, பெருமூச்சுகளுக்கிடையே ஆசை வார்த்தைகளை உதிர்த்துக்கொண்டு, வலியில் இருப்பதைப்போல் சுகவேதனையில் குரலெழுப்பிக்கொண்டிருப்பதைக் கற்பனை செய்து பார்ப்பது, கற்பனை செய்ய முயற்சி செய்வது விநோதமான அனுபவம். அவர்களின் இந்த இருட்டு லீலைகளை அவர்களின் பகல் நேர அவதாரங்களின்போது எப்படி நியாயப் படுத்துகிறார்கள்? இந்த விஷயம்தான் என்னை வெகுவாகக் குழப்புவது. அவர்களுக்கு ஏன் அவமானமாக இருப்பதில்லை? உதாரணத்துக்கு, ஞாயிற்றுக்கிழமை காலையில் சனிக்கிழமை இரவின் சாகசங்கள் இன்னும் உள்ளே கிளர்ந்துகொண்டிக்கும்போதே சர்ச்சுக்குள் நுழைகிறார்கள் என்று வைத்துக்கொள்வோம். தேவாலய முகப்பிலிருந்து பாதிரி அவர்களை வரவேற்கிறார். அவர்கள் களங்கமில்லாமல் புன்னகைக்கின்றனர். அப்பாவித்தனமான வார்த்தைகளை உதிர்க்கின்றனர். அந்தப் பெண் புனித நீர்க் கலத்தில் விரல் நுனிகளை அமிழ்த்துகிறாள். கையோடு ஒட்டிக்கொண்டிருக்கும் காதல் சாறு புனித நீரில் கலக்கிறது. அவர்களின் பரிசுத்தமான ஆடைகளுக்குள்ளே அவர்களின் தொடைகள், தமது ஞாபகத்தில் மீண்ட சுகானுபவத்தில் அரிப்பெடுக்கும். எதிரே சிலுவையில் தொங்கும் அவர்கள் இரட்சகரின் துயரார்ந்த கண்டனப் பார்வையை லட்சியம் செய்யாமல் அவர்கள் மண்டியிடுகின்றனர். அவர்களின் ஞாயிற்றுக்கிழமை மதிய உணவுக்குப் பின், குழந்தைகளை விளையாட அனுப்பிவிட்டு, திரையிட்டு மூடிய அவர்களின் படுக்கையறைக்குள் நுழைந்து என்னுடைய மனதின் சிவந்த கண்கள் இமைகொட்டாமல் அவர்கள்மேல் பதிந்திருப்பது தெரியாமல், மீண்டும் அதனைப் புரியத் தொடங்குவார்கள். ஆம், நான் அத்தகையப் பையனாகத்தான் இருந்தேன். இன்னும் சரியாகச் சொல்லப்போனால், அப்போது எப்படிப்பட்ட பையனாக இருந்தேனோ அதன் ஒரு பகுதி இன்னமும் என்னிடம் இருக்கிறது. வேறு வார்த்தை

களில் சொன்னால், அழுக்கான மனம்கொண்ட ஒரு சின்ன மிருகம். வேறு எந்த வகையாவது இருக்கிறதா என்ன? நாம் எப்போதுமே வளர்வதில்லை. எப்படியோ போகட்டும், நான் மட்டும் எப்போதுமே வளர்ந்ததில்லை.

பகல் முழுக்க மிஸஸ் கிரேஸ் கண்ணில் படுவாளா என்று ஸ்டேஷன் ரோடில் அலைந்துகொண்டிருந்தேன். தூக்கத்தில் நடப்பவனின் வேகத்துக்கு நடையைக் குறைத்து அந்தப் பச்சைநிற இரும்பு கேட்டைக் கடந்துபோவேன். அன்று காலையிலேயே அவள் கணவன் எங்கோ வெளியில் செல்வதை பார்த்துவிட்டேன் என்பதால் அவள் முன்வாசலுக்கு எழுந்து வர வேண்டுமென்று மனதுக்குள் கடுமையாகப் பிரார்த்தித்துக்கொண்டேன். ஆனாலும் அவள் விடாப்பிடியாக உள்ளேயேதான் இருப்பாள். விரக்தியில், தோட்டத்தில் துணிகள் காயப்போட்டிருக்கும் கொடிவரைக்கும் கண்களை உரித்துக்கொண்டு ஆராய்வேன், ஆனால் கண்ணில்பட்டதெல்லாம் குழந்தைகளின் துணி, அவர்களது ஜட்டிகள், சாக்ஸ்கள், க்ளோயியின் சுவாரஸ்யமில்லாத ஒன்றிரண்டு கருமித்தனமான உள்ளாடைகள், அப்புறம் அவர்கள் அப்பாவின் மணல் பக்கெட் தொப்பிகூட கோணலாக மாட்டி தொங்கவிடப்பட்டிருந்தன. மிஸஸ் கிரேஸின் துணியாக நான் பார்த்த ஒன்றே ஒன்று, அவளுடையக் கருப்பு நீச்சல் உடை. அதன் தோள்பட்டை நாடாக்களை கொடியில் கட்டி, உள்ளே அநியாயமாக எதுவுமே இல்லாமல், உலர்ந்து, ஒரு சிறுத்தையின் தோலைப் போலில்லாமல் ஒரு ஸீல் மீனின் உரித்த தோலைப்போலத் தொங்கிக்கொண்டிருந்தது. ஜன்னல்களையும் நான் உற்றுப்பார்த்துக் கொண்டிருந்தேன். குறிப்பாக மாடியில் இருக்கும் பெட்ரூம் ஜன்னல்கள். ஒரு நாள் அதிருஷ்டம் அடித்தது. அப்போது என் இதயம் எப்படித் தான் துடித்தது! கால் பகுதி ஒன்றின் நிழலைப்போல தெரிந்ததற்குப் பின்னால் அவளது ஒரு கண உருவம். அது நிச்சயம் அவள்தான். அந்தத் தொடைப்பகுதி நகர்ந்து மயிரடர்ந்த அவள் கணவனின் தோள்பட்டையாகியது.

கதவும் ஒரு நாள் திறந்தது. ஆனால் வெளியே வந்தது ரோஸ். அவள் என்னைப் பார்த்த பார்வை என் கண்களைத் தாழவைத்து வேகமாக நடக்க வைத்தது. ஆம். ஆரம்பத்திலிருந்தே ரோஸ் என்னைச் சரியாகத்தான் எடைபோட்டு வைத்திருந்தாள். இப்போதும்கூட. சந்தேகமே இல்லை.

அந்த வீட்டுக்குள் போவதற்கு, மிஸஸ் கிரேஸ் நடந்த இடங்களில் நடப்பதற்கு, அவள் உட்கார்ந்த இடத்தில் உட்காருவதற்கு, அவள் தொட்ட பொருட்களைத் தொடுவதற்கு உறுதிபூண்டேன். அதற்காகக் க்ளோயியையும் அவள் தம்பியையும் சிநேகம்கொள்ள முயற்சிக்கத் தொடங்கினேன். அது சுலபமாகத்தான் இருந்தது. இதைப்போன்ற விஷயங்களெல்லாம் சிறுவயதில், அதுவும் என்னைப்போன்ற படு

ஜாக்கிரதையான பையன்களுக்குக்கூட சுலபம்தான். அந்த வயதில் சின்ன அறிமுகப் பேச்சு, மெதுவாக முன்னேறி பரஸ்பரம் விசாரித்துக் கொள்ளும் சடங்குகள் என்றெல்லாம் எதுவும் கிடையாது. எதிராளி யின் கண்ணில்படுகிறாற்போல கொஞ்சநேரம் நிற்க வேண்டும். அப்புறம் அழைப்பு நிகழ்வதற்காகக் காத்திருக்க வேண்டும். ஸ்ட்ராண்ட் கபேவிற்கு எதிரே சரளைப்படுகையில் அவ்விருவரும் சுற்றிக்கொண் டிருப்பதைப் பார்த்தேன். அவர்கள் என்னைக் கவனிப்பதற்கு முன் அவர்கள் நடவடிக்கையை நான் வேவு பார்க்கத் தொடங்கினேன். அவர்கள் நின்றிருந்த இடத்திற்குச் சாலையை சாய்வாகக் கடந்துவந்து நின்றேன். மைல்ஸ் ஒரு ஐஸ்க்ரீமை அதன் எல்லாப்பக்கங்களிலும், பூனைக்குட்டியை தாய்ப்பூனை நக்குவதைப்போல ஒருமுகப்பட்ட சிந்தனையோடு நக்கிக்கொண்டிருந்தான். க்ளோயி அவளது ஐஸ்க்ரீமை முடித்துவிட்டிருப்பாள்போல. கஃபேவின் வாசல்மீது சாய்ந்து, செருப்பணிந்த காலைப் பின்னிக்கொண்டு முகத்தை வெயிலை நோக்கித் திருப்பி, எரிச்சலும் சலிப்புமாக அவனுக்காகக் காத்திருந் தாள். நான் எதுவும் பேசவில்லை. அவர்களும் பேசவில்லை. நாங்கள் மூவரும் அந்தக் காலை வெயிலில், கடற்செடிகள், வன்னிலா, ஸ்ட்ராண்ட் கஃபேவின் காபி வாசனைகள் கடந்து செல்ல நின்றிருந் தோம். கடைசியில் க்ளோயி என்னை நோக்கித் திரும்பி, என் கால் முட்டியைப் பார்த்துக்கொண்டே என் பெயரைக் கேட்க அருளினாள். நான் சொன்னதும் அந்தப் பெயரை, சந்தேகத்துக்குரிய நாணயத்தைப் பற்களுக்கிடையில் வைத்துக் கடித்து சோதிப்பதைப்போல திரும்பிச் சொல்லிப் பார்த்தாள்.

"மார்டன்? என்ன மாதிரியான பெயர் இது?"

ஸ்டேஷன் ரோடில் க்ளோயியும் நானும் முன்னால் மெதுவாக நடக்க, மைல்ஸ் துள்ளிக்குதித்துக்கொண்டு, ஏறக்குறைய எங்கள் குதிகால்களை மிதித்தபடி பின்னால் வந்தான். அவர்கள் நகரத்தி லிருந்து வருபவர்கள் என்றாள் க்ளோயி. என்னால் ஊகித்திருக்க முடியாத விஷயமல்ல அது. நான் எங்கே தங்கியிருக்கிறேன் என்று கேட்டாள். நான் உத்தேசமாகக் கையைக் காட்டினேன்.

"அந்தப் பக்கமாக. சர்ச்சைத் தாண்டிப் போக வேண்டும்," என்றேன்.

"வீடா, ஓட்டலா?"

எவ்வளவு சூட்டிகையாக இருக்கிறாள்! பொய் சொல்லலாமா என்று யோசித்தேன் – 'ஆக்சுவலி, நான் இருப்பது கால்ஃப் ஹோட்டலில்' – ஆனால் ஒரு பொய் எங்கெல்லாம் என்னை இட்டுச் செல்லும் என்பதை உணர்ந்தேன்.

"ஷாலே" என்று முணுமுணுத்தேன்.

அவள் யோசனையோடு தலையாட்டினாள்.

“ஒரு மரவீட்டில் தங்க வேண்டுமென்று எனக்கு எப்போதுமே ஒரு ஆசை உண்டு,” என்றாள்.

இது எனக்கு ஆறுதல் அளிப்பதாக இல்லை, மாறாக எனது படுக்கையறை ஜன்னலுக்கு குறுக்காக வளர்ந்திருக்கும் களைச் செடிகளுக்கு மத்தியில் கோணலாக நின்றிருக்கும் ஒரு சின்ன மர அவுட்ஹவுஸின் பிம்பம் ஒரு கணம் தெளிவாகத் தோன்றி மறைந்தது. கதவின் விரிசல்களை அடைக்க, செருகி வைத்திருக்கும் பேப்பர் துணுக்குகள், அவற்றின்மேல் அடித்து வைத்திருக்கும் துருவேறிய ஆணிகள், இடுக்குகளில் சிந்தியிருக்கும் மரத்தூள்.

ஸீடர்ஸ்ஸுக்கு வந்து கேட்டின் முன் நின்றோம். கார் சரளைப் படுகையில் நிறுத்தப்பட்டிருந்தது. சமீபத்தில்தான் வெளியே சென்று வந்திருக்க வேண்டும். குளிர்ச்சியடையும் எஞ்சின் இன்னமும் அதன் நாக்கைப் படபடப்பாக புகார் கூறி சொடுக்கிக்கொண்டிருந்தது. வீட்டுக்குள்ளிருந்து ஒயர்லெஸ்ஸில் பாம் கோர்ட் ஆர்கெஸ்ட்ராவின் ‘மெல்ட்டிங் – டாஃபி’ ஒலிப்பது சன்னமாகக் கேட்டது. மிஸஸ் கிரேஸும் அவள் கணவனும் அந்த இசைக்குத் தகுந்தபடி பர்னிச்சர் களுக்கிடையே நழுவி, தரையில் வழுக்கியபடி நடனமாடிக்கொண் டிருப்பது என் கற்பனையில் விரிந்தது. அவள் தலையைப் பின்னுக்கு சாய்க்க, அவள் கழுத்து மூடிமறைக்காமல் பளீரிடுகிறது. அவர், பாதி குதிரை – பாதி மனித கிரேக்க வனதேவதை ஸாட்டர்போல தனது ரோமம் மண்டிய பின்னங்கால்களில் தளுக்கு நடை போட்டுக் கொண்டு அவள் முகத்தின் மேல் குனிந்து – அவர் அவளைவிட ஓரிரு அங்குலங்கள் குள்ளம் – கூரானக் குட்டிப்பற்கள் எல்லாம் தெரிகிற மாதிரி வெறியோடு இளிக்கிறார். அவரது பனி – நீல கண்கள் அலைமோதும் காமத்தில் ஒளிர்கின்றன. க்ளோயி தனது செருப்பின் நுனியால் தரையில் கோலமிட்டுக்கொண்டிருந்தாள். அவள் காலின் கெண்டைச்சதையில் மெல்லிய பூனை மயிர் பரவியிருந்தது. முழந்தாள் மட்டும் பளிங்கைப்போல வழவழப்பாக, பளபளப்பாக இருந்தது. மைல்ஸ் திடீரென்று சின்னதாக குதித்தான். ஒரு சின்ன ஸ்கிப்பிங். சந்தோஷத்தில் குதித்ததைப்போலத் தெரியவில்லை. சாவிகொடுத்த ஒரு கடிகாரத்து பொம்மை திடீரென உயிர்பெற்று இயந்திரத்தனமாக குதித்ததைப்போல, என் பின்னந்தலையில் ஒரு தட்டு தட்டிவிட்டுத் திரும்பி, சிரிப்பே இல்லாத ஓர் ஓங்கரிக்கும் சிரிப்பு சிரித்துக்கொண்டு, சர்க்கஸ்காரன்போல கேட்டை லாவகமாகத் தாண்டி மறுபக்கம் சரளையில் குதித்தான். கைத்தட்டை எதிர்நோக்கும் கழைக்கூத்தாடி போல முட்டியையும் முழங்கையையும் குறுக்கிக் குந்தி அமர்ந்து எங்களை ஆவலாகப் பார்த்தான். க்ளோயி தன் வாயை கோணிக் கொண்டாள்.

சலிப்பும் எரிச்சலும் கலந்த தொனியில், "அவனைக் கண்டு கொள்ளாதே," என்றாள். "அவனால் பேச முடியாது."

அவர்கள் இரட்டையர்கள். இதற்கு முன் இரட்டையர்கள் யாரையும் நேராகப் பார்த்ததில்லை. இது ஒரே நேரத்தில் வசீகரமாக வும் அதே சமயம் லேசாக அருவருப்பாகவும் இருந்தது. இதைப் போன்றதொரு இக்கட்டு நிலைமையில் ஏறக்குறைய அநாகரிகமாக ஏதோவொன்று இருப்பதைப்போல எனக்குப்படுகிறது. அவர்கள் சகோதரனும் சகோதரியும்தான், அதனால் அவர்கள் ஒத்த இரட்டையர் களாக இருக்க முடியாது – இந்த ஐடென்டிகல் ட்வின்ஸ் என்ற எண்ணமே என் முதுகுத்தண்டில் ஒரு ரகசிய, மர்மமான அதிர்வை உண்டாக்கியது – இருந்தாலும் அவர்களுக்கிடையே ஒரு வெறுப்பூட்டும் ஆழ்ந்த நெருக்கம் நிச்சயம் இருக்குமென்றுதான் தோன்றியது. எப்படி இருக்கும் அது? இரண்டு உடல்களில் ஒரு மனம் இருப்பதைப்போலவா? அப்படி இருக்குமானால், அதை நினைக்கவே குமட்டலாகத்தான் இருக்கிறது. ஒருவரின் உடம்புக்குள் நீங்கள் எப்படியோ சென்று விட்டு அந்த உடம்பின் வெவ்வேறு பாகங்களும், வெவ்வேறு வாசனை களும், வெவ்வேறு இச்சைகளும் எப்படியெல்லாம் இருக்கின்றன என்பதை உள்ளார்ந்து தெரிந்துகொள்கிறீர்களென்று கற்பனை செய்துகொள்ளுங்கள். அது எப்படி, எப்படி இருக்கும்? அதைத் தெரிந்துகொள்ள வேண்டுமென்று எனக்குத் தவிப்பாக இருந்தது. தற்காலிகமாக அமைக்கப்பட்ட அந்தத் திரைப்படக் கொட்டகை யில் மழை பெய்துகொண்டிருந்த ஒரு ஞாயிற்றுக்கிழமைப் பிற்பகல் – இப்போது காலவரிசையைக் கொஞ்சம் தாண்டிச் செல்கிறேன் – நாங்கள் திரைப்படம் பார்த்துக்கொண்டிருக்கிறோம். படத்தில் இரண்டு குற்றவாளிகளை ஒருவரோடொருவர் கைவிலங்கில் பிணைத் திருக்க, அவர்கள் அந்த விலங்கோடு சேர்த்து ஒன்றாகத் தப்பிச் செல்கிறார்கள். என் பக்கத்திலிருந்த க்ளோயி அசௌகரியமாக நெளிந்து, சிரித்துக்கொண்டே பெருமூச்சு விடுகிறார்போல ஒரு சத்தமெழுப்பினாள். "பார், அவர்கள் நானும் மைல்ஸும்தான்," என்று கிசுகிசுத்தாள். எனக்குத் தூக்கிவாரிப்போட்டது. என் முகம் வெட்கத்தில் சிவப்பதை உணர்ந்தேன். திரையரங்கின் இருட்டுக்காகச் சந்தோஷப்பட்டேன். மிக அந்தரங்கமான, அவமானகரமான ஒரு விஷயத்தை அவள் ஒப்புக்கொண்டிருக்க வேண்டும். இருந்தும், அத்தகைய நெருக்கத்தின் அடாத தன்மை குறித்த எண்ணமேதான் அதைப்பற்றி மேலும் அறிந்துகொள்ள ஆர்வத்தை ஏற்படுத்தியது. ஆர்வத்தையும் அதே சமயத்தில் வெறுப்பையும். ஒரு முறை – இம்முறை அதைவிட நீளமான ஒரு பாய்ச்சலில் தாண்டுகிறேன் – க்ளோயி யிடம் மிகுந்த தைரியத்தோடு அந்தக் கேள்வியை நேரடியாகவே கேட்டுவிட்டேன்: அவளுடைய மற்றொரு சுயமாக இருக்கும் அவள் சகோதரனோடு உள்ள இந்தத் தவிர்க்க முடியாத பிணைப்பு எத்தகைய தாய் இருக்கிறது? அவள் ஒரு கணம் யோசித்தாள். பின் கைகளை

அவள் முகத்துக்கு முன்னால் ஒன்றாகக் கொண்டுவந்து ஒன்றோ டொன்றை ஏறக்குறைய தொடாமல் அழுத்திக்கொண்டாள். "இரண்டு காந்தங்களைப்போல" என்றாள். "ஆனால் தப்பான வகையில் திருப்பி வைக்கப்பட்டு, இழுத்துக்கொண்டு, தள்ளிக்கொண்டிருப்பவை." இதைச் சொன்ன பிறகு, ஏதோ இந்த முறை அவள்தான் அவமான கரமானதொரு ரகசியத்தை உடைத்துவிட்டதைப்போல முகம் இருண்டு மௌனமானாள். தண்ணீருக்கடியில் வெகுநேரம் மூச்சை யடக்கிக்கொண்டு இருந்தபோது உண்டான அதே கலவரமான தலை சுற்றல் உணர்வை ஒருகணம் உணர்ந்தேன். இந்தக் க்ளோயி எப்போதுமே கலவரத்துக்குக் குறைவு வைக்காதவள்.

அவர்களுக்கிடையேயிருந்த இணைப்பு தெளிவாக உணரக் கூடியதாக இருந்தது. அது ஒரு சிலந்தி வலையைப்போல பிசுபிசுப்பான, பளபளப்பான கண்ணுக்குத் தெரியாத மெல்லிய நூலாகவோ, இலைவிட்டு இலை தாண்டும் நத்தை ஒட்டிக்கொண்டு ஊசலாடும் மினுமினுப்பான இழையாகவோ, ஹார்ப் வாத்தியம் அல்லது ஒரு கராட் கருவியின் விறைப்பான இரும்புக் கம்பியைப்போலவோ எனக்குக் கற்பனையில் தோன்றியது. அவர்கள் ஒருவரோடொருவர் கட்டப்பட்டிருந்தனர். கட்டிப் பிணைக்கப்பட்டிருந்தனர். அவர்கள் வலிகளை, உணர்ச்சிகளை, அச்சங்களை ஒன்றாகவே உணர்ந்தனர். எண்ணங்களைப் பகிர்ந்தனர். நள்ளிரவில் எழுந்து மற்றவர் மூச்சுவிடும் சப்தத்தைக் கேட்டுக்கொண்டு, ஒரே விஷயத்தைத்தான் அவர்கள் கனவாகக் கண்டுவருகின்றனர் என்று அறிந்தபடி படுத்துக்கொண் டிருப்பர். கனவில் வந்தது என்னவென்பது ஒருவரிடம் ஒருவர் அவர்கள் சொல்லிக்கொள்வதில்லை. அதற்கு அவசியமும் இருக்க வில்லை. அவர்கள் அறிந்திருந்தனர்.

மைல்ஸ் பிறந்ததிலிருந்தே ஊமை. அல்லது, எளிமையாகச் சொன்னால், அவன் எப்போதுமே பேசியதில்லை. அவனது இந்தப் பிடிவாதமான மௌனத்திற்கு எந்தக் காரணத்தையும் டாக்டர்களால் கண்டுபிடிக்க முடியாமல் தங்களுக்குக் குழப்பமாக இருக்கிறது, சந்தேகமாக இருக்கிறது, அல்லது இரண்டுமாக இருக்கிறதென்று ஒப்புக்கொண்டனர். முதலில் அவன் தாமதமாகப் பேசத்தொடங்குபவ னாக இருக்குமென்று நினைத்து, போகப்போக மற்றவர்களைப் போலவே பேசத் தொடங்கிவிடுவான் என்று நினைத்தனர். ஆனால் வருடங்கள் சென்றும் அவன் ஒரு வார்த்தைகூட பேசவில்லை. அவனுக்குப் பேசும் திறமை இருந்தும் பேசாமல் இருக்கிறானா என்பது யாருக்குமே தெரிந்திருப்பதாகத் தெரியவில்லை. அவன் மௌனியா அல்லது ஊமையா, ஊமையா அல்லது மௌனியா? அவன் எப்போதுமே உபயோகிக்காத குரல் ஒன்று அவனிடம் இருக்குமா? கேட்பதற்கு யாருமே இல்லாதபோது அவன் பயிற்சி எடுக்கிறானா? இரவில், படுக்கையில், போர்வைக்கடியில் தனக்குத்

தானே கிசுகிசுத்துக்கொண்டு, அவனது அந்த ஆர்வமிக்க, *எல்ஃபியத் தனமானப் புன்னகையைப் புரிந்தபடி இருப்பதைக் கற்பனை செய்தேன். ஒருவேளை க்ளோயியோடு அவன் பேசலாம். நெற்றியோடு நெற்றி ஒட்டிக்கொண்டு, ஒருவர் கழுத்தை மற்றவர் கட்டிக்கொண்டு ஏதோ ரகசியத்தைப் பகிர்ந்துகொண்டு அவர்கள் எப்படி சிரிக்கிறார்கள்!

"அவனுக்கு ஏதாவது சொல்ல வேண்டுமென்று வரும்போது அவன் பேசுவான்," அவன் அப்பா அவருக்கேயுரிய அச்சுறுத்தும் முகமலர்ச்சியோடு உறுமுவார்.

மிஸ்டர் கிரேஸ் அவருடைய மகனைப்பற்றி அக்கறை இல்லாமல் இருப்பது வெளிப்படையாகத் தெரிவதுதான். முடிந்தவரை அவனைத் தவிர்த்தே வந்தார். குறிப்பாக அவனோடு தனியாக இருக்கவே அவருக்கு இஷ்டமில்லாமல் இருந்தது. இதுவொன்றும் ஆச்சரியமல்ல. மைல்ஸ்ஸோடு தனியாக இருப்பதென்பது, கோபாவேசத்தோடு யாரோ ஒருவர் அப்போதுதான் வெளியேறிப்போன பிறகு அந்த அறையில் இருப்பதைப் போன்றது. அவனது ஊமைத்தனம் எங்கும் ஊடுருவிப்பரவிக் கூசவைக்கும் வியாபித்தலாக இருந்தது. அவன் எதையும் பேசாவிட்டாலும் அவன் மௌனமாக எப்போதுமே இருந்ததில்லை. அவன் எப்போதும் படபடப்பாகவே இருந்தான். வலுக்கட்டாயமாக எதிரிலிருப்பவர் கையிலிருப்பவற்றைப் பிடுங்கி, கீழே வீசியெறிவது அவன் வழக்கம். தொண்டைக்குள்ளிருந்து சின்ன தாக வறட்டு சத்தங்களை எழுப்பினான். அவன் மூச்சுவிடுவது வெளியே சத்தமாகக் கேட்டது.

அவன் அம்மா அவனை ஒருவித தொடர்ந்தேர்த்தியான தெளிவின்மையோடு கையாண்டு வந்தாள். அவளுக்குத் தீவிரமான மதுப்பழக்கம் இல்லாவிட்டாலும், அவளைப் பார்க்கும்போது எப் போதுமே ஒரு மென்மையான போதையில் இருப்பதைப்போலவே தான் தெரியும். சில நேரங்களில் கவனம் தொலைந்து கனவில்போல நடமாடிக்கொண்டேயிருப்பவள் திடீரென நின்று அவனை அடையாளம் கண்டுகொள்ள முடியாதவள்போல வெறித்தபடியே முகத்தையும் சுளித்து, அதே நேரத்தில் வருத்தம் தோய்ந்த செயலற்ற புன்னகை ஒன்றையும் புரிவாள்.

அவனுடைய பெற்றோர்களுக்கு முறையான சைகை மொழியும் செய்யத் தெரியாதிருந்தது. தெருவில் செல்கிற ஒரு செவிட்டு ஊமையை கண்முன்னால் நிற்காமல் போய்த்தொலையும்படி கையைவீசி துரத்து வதைப்போலத்தான் அவனிடம் அவர்கள் நயமின்றி நடந்துகொண் டிருந்தனர். அவர்கள் அவனிடம் சொல்ல முயற்சி செய்துகொண்டிருக்

---

* எல்ஃப் – ஐரோப்பியக் கிராமீயக் கதைகளில் வரும் மிகக் குள்ளமான உருவத்தில் உள்ள, குழந்தை வடிவ தேவதை.

கும்போதே அவனுக்குப் புரிந்துவிடும். அவர்கள் அவனுக்குப் புரிவதற்காகத் தொடர்ந்து முயற்சி செய்வது அவனைப் பொறுமையிழக்க வைத்து எரிச்சல்படுத்தும். உள்ளுக்குள் அவர்கள் இருவருக்குமே அவன்மீது கொஞ்சம் பயம் இருந்தது. அதில் ஆச்சரியம் ஒன்றும் இல்லை. கண்ணுக்குத் தெரிகிற, தொடமுடிகிற ஒரு குட்டிப் பிசாசோடு வாழ்வதைப்போலத்தான் அவர்களுக்கு இருந்திருக்க வேண்டும்.

என்னைப் பொறுத்தவரை மைல்ஸ்ஸைப்பற்றி நினைக்கும்போது என் மனதில் உடனே தோன்றுவது, (இதைச் சொல்ல எனக்கு அவமானமாக இருக்கிறது; நான் அவமானப்படத்தான் வேண்டும்) ஒருகாலத்தில் என்னிடம் இருந்த ஒரு அடக்க முடியாத சுறுசுறுப்பான டெர்ரியர் நாய்க்குட்டி. அதன்மீது எனக்கு அளவில்லாத பிரியம் உண்டென்றாலும், யாரும் பக்கத்தில் இல்லாதபோது, அந்தப் பரிதாபமான நாய்க்குட்டி 'போங்கோ'வை ஈவிரக்கமில்லாமல் போட்டு அடிப்பேன் – அது வலியில் ஊளையிடும் சத்தத்தைக் கேட்கும் குரூரமான சந்தோஷத்துக்காக. மைல்ஸுக்கு எவ்வளவு அழகான குச்சி குச்சியாக விரல்கள்! பெண்களுக்கு இருப்பதைப்போல எவ்வளவு அழகாக, மென்மையாக, உடைந்துவிடும்போல, மணிக்கட்டுகள்! அவன் என்னை சீண்டிக்கொண்டே இருப்பான். என் உள்ளங்கால்களை மிதித்துக்கொண்டே என்னோடு ஒட்டி நடந்துவருவான், என் சட்டைக் கையைப் பிடித்து இழுப்பான், என் கைக்கடியில் தலையை நுழைத்து ஈயென்று இளிப்பான். கடைசியில் பொறுமையிழந்து திரும்பி அவனைக் கீழே தள்ளுவேன். அது ரொம்பச் சுலபமான விஷயம்தான். அப்போதே அவனைவிட நான் எடையில், வலுவில், அதிகமானவன். உயரத்தில் என் தோள்வரைதான் இருப்பான். அவன் கீழே விழுந்தவுடன் அப்படியே விட்டுவிடக் கூடாது. அவனைத் தடுக்காவிட்டால், தானியங்கி பொம்மைபோல துள்ளியெழுந்து பாய்ந்துவிடுவான். அவன் மார்பின் மீது ஏறி உட்கார்ந்ததும் என் தொடையிடுக்கில் அவனது இதயம் தடுமாறுவதையும், அவன் விலாக்கூடு நெட்டியிழுப்பதையும், அவன் மார்பெலும்புக்கடியில் உட்குழிவான, இறுக்கமான சருமம் படபடப்பதையும் உணர முடியும். கனமாக மூச்சிறைத்தபடி அவனது ஈரமான, உபயோகமற்ற நாக்கை நீக்கி ஆட்டிக் காட்டுவான். ஆனால் அவன்மீது எனக்குக்கூட ஒரு பயம் என் இதயத்தில் இருந்ததா? அல்லது அந்தப் பயம் வேறு ஏதாவது ஒரு பகுதியில் குடியிருந்ததா?

பிள்ளைப்பருவத்தின் மர்மமான சடங்குமுறைகளை அடியொற்றி – நாங்கள் சிறுவர்களாகவா இருந்தோம்? அப்போதிருந்த எங்களுக்கு வேறு வார்த்தை இருக்க வேண்டுமென்று நினைக்கிறேன் – ஸ்ட்ராண்ட் கபேவிற்கு வெளியே அவர்களோடு பரிச்சயம் ஏற்படுத்திக் கொண்ட பின்பு, அவர்கள் வீட்டுக்கு என்னை உடனே அழைக்கவேயில்லை. சொல்லப்போனால், கடைசியில் எப்போதுதான் அந்த

வீட்டுக்குள் சென்றேன் என்பதே எனக்கு ஞாபகத்தில் வர மறுக்கிறது. அந்த முதல் சந்திப்புக்குப் பின் அந்தப் பச்சை கேட்டிலிருந்து விரக்தியோடு திரும்பி நடப்பதையும், அந்த இரட்டையர்கள் நான் போவதைப் பார்த்துக்கொண்டிருப்பதையும் என் ஞாபகத்தில் பார்க்க முடிகிறது. இன்னொரு நாள் அந்த கேட்டின் மேல் மைல்ஸ் தாண்டிக் குதிப்பதைப்போலவே நானும் தாண்டிக் குதித்து, அந்தக் கர்ப்பகிரகத் துக்குள்ளேயே சென்றடைந்துவிட்டிருப்பது என் மனச்சித்திரத்தில் இருக்கிறது. அவர்கள் வசிப்பறைக்குப் பக்கத்தில் மைய ஹாலிலேயே நின்றிருக்கிறேன். தாமிரத்தனமான சூரிய வெளிச்சம் சாய்வான ஒளிக்கம்பமாக பக்கத்தில் ஊன்றியிருக்கிறது. மிஸஸ் கிரேஸ் ஒரு தளர்த்தியான, பூப்போட்ட உடையில் இருக்கிறாள். வெளிர் நீலப் பின்னணியில் கருநீலப் பூக்கள். ஒரு மேஜையிலிருந்து திரும்பி என்னைப் பார்த்து புன்னகைத்துக்கொண்டிருக்கிறாள். நான் யாரென் பதை அறியாத குழப்பம் வெளிப்படையாகத் தெரிந்தாலும், நாங்கள் நேருக்கு நேர் சந்தித்துக்கொள்வது அது முதல் தடவையாக இருக்க முடியாது என்பதும் அவளிடம் தெரிகிறது. க்ளோயி எங்கே? மைல்ஸ் எங்கே இருந்தான்? நான் எதற்காக அவர்கள் அம்மாவோடு தனியாக விடப்பட்டிருக்கிறேன்? நான் என்ன சாப்பிடுகிறேன் என்று அவள் கேட்டாள். 'லெமனேட்?' ஒரு மெலிதான சலிப்போடு 'அல்லது ஆப்பிள் . . ?' தலையை அசைத்து மறுத்தேன். அவளது அருகாமையும் அவள் அங்கே முழுசாக இருப்பதன் நிஜமும் எனக்குள் பதற்றத்தை நிரப்பி, ஒரு விநோதமான துயரத்தையும் கொண்டுவந்திருந்தது. ஒரு சின்னப் பையனின் இதயத்தை குத்திக்கிழிக்கும் நகங்களை யார் அறிவார்? நான் வாயடைத்து நின்றிருப்பதைக் கண்டு அவள் புதிரடைந்து, ஆச்சரியத்துடன் தலையை ஒரு பக்கமாக சாய்த்திருக் கிறாள். மெழுகுவர்த்திச் சுடரின் முன்னால் சிறகுகள் படபடக்க சுற்றிவரும் அந்திப்பூச்சியைப்போல நான் தோன்றியிருக்கலாம். அல்லது தன்னையே தின்று தனக்குள் கொழுந்துவிட்டெரியும் ஜ்வாலையில் நடுங்கிக்கொண்டிருந்த அந்தச் சுடரைப்போலவும் தெரிந்திருக்கலாம்.

அவள் அந்த மேஜையில் என்ன செய்துகொண்டிருந்தாள்? ஜாடியில் பூக்களை அமைத்துக்கொண்டிருந்தாளா, ஓ, இது மிகவும் கற்பனாகரமாக இருக்கிறதோ? அந்தத் தருணத்தின் என் ஞாபகத்தில் கலவையான வர்ணத்திற்றல் ஒன்று இருக்கிறது. அவள் கைகள் செயல்பட்டுக்கொண்டிருந்த இடத்தில் கதம்பமான நிற ஜ்வலிப்புகள். ரோஸ் வருவதற்குள், எங்கேயோ போயிருக்கும் மைல்ஸ்ஸும் க்ளோயி யும் திரும்புவதற்குள், அவளுடைய ஆட்டுத்தாடி புருஷன் தடதட வென்று காட்சிக்குள் நுழைவதற்குமுன், இதே இடத்தில் நின்றுகொண்டு அவளைக் கொஞ்சநேரம் ரசித்துக்கொண்டிருக்க அனுமதியுங்கள்; சீக்கிரத்திலேயே அவள் என் தவிக்கும் மோக மையத்திலிருந்து

விலகிவிடப்போகிறாள். அந்தச் சூரியக்கதிர் எவ்வளவு உக்கிரமாக ஜ்வலித்துக்கொண்டிருக்கிறது! எங்கிருந்து அது வருகிறது? பார்ப்பதற்குத் தேவாலயத்துக்குள் சரிகிற வெயில் விழுதுகளைப்போல இருந்தாலும், எங்களுக்கு மேலே கூரையில் இருக்கும் ஏதோ ஒரு திறப்பிலிருந்து அல்லது உயரமான ஜன்னலிலிருந்துதான் சாய்வாக பொழிந்துகொண் டிருக்க வேண்டும். அழன்றெரிந்துகொண்டிருக்கும் வெயில் திரையைத் தாண்டி, கடந்த காலத்தின் உட்கூறுகளான ஸ்தூலப் பொருட்களை மெல்லமைதி சூழ்ந்த அவ்வறையின் மங்கலான உட்பகுதியில் என் ஞாபகம் தட்டித் தடவி தேடிக்கொண்டிருக்கிறது. மிஸஸ் கிரேஸ் என்கிற கான்ஸ்டன்ஸ் என்கிற கானி, இன்னமும் என்னை அதே விதமான பார்வை குவிப்பற்ற விதத்தில் பார்த்துப் புன்னகைத்துக் கொண்டிருக்கிறாள். அவள் எல்லாவற்றையுமே இந்த விதமாகத்தான் பார்த்துக்கொண்டிருந்தாள் என்று இப்போது எனக்குத் தோன்றுகிறது. இந்த உலகத்தின் ஸ்திரத்தன்மையின் மீது முழுநம்பிக்கை ஏற்படாமல், அது எந்த நேரத்திலும் வேறு ஏதோ அந்நியமானவொன்றாக, வேடிக்கையானவிதத்தில் முற்றிலும் வேறொன்றாக மாறிவிடப் போகிற தென்றே அவளுடைய ஒரு பாதி எதிர்பார்த்துக்கொண்டிருந்ததைப்போல.

அவள் அழகாக இருந்தாள் என்று அப்போது நான் சொல்லி யிருக்கக்கூடும். அப்படி யாரையாவது சொல்ல நினைத்திருந்தால் அப்போது நான் அவளைத்தான் சொல்லியிருக்க வேண்டும், ஆனால் உண்மையில் அவள் அப்படிக் கிடையாது என்றுதான் நினைக்கிறேன். சொல்லப்போனால் அவள் கட்டை குட்டையாக இருந்தாள். கைகள் பருமனாகச் சிவந்து இருக்கும். மூக்கின் நுனியில் வீக்கம்போல ஒரு குட்டிப்பந்து. அடிக்கடி முன்னால் விழுந்து அவள் காதுக்குப் பின்னால் தள்ளிவிட்டுக்கொண்டிருந்த இரண்டு பொன்நிற முடிக் கற்றைகள் அவளது மீதி கேசத்தைவிடக் கருப்பாக, கொஞ்சம் எண்ணெய் கோர்த்துக்கொண்டு பிசுபிசுப்பாக இருக்கும். தளர்ந்து கூன் போட்டபடி நடப்பாள். அவள் இடுப்புச்சதை சன்னமான கோடை உடுப்புக்குள் நடக்கும்போது தளும்புவது தெரியும். அவள் மேல் வியர்வையும் கோல்டு கிரீமும் கலந்த ஒரு வாசனையோடு சமையல் எண்ணெய் வாசனையும் இருந்தது. அவள் எத்தனையோ பெண்களில் மற்றொரு பெண், வேறு வார்த்தைகளில் சொன்னால், இன்னுமொரு தாய், அவ்வளவுதான். இருந்தும், அவளது சாதாரணத் தன்மையை மீறி ஓர் அபூர்வமான, மிக அபூர்வமான வேட்கையை எழுப்பக்கூடிய ஒற்றைக் கொம்பும், புத்தகமும் கொண்ட வெளுப்பாக பெயின்ட் அடித்த தேவதைப் பெண்ணாகவே எனக்குத் தெரிந்திருந் தாள். ஆனால் என்னையும் குறை சொல்ல முடியாது. கொஞ்சம் வளர்ந்த குழந்தையாகத்தான் இருந்தேன் என்றாலும், எனக்குள்ளும் ஒரு முதிரா மோகம் இருந்ததன் விளைவு. அவள் வெளுப்பாகவும் இல்லை, பெயின்ட் அடிக்கப்பட்டும் இல்லை. உடம்பு முழுக்க

நிஜமாகவும், மாமிசத்திரட்சியோடும், உடனே பிய்த்து சாப்பிடும்படி யாகவும்தான் ஏறக்குறைய அவள் இருந்தாள். ஒரே நேரத்தில் என் கற்பனையின் பேய் உருவமாகவும், தவிர்க்க முடியாத ரத்தமும், சதையும், கஸ்தூரியும், பாலும் கொண்ட பெண்ணாகவும் இருந்தது தான் எல்லாவற்றையும்விட மிகவும் குறிப்பிடத்தக்க விஷயம். இது வரை நான் கண்டுவந்த சாத்தியமற்ற சாகசக் காப்பாற்றல் அதன்பின் வரும் மோகக்களியாட்டக் கனவுகளெல்லாம் இப்போது வெறும் அர்த்தமற்றக் கற்பனைகளாகவும், அடிப்படை விபரமற்ற மனச்சிதறல் களாகவும் தோன்றத் தொடங்கிவிட்டன. அவளால் சம்போக அயர்ச்சியில் அடக்கியாளப்பட்டு, அவளது கதகதப்பான எடையின் பாரத்தில் புதைந்து, அவள் தொடைகளுக்கிடையில் அரைக்கப்பட்டு, என் கைகள் என் மார்பில் அழுத்த, நெருப்புக்குள் என் முகம் செருக, அவளுடைய இராட்சசக் காதலனாகவும், அவளுடைய குழந்தையாகவும் ஒரே நேரத்தில் மாறிப்போன காலம் வந்துவிட்டது.

சில நேரங்களில் அவள் பிம்பம் தன்னிச்சையாக எனக்குள் எழும்பும். பெண்ணுருக்கொண்டு தூங்கும் ஆணுடன் வன்புணர்ச்சி கொள்ளும் ஓர் உள்ளார்ந்த மோகப்பெண் பிசாசு 'ஸக்கூபஸ்'. என் இருப்பின் அடிவேரையே விழுங்கும் ஓர் ஏக்க அலைபாய்ச்சல். மழைக்குப் பிந்தைய ஒரு பச்சை நிற மங்கலொளியில், சன்னலில் ஈரமான சூரியவெளிச்சம் தீற்றியிருக்க, வெளியே பருவம் தவறி நீர்சொட்டிக்கொண்டிருக்கும் லுபின் செடிகளில் நீர்த் திவலைகள் அம்மை வார்த்திருக்க, தணியாத தாபம் உக்கிரமாகப் பொங்கிவழிய முகத்தைப் படுக்கையில் புதைத்துக் கவிழ்ந்து படுத்திருந்தேன். இந்த வேட்கை, என் ஆசைக்குரியவளின் பிம்பத்தின் மேல் ஒரு பிரபையைப் போல எங்கெங்கும் அவளைச் சுற்றிப்போர்த்தி, எங்கும் குவியாமல், அந்தரத்தில் மிதந்திருந்தது. என் கட்டுப்பாட்டை மீறி, தாங்க முடியா மல் உடைந்து அழுதேன். உரக்க, கேவிக்கேவி, பல்கிப்பெருகி கரைந்து கொண்டிருந்தேன். சத்தம் கேட்டு அம்மா அறைக்குள் வந்ததை உணர்ந்தேன். அவள் எதுவுமே பேசாதிருந்தது. இயல்புக்கு மாறாக இருந்தது. கர்ணகடூரமான விசாரணை ஒன்றையும், அதற்குப்பின் முதுகில் ஓர் அடியையும் எதிர்பார்த்திருந்தேன். எனது அரற்றலின் வேகத்தில் படுக்கையிலிருந்து நழுவி விழுந்திருந்த தலையணையைக் குனிந்து எடுத்தாள். சற்று நேரம் தயங்கி நின்றாள். பின் சத்தமின்றி நகர்ந்து, சத்தமின்றி கதவை மூடிக்கொண்டு வெளியேறினாள். எதற்காக நான் அழுதுகொண்டிருந்ததாக நினைத்திருப்பாள் என்று யோசித்தேன். இப்போதும் யோசிக்கிறேன். என் வெறியேறிய காதல் நோயின் கழிவிரக்கத்தை எந்தவிதத்திலோ அவள் புரிந்துகொண்டாளா? என்னால் நம்ப முடியவில்லை. இந்த மோகப்புயலில் உதவியின்றி சிக்கிக்கொண்டு நான் அலைக்கழிக்கப்படுவதை, என் உணர்ச்சிகளின்

மெல்லிய சிறகுகள் காதலின் அடங்காதத் தீயில் பொசுங்கிச் சிதைந்து விட்டிருப்பதை அவள், எனக்கு வெறும் அம்மாவாக இருக்கும் அவள், எப்படி அறிந்திருப்பாள்? ஓ, அம்மா ... உன்னை எவ்வளவு குறைவாகப் புரிந்துவைத்திருக்கிறேன், எவ்வளவு குறைவாக நீ புரிந்து வைத்திருக்கிறாய் என்று நினைத்துவந்திருக்கிறேன்.

எனவே, உலகத்தின் மையமாகத் திடீரென்று ஆகிவிட்டிருந்த அந்த ஈடன்தனமான தருணத்தில், அந்த சூரிய வெளிச்சக் கம்பமும், அந்தச் சான்றடையாளப மலர்களும் – அவை ஸ்வீட் பீ மலர்கள்தானே? இப்போது சட்டென்று ஸ்வீட் பீ என்றுதான் ஞாபகம் வருகிறது – மிஸஸ் கிரேஸ் எனக்கு ஆப்பிள் ஜூஸ் தருவதும் குடைராட்டின சுழற்சியாக, வயிற்றைப் புரட்டும் பயங்கர குமட்டல்களாக, இடையூறு களோடு நினைவில் வருகின்றன. எல்லாவிதமான விஷயங்களும் ஒரே நேரத்தில் நிகழத்தொடங்கின. திறந்திருந்த கதவு வழியாக ஒரு சின்ன கருப்புநிற சடைநாய் வெளியிலிருந்து தத்தித்தத்தி வந்தது. இப்போது காட்சி ஹாலிலிருந்து சமையலறைக்கு எப்படியோ மாறிவிட்டிருந்தது. நாயின் நகங்கள் அந்த தேவதாரு மரத்தரையில் கீறல் ஒலிகளை உண்டாக்கின. அது வாயில் ஒரு டென்னிஸ் பந்தை கவ்விக்கொண்டிருந்தது. அதைத் துரத்திக்கொண்டு வரும் மைல்ஸ் திடீரென்று காட்சியில் நுழைய, பின்னாலேயே ரோஸும் அவனைத் துரத்திக்கொண்டு வந்தாள். தரைவிரிப்பில் அவனுக்குக் கால்தடுக்கி, அல்லது தடுக்கியதைப்போல நடித்து, தலைகுப்புற விழுந்தான். விழுந்த வேகத்தில் குட்டிக்கரணம் அடித்து எழுந்திருக்கும்போது, அவன் அம்மாவின்மேல் முட்டிக்கொண்டான். அவள் திகைப்பும் எரிச்சலுமாக "கடவுளே" என்று வீறிட்டாள். "மைல்ஸ்!" என்று அதட்டினாள். அந்த நாய் லோலாக்கு போன்ற காதுகளை ஆட்டிக் கொண்டு, வியூகத்தை மாற்றி, மேஜைக்கடியில் புகுந்துகொண்டது. பல்லை இளிக்கிறாற்போல, அதன் வாயில் இன்னமும் பந்தைக் கடித்துக்கொண்டுதான் இருந்தது. ரோஸ் அதைப் பொய்யாக அடிக்க வர, அது சாமர்த்தியமாக பக்கவாட்டில் பதுங்கியது. இப்போது வேறொரு கதவு வழியாக காலமுதல்வர்போல ஷார்ட்ஸும், ஸான்டல் களும் அணிந்து, ஒரு பீச் டவலைத் தோளின் மேல் சுற்றிக்கொண்டு மயிரடர்ந்த தொப்பையைக் காட்டியபடி கார்லோ கிரேஸ் வந்தார். மைல்ஸையும் நாயையும் பார்த்துவிட்டு கோபத்தோடு ஒரு கர்ஜனைக் குரல் எழுப்பினார். நாய் பந்தைப் பிடியிலிருந்து விட்டது. பையனும் நாயும் வந்ததைப்போலவே அந்தக் கதவின் வழியே சடுதியில் மறைந்து போயினர். ரோஸ் உரக்கச் சிரித்தாள். சந்தோஷக் கனைப்புச் சிரிப்பு. மிஸஸ் கிரேஸ் ஓரக்கண்ணால் பார்த்துவிட்டு உதட்டைக் கடித்துக் கொண்டாள். கதவு அறைந்து மூடப்பட, அதன் எதிரொலி போல் மாடியில் இன்னொரு கதவு அறைந்தது. மாடியில் இருந்த அந்தக் கழிவறை சற்று நேரத்துக்கு முன்பு ஃப்ளஷ் செய்யப்பட்டிருந்ததில்

நீர்ச்சரிவில் கொப்பளிப்புச் சத்தம் கேட்டது. நாய் துப்பிய பந்து எச்சில் பளபளக்க மெதுவாக உருண்டு அறையின் மத்திக்கு வந்தது. மிஸ்டர் கிரேஸ் அங்கே நின்றிருந்த அந்நியனான என்னை – இதற்கு முன் என்னைப் பார்த்து கண்ணடித்த தினத்தை அவர் மறந்துவிட்டிருக்க வேண்டும் – தலையை உயர்த்தி முகத்தை ஒரு பக்கமாக அஷ்டகோணலாக்கி, மூக்கின் பக்கவாட்டிலிருந்து ஓரக்கண்ணில் கேள்விக்குறியோடு பார்த்தார். க்ளோயி கீழே வருவது படிக்கட்டுகளில் அவள் செருப்புச் சத்தத்தில் கேட்டது. அவள் அந்த அறைக்குள் நுழைகிற சமயத்தில் மிஸஸ் கிரேஸ் என்னை அவள் கணவனுக்கு அறிமுகம் செய்தாள். என் வாழ்க்கையிலேயே முதல்முறையாக ஒருவருக்கு நான் அறிமுகம் செய்யப்பட்டது அப்போதுதான் என்று நினைக்கிறேன். ஆனால் மிஸஸ் கிரேஸுக்கு என் பெயர் ஞாபகத்தில் இல்லாததால் நானே என் பெயரைச் சொல்லிக்கொள்ள வேண்டியிருந்தது. அவர் ஒரு கிண்டலான மரியாதைத் தோரணையோடு என் கைகளைக் குலுக்கி *மை டியர் ஸர்!* என்று நக்கலாக விளித்தார். *எங்கள் எளிமையான வீட்டுக்கு எங்கள் குழந்தைகளின் நண்பர்கள் எப்போதும் வரலாம்* என்றார். க்ளோயி கண்களை மேல்நோக்கி உருட்டி, வெறுப்போடு பெருமூச்செறிந்தாள். பற்களைக் கடித்துக் கொண்டு *ஷட் அப், டாடி* என்றாள். அவர் அவளிடம் பயந்தாற்போல நடித்து, மிகையாக நடுங்கி என் கையை விடுவித்து, டவலை அவர் தலைக்குமேல் முக்காடாகப் போர்த்திக்கொண்டு பாசாங்கு கீச்சொலி எழுப்பிக்கொண்டு அறையை விட்டகன்றார். மிஸஸ் கிரேஸ் ஒரு சிகரெட்டைப் பற்றவைத்துக்கொண்டிருந்தாள். க்ளோயி நான் இருக்கும் திசையைத் திரும்பிக்கூடப் பார்க்காமல் அவள் அப்பாவைப் பின் தொடர்ந்து வெளியே சென்றாள். "நான் வெளியே போக வேண்டும். கூட்டிச்செல்லுங்கள்!" அவள் அவரைப் பார்த்து கத்தினாள். "நானும் கூட –" காரின் கதவு அறைந்து சாத்தப்பட்டது. இஞ்சின் உயிர்பெற்று, காரின் டயர்கள் சரளைக் கற்களின் மேல் உருண்டு வெளியேறியது. "டாம்" என்றாள் க்ளோயி.

மிஸஸ் கிரேஸ் மேஜையின்மீது சாய்ந்துகொண்டிருந்தாள். ஸ்வீட் பீ மலர்கள் இருந்த அதே மேஜை. இப்போது மாயவித்தைபோல மறுபடியும் வசிப்பறைக்கே வந்துவிட்டிருந்தோம். அந்த நாட்களில் பெண்கள் சிகரெட் பிடிக்கும் விதத்திலேயே அவளும் ஒரு கையை குறுக்காக மடித்து மற்றொரு கையின் முட்டியை உள்ளங்கையில் தாங்கிக்கொண்டு புகைபிடித்துக்கொண்டிருந்தாள். ஒரு புருவத்தை மட்டும் உயர்த்தி என்னைப்பார்த்துக் கோணல் சிரிப்பு சிரித்தாள். தோள்களைக் குலுக்கிக்கொண்டாள். கீழுதட்டிலிருந்து ஒரு புகையிலைத் துணுக்கை அகற்றினாள். ரோஸ் குனிந்து அந்த எச்சில் பூசிய பந்தை மூக்கைச் சுளித்தபடி இரண்டு விரல்களில் தயக்கத்தோடு எடுத்தாள். வெளியே கேட்டுக்கு வெளியே கார் சந்தோஷமாக இரண்டு முறை

ஹாரன் அடித்தது. கார் கிளம்பிச் செல்லும் சத்தம் கேட்டது. பந்தை மறுபடியும் தேடியெடுப்பதற்காக நாய் வெறித்தனமாக குரைத்துக்கொண்டிருந்தது.

அந்த நாய்! அதை அதற்குப் பிறகு நான் பார்க்கவேயில்லை. யாருடையதாக இருக்கும்?

இன்று வினோதமாக ஒரு இலேசான உணர்வு பரவியிருக்கிறது. அதை என்னவென்றுச் சொல்ல? ஆவியாகக் கரைந்திருப்பதைப் போல. கடும்காற்று மீண்டும் எழுந்திருக்கிறது. வெளியே சூறாவளியைப் போல வீசிக்கொண்டிருப்பதுதான் எனது தலைச்சுற்றலுக்கு காரண மாக இருக்க வேண்டும். வானிலையும் அதன் விளைவுகளும் என்னை எப்போதுமே வலுவாகப் பாதித்து வந்திருக்கின்றன. சிறுவனாக இருந்த காலத்தில் முன்குளிர்பருவத்தில் ஒயர்லெஸ் ரேடியோவுக்கருகில் சுருண்டு படுத்துக்கொண்டு கப்பல்களுக்கான முன்னறிவிப்புகளைக் கேட்டுக்கொண்டு, ஃபாகர், டிஷெர், ஜோட்ரல் பேங்க் என்றெல்லாம் பெயர்கொண்ட தொலைதூர கடற்பிரதேசங்களில், வீடுகளைவிட உயரமாக அடிக்கும் அலைகளுக்கிடையில் போராடிக்கொண்டிருக்கும் "சௌ'வெஸ்டர்" தொப்பிகளணிந்த நெஞ்சுரமிக்க அந்தக் கடலோடி களைக் கற்பனை செய்து பார்த்துக்கொண்டிருப்பேன். வளர்ந்த பிறகும்கூட அந்த உணர்வு அடிக்கடி எனக்கு ஏற்படுவதுண்டு. மலைகளுக்கும் கடலுக்கும் இடையில் அமைந்திருந்த எங்கள் அழகான பழைய வீட்டில் அன்னாவோடு இருந்தபோது இலையுதிர் கால கடுங்காற்று புகைப்போக்கியில் ஆக்ரோஷமாகப் பொருமும்போதும், அலைகள் கடற்சுவரைத் தாண்டி வெண்நுரைகளை விசிறி எறியும் போதும் அப்படித் தோன்றும். அன்று மிஸ்டர் டாட்டின் அறைகளில் எங்கள் பாதங்களுக்கடியிலிருந்த பூமி பிளந்து, பாதாளத்துக்குள் ஒரேயடியாக நாங்கள் புதைந்துபோன தினத்துக்கு முன்பு – யோசித்துப் பார்க்கும்போது அந்த அறைகளில் ஓர் உயர்ரக முடிதிருத்தகத்தின் துர்ச்சகுன வாசனை இருந்தது ஞாபகத்துக்கு வருகிறது – வாழ்க்கையில் எவ்வளவு நல்ல விஷயங்கள் எனக்கு வழங்கப்பட்டிருக்கின்றன வென்று அடிக்கடி வியப்புடன் யோசித்துப் பார்த்திருக்கிறேன். அந்த வயர்லெஸ்ஸிற்கருகில் சுருண்டு கனவு கண்டுகொண்டிருந்த அந்தப் பையனிடம் அவன் வளர்ந்த பிறகு என்னவாக ஆக விரும்பு கிறான் என்று கேட்டிருந்தால், திக்கித்திணறி அவன் என்ன விவரித் திருப்பானோ ஏறக்குறைய அப்படியேதான் நான் ஆகியிருக்கிறேன் என்று என்னால் உறுதியாகச் சொல்ல முடியும். இப்போதைய துயரங்களை கணக்கில் எடுத்துக்கொண்டு பார்த்தாலும்கூட இது குறிப்பிடத்தக்க ஆச்சரியம்தான் என்பேன். மனிதர்களில் பெரும்பா லானோர் தமது ஸ்திதியில் கடும் அதிருப்தியுற்று, தத்தமது விலங்குகளில் மௌனமாக விரக்தியோடு வாடிக்கொண்டிருப்பவர்கள்தானே?

மற்றவர்களெல்லாம் அவர்கள் குழந்தைகளாக இருந்தபோது, இப்படி ஒரே நேரத்தில் தெளிவில்லாமலும் நுணுக்கமாகவும் இதைப் போன்றதொரு பிம்பத்தைக் கற்பனை செய்து வந்திருப்பார்களா வென்று எனக்குத் தெரியவில்லை. நம்பிக்கைகள், விருப்பங்கள், தெளிவில்லாத குறிக்கோள்கள், இப்படிப்பட்ட விஷயங்களைப்பற்றி நான் பேசவில்லை. எடுத்த எடுப்பிலிருந்தே என் எதிர்பார்ப்புகளில் நான் மிகவும் துல்லியமாகவும் உறுதியாகவும் இருந்தேன். ஒரு இஞ்சின் டிரைவராகவோ, அல்லது ஒரு புகழ்பெற்ற நில ஆய்வாளராகவோ ஆக விரும்பியதேயில்லை. நிதரிசனமான யதார்த்தம் கெட்டித்திருந்த அந்தத் தினங்களின் பனிமூட்டப் பார்வையிலிருந்து பேரின்பக் கற்பனையாக உருவகித்து வைத்திருந்த இப்போதைய காலத்தை மிகத் துல்லியமாகவே ஊகித்திருந்திருப்பேன் என்று சொல்வேன். சாவதானமான இயல்பும் அவசரம் காட்டாத ஆர்வங்களையும் கொண்டிருந்த ஒரு மனிதன் சொற்பமான குறிக்கோள்களை வைத்துக் கொண்டு, இலைகள் உதிர்ந்து சிதறுகிற, கண்ணுக்கு உணராமல் பகல் வெளிச்சம் தேய்ந்து ஒவ்வோர் அந்தி வேளையிலும் இருட்டு ஒரு கணம் முன்னதாகவே சரிந்துவிடுகிற இந்த இன்னமைதி கொண்ட ஆண்டு இறுதிப் பருவத்தில், இதைப் போன்றதோர் அறையில், கடல் மாலுமி நாற்காலியில் இந்தச் சின்ன மேஜையின்மேல் சாய்ந்து அமர்ந்திருக்கிற ஒரு எதிர்கால வாழ்க்கையைத்தான் அப்போதே கணித்து வைத்திருந்தேன். ஆம், எனது வாலிபப் பருவம் என்பது ஒருவித நெடிய கடும் கோடைப்பருவமாகத்தான் இருக்குமென்று நினைத்திருந்தேன். நிச்சலமான சாந்தியும், எதிலும் அக்கறையற்ற நிதானமும் என்னை ஆட்கொண்டிருக்குமென்று ஒரு நம்பிக்கை இருந்தது. சிறுவயதில் என்னிடமிருந்த சகிக்கமுடியாத முரட்டு அவசரம் என்னைவிட்டு முற்றிலுமாக அகன்றுவிட்டிருக்கும்; புதிராக இருந்த அனைத்தும் விடுவிக்கப்பட்டு, எல்லா மர்மங்களும் அவிழ்க்கப் பட்டு, எல்லா கேள்விகளுக்கும் பதில் கிடைத்துவிட்டிருக்கும். யாராலும் சரிவர கவனிக்கப்பட்டிராத தருணங்கள் சொட்டுச் சொட்டாக, இறுதியை நோக்கி யாராலும் சரிவர கவனிக்கப்படாமல் தங்கச் சொட்டுகளாக சொட்டிக்கொண்டே நகர்கிற, விட்டு விடுதலை யாகி நிற்கின்ற பருவமாகத்தான் என் முதிர்பருவம் வாய்க்குமென்று நம்பியிருந்தேன்.

அந்த வயதில் சிறுவனான என்னால் கற்பனை செய்து பார்த் திருக்க முடியாத விஷயங்கள்தான் இவை. ஆர்வக்கோளாறினால் கூட கற்பனை செய்து பார்த்திருக்க முடியாதவை. தோல்வி, துக்கம், துயரம் தோய்ந்த தினங்கள், தூக்கமற்ற இரவுகள், இப்படிப்பட்ட ஆச்சரியங்கள் எதிர்காலக் கற்பனையின் புகைப்படச்சுருளில் பதிவாகவே ஆகாதுபோல.

இந்த விஷயத்தைக் கூர்மையாகக் கவனித்தால், எனது எதிர் கால பிம்பங்களைச் சிறுவனான நான் உருவகப்படுத்தியதில் ஒருவித

புராதனத் தன்மை ஒட்டிக்கொண்டிருந்ததைச் சொல்ல முடிகிறது. ஒரு பக்கம் சாய்ந்த தொப்பிகளும் கிராம்பி ஓவர் கோட்டுகளும் பானட்டிலிருந்து இருபுறமும் கிளைத்திருக்கும் சிறகுகள்கொண்ட பிரமாண்டமான மோட்டார் கார்களுமாக நான் அப்போது என்ன தான் நுட்பமாகக் கற்பனை செய்து வைத்திருந்தாலும் இப்போது நான் வாழ்கின்ற உலகம் மெலிதான விதங்களில் வேறுபட்டுத்தான் இருக்கிறது. இம்மாதிரியான விஷயங்களை அவ்வளவு தெளிவாகக் கற்பனை செய்து வைத்திருக்க எங்கே பார்த்திருந்தேன்? இது எப்படி நடந்திருக்குமென்றால், எனது எதிர்காலம் எப்படி இருக்குமென்று நிச்சயமாக ஊகிக்க முடியாவிட்டாலும் நான் எப்படியும் ஒரு அந்தஸ்தான ஸ்திதியில்தான் இருந்திருப்பேன் என்று நம்பிக்கொண்டு அந்தக் காலத்தில் என் ஊரின் பெரிய மனிதர்கள், டாக்டர்கள், வழக்கறிஞர்கள், என் அப்பா அடிபணிந்து பணியாற்றிய தொழிலதிபர் கள், நகரத்தின் கடற்கரை சாலையின் மரங்களடர்ந்த பகுதியில் பெரிசு பெரிசாக வீடுகளில் இன்னமும் ஒட்டிக்கொண்டிருந்த பிராட்டஸ்டன்ட் மேட்டுக்குடியாளர்கள் போன்ற வெற்றியாளர் களைப் பார்த்து அவர்களின் அடையாளங்களை எனது எதிர் காலத்தில் பொருத்திக் கற்பனை செய்திருக்கலாம்.

இல்லை, இது அதுகூட இல்லை. வரப்போகும் காலத்தின் காலாவதியான மோஸ்தர் கற்பனைகளுக்கு இது போதிய காரணம் அல்ல. தங்கப் பொத்தானிட்ட த்ரீ – பீஸ் பின்ஸ்ட்ரைப்டு சூட்டும், ஒரு பக்கம் ஸ்டைலாக சாய்ந்த ஃபெடோரா தொப்பியும் அணிந்து என் ஹம்பர் ஹாக் காரின் பின் ஸீட்டில் முட்டிவரைக் கம்பளியைப் போர்த்திக்கொண்டு செல்கிற என் பிம்பங்கள், அதன் பழமை வாய்ந்த வெளிறிய தோற்றம், முதிர்ச்சியில் பெற்றிருக்கும் சமநிலை, இத்தகையச் சமீபத்தைய புராதனங்களெல்லாம் எனது பால்ய காலத் துக்கு முன்பாகவே, மகாயுத்தங்களுக்கு இடைப்பட்ட காலத்தில் எனக்குள் ஊறிவிட்டிருக்க வேண்டும். எனவே நான் முன்னுணர்ந்தவை யெல்லாமே உண்மையில், அதாவது உண்மை என்பது இதில் இடம்பெற்றிருந்தால், அது கற்பனை செய்யப்பட்ட கடந்தகாலமாகத் தான் இருந்திருக்கும். நான் அடையப்போவதாக நினைத்தவையெல் லாமே யதார்த்தத்தில் கடந்து போனவையேயென்பதால், இப்படியான கற்பனாலங்கார எதிர்காலத்தை நான் பெரிதாக எதிர்பார்த்துக் கொண்டிருக்கவில்லையென்றே சொல்லலாம். ஒரு முக்கிய விஷயம் திடீரென்று பளிச்சிட்டது. இது வாஸ்தவத்தில் நான் எதிர்பார்த் திருந்த எதிர்காலமா, அல்லது எதிர்காலத்தைத் தாண்டியிருக்கும் வேறு ஏதாவதா?

உண்மை என்னவென்றால், கடந்தகாலமும் சாத்தியமான எதிர்காலமும் சாத்தியமில்லாத நிகழ்காலமும் ஒன்றாகக் கலந்து ஓடத்தொடங்கிவிட்டன என்பதுதான். தவிர்க்க முடியாத மிஸ்டர் டாட்டையும் அவரது குத்தல்களையும் ஔஷதங்களையும் வலுக்

கட்டாயமாக இறுதியில் அன்னா ஒப்புக்கொள்ளவைக்கப்படுதற்கு முன், பகல் நேர பயங்களும் ராத்திரி நேர பயங்கரங்களுமாக இருந்த மஞ்சடைந்த வாரங்களில் கனவுகளை விழிப்பிலிருந்து வித்தியாசப்படுத்திக்கொள்ள முடியாதபடிக்கு ஒரு மங்கலான பாதாள நரகுலகத்தில் இருந்ததைப்போலத்தான் இருந்தேன். விழித் தெழுதலும் கனவு காணுதலும் ஒரேவிதமான மெத்தென்ற இருண்மை யோடு இருந்தன. இந்த ஸ்திதியில், பல்வேறு நிழலுருவங்களாக ஏற்கனவே மாறியிருப்பவற்றில் ஒன்றாக இப்போது ஆகவிருப்பது அன்னா அல்ல, நான்தான் என்பதுபோல ஒருவித காய்ச்சல் கண்ட சோம்பலில் அப்படியும் இப்படியுமாக அவஸ்தையோடு ஊசலாடிக் கொண்டிருந்தேன். க்ளேரைக் கர்ப்பம் தரித்திருப்பதை அன்னா முதன்முதலாகத் தெரிந்துகொண்டபோது எனக்குள் பிசாசு ஒன்றைக் கர்ப்பம் தரித்திருப்பதைப்போல நான் உணர்ந்ததன் நாராசமான மறுவடிவம் இது. இப்போது அவளோடு சேர்ந்து எனக்கும் ஒரு பிசாசுத்தனமான நோய் பீடித்திருப்பதைப்போல உணர்ந்தேன். எல்லா திசைகளிலும் மரணத்தின் துர்ச்சகுனங்கள் தென்பட்டன, தற்செயல் நிகழ்வுகள் என்னைப் பீடித்தன, நெடுநாளாக மறந்திருந்த விஷயங்கள் திடீரென நினைவுக்கு வந்தன; வருடக்கணக்காக தொலைந்திருந்த பொருட்கள் எதிரே முளைத்தன. நீரில் மூழ்கிக்கொண்டிருப்பவனுக்கு அதுவரையிலான அவன் வாழ்க்கை கணநேரத்தில் கண் முன்னால் ஓடிக்கடக்குமென்று சொல்லப்படுவதைப் போலில்லை இது. இருள் கவிந்த ஆற்றில் நிழலுருவாக நின்றிருக்கும் கரியநிறப் படகுக்கு முன்னால், ஏற்கனவே சில்லிட்டுப்போயிருக்கும் என் உள்ளங்கையில் நுழைவுக்கட்டண நாணயத்தைப் பொதிந்து வைத்துக்கொண்டு அப்படகில் காலெடுத்து வைக்கப்போகும் தருணத்துக்காக என்னைத் தயார் செய்துகொண்டிருப்பதைப் போன்றது இது. விநோதம். புறப்படுவ தற்கு முன்பிருந்த இந்தக் கற்பனைப் பிரதேசம் எனக்கு முற்றிலும் அந்நியமானதாகவே இருக்கவில்லை. கடந்த காலத்தில் சில நேரங்களில், எனது எழுதுமேஜையில் அமர்ந்து வார்த்தைகளில் – அவை எவ்வளவு தான் சொற்பமானவையாக இருந்தாலும் – மூழ்கியிருக்கும்போது எனது பிரக்ஞையின் மேற்தோலைப் பிய்த்துக்கொண்டு, சாதாரண விதிகள் செயல்படாத, காலம் என்பது வேறுவிதமாக நகர்கிற, நான் உயிருடனோ இல்லாமலோ இருக்கின்ற, ஆனால் நிஜ உலகத்தில் இருப்பதைவிட மிகத் தெளிவாக இருக்கின்ற, பெயரில்லாத வேறொரு நிலைக்கு போய்விட்டதைப்போல உணர்ந்திருக்கிறேன். அதற்குப் பல வருடங்கள் முன்புகூட, மிஸஸ் கிரேஸோடு அந்த வெளிச்சமான வசிப்பறையில் நின்றுகொண்டிருந்தபோதும், அல்லது அந்தத் திரைப்பட அரங்கில் க்ளோயியோடு இருட்டில் அமர்ந்திருந்தபோதும், அங்கே இருந்தபடியே இல்லாதிருந்திருக்கிறேன். புனர்ஜென்மம் எடுத்து மீண்டவன்போல, அந்தக் கணத்தில் சிறைப்பிடிக்கப்பட்டு, வெளியேறத் தயாராக இருக்கும் நிலையில் அந்தரத்தில் மிதந்திருப்பதைப்போல.

ஒருவேளை வாழ்க்கை என்பதே அதைவிட்டு வெளியேறுவதற்காக மேற்கொள்ளும் ஒரு மிக நீண்ட தயாரிப்புதானோ என்னவோ.

நோயில் இருந்தபோது அன்னாவுக்கு இரவுகள் கொடூரமானவையாக இருந்தன. அது எதிர்பார்க்கக்கூடியதுதான். பல விஷயங்கள் எதிர்பார்க்கக்கூடியவைதான். இப்போது அந்த இறுதியான எதிர்பாராதது வந்தேவிட்டது. பகல்நேரத்தின் மூச்சடைக்கும் அவநம்பிக்கைகள் அனைத்தும் – *எனக்குப்போய் இதெல்லாம் நடக்கலாமா!* – இரவின் இருட்டில் ஒரு மந்தமான, அசையாத வியப்பாக அவளுக்குள் உருமாறிவிடும். என்னருகே தூக்கமின்றி அவள் படுத்திருக்கும்போது அவளுக்குள் ஒரு டைனமோவைப்போல விடாமல் சுழலும் அவள் அச்சத்தை என்னால் உணர முடியும். அந்த இருட்டில், சில நேரங்களில் அவள் சத்தமாகச் சிரிப்பாள். அநியாயமாக, இரக்கமேயின்றி அவள் மேல் சுமத்தப்பட்டிருக்கும் இந்தத் தண்டனை அவளுக்குள் ஆச்சரியத்தைப் புதுப்பித்து உண்டாக்குகின்ற சிரிப்பு. ஆனால் பெரும்பாலும் வழிதொலைத்த யாத்ரீகன் தன் கூடாரத்தில் படுத்திருப்பதைப்போல பாதி உறக்கத்தில், பாதி திகைப்பில், பிழைப்போமோ, மரிப்போமா என்று புரியாது சுருண்டிருப்பாள். இதுவரை அவளது அனுபவங்கள் எல்லாமே தற்காலிகமானவையாகவே இருந்துவந்தன, துயரங்கள் காலத்தால் தணிக்கப்பட்டிருந்தன, சந்தோஷங்கள் ஒரு பழக்கமாகக் கெட்டித்துக் போயிருந்தன, அவளது உடம்பு அதன் சின்னச் சின்ன உபாதைகளைத் தானாகவே குணப்படுத்தி வந்திருந்தது. இருந்தாலும் இது ஒரு முழுமையான தனித்தன்மையாக, அதனளவில் முற்றுப்பெற்றதாக, அவளால் அதைப் பற்றிக்கொள்ள முடியாததாக, உள்வாங்கிக் கொள்ள முடியாததாக அமைந்துவிட்டது. வலி என்று ஒன்று அவளுக்கு வந்தால், அதை உண்டாக்கிய ஒன்று உண்மையைவிட உண்மையாக ஏதோவொன்று என ஊர்ஜிதப்படுத்துவதாகத்தான் இருந்து வந்திருக்கிறது. வலிக்கின்ற வலி அசலாக இருந்ததால் இதற்கு முன் வலியை அறிந்து வைத்திருந்தாள். ஆனால் இப்போது அவளுக்கு வலியெடுக்கவில்லை. அதாவது, இதுவரைக்கும் வலியெடுக்கத் தொடங்கவில்லை. பொதுவாக ஒரு சஞ்சலம், ஒருவித உள்ளார்ந்த கிளர்ச்சி. அவளுடைய பரிதாபகரமான, குழம்பிப்போன உடம்பு தன்னைத்தானே உரசித் தேய்த்துக்கொண்டு தனக்குள் அத்துமீறி புகுந்துவிட்ட அயலான்களை, அவற்றின் பளபளக்கும் ராட்சசக் கொம்புகளை உடைத்து முறியடிக்க முயற்சிப்பதைப்போல.

அந்த முடிவற்ற அக்டோபர் இரவுகளில், இருட்டில் வீழ்ந்து கிடக்கும் சிலைகள்போல அருகருகே படுத்துக்கொண்டு சகித்துக் கொள்ள முடியாத நிகழ்காலத்திலிருந்து – சாத்தியமான ஒரே காலம் நிகழ்காலம் தானே! – கடந்தகாலத்துக்கு, தூரத்தில் கடந்துபோய்விட்ட தொலைதூரக் கடந்தகாலத்துக்குத் தப்பிச் சென்றுவிட ஏங்கிக்கொண்டிருப்போம். நாங்கள் ஒன்றாக இருந்த ஆரம்பகால நாட்களுக்குத்

திரும்பிச் சென்றோம். பலகாலத்துக்கு முன் வாழ்ந்து அழிந்த நகரம் ஒன்றின் மண்மேடுகளில் புராதன மனிதர்போல கைகோர்த்து தள்ளாடி நடந்து, நினைவூட்டிக்கொண்டு, ஒருவரையொருவர் திருத்திக் கொண்டு, ஒருவருக்கொருவர் உதவிக்கொண்டு பொழுதைக் கடத்தினோம்.

குறிப்பாக, நாங்கள் முதலில் சந்தித்து மணந்துகொண்ட அந்தப் புகைமண்டிய லண்டன் கோடைப்பருவத்தை அசை போட்டோம். அன்னாவை நான் முதலில் பார்த்தது, மூச்சடைக்கும்படி புழுக்கமாக இருந்த ஒரு மதிய நேரத்தில் யாரோ ஒருத்தரின் ஃபிளாட் ஒன்றில். அங்கே எல்லா சன்னல்களும் அகலமாகத் திறந்து வைக்கப்பட்டு, வெளியே தெருவிலிருந்து வந்த வாகனப்புகையில் காற்றே நீலநிறமாக ததும்பிக்கொண்டிருந்தது. ஜனநெரிசலான அறைகளின் சந்தடிக்கும் இருட்டுக்கும் ஊடாக, வெளியே விரையும் பேருந்துகளின் ஹாரன்கள் சுருதிபேதத்துடன் கேட்டன. முதலில் என் கவனத்தை ஈர்த்தது அவளுடைய சரீர அளவு. மிகவும் பருமனானவள் என்பதில்லை. ஆனால் அதற்குமுன் நான் அறிந்த எந்தப் பெண்ணையும்விட வேறான ஓர் அளவுகோலில் அவள் உடலமைப்பு இருந்தது. பெரிய தோள்கள், பெரிய கரங்கள், பெரிய பாதங்கள், அடர்ந்த கருங்கூந்தலைச் சுமந்தபடி ஒரு மாபெரும் சிரம். அவள் எனக்கும் சன்னலுக்கும் நடுவில் சீஸ்க்ளாத்தும் ஸான்டல்களும் அணிந்து வேறொரு பெண்ணுடன் வெகு தீர்க்கமாகவும் அசாதாரணமான பாவத்திலும் ஒரு முடிக்கற்றையைக் கனவில்போல் விரலில் சுழற்றிக்கொண்டே பேசிக் கொண்டிருந்தாள். ஒரு கணம் அவள் என்னிடமிருந்து அவள் நின்றிருக்கும் தூர அளவை என் பார்வையில் அறுதியிட முடியாத படி இருந்தது. அந்த இரண்டு பெண்களில் அளவில் மிகப்பெரிதாக இருந்த அன்னா, அவள் பேசிக்கொண்டிருந்தவளைவிட எனக்குக் கிட்டத்தில் இருந்திருக்க வேண்டும்.

ஆ, அந்த நாட்களில்தான் எவ்வளவு விருந்துகள்! இப்போது நினைத்துப்பார்க்கும்போது எப்போது பார்த்தாலும் ஏதோ ஒரு விருந்துக்காக நாங்கள் வந்து சேருவதும், அவளது மென்மையான சில்க் வஸ்திரத்தின் ஊடே அவள் நடுமுதுகில் விரல் பதித்து, அவளுக்கே உரித்தான ஒரு விநோத மணம் என் நாசியில் நிரம்பி, அவள் கூந்தலின் வெம்மை என் கன்னத்தில் பரவ, வாசலை ஒன்றாக நாங்கள் தாண்டிச் செல்வதும்தான் கண்முன் தெரிகின்றது. நாங்கள் இருவரும் எவ்வளவு பிரமாண்டமான ஜோடியாக இருந் திருப்போம்! சுற்றியிருக்கும் எல்லோரையும்விட உயரமாக, மற்ற யாருக்கும் பார்க்கத் தகுதியில்லாத ஒரு தூரக்காட்சியில் எங்கள் நேரான பார்வையை எவ்வளவு பெருமிதத்தோடு பதித்தபடி கடந்து சென்றிருப்போம்!

அந்தக் காலத்தில் அவள் ஒரு புகைப்படக் கலைஞராக ஆவதற்கு முயன்றபடி, நகரத்தின் அழுக்கு மூலைகளில் புழுதிமண்டிய இடங் களின் அதிகாலை நேரப் படங்களை எடுத்துக்கொண்டிருந்தாள். அவளுக்கு உழைக்க விருப்பம். எதையாவது செய்து பெரியஆளாக ஆக வேண்டும் என்று ஆசை. ஈஸ்ட் எண்ட், பிரிக் லேன், ஸ்பைடல் ஃபீல்ட்ஸ் போன்ற இடங்களிலிருந்து அவளுக்கு அழைப்புகள் வந்தன. இவை எதையும் நான் ஸீரியஸாக எடுத்துக்கொண்டதில்லை. ஒரு வேளை எடுத்துக்கொண்டிருக்க வேண்டும். அவள் அவளுடைய அப்பாவோடு ஸ்லவான் ஸ்கொயரை அடுத்த காயலை ஒட்டியிருக்கும் ஈரல் நிற வாடகை அபார்ட்மெண்ட்டில் வசித்து வந்தாள். அது விசாலமான இடம். பெரிய, கூரை உயர்ந்த, உயர உயரமான சறுக்குச் சட்ட கண்ணாடி சன்னல்கள்கொண்ட அறைகள் தெருவில் செல்லும் சாதாரணர்களின் வெறித்த பார்வைகளிலிருந்து அவர் களைத் தடுப்பதைப்போலிருக்கும். அவளுடைய அப்பா, சார்லி வைஸ் – "கவலைப்படாதீர்கள், இது ஒன்றும் யூதப் பெயர் அல்ல" – பார்த்தவுடனேயே எனக்கு நெருக்கமாகிவிட்டார். நான் உயரமாக, பருமனாக, திமிர்த்தனத்தோடு இருந்த இளைஞன். அந்தப் பளபளக்கும் அறைகளில் எனது இருப்பு அவரைக் கவர்ந்தது. அவர் ஒரு குதூகல மான குள்ள மனிதர். மென்மையான குட்டிக் குட்டியான கைகள், கால்கள். அவர் அணியும் உடை எனக்கு வியப்பாக இருந்தது. கணக்கற்ற ஸாவில் ரோ சூட்டுகள், சார்வெட்டிலிருந்து க்ரீம், பாட்டில் கிரீன், அக்வா மரைன் சில்க் சட்டைகள், டஜன் கணக்கான ஹேண்ட் – மேட் குட்டிக் காலணிகள். 'ட்ரம்பர்'ஸ் முடிதிருத்தத்திற்கு ஒவ்வொரு நாளும் சென்று தலையை மொட்டையடித்துக்கொள்வார். தலைமுடி என்பது மிருக ரோமம்; எந்த மனிதனும் அதைச் சகித்துக் கொண்டிருக்கக் கூடாது என்பார். அவர் தலை பாலிஷ் செய்யப்பட்ட வட்டமான முட்டை போலிருக்கும். அந்தக் காலத்து பெருவணிகர் போல பெரிய கனமான உலோகப் பிரேமிட்ட கண்ணாடி அணிந் திருப்பார். பட்டையான கொக்கிகள் காதில் மாட்டியிருக்க, சாஸரைப் போன்ற லென்ஸ்களில் அவரது கூர்மையான சின்னக் கண்கள் துறுதுறுப்பான அந்நிய மீனின் கண்கள்போல படபடக்கும். ஒரு இடத்தில் அமைதியாக இருக்கமாட்டார். அந்த மகா உயரமான அறைக்கூரைக்குக் கீழே, மேல்ஓடுக்குள் கிலுகிலுக்கும் உலர்ந்த கொட்டைபோல மேலும் கீழுமாக குதித்துக்கொண்டிருப்பார். முதல் முறை போயிருந்தபோது அந்த ஃபிளாட்டைப் பெருமையோடு சுற்றிக்காட்டினார். அங்கே மாட்டியிருந்த ஓவியங்கள் புகழ்பெற்ற பழம்பெரும் ஓவியர்கள் வரைந்தவை என்ற கற்பனையில் அவர் இருந்தார். வால்நட் கேபினட்டில் ஒரு ராட்சச டெலிவிஷன் செட் இருந்தது. டாம் பெரிஞோ ஷாம்பேன் பாட்டிலும், அன்றைக்குச் சார்லியின் வியாபாரத் துணைவர் அவருக்கு அனுப்பியிருந்த பழுதில் லாத, சாப்பிட முடியாத பழங்கள் ஒரு கூடையிலும் இருந்தன.

அவருக்கு நண்பர்கள், கூட்டாளிகள், வாடிக்கையாளர்கள் யாரும் கிடையாது. வியாபாரத் துணைவர்கள் மட்டும்தான். கோடை வெளிச்சம் நெடிதுயர்ந்த சாளரங்களிலிருந்து கெட்டியான தேனைப் போல ஒழுகி, சித்திரத் தரைவிரிப்புகளில் ஒளிர்ந்தன. ஒரு காலை மடக்கி, முகவாயை உள்ளங்கையில் ஊன்றியபடி அன்னா சோபா வில் உட்கார்ந்துகொண்டு அவளுடைய அபத்த அப்பாவை நான் சமாளித்துக்கொண்டிருப்பதைச் சலனமின்றி கவனித்துக்கொண்டிருந் தாள். குள்ளமான மனிதர்கள் எங்களைப்போன்ற ஆஜானுபாகர்களுக்கு முன்னால் ஒடுங்கிப் போவதைப்போல இவர் இல்லை. எனது உடற்பருமன் அவருக்குச் சாதகமாக இருப்பதைப்போல, ஏறக்குறைய மோகத்தோடு என் உடம்போடு உடம்பாக உரசியபடி, அவரது வெற்றிகளின் பளபளப்பான கனிகளை எனக்குக் காட்சிப்படுத்திக் கொண்டிருந்தபோது திடீரென்று ஓர் எம்பு எம்பி என் கைகளில் தொட்டில்போல ஏறிக்கொள்வாரோ என்று தோன்றியது. அவருடைய வியாபார ஆர்வங்களை மூன்றாவது முறையாக என்னிடம் குறிப்பிட்டபோது, அவர் எந்தத் தொழிலில் இருக்கிறார் என்று கேட்டேன். அவர் உடனே திரும்பி, ஒரு பரிசுத்தமான பிரகாசம் அவர் முழுக்கப் பரவ, அந்த ஒரு ஜோடி மீன் ஜாடிகள் குதியாட்டம் போட்டன.

"கனரக இயந்திரங்கள்" என்றார் சிரிக்காமல்.

சார்லி அவர் வாழ்க்கையின் சுபிட்சத்தையும், வெகு சுலபமாக அவர் வென்றிருந்த செழிப்பையும் சந்தோஷத்தோடு அனுபவித்திருந் தார். அவர் ஒரு கிறுக்கர், அபாயகரமானவர் என்றுகூட சொல்லலாம். மொத்தத்தில் அவர் ஒரு குஷியான ஒழுக்கக்கேடர். அன்னா அவரை வாஞ்சையோடும் அதே சமயத்தில் வெறுப்போடும் பார்த்து வந்தாள். இவ்வளவு சின்ன சைஸ் ஆளுக்கு எப்படி இவ்வளவு பிரமாண்டமான மகள் பிறந்தாள் என்பது ஒரு மர்மமாகத்தான் இருந்தது. அன்னாவுக்கு வயது குறைச்சலாக இருந்தாலும் அவளைப் பார்க்க சகிப்புத்தன்மை யுள்ள ஓர் அம்மாவைப்போலத்தான் இருந்தாள். அவளிடம் அடம் பிடித்து சாதித்துக்கொள்ளும் துஷ்டப்பிள்ளைபோலத்தான் அவளுடைய அப்பா இருந்தார். அன்னாவிற்குப் பன்னிரண்டு வயதாக இருக்கும் போது அவள் அம்மா இறந்துவிட்டாள். அதற்குப் பின் அப்பாவும் மகளும் இந்த உலகத்தை ஏதோ பத்தொன்பதாம் நூற்றாண்டு சாகசக்காரர்களைப்போல, கப்பல் பயணச் சூதாடியாக அவரும், அவருடைய பக்கத்துணைப் பெண்ணாக அவளும் இருந்திருக்கிறார்கள். வாரத்திற்கு இரண்டு மூன்று முறை அந்த ஃபிளாட்டில் விருந்துகள் நடைபெற்றன. அழுக்காக நுரைத்துக்கொண்டு ஓடும் நதியைப்போல ஷாம்பேன் அந்த இரைச்சலான நிகழ்ச்சிகளில் புரளும். அந்தக் கோடையின் இறுதிவாக்கில் ஓர் இரவில், பூங்காவிலிருந்து நாங்கள் ஒன்றாக நடந்து வந்துகொண்டிருந்தோம். இலையுதிர் காலத்திற்குக்

கட்டியம் கூறும்விதமாகக் காகிதம் கசங்குகிற கரகரப்பில் சிணுங்கத் தொடங்கிவிட்ட மரங்களின் நிழல்களில், அந்திக் கருக்கலில், அந்த மண்பாதையில் அவளோடு நடந்து செல்வது எனக்குப் பிடித்தமான தாக இருந்தது. தெருவுக்குள் திரும்புவதற்கு முன்னதாகவே ஃபிளாட்டி லிருந்து போதையேறிய சந்தோஷக் கூச்சல்கள் கேட்டன. அன்னா என் கையைப் பற்றினாள். நாங்கள் நின்றோம். அந்த மாலைக் காற்றில் இருந்த ஏதோவொன்று ஒரு மங்கலான சத்தியத்தை உச்சரித்தது. அவள் என்னிடம் திரும்பி என் மேற்சட்டையின் பொத்தானைப் பணப்பெட்டியின் டயலைத் திருகுவதைப்போல இரண்டு விரல்களால் முன்னும் பின்னுமாகத் திருகத்தொடங்கினாள். அவளுடைய வழக்கமான மெல்லிய, லேசாக முன்யோசனையில் ஆழ்ந்த தொனியில் அவளை மணந்துகொள்ள கேட்டாள்.

எங்கெங்கும் எதிர்பார்ப்பு விரவியிருந்த அந்தப் புழுக்கமான கோடைக்காலம் முழுக்க, நான் ஆழமில்லாமல் மேலெழுந்தவாரி யாகவே மூச்சுவிட்டுக்கொண்டிருந்ததைப்போலிருந்தது. நீச்சல் குளத்தில் குதிப்பவன் உச்சாணிப் பலகையிலிருநது அசாத்தியமான ஆழத்தில் கீழேயிருக்கும் சின்ன நீல சதுரத்தைப் பார்த்துக்கொண்டே குதிக்கத் தயாராவதைப்போல. இப்போது அன்னா குதி, குதி என்று வலியுறுத்திக்கொண்டிருக்கிறாள். மேட்டுக்குடியாளர்கள் மணம்புரிந்து கொள்ள பெரிய மனது பண்ணி மிச்சம் விட்டுவைத்திருக்கும் எளியோர்களுக்கு இத்தகைய உத்தரவுகள் இடப்படும்போதும், வாழ்க்கை என்பது ஒரு நடனத்தைப்போல, வியாபாரத்தைப்போல, எல்லோரும் ஒரு பார்ட்னரைத் தேர்ந்தெடுத்துக்கொள்ளும்போதும் மட்டும்தான், ஒருவனின் சத்தியத்துக்கு நெருக்கடியை ஏற்படுத்தும் அந்தக் குதிப்பு எப்படித் தலையைக் கிறுகிறுக்க வைக்கும் என்பதைப் புரிந்துகொள்ள முடிகிறது. அன்னாவும் அவள் அப்பாவும் இருக்கும் அந்த சந்தேகத்திற்கிடமான உலகம் ஒரு கற்பனை உலகம். அதுவரை நான் அறிந்திருந்த விதிகள் எதுவும் செல்லுபடி ஆகாத உலகம். எல்லாமே பளபளவென்று ஜொலிக்கும். எதுவும் நிஜமல்ல; அல்லது நிஜம், ஆனால் போலியைப்போல தோன்றுபவை. சார்லியின் ஃபிளாட்டில் ஒரு கூடை நிறைய பார்த்த அப்பழுக்கில்லாத பழங் களைப்போல. அத்தகைய உலகத்துக்குள் கடைசியில் நான் குதித்தே விட்டேன். இந்தக் கவர்ச்சியான, அந்நியமான பாதாள உலகத்தின் குடிமகனாவதற்கு விடுவிக்கப்பட்ட அழைப்பு ஏற்றுக்கொள்ளப்பட்டு விட்டது. அந்தப் புழுதி மண்டிய கோடைக்கால அந்திக் கருக்கலில், ஸ்லவான் தெருமூலையில் அன்னா என்னை மணம்புரிந்துகொள்ள மட்டும் வேண்டவில்லை, என் கற்பனைகளை நிறைவேற்றிக்கொள்ளும் ஒரு சந்தர்ப்பத்தையும் வழங்கியிருந்தாள்.

எங்கள் திருமண விருந்து அந்த மாளிகையின் பின்னால் நம்ப முடியாத அளவுக்கு விஸ்தாரமாகப் பரந்திருந்த தோட்டத்தில்

கோடு போட்ட துணி கூடாரத்தின் அடியில் நடந்தது. அது கோடை வெப்ப அலைவீச்சின் கடைசி தினங்களில் ஒன்று. காற்று, கீறல் விழுந்த கண்ணாடிபோல வெயிலின் பிரகாசத்தில் சிராய்ப்பு கண்டிருந்தது. அந்தப் பிற்பகல் வேளை முழுக்கப் பளபளவென்று நீள நீளமான கார்கள் வெளியே நின்று மேலும் மேலும் விருந்தினர்களை உதிர்த்தபடி இருந்தன. பெரிசாகத் தொப்பியணிந்த கொக்குபோன்ற சீமாட்டிகள் வெள்ளை லிப்ஸ்டிக்கிலும், முட்டி உயர வெள்ளை பூட்ஸ்களிலும் வந்திறங்கினர். கோடுபோட்ட சூட்களில் இறங்கும் ஒழுக்கங்கெட்ட கனவான்கள், உதட்டைப் பிதுக்கிக்கொண்டு பாட் புகைக்கும் இளைஞர்கள், தோற்றத்தை வைத்து வகைப்படுத்த முடியாத சாமானியர்கள், பளபளப்பான சூட்களும் வெவ்வேறு நிறங்களில் காலர் வைத்த சட்டைகளும் கூரான கணுக்கால் ஷூக்களும் அணிந்து கவனத்தோடு ஒவ்வோர் அடியையும் எடுத்துவைத்து பந்தாவாக நடை பழகும் சார்லியின் வியாபாரக் கூட்டாளிகள் . . . சார்லி இவர்கள் அனைவர் மத்தியிலும் புகுந்து நீலநிற மொட்டைத் தலை பளபளக்க, பெருமிதம் வியர்வைபோல உடல் முழுக்கத் துளிர்க்க ஊடாடி வந்தார். இருளத்தொடங்கியபோது தலைப்பாகை போல ஹெட் டிரெஸ்ஸூம் அப்பழுக்கில்லாத வெள்ளையில் ஜிப்பாக்களும் அணிந்த, கனிவான பார்வையும், நிதான நடையும், மரியாதைப் பட்ட நாணமும்கொண்ட இளைஞர் கூட்டம் ஒன்று சேவைபுரியவந்த கொக்குக்கூட்டம்போல அங்கே வந்திறங்கியது. கட்டை குட்டையான பணக்கார விதவை ஒருத்தி வயிறுமுட்டக் குடித்துக் கீழே சரிந்துவிட, அவளைத் தாடை இறுகிய சேவகர்கள் பூப்போல தூக்கிச்சென்றனர். மரங்களில் வெளிச்சம் செறிவுற்று, பக்கத்துவீட்டு நிழல் தோட்டத்தின் மேல் பொறிக்கதவுபோல மூடியது. கடைசி குடிகார ஜோடி கோமாளித்தனமான பளீர் நிற உடுப்புகளில் தற்காலிகமாக அமைக்கப்பட்ட நடனக்கூடத்தில் இறுதி முயற்சியாக ஒருவர் தோளில் ஒருவர் தலையைச் சரித்தபடி மலங்கமலங்க கண்களைக் கொட்டிக்கொண்டு தடுமாற்றத்தோடு நடன அசைவுகளைச் சோதித்துக்கொண்டிருக்க, அன்னாவும் நானும் இந்தக் களேபரத்தின் விளிம்புக்கு வெளியே நகர்ந்துவந்தோம். திடீரென்று எங்கிருந்தோ வந்த இருட்டுக்குருவிக் கூட்டம் உற்சாகமாக, நக்கலாக, கைத்தட்டல்போல சிறகடித்துக் கொண்டு துணிகூடாரத்தின் மேலே தாழ்வாக பறந்துசென்றது.

அவள் தலைமுடி. திடீரென்று அவள் தலைமுடியைப் பற்றி நினைத்துக்கொண்டிருக்கிறேன். நெற்றியிலிருந்து பக்கவாட்டில் நீண்டு, கறுத்த, செழிப்பான சுருள் சுருளாக சரிகிற அடர்த்தியான கூந்தல். அவளுடைய நடுத்தர வயதில்கூட ஒரேயொரு நரைமுடிகூட தெரிந்ததில்லை. மருத்துவமனையிலிருந்து ஒரு நாள் நாங்கள் திரும்பிக்கொண்டிருந்தபோது, அவள் தோளிலிருந்து ஒரு கொத்து முடியை எடுத்து கண்ணுக்கருகே வைத்து இழை இழையாக சோதித்துப் பார்த்து முகத்தைச் சுருக்கினாள்.

"'பால்டிகூட்' என்று ஒரு பறவை இருக்கிறதா?" என்று கேட்டாள்.

"'பாண்டிகூட்' இருக்கிறது", என்றேன் ஜாக்கிரதையாக. "ஆனால் அது பறவை அல்லவென்று நினைக்கிறேன். ஏன்?"

"இன்னும் ஓரிரு மாதங்களில் ஒரு 'கூட்'டைப்போல நானும் 'பால்ட்' ஆகிவிடுவேன் போலிருக்கிறது."

"உனக்கு யார் சொன்னது?"

"எனக்குத் தரப்போகிற சிகிச்சையைப்போலவே மருத்துவமனை யில் வேறொரு பெண்ணுக்குத் தரப்படுகிறது. அவளுக்குத் தலை முழு வழுக்கையாகிவிட்டிருக்கிறது. அவள் விஷயம் தெரிந்துதான் சொல்கிறாள் என்று நினைக்கிறேன்." ஒருகணம் காருக்கு வெளியே கவலையேயில்லாமல் விரைந்துகொண்டிருக்கிற வீடுகளையும் கடை களையும் பார்த்துக்கொண்டிருந்தாள். பின், என் பக்கம் மீண்டும் திரும்பினாள். "'கூட்' என்றால் என்ன?"

"அது ஒரு பறவை."

"ஆ," என்று கெக்கலித்துச் சிரித்தாள். "எல்லா முடியும் கொட்டி விட்ட பிறகு சார்லியின் அப்பட்டமான பிம்பத்தைப்போலவே இருக்கப்போகிறேன்."

அப்படித்தான் இருந்தாள்.

சார்லி கிழவன் மூளையில் ஏற்பட்ட ஒரு ரத்தக்கட்டியால், எங்களுக்குத் திருமணம் நடந்து சில மாதங்கள் கழித்து இறந்து போனார். அவருடைய பணம் எல்லாம் அன்னாவுக்கு வந்தது. நான் எதிர்பார்த்த அளவுக்குப் பெரிதாக இருக்கவில்லை. ஆனாலும் நிறையத்தான் கிடைத்தது.

திருமதி கிரேஸ்மீதிருந்த எனது மோகத்தின் வினோதமான அம்சம், பல வினோதமான அம்சங்களில் ஒன்று, என்னவென்றால் அதன் ஆவாஹனம் எனக் கருதக்கூடிய அதன் உச்சத்தை அடைந்த ஏறக்குறைய அதேநேரத்தில் அடங்கி வடிந்துவிட்டதைத்தான் சொல்ல வேண்டும். அது நடந்தது பிக்னிக் சென்ற அன்று பிற்பகலில். அப்போ தெல்லாம் எல்லா இடங்களுக்கும் நாங்கள் – க்ளோயி, மைல்ஸ், நான் – ஒன்றாகவே சென்றுகொண்டிருந்தோம். அவர்களோடு சேர்ந்து காணப்படுவதில்தான் எனக்கு எவ்வளவு பெருமை இருந்தது! அவர்கள் தெய்வீகப் பிறவிகள் என்றே நினைத்திருந்தேன். அதுவரை நான் அறிந்திருந்த எல்லோரையும்விட வேறுபட்டிருந்த கடவுளர் அவர்கள். ஃபீல்டில் இருந்த என் பழைய நண்பர்கள் இப்போதெல்லாம் நான் அவர்களோடு விளையாடாததால், என் கட்சித்தாவலில் எரிச்சலடைந் திருந்தனர். அவர்களில் ஒருத்தனின் அம்மாவிடம் என் அம்மா,

"இப்போதெல்லாம் அவன் புதிதாகக் கண்டுபிடித்திருக்கிற ஆடம்பர நண்பர்களோடுதான் எல்லா நேரமும் இருக்கிறான்" என்று ஒரு நாள் சொல்லிக்கொண்டிருந்ததைக் கேட்டேன். பின்குறிப்பாகக் குரலைத் தாழ்த்தி, "அந்தப் பையன் ஒரு ஊமை, தெரியுமா?" என்றும் சொன்னாள். என்னிடமேகூட கிரேஸ் தம்பதியினரை உன்னைத் தத்தெடுத்துக்கொள்ளச்சொல்லி கேட்பதுதானே, என்று சொல்லியிருக் கிறாள். "அப்படி நடந்தால் நான் ஒன்றும் வருத்தப்படமாட்டேன்," என்றாள். "என் காலைச் சுற்றிக்கொண்டிருப்பது ஒழிந்தால் சரி." அவள் என்னை நிதானமாக, கண்சிமிட்டாமல், வெறுப்போடு பார்த்தபடிதான் இதைச் சொன்னாள். அப்பா வீட்டைவிட்டு ஓடிவிட்டபிறகு என்னைப் பார்க்கும்போது அவளுக்கு இந்தப் பார்வை அடிக்கடி வருகிறது. *என்னைக் கைவிட்டு ஓடப்போகிற அடுத்த துரோகி நீதான்*, என்பதைப்போல. அப்படித்தான் ஆனேன் என்று நினைக்கிறேன்.

கிரேஸ் தம்பதியினரை என் பெற்றோர்கள் சந்தித்ததில்லை. சந்தித்திருக்கவும்மாட்டார்கள். ஒழுங்கான வீட்டில் வசிப்பவர்கள் மரவீட்டுவாசிகளோடு கலக்கமாட்டார்கள். அவர்களோடு நாங்களும் கலப்போம் என்று எதிர்பார்க்கக் கூடாது. நாங்கள் ஜின் அருந்துவதோ வாரக்கடைசியில் விருந்தினர்களை வரவழைப்பதோ அல்லது எங்கள் மோட்டார் கார்களின் பின்னிருக்கையில் பிரான்ஸ் தேசத்து வரை படங்களை வெளியே தெரியும்படி அலட்சியமாக போட்டுவைத் திருப்பதோ இல்லை. ஃபீல்டில் வெகு சிலரிடம்தான் காரே இருந்தது. எங்கள் கோடை உலகத்தின் சமூகக் கட்டமைப்பு இறுக்கமானது; **Ziggurat** கோபுரத்தின்மேல் ஏறுவதைப்போல கடினமானது. விடுமுறை விடுதிகள் வைத்திருந்த சில குடும்பங்கள் உச்சத்தில் இருந்தன. ஹோட்டல்களில் தங்கக்கூடியவர்கள் அதற்கு அடுத்து வருபவர்கள். 'கால்ஃ'பைவிட 'பீச்' தான் அதிக விருப்பத்திற்குரியதாக இருந்தது. அதன் பின் வருபவர்கள் வீடுகளை வாடகைக்கு விடுபவர்கள். அதற்கு பிறகு நாங்கள். இந்த அதிகார வரிசையில், பால்காரர் டைக்னன், கால்ஃப் பந்து சேகரிக்கும் செவிட்டு கோல்ஃபர், ஐவி லாட்ஜில் இருக்கும் இரண்டு பிராட்டஸ்டன்ட் இளம்பெண்கள், டென்னிஸ் கோர்ட்டுகளை நடத்துகின்ற, அவளுடைய அல்சேஷன் நாய்களோடு அடிக்கடி கலவியில் ஈடுபடுவதாகச் சொல்லப்படுகிற அந்தப் பிரெஞ்சுப் பெண்மணி ஆகியோர் சேர்க்கப்படவில்லை. இவர்களெல்லாம் ஒரு தனி வர்க்கம். நமது சித்திரத்தின் வெயில் பளீரிடும் விஷயங்களின் நடுவில் இவர்களின் இருப்பு ஒரு கலைந்த பின்னணி மட்டுமே. இப்படிப்பட்ட செங்குத்தான சமுதாயப்படிகளின் அடியிலிருந்து கிரேஸ்களின் மட்டம்வரை தட்டுத்தடுமாறி நான் வந்திருப்பது, கானி கிரேஸ்மீது எனக்கிருக்கும் ரகசிய இச்சையைப் போல, ஒரு அதிவிசேஷத் தன்மையின் அடையாளம்தான். கண்டு கொள்ளப்படாமல் புறக்கணிக்கப்பட்டவர்களிலிருந்து தேர்ந்தெடுக்கப்

பட்ட ஒருவன் நான். கடவுளர் தமது அருளைப் பொழிவதற்கு என்னை மட்டும் பொறுக்கியெடுத்துக்கொண்டிருக்கின்றனர்.

பிக்னிக். அன்று பிற்பகல் மிஸ்டர் கிரேஸின் அற்புதமான சொகுசு காரில் பர்ரோவைத்தாண்டி அந்தக் கல்பதித்த சாலை முடியுமே, அந்த இடத்திற்குச் சென்றோம். என் கால்சராய்க்குக் கீழே என் வெற்றுத்தொடையில், புள்ளிப் புள்ளியாய் தைத்திருந்த கார் சீட்டின் தோல் உறை மெத்தென்று பதிந்தபோது கிளர்ச்சியாக இருந்தது. மிஸஸ் கிரேஸ் அவள் கணவனுக்குப் பக்கத்தில் முன்னிருக்கையில் உட்கார்ந்துகொண்டாள். அவர் பக்கம் பாதித் திரும்பி இருக்கையின் முதுகில் முழங்கையை நீட்டிக்கொள்ள, கவர்ச்சிகரமாக முடி வளர்ந்திருந்த அவளது அக்குள் கண்ணுக்கு நேராகப்பட்டது. திறந்திருந்த சன்னல் வழியே காற்று சீறும்போது அவள் உடம்பிலிருந்து வியர்வை கலந்த புனுகு சென்ட் மணம் நாசியைக் கடந்துசென்றது. அவள் அணிந்திருந்த உடை அந்த நாட்களிலேயே போக்குவரத்தை நிறுத்தச் செய்யும் கீர்த்தியைப் பெற்றிருந்தது. அதை ஸ்ட்ராப் இல்லாத, மிக இறுக்கமான வெள்ளை உல்லன் குழாய் என்றுதான் சொல்ல வேண்டும். அது அவள் மார்பின் கனத்த அடிப்பாகத்தை அபாயகரமான வளைவுகளில் நிர்த்தாட்சண்யமாகச் செதுக்கி வைத்திருந்தது. சினிமா நட்சத்திரங்களின் வெள்ளை பிரேமிட்ட வெயில் கண்ணாடி அணிந்து தடிமனான சிகரெட் புகைத்துக்கொண்டிருந்தாள். ஆழமாக இழுத்துக்கொண்டு ஒரு கணம் வாயைக் கோணலாகத் திறக்க, அந்தக் கருஞ்சிவப்பில் பளபளக்கும் உதடுகளின் நடுவே புகைச் சுருள்கள் அடர்த்தியாக அசைவின்றி மிதப்பதைப் பார்க்க அலாதியாக இருந்தது. அவள் விரல் நகங்கள்கூட ரத்தச்சிவப்பில் சாயம் தீட்டப்பட்டிருந்தன. அவளுக்கு நேர்ப் பின்னால் உட்கார்ந்திருந்தேன். மைல்ஸ்ஸுக்கும் எனக்கும் நடுவில் க்ளோயி உட்கார்ந்திருந்தாள். க்ளோயியின் சூடான எலும்பு துருத்திய தொடை என் காலின் மேல் ஸ்மரணையின்றி அழுத்திக்கொண்டிருந்தது. சகோதரனும் சகோதரியும் அவர்களின் தனிப்பட்ட, வார்த்தைகளற்ற போட்டிகளில் சச்சரவிட்டுக்கொண்டு, நெளிந்துகொண்டு, ஒருவரையொருவர் விரல்களால் சிமிண்டிக்கொண்டு, சீட்டுகளுக்கிடையே இடுக்கமான இடத்தில் ஒருவர் முழங்காலை ஒருவர் உதைத்துக்கொண்டு வந்தனர். இந்த விளையாட்டின் விதிகள், அப்படி ஏதாவது இருந்தால், எனக்குப் புரிந்ததேயில்லை. ஆனால் முடிவில் யாராவது ஒருவர் வெற்றிபெற்றுவிடுவர். பெரும்பாலும் அது க்ளோயியாகத்தானிருக்கும். அவர்கள் இதைப்போல விளையாடுவதை, அல்லது சண்டையிடுவதை முதல் முறையாகப் பார்த்ததை இப்போது நினைக்கும்போது மைல்ஸின் மேல் பாவமாக உணர்கிறேன். அது ஒரு ஈரமான பிற்பகல். ஸீடார்ஸ்ஸின் உள்ளே சிக்கிக்கொண்டிருக்கிறோம். மழைநாள் என்பது சிறுவர்களுக்கு எவ்வளவு கொடூரமானது! வசிப்பறையில் அந்த இரட்டையர் தரையில் முட்டி போட்டபடி எதிரெதிரே கண்ணோடு கண் உற்றுப் பார்த்த

படி, விரல்களை ஒருவரோடொருவர் கோர்த்துக்கொண்டு பெரிதாகச் சமர் செய்யப்போகுமுன் முஸ்தீபுபோல அப்படியும் இப்படியுமாக இடுப்பை அசைத்துக்கொண்டிருந்தனர். அவர்களைப் பார்க்க போர் செய்யும் சாமுராய்கள்போலிருந்தது. ஏதோ நிகழ்வதற்காகக் காத்திருந்த னர். கடைசியில் அந்த ஏதோவொன்று நடந்தது. அது என்னவென்பதை நான் பார்க்கவில்லை. மைல்ஸ் உடனடியாக வீழ்த்தப்பட்டான். அவளுடைய இரும்புப் பிடியிலிருந்து பிடுங்கிக்கொண்டு கைகளை விரித்து, விரக்தியிலும் வெறியிலும் உரத்த குரலில் ஊளையிடத் தொடங்கினான். காயமுற்றவன்போல அல்லது அவமானப்பட்டவன் போல நடிப்பதில் அவன் மன்னன். கீழுதடு மேலுதட்டின் மேல் ஏறிக்கொள்ள, வராத கண்ணீரை கண்களை இறுக்கி வரவழைத்து வழியவிட்டு அவன் அழுத முயற்சி முழுக்க நாடகத்தனமாக இருந்தது. ஆனால் அப்போது க்ளோயி அவனைப் பார்த்துக்கொண்டிருந்த பார்வை! இரையை அடித்துப் போட்டுவிட்டு திருப்தியோடு பார்க்கும் புலியைப்போல தலையைத் திருப்பி அவனைப் பார்த்துக்கொண்டிருந்த அவள் முகத்தில் ஒரு குரூரமான சந்தோஷம் வெளிப்படையாகத் தெரிந்தது. அந்தக் கண்களும் பற்களும் அப்போது பளபளத்துக் கொண்டிருந்ததை என்னால் மறக்க முடியாது. இப்போது காரிலும் அவள்தான் ஜெயித்தாள். மைல்ஸ்ஸின் மணிக்கட்டில் எதையோ செய்து வீரிட வைத்தாள். “ஹோ . . . நீங்கள் இரண்டு பேரும் சும்மா இருக்கமாட்டீர்களா?” அவள் அம்மா அவர்களைத் திரும்பி கூடப் பார்க்காமல் சலிப்போடு புலம்பினாள். க்ளோயி இன்னமும் லேசாக வெற்றிப்புன்னகை பூத்துக்கொண்டு என் காலின் மேல் அவள் இடுப்பை மேலும் அழுத்தினாள். மைல்ஸ் அவன் உதடுகளை ‘O’ போல ஆக்கிக்கொண்டு இம்முறை கண்ணீர் உகுக்காமல் சிவந்து போயிருந்த மணிக்கட்டைச் சோதித்துக்கொண்டிருந்தான்.

சாலையின் முடிவில் மிஸ்டர் கிரேஸ் காரை நிறுத்தினார். ஸான்ட்விச்சுகளும் தேநீர்க் கோப்பைகளும் ஒயின்பாட்டிலும் நிறைந்த ஒரு கூடை காரின் பின்னறையிலிருந்து இறக்கப்பட்டது. அகலமான கெட்டி மண் பாதையில் நடக்கத்தொடங்கினோம். பாதையின் ஒரு புறம் நெடுக மண்ணில் பாதி புதைந்த துருப்பிடித்த இரும்புக் கம்பிவேலி சென்றது. இந்தச் சதுப்பு நிலப்பரப்பும் மண்வீடுகளும் எப்போதுமே எனக்குப் பிடித்ததில்லை. பயமாகக்கூட இருந்திருக் கின்றன. எல்லாமே நிலப்பகுதியிலிருந்து முதுகைத் திருப்பிக்கொண்டு காப்பாற்ற யாராவது வரமாட்டார்களாவென்று தொடுவானத்தில் தேடிக்கொண்டிருப்பதைப்போல இருக்கும். புதிதாக ஏற்பட்ட காயம்போல மண், நீலமாக கன்றிப்போயிருந்தது. முத்தரிசி வகை நாணற்புற்கள் அங்கங்கே சிதறியிருந்தன. மக்கிக்கொண்டிருக்கும் வழவழா மரக்கொம்புகளில் மிதவைகள் தாம்புக்கயிறால் கட்டப் பட்டிருந்தன. இங்கெல்லாம் ஓதம் சில அங்குலங்களுக்குமேல் எப்போதுமே ஏறியதில்லை. தண்ணீர் பாதரசம்போல வேகமாக,

பளபளப்பாக எதற்கும் நிற்காமல் மேடேறிவரும். மிஸ்டர் கிரேஸ் இரண்டு கைகளிலும் மடக்கு நாற்காலிகளை இடுக்கிக்கொண்டு அந்தக் கோமாளித்தனமான பக்கெட் தொப்பி ஒருபக்கமாக காதின் மேல் சரிந்திருக்க, குடுகுடுவென்றுக் கலசலாக ஓடினார். எங்கள் முகாமை எங்கே அமைப்பது என்று அங்கே சுற்றிவந்தோம். எதிரே ஜலசந்திக்கு அப்பால் நகரம் ஒரு பொம்மைபோல, லாவண்டர் நிற சமதளங்களும் முகடுகளுமாக ஒரு மாபெரும் மேட்டின்மேல் கோபுரக்கலசம்போல உட்கார்ந்திருந்தது. எங்கே செல்வதென்று முடிவெடுத்ததைப்போல மிஸ்டர் கிரேஸ் பாதையிலிருந்து விலகி உயரமான பெரணிச் செடிகள் அடர்த்தியாக காவல்காத்துக்கொண் டிருந்த ஒரு மகத்தான புற்பரப்பை நோக்கி ஓடினார். மிஸஸ் கிரேஸும் க்ளோயியும் மைல்ஸ்ஸும் நானும் பின்னாலேயே ஓடினோம். பெரணி கள் என் தலை உயரத்திற்கு இருந்தன. நாங்கள் சென்றடைந்தபோது மிஸ்டர் கிரேஸ் ஏற்கனவே ஒரு குடை பைன் மரத்தின் கீழே புல் அடர்ந்த மேட்டுக்கரையில் எங்களுக்காகக் காத்துக்கொண்டு அமர்ந் திருந்தார். கவனிக்காமல் ஓடியதில் நீட்டிக்கொண்டிருந்த பெரணித் தண்டு என் கணுக்காலில் செருப்புக்கு மேலே ஆழமாகக் கீறியிருந்தது.

அந்த மேட்டுக்கரைக்கும் பெரணிச்செடி வரிசைக்குமிடையில் சமதளமாக இருந்த பசும்புல்வெளியில் ஒரு வெள்ளைத்துணி விரித்துப் போடப்பட்டது. மிஸஸ் கிரேஸ் முட்டிபோட்டபடி வாயின் ஓரத்தில் சிகரெட் தொங்க அதன் புகைக்கு ஒரு கண்ணை மட்டும் இறுக்கி மூடிக்கொண்டு பிக்னிக் சாதனங்களை கடைபரப்பினாள். அவள் கணவன், அந்தத் தொப்பி மேலும் கோணலாக சரிந்திருக்க, ஒயின் பாட்டிலின் பிடிவாதமான கார்க்கை திறக்கப் போராடிக்கொண் டிருந்தார். மைல்ஸ் ஏற்கனவே பெரணிப்புதருக்குள் ஓடிவிட்டிருந்தான். க்ளோயி தவளைபோலக் குந்தியமர்ந்து முட்டை ஸான்ட்விச் சாப்பிட்டுக்கொண்டிருந்தாள். ரோஸ் – ரோஸ் எங்கே? அதோ அங்கே. கருஞ்சிவப்பு சட்டை, குதியுயர்ந்த நடனக் காலணிகள், குதிகாலுக்கடி யில் நுழைந்துவரும் ஸ்டிராப் கொண்ட இறுக்கமான நாட்டியக்காரி கால்சட்டை சகிதம் கன்னங்கரேல் கூந்தலை ஒட்டியுலர்ந்த முகத்துக்குப் பின்னால் இழுத்து ஒற்றை ஜடையாகப் பின்னிவிட்டிருந்தாள். அவள் எப்படி, எப்போது இங்கே வந்தாள்? எங்களோடு அவள் காரில் இல்லை. சைக்கிள், ஆம், அங்கே பெரணிக்கு மத்தியில் ஒரு சைக்கிள், ஹேண்டில்பார் முறுக்கிக்கொண்டு, முன்சக்கரம் அசாத்தியமான ஒரு கோணத்தில் திரும்பியிருக்க, இனி நிகழப் போவதை ரகசியக்குறிப்பாக உணர்த்துவதைப்போல கிடந்தது. மிஸ்டர் கிரேஸ் ஒயின் பாட்டிலைத் தன் கால் முட்டிகளுக்கிடையில் அழுத்திக் கொண்டு செவிமடல்கள் சிவக்க முக்கி முக்கிக் கார்க்கைத் திறக்க முயன்றுகொண்டிருந்தார். எனக்குப் பின்னால் ரோஸ் மேஜைவிரிப்பின் ஒரு மூலையில் கையுறை அணிந்த கையை ஊன்றி தோளில் கன்னத்தை

ஏறக்குறைய அழுத்திக்கொண்டு கால்களை ஒரு பக்கமாக மடித்து உட்கார்ந்திருந்தவிதம் நேர்த்தியின்றி இருந்திருக்க வேண்டும், ஆனால் இல்லை. பெரணிச் செடிகளிலிருந்து மைல்ஸ் ஓடிவருவது கேட்டது. திடீரென ஒரு தமாஷான வெடிச்சத்தத்துடன் ஒயின் பாட்டில் கார்க் பிடுங்கப்பட்டது எல்லோரையும் திடுக்கிட வைத்தது.

எங்கள் பிக்னிக்கைச் சாப்பிட்டோம். மைல்ஸ் ஒரு காட்டு விலங்கைப்போல நான்கு கால்களில் நடித்தபடி பெரணிப்புதரிலிருந்து வெளியே பாய்வதும், கைநிறைய அள்ளிக்கொண்டு மிருகக்கூச்சலோடு தத்தித்தத்தி ஓடிமறைவதுமாக இருந்தான். இப்போது மிஸ்டர் கிரேஸ் இன்னொரு ஒயின்பாட்டிலை, இந்த முறை கொஞ்சம் சுலபமாக, திறப்பதில் இருந்தார். ரோஸ் தனக்கு பசிக்கவில்லை என்றாள். மிஸஸ் கிரேஸ் நான்சென்ஸ் என்று ஆட்சேபித்து சாப்பிடச் சொல்லி உத்தரவிட்டாள். மிஸ்டர் கிரேஸ் புன்னகையோடு ஒரு வாழைப்பழத்தை அவளிடம் நீட்டினார். அந்தப் பிற்பகல் நேரம் இன்னமும் மேகங்கள் சூழ்ந்துவிடத் தொடங்கிடாத வானத்தின் கீழே வலுவான காற்றடிப் போடு இருந்தது. எங்களுக்கு மேலே கவிழ்ந்திருந்த பைன் கரகரப்பாக முணுமுணுத்தது. பைன் ஊசிகளும் புற்களும் அரைக்கப்பட்ட பெரணி தழைகளும் கலந்த வாடை விரவியிருந்தது. ரோஸின் முகம் விழுந் திருந்தது. மிஸஸ் கிரேஸின் அதட்டலாலும், மிஸ்டர் கிரேஸின் அந்த ஆபாசமான வாழைப்பழ நீட்டலாலும் இருக்கலாம். க்ளோயி தன் முழங்கையில் முன்தினம் கீறிய முள்காயத்தின் மாணிக்க நிறத் தடத்தை நோண்டிக்கொண்டிருந்தாள். என் காணுக்காலில் பட்டிருந்த பெரணி காயத்தைச் சோதித்தேன். வெளுப்பான தோலில் ஒரு கோபமான இளஞ்சிவப்பில் ஆழமாக வெட்டுப்பட்டிருந்தது. ரத்தம் வராவிட்டாலும் காயத்தின் ஆழத்தில் ஒரு தெளிவான ஈரச்சிவப்பு மினுமினுத்தது. மிஸ்டர் கிரேஸ் மடக்கு நாற்காலியில் தொப்பென்று சரிந்து கால்மேல் கால் போட்டுக்கொண்டு சிகரெட் பற்றவைத்தார். தொப்பி அவர் கண்களுக்கு நிழல் அமைத்து சரிந்திருந்தது.

மெத்தென்று சின்னதாக என்னவோவொன்று கன்னத்தில் விழுந்தது. க்ளோயி புண்ணை நோண்டுவதைவிட்டு என் மேல் ரொட்டித்துண்டை வீசியிருக்கிறாள். அவளை முறைத்தேன். அவள் எந்தவிதமான முகபாவமுமில்லாமல் என் பார்வையைச் சந்தித்தாள். இன்னொரு ரொட்டித்துண்டை எடுத்து வீசினாள். அது என்மேல் படவில்லை. புல்லிலிருந்து அதையெடுத்து அவளை நோக்கி எறிந்தேன். அதுவும் படவில்லை. மிஸஸ் கிரேஸ் எனக்கு நேரெதிரே வந்து ஒருக்களித்து படுத்துக்கொண்டாள். தலையை ஒரு கையால் முட்டுக் கொடுத்தபடி அந்தக் குறுகிய நிழற்தடுப்பில் எங்களை அமைதியாகக் கவனித்துக்கொண்டிருந்தாள். அவளது ஒயின் கிளாஸை புல்தரையில் வைத்து அதன் கிண்ணப்பகுதியை தன் மார்பின் பக்கவாட்டில் ஒரு வாகான கோணத்தில் சாய்ந்து வைத்துக்கொண்டாள். திரட்சியான

மார்பகங்கள். இந்தப் பாலார்ந்த இரட்டை தசைபல்புகள் சுமந்திருப்ப தற்கு வலிக்காதோ என்று அடிக்கடி வியப்பாக இருக்கும். இப்போது விரல் நுனியை எச்சிற்படுத்தி கோப்பையின் விளிம்பில் ஓட்டி, அதிலிருந்து ரீங்கார ஒலி கேட்கிறதா என்று சோதித்தாள். இல்லை. க்ளோயி இன்னொரு ரொட்டித்துண்டை வாயிலிட்டு குதப்பி மீண்டும் வெளியில் எடுத்து விரல்களில் பிசைந்து உருண்டையாக்கி நிதான மாக குறிபார்த்து என்னை நோக்கி எறிந்தாள். அது முன்னாலேயே விழுந்தது. அவள் அம்மா பலனில்லாத கண்டிப்புத் தொனியில் "க்ளோயி!" என்றாள். க்ளோயி அவளைப் புறக்கணித்து என்னைப் பார்த்து அவளுக்கேயுரிய பூனைத்தனமான வக்கிரப்புன்னகை பூத்தாள். ரொம்பவும் குரூரபுத்தி கொண்டவள்தான் இந்தக் க்ளோயி. அவள் கேட்டுக்கொண்டாளே என்பதற்காக ஒரு நாள் கைநிறைய வெட்டுக் கிளிகளைப் பிடித்துவந்து கொடுத்தேன். தப்பித்துப்போய்விடக் கூடாதென்பதற்காக அவற்றின் பின்னங்கால்களில் ஒன்றை பிய்த்து எறிந்துவிட்டு அந்த நெளியும் பூச்சி முண்டங்களை ஒரு பெயின்ட் டப்பாவில்போட்டு பாரஃபின் ஊற்றிக் கொளுத்திவிட்டு, எவ்வளவு சுவாரஸ்யமாக முட்டிகளுக்கிடையில் கைகளை அழுத்திக்கொண்டு குந்தி உட்கார்ந்து அவற்றின் உடல் கொழுப்பாலேயே அந்தப் பரிதாப ஜீவன்கள் வெந்து மடிவதைப் பார்த்து ரசித்துக்கொண்டிருந்தாள்!

அவள் மற்றொரு எச்சில் உருண்டை தயாரித்துக்கொண்டிருந்தாள். "க்ளோயி, நீ செய்வதெல்லாம் அருவருப்பாக இருக்கிறது." மிஸஸ் கிரேஸ் பெருமூச்செறிந்தாள். க்ளோயி சட்டென்று சலிப்படைந்து, ரொட்டியைத் துப்பிவிட்டு மடியிலிருந்த ரொட்டித்துணுக்குகளைத் தட்டியபடி எழுந்து பைன் மர நிழலுக்குச் சிணுங்கிக்கொண்டே நகர்ந்தாள்.

கானி கிரேஸ் என் பார்வையைச் சந்தித்தாளா? அது ஒரு சதிப்புன்னகைதானா? ஆழ்ந்த பெருமூச்சோடு திரும்பி கவிழ்ந்து படுத்தாள். தலையைப் புல்லின்மேல் பதித்து ஒரு காலை மட்டும் மடக்கிவைத்துக்கொண்டாள். திடீரென்று அவள் பாவாடை விலகி, அவள் மடியின் ஆழம்வரை, வெள்ளை காட்டன் உள்ளுடை மூடிய திரட்சியான கால்கவடுவரை அவளது மழமழப்பான தொடையை பார்க்க எனக்கு அனுமதி கிடைத்தது. அதே நேரத்தில் அனைத்தும் வேகம் குறைந்து மெதுவாகின. அவள் காலிசெய்திருந்த கோப்பை மயங்கிக் கீழே சாய, கடைசித்துளி ஒயின் விளிம்புவரை வந்து, ஒருகணம் வெளிச்சம்பட்டு ஜ்வலித்து கீழே சொட்டியது. நான் வெறிக்க, வெறிக்க, புருவங்கள் சூடாகி உள்ளங்கை ஈரமாகியது. மிஸ்டர் கிரேஸ் தொப்பிக்கடியிலிருந்து என்னை முறைப்பதைப் போலிருந்தது. அவர் எப்படி வேண்டுமானாலும் முறைத்துக்கொள் ளட்டும், எனக்கு அக்கறையில்லை. அவருடைய பிரமாண்டமான மனைவி ஒவ்வொரு கணமும் மேலும் மேலும் விஸ்வரூபமெடுத்துக்

கொண்டே வந்தாள். மேல்பாதி குட்டையாக இருக்கும் ஒரு தலையில்லா ராட்சசி. அவளது மாபெரும் பாதங்களில் நான் பயமுற்றிருந்ததைப்போல மண்டியிட்டிருந்தேன். காலை உதறுவதைப்போல அசைத்து அவள் முட்டியை மேலும் உயர்த்தினாள். அந்தத் திரட்சியான கவடுக்கடியிலிருந்த பிறைவடிவ சுருக்கம் மேலும் தெளிவாகப் புலப்பட்டது. என் நெற்றிப்பொட்டில் ஆரம்பித்த மேளச்சத்தம் பகல் வெளிச்சத்தை மங்கலாக்கியது. என் கணுக்காலில் பட்டிருந்த காயத்தின் வலி மட்டும் திடீரென அதிகரித்திருப்பது எனக்கு உறைத்தது. தூரத்தில் பெரணிப் புதரிலிருந்து புராதன காலத்து கொம்பொலி போல ஒரு மெல்லிய கூர்மையான கிறீச்சொலி கேட்டது. மரத்தடியில் உட்கார்ந்திருந்த க்ளோயி அந்த அழைப்புக்கு ஆற்றும் கடமையைப் போல குனிந்து ஒரு புல்லைப்பிடுங்கி விரல்களுக்கிடையில் அழுத்தி கைகளைக் குவித்து சங்கநாதம்போல பதிலுக்கு சத்தமெழுப்பினாள்.

காலத்தில் அடங்காத ஓரிரு நிமிடங்களுக்குப் பின், பள்ளிகொண்டிருந்த என் பூதாகார தேவதை காலை நெடுக நீட்டி, மீண்டும் ஒருக்களித்துக்கொண்டு, அதிர்ச்சியூட்டும்விதமாக சடுதியில் தூங்கிப் போனாள். சின்ன மென்மையான இயந்திரம் ஒன்று இயங்கத் தொடங்கி, நின்று, மீண்டும் ஆரம்பித்து, மீண்டும் நிற்பதைப்போல. சன்னமான குறட்டைச் சத்தம் கேட்டது. எனக்குள் இலேசாகப் பொருத்திவைக்கப்பட்டிருந்த ஏதோவொன்று நான் முரட்டுத் தனமாக வெடுக்கென்று எழுந்தால் கீழே விழுந்து நொறுங்கிவிடுமோ என்பதைப்போல எச்சரிக்கையோடு மெதுவாக எழுந்தேன். காற்றைப் பிடுங்கி விட்டதைப்போல ஒரு கசப்புணர்வு என்னில் பரவியிருந்தது. ஒருகணத்துக்கு முன்பிருந்த கிளர்ச்சி இப்போது வடிந்துவிட்டிருந்தது. ஒரு மந்தமான இறுக்கம் நெஞ்சுக்குள் நிரம்பி கண்ணிமைகளிலும் மேலுதட்டிலும் வியர்வை அரும்பியது. என் கால்சராயின் இடுப்புப் பட்டைக்கடியில் வியர்வையில் ஈரமாகியிருந்த சருமம் கசகசப்பாக, சூடாக எரிந்தது. ஏதோ என்னுடைய அந்தரங்கம்தான் அத்துமீறி பிரவேசிக்கப்பட்டுவிட்டதைப்போல எனக்கு புத்தித் தடுமாறி என்மீதே வெறுப்பாகக்கூட இருந்தது. நான் தரிசித்த பெண்கடவுளின் வெளிப்பாடு இது என்பதில் சந்தேகமில்லை, ஆனால் தெய்வீகப் பிரசன்னம்தான் சடுதியில் முடிந்துவிட்டது. அதீத இச்சையுடன் வெறித்திருந்த என் பார்வையில் மிஸஸ் கிரேஸ் முதலில் பெண்ணாயிருந்து அரக்கியாகவும், பின் அடுத்தகணம் மீண்டும் சாதாரணப் பெண்ணாகவும் உருமாறிவிட்டிருந்தாள். ஒரு கணம் அவள் கானி கிரேஸாக, அவள் கணவனின் மனைவியாக, அவள் குழந்தைகளின் தாயாக இருந்தாள். அடுத்தகணம் என் வேட்கையின் வேகத்தில் உருத்தோற்றம்கொள்ளப்பட்ட ஒரு புராதனமான, எளிய உதவியற்ற பயபக்தியின் பொருளாக, ஒரு முகமற்ற பிரதிமையாக மாறியிருந்தாள். மறுகணம் அவளிடமிருந்த ஏதோவொன்று திடீரென தளர்ந்துவிட, எனக்குள் அசூயையும் அவமானமுமாக ஓர் உறுத்தல் ஏற்பட்டது.

அவமானப்பட்டது எனக்காகவோ அல்லது அவள் அந்தரங்கத்தை நான் களவாடியிருப்பதற்காகவோ அல்ல; அந்தப் பெண்மணிக்காகத் தானென்று ஒரு தெளிவற்ற எண்ணம் வலியுறுத்தியது. அதுகூட அவள் புரிந்த எந்தச் செய்கையினாலும் அல்ல. ஒரு கரகரத்த குறட்டையொலியோடு புரண்டு உறக்கத்தில் ஆழ்ந்ததின் மூலம் அவள் ஒன்றும் ஆசைகாட்டி கவர்ந்திழுக்கும் வசீகரப் பிசாசு அல்ல, வெறும் சாதாரண மனுஷிதான் என்று உணர்த்தியதற்காக.

எவ்வளவுதான் எனக்குள் மனக்குலைவு ஏற்பட்டிருந்தாலும், எனக்காக இன்னமும் ஜொலித்துக்கொண்டிருப்பது அந்தத் தெய்வீக 'அவள்' அல்ல, பளபளப்பு மங்கி என்னதான் கறையேற்றப்பட்டிருந்தாலும் கடந்துபோனவற்றின் நிழல்களுக்கு நடுவேயிருக்கும் அந்தச் சாமானியப் பெண்தான். என் ஞாபகத்தில் அவளது சொந்த ரூபத்தில்தான் இருக்கிறாள். என் ஞாபகங்களின் பசும்புல் கரையோரத்தில் ஒயிலாக சாய்ந்திருக்கும் அவளா, அல்லது இந்தப் பூமியில் அவளது மிச்சங்களாக தசை மக்கிய மணலும், உலர்ந்து பொடிப்பொடியாகியிருக்கும் எலும்புத் துகள்களுமா, எது இப்போது நிஜம்? வேறு எங்கெங்கோ இருக்கும் பலருக்கும் அவர்களின் ஞாபக மெழுகுச் சிற்பங்களில் அவள் இன்னமும்கூட வாழ்ந்து வரலாம், அதில் சந்தேகமில்லை. ஆனால் அவர்களுடைய ஞாபக வடிவம் என்னிலிருந்தும், மற்ற எவரிடமிருந்தும் வேறுபட்டே இருக்கும். இப்படிப் பலரின் மனங்களில் இருப்பது கிளைபிரிந்து பரவிச்செல்லுமா? அது நிலைத்திருப்பதில்லை, நிலைத்திருக்கவும் முடியாது. அதற்கு சாசுவதம் ஒன்றும் கிடையாது. இறந்தவர்களை நாம் இறக்கும்வரைதான் சுமந்திருக்கிறோம். அதன்பின் நாம் சில காலம் சுமக்கப்பட்டு வருவோம். பின் நம்மைச் சுமப்பவர்கள் அவர்களுக்கான நேரம் முடிந்து சாய்ந்த பிறகு என்னைப் பற்றிய ஞாபகத் தீற்றலே இல்லாத எண்ணத்தொலையாத தலைமுறைகள் தொடர்ந்துவரும். அன்னாவை நான் நினைவில் வைத்திருக்கிறேன். எங்கள் மகள் க்ளேர் அன்னாவை நினைவில் வைத்திருப்பாள். பிறகு க்ளேர் மறைந்துவிடுவாள். அப்போது அவளை நினைவில் வைத்திருப்பவர்கள்தான் இருப்பார்கள், எங்களை நினைவில் கொண்டிருப்பவர்கள் இருக்கப்போவதில்லை. அதுதான் எங்களது இறுதி கரைவாக இருக்கும். எங்களுடையது ஏதாவது மிச்சம் இருக்கலாம்; மங்கியிருக்கும் ஒரு புகைப்படம், ஒரு முடிக்கற்றை, சில விரல் ரேகைப் பதிவுகள், நாங்கள் இறுதி மூச்சைவிட்ட அறையில் சிதறியிருக்கும் சில அணுத்துகள்கள். ஆனால் நாங்கள் இருப்பதும் இருந்ததும் எப்போதுமே நாங்களாக இருக்க முடியாது. மரித்தவர்களின் மக்கிய புழுதிதான் கடைசியில்.

சிறுவனாக இருந்தபோது மிகவும் மத நம்பிக்கை உடையவனாக இருந்தேன். பெரிய பக்திமான் என்றெல்லாம் இல்லை, கட்டாயத்தால் தான். நான் பக்தியோடு இருந்த கடவுள், யாவா. உலகங்களை

அழிப்பவர். சாதுவாக மென்மையாக இருந்த ஏசு அல்ல. எனக்கான இறைமை என்பது பேரச்சம். நானும் பயந்துகொண்டு, பயத்தின் தவிர்க்க முடியாத கூட்டாளியான குற்றவுணர்வோடுதான் இருந்தேன். அந்த இளம்பருவ தினங்களில் குற்றவுணர்வு கொண்டுவிடுவதில் நிபுணனாக இருந்தேன் நான். இந்த வயதான காலத்திலும் அப்படித் தான் இருக்கிறேன். எனது முதல் கம்யூனியன் விருந்தில், அல்லது இன்னும் சரியாகச் சொன்னால், அதற்கு முன்பு, முதல் குறையேற்பு வைபவத்தில் கிருத்துவ கோட்பாடுகளின் நுட்பங்களை எங்கள் வகுப்பில் இருப்பவர்களுக்குப் போதிப்பதற்காக பாதிரியார் ஒருவர் தினமும் வந்தார். ஒல்லியான, தோல்வெளுத்த மதவெறியர் அந்த ஆள். உதட்டின் மூலைகளில் வெள்ளையாக எச்சிற்புண்கள் நிரந்தர மாக இருக்கும். ஓர் அழகிய மே மாத காலையில் அவர் எங்களுக்குப் பார்வையின் பாவத்தைப்பற்றி பேருவகையோடு நிகழ்த்திய ஓர் ஆய்வுரையைத் தெளிவாக நினைவுகூர்கிறேன். ஆம், பார்ப்பதில் இருக்கும் பாவம். பல்வேறு பாவ வகைகளைப்பற்றி ஏற்கனவே சொல்லக் கேட்டிருக்கிறோம்: மன்னிக்க முடியாத பாவங்கள், மன்னிக்கக்கூடிய பாவங்கள், ஏழு படுபாதகப் பாவங்கள், பிஷப் ஒருவரால் மட்டுமே தீர்த்துவைக்கக்கூடிய கொடூரமான பாவங்கள். ஆனால் இப்போது ஒரு புதிய வகை பாவம் இருக்கிறதுபோல: செயப்பாட்டு பாவம். வாய்ப்புண் பாதிரியார் கதவிலிருந்து சன்ன லுக்கும், சன்னலிலிருந்து கதவுக்கும் காலை வீசி, அவர் அணிந்திருந்த கஸாக்கு படபடக்க, ரோமமற்ற அவர் புருவத்தில் தெய்வீக ஒளி போல ஒரு நட்சத்திர வெளிச்சம் பிரதிபலிக்க, அவர் எங்களிடம் 'ஒரு செய்கையைச் செய்தால்தான் பாவம் வருமென்று நாங்கள் நினைத்துவந்தோமா,' என்று கேட்டார். காமம், பொறாமை, வெறுப்பு ஆகியவற்றோடு ஒரு பார்வை பார்ப்பதே ஒரு காமச்செயலை, பொறாமைச்செயலை, வெறுப்புச்செயலைச் செய்வதற்கு சமம்தான் என்றார். இப்பாவச்செயல்களைச் செய்யாவிட்டாலும்கூட, மனதால் நினைத்தாலே ஆன்மாவில் அதற்குச் சமமான கறை படிந்துவிடும் என்றார். 'தேவன் இந்த உபதேசத்தை உச்சரித்தார் இல்லையா,' என்று கேட்டு அவர் அழுதார். 'திருமணமான பெண் ஒருத்தியைக் காம இச்சையோடு ஒருவன் பார்த்தாலே காமச் செய்கையில் அவளோடு ஈடுபடுவதற்குச் சமம் என்று தேவன் வலியுறுத்தினார் அல்லவா?' அவரைப் பிரமிப்போடு பார்த்தபடி எதிரே சுண்டெலிக் கூட்டம்போல குழுமியிருந்த பொடியன்களான எங்களை அவர் முற்றிலுமாக மறந்துவிட்டார்போலிருந்தது. அவர் பிரசங்கிக்கும் விஷயமெல்லாம் எனக்கும், வகுப்பிலிருந்த மற்றவர்களுக்கும் புதுசாக இருந்தது. பிறன்மனை வேட்கை என்றால் என்ன? இத்தகைய பாவங்களெல்லாம் பெரியவர்கள் செய்வதல்லவா? அந்த வயசுக்கு எனக்குத் தெரிந்தவகையில் அதைப் புரிந்துகொண்டேன் என்றுதான் சொல்ல வேண்டும். ஏழு வயசாக இருந்தாலும் நான் உண்மையில்

இதையெல்லாம் ஒருகை பார்த்தவன்தானே? கை அல்ல, கண் என்று வேண்டுமானாலும் சொல்லலாம். நான் பார்த்திருக்கக் கூடாத செயல்களைப் பார்த்திருக்கிறேனே? பார்க்கக் கூடாத விஷயங் களைப் பார்த்து, அந்தத் திருட்டு சந்தோஷத்தையும், அதன்பின் ஏற்பட்ட இருட்டான அவமானத்தையும் அனுபவித்திருக்கிறேன். மிஸஸ் கிரேஸின் வழவழப்பான தொடையை அவளது உள்ளாடை களின் கால்கவடு வரையும், அவள் காலின் திரட்சியான மேற்பகுதியின் சுருக்கம்வரையிலும் கண்கொட்டாமல் பார்த்து எனக்குள் நிரம்பி, பார்த்ததால் நிரம்பி வழிந்ததால், நான் பார்த்துக்கொண்டிருப்பதை வேறுயாரோ பார்த்திருப்பாரோ என்ற பயமும் ஏற்பட்டிருந்தது. பெரணிப் புதரிலிருந்து வெளிவந்திருந்த மைல்ஸ், ரோஸை மும்முரமாக திருட்டுப்பார்வை பார்த்துக்கொண்டிருந்தான். க்ளோயி இன்னமும் பைன் மரத்தடியில் வெற்றாக பகற்கனவில் தொலைந்திருந்தாள். ஆனால் மிஸ்டர் கிரேஸ் அவரது தொப்பிக்கடியிலிருந்து அப்போது முதல் பார்த்துக்கொண்டுதான் இருந்தாரோ? மார்பில் முகவாயை ஊன்றி தலையைக் குனிந்தபடி திறந்திருந்த சட்டைக்கு வெளியே மயிரடர்ந்த அவர் வயிறு துருத்தியிருக்க அட்டினக்கால் போட்டுக் கொண்டு சரிந்து அமர்ந்திருந்ததில் அவருடைய கனத்த தொடைகளுக்கு நடுவே அவருடைய காக்கி ஷார்ட்ஸ் மாபெரும் பந்தாக வீங்கியிருந்த வரைக்கும் என்னால் பார்க்க முடிந்தது. அந்தப் பைன் மரம் தனது ஊதா நிற நிழலை புல்வெளியின்மேல் அவரை நோக்கி நகர்த்திக் கொண்டேவர, அவருடைய மனைவிக்கு ஒயினை நிரப்புவதற்கும் அல்லது சாப்பிட எதையாவது எடுப்பதற்கும் தவிர அந்த மடக்கு நாற்காலியிலிருந்து அவர் நகர்ந்திருக்கவேயில்லை. அப்படி அவர் சாப்பிடுவதேகூட அலாதியாகத்தான் இருந்தது. பன்றி இறைச்சி ஸான்ட்விச்சில் ஒரு பாதியைப் பிய்த்து விரல்களால் கவ்வி எடுத்து தாடிக்கு நடுவே சிவப்பு ஓட்டையாகத் திறந்த வாய்க்குள் மொத்த மாகத் திணித்துக்கொண்டபோது எனக்கேற்பட்ட பிரமிப்பு இன்னமும் இருக்கிறது.

அப்போதெல்லாம் வயதானவர்கள் என்றாலே கொஞ்சமும் எதிர்பாராதவகையில்தான் நடந்துகொள்வார்கள், கொஞ்சம் கிறுக்குத் தனத்தோடுதான் இருப்பார்களென்று எங்களுக்கு அந்த வயதில் ஒரு நம்பிக்கை இருந்தது. அதனால் கார்லோ கிரேஸை ஒரு விசேஷமான எச்சரிக்கையோடுதான் கண்காணிக்க வேண்டியிருந்தது. திடீரென்று பொய்யாகத் தாக்குவார். எதிர்பாராத நேரத்தில் மேலே பாய்வார். கைநாற்காலியில் உட்கார்ந்துகொண்டு செய்தித்தாளில் மூழ்கிவிட்டிருப்பவரைப்போல இருந்தவர், அவரைக் கடந்துபோகும் க்ளோயியைக் கொத்துகிற பாம்பைப்போல திடுமென்று கையை நீட்டி அவள் காதையோ, கொத்தாக முடியையோ லபக்கென்று பிடித்து வலிக்கும்படி முரட்டுத்தனமாகத் திருகுவார். இத்தனைக்கும்

செய்தித்தாளிலிருந்து அவர் பார்வை விலகியிருக்கவேயிருக்காது, ஒரு வார்த்தை ஒரு சத்தம் எழும்பியிருக்காது. என்னவோ அந்தக் கை மட்டும் தன்னிச்சையாகச் செயல்பட்டிருப்பதைப்போல இருக்கும். சுவாரஸ்யமாக ஏதோ பேசிக்கொண்டிருந்தவர் திடுதிப்பென்று பேச்சை நிறுத்திவிட்டு சிலைபோல உறைந்துவிடுவார். பேச்சில் உயர்த்தியிருந்த கை உயர்த்தியபடியே அந்தரத்தில் இருக்கும். கண்கள் நிலை குத்தியிருக்க, எதிரே இருப்பவர் சங்கடத்தோடு நெளியும்போது அவர்களின் தோளுக்குப் பின்னால் எதையோ வெறிப்பதைப்போலிருப் பார். ஏதோ அபாய எச்சரிக்கை ஒலி அவருக்கு மட்டும் கேட்பதைப் போல, தூரத்தில் நடக்கிற அமளி துமளியின் சன்னமான சத்தம் அவர் காதில் மட்டும் நுழைவதைப்போல அவரைப் பார்த்தால் இருக்கும். திடீரென்று கலைந்து எதிரேயிருப்பவர் தொண்டையைக் கப்பென்று பிடித்துப் பாசாங்காக நெரிப்பார். பற்களுக்கிடையில் பாம்பு சீறுவதைப்போல சத்தம் எழுப்பி சிரிக்கவும் செய்வார். மந்தபுத்திகொண்ட தபால்காரன் ஒருவன் இருந்தான். போய்க்கொண் டிருந்த அவனை நிறுத்தி வானிலை மாற்றங்களைப்பற்றியோ அல்லது வரப்போகிற கால்பந்து போட்டியின் முடிவைப்பற்றியோ தலையெல் லாம் ஆட்டி, முகத்தைச் சுளித்துத் தாடியைக் கோதியபடி, தான் உதிர்க்கும் கருத்துகளெல்லாம் தூய்மையான ஞானமுத்துக்கள் என்பதைப்போல தீவிரமாக அலசுவார். தன்னையும் ஒருபொருட்டாக மதித்து இவ்வளவு ஆழமாகப் பேசுகிறாரே என்று மயங்கி அந்தப் பரிதாப மனிதன் பெருமிதத்தோடு சீழ்க்கையடித்தபடி செல்ல, அவர் எங்களைத் திரும்பிப் பார்த்து புருவத்தை உயர்த்தி உதடுகளைப் பிதுக்கி தலையை எக்களிப்பாக குலுக்கிக்கொண்டு சத்தமே வராமல் ஆர்ப்பாட்டச் சிரிப்பு சிரிப்பார். இப்படி எவ்வளவுதான் இருந்தாலும், என் ஆர்வமெல்லாம் சுற்றியிருந்த வேறு சிலர் மீதே பதிந்திருந்தாலும், கடவுள்களின் மத்தியில் இருக்கிறேன் என்று எனக்குப் பிரக்ஞையில் உறைத்தது கார்லோ கிரேஸால்தான். என்னதான் விநோதமாக, விசித்திரமாக நடந்துகொண்டாலும் எங்கள் எல்லோரையும் அதிகாரத் தால் கட்டுப்படுத்தி வைத்திருந்தவராக அவர்தான் இருந்தார். கெக்கலித்து சிரிக்கும் கடவுள். எங்கள் கோடைப் பருவத்தின் சமுத்திர தேவன் பொஸைடன் அவர்தான். அவரது தலையசைப்பில்தான் எங்கள் சின்ன உலகம் கீழ்ப்படிந்து செயலாற்றிவந்தது.

இசைவையும் கள்ளத்தனம்கொண்ட அழைப்பையும் உள்ளடக்கி யிருந்த அந்த தினம் வாய்க்கவேயில்லை, மிஸஸ் கிரேஸ் அந்தப் புற்தரையில் கைகால்களை நீட்டிக்கொண்டு மெதுவாக குறட்டை யிட்டுக்கொண்டிருக்கையில், அதலபாதாளத்திலிருந்த எங்கள் அனை வரின்மீதும் கண்ணுக்குத் தெரியாத ஒருவித அயர்ச்சி கவிந்து, குழுவிலிருந்த ஒருவர் மட்டும் விலகி தூக்கத்தில் ஆழ்ந்துவிட்டால் மற்றவர்களுக்கு உண்டாகிறார்போல ஒரு மரப்புத்தன்மை எங்களிடம் இறங்கியது. என் பக்கத்தில் எதிர்த்திசையைப் பார்த்தபடி மைல்ஸ்

புல்லின்மீது கவிழ்ந்து படுத்திருந்தான். அவன் இன்னமும் எனக்குப் பின்னால் மேஜைவிரிப்புத் துணியின் ஓரத்தில் உட்கார்ந்திருந்த ரோஸைத்தான் நோட்டம்விட்டுக்கொண்டிருந்தான். இன்னமும்கூட அவன் திருட்டுப்பார்வையைப் பற்றிய ஸ்மரணை அவளுக்கு உண்டானதாகத் தெரியவில்லை. க்ளோயி இன்னமும் பைன் மரநிழலில் கையில் எதையோ பிடித்துக்கொண்டு நின்றிருந்தாள். அவள் முகம் உயர்ந்து எதையோ உன்னிப்பாகப் பார்த்துக்கொண்டிருந்தது. அது ஏதாவது ஒரு பறவையாக இருக்கக்கூடும். அல்லது நீலவானப் பின்னணியில் வலைப்பின்னல் பின்னியிருக்கும் கிளைகளோ, கடலிலிருந்து மெதுவாக நகர்ந்துவரத் தொடங்கியிருந்த வெண்மேகப் பொதிகளாகக்கூட இருக்கலாம். எவ்வளவு சிந்தனைவயப்பட்டு காணப்படுகிறாள்! அதே நேரத்தில் கையில் அந்தப் பைன் மரத்தின் கூம்புக்காயை வைத்துக்கொண்டு – அதுவா அது? – எவ்வளவு தெளிவான வடிவமாக, வெயில் திண்ணங்கள் படர்ந்த சிறு கிளைகளை வெறித்துக்கொண்டிருக்கிறாள்! திடீரென்று அவள் அந்தக் காட்சியின் மையப்பொருளாக, எல்லா விஷயங்களும் வந்து குவிந்து மறையும் புள்ளியாக ஆகிவிட்டாள். திடீரென்று இவளுக்காகத்தான் இந்த வடிவங்களும் நிறங்களும் இப்படிப்பட்ட நுட்பமான கலையற்றத் தன்மையோடு அமைக்கப்பட்டிருக்கின்றன: பாலீஷ் செய்யப்பட்ட புல்லின்மீது விரிக்கப்பட்ட வெண்துகில், சாய்வாக நின்றிருக்கும் நீலப்பச்சை மரம், தொங்கலிழை பெரணி வரிசை, அவ்வளவு உயரத்தில் எல்லையற்ற நீலவானில் நகரவே நகராதுபோலிருக்கும் அந்தச் சின்னஞ்சிறு மேகங்கள்கூட என்று தோன்றியது. மிஸஸ் கிரேஸ் தூங்குவதைத் திரும்பிப்பார்த்தேன். ஏறக்குறைய வெறுப்பாகவே இருந்தது. திடீரென அவள் ஒரு பூதாகரமான உயிரற்ற புராதன உடற்பிண்டம் போல, காட்டுவாசிகளால் வழிபடுவது நிறுத்தப்பட்டுவிட்ட ஒரு பெண் தெய்வத்தின் உருவப் பொம்மை குப்பைமேட்டில் வீசியெறியப் பட்டு கிராமச் சிறுவர்கள் தமது கவண் கற்களை, வில் அம்புகளை எறிய இலக்காக்கி வைத்திருப்பதைப்போல இருந்தது.

எனது வெறுப்பின் சில்லிட்ட தீண்டலால் எழுப்பப்பட்டவள் போல அவள் திடுக்கிட்டு எழுந்து உட்கார்ந்து மலங்கமலங்க விழித்தாள். ஒயின் கிளாஸைப் பார்த்து, அது காலியாக இருந்ததில் ஆச்சரியப் பட்டதைப்போல முகத்தை மாற்றினாள். அவளது வெண்ணிற மேற் சட்டையின் தோள்பகுதியில் பட்டிருந்த இளஞ்சிவப்பு ஒயின் கறையை நாக்கால் உச்சுக்கொட்டியபடியே விரல் நுனியால் சுரண்டினாள். எங்கள் பக்கம் மீண்டும் திரும்பி, தொண்டையைக் கனைத்துக்கொண்டு இப்போது எல்லோரும் ஓடிப்பிடித்து விளையாட வேண்டுமென்று அறிவித்தாள். அனைவரும், மிஸ்டர் கிரேஸ் உட்பட, அவளை ஏறெடுத்துப்பார்க்க, மரத்தினடியில் நிழலில் நின்றிருந்த க்ளோயி "நான் யாரையும் துரத்திப்பிடிக்கப்போவதில்லை" என்றாள். நம்பிக்கை யில்லாத ஒரு சீறலாகச் சிரித்தாள். அவள் அம்மா அவள் ஆடித்தான்

ஆகவேண்டுமென்று வற்புறுத்தினாள். அவள் ஓர் அழுகுணி ஆட்டக்காரி என்று கிண்டலடித்தாள். க்ளோயி அப்பாவிடம் நகர்ந்து வந்து அவர் தோளின்மேல் முழங்கையை ஊன்றிக்கொண்டு நின்றாள். கண்கள் சுருங்க அவள் அம்மாவை முறைத்தாள். பல்லிளிக்கும் ஆட்டுக் கடவுளான மிஸ்டர் கிரேஸ் அவள் இடுப்பைச் சுற்றி வளைத்துக்கொண்டு அந்த ஒல்லிக்குச்சிப் பெண்ணை தன் மயிரடர்ந்த உடம்பின் மேல் அழுத்தித் தழுவிக்கொண்டார். மிஸஸ் கிரேஸ் என் பக்கம் திரும்பி, “நீ விளையாட வருகிறாய்தானே?” என்றாள். “ரோஸ், நீயும்.”

நாங்கள் விளையாடிய அந்த விளையாட்டு எனக்குத் தெளிவான காட்சிப்படங்களாக, ஆடிய ஆட்டங்களும் துரத்தல்களும் வரிசையாக, அன்றைய தினத்தின் நிறங்களும் ஞாபகத்தில் பதிந்திருக்கின்றன. பெரணிச் செடிகளின் ஊடாக சிவப்புச் சட்டையில் நேராக நிமிர்ந்து ஒரு சிலை ஓடுவதைப்போல ஓடுகிற ரோஸ், அவள் தலைக்குப்பின்னால் அலை அலையாகப் புரண்டு பின்தொடரும் அவள் கருங்கூந்தல்; பெரணித்தண்டிலிருந்து வடிகிற பாலை நெற்றியில் யுத்தச் சாயம் போல தீட்டிக்கொண்டு என் பிடியிலிருந்து திமிறிக்கொண்டு ஓடும் மைல்ஸ், அவன் தோளை அழுத்தும்போது என் விரலில் உணர்ந்த அவன் பந்து கிண்ண மூட்டு; புயல் வேகத்தில் ரோஸ் தலைதெறிக்க ஓடும் இன்னொரு பிம்பம்: இதில் அவளை மிஸஸ் கிரேஸ் வெறிச் சிரிப்போடு துரத்துகிறாள். பைன் மரங்களுக்கும் அதன் கிளைகளுக்கும் நடுவே வெறும்காலில் ஓடும் இரண்டு கிரேக்க தேவமங்கைகள். அவர்களைத்தாண்டி மங்கிய வெள்ளி ஜொலிப்போடு வளைகுடாவும், நிறவேற்றுமையில்லாத நீலத்தில் தொடுவானம்வரை சரிந்திருக்கும் வானமும். பெரணிப்புதருக்கு நடுவே வெற்றாக இருந்த இடத்தில் மிஸஸ் கிரேஸ் ஓட்டப்பந்தயத்தில் துவக்க சமிக்ஞைக்குக் காத்திருக்கும் வீராங்கனைபோல ஒரு முட்டியைத் தரையில் ஊன்றி பதுங்கியிருக் கிறாள். நான் அவளைக் கண்டுபிடித்ததும், விளையாட்டின் விதிகள் சொல்வதைப்போல எழுந்து ஓடாமல் என்னை ஊமைச் சைகை காட்டி அவசரமாக அழைத்து அவள் பக்கத்தில் என்னையும் பதுங்க வைக்கிறாள். ஒரு கையால் வளைத்துத் தன் பக்கத்தில் சேர்த்து இறுக்கிக்கொள்கிறாள். மென்மையாக அழுந்திய அவள் மார்பின் பருமனையும், அவள் இதயம் துடிப்பதையும், பாலும் வினிகரும் கலந்த அவள் வாசனையையும் என்னால் உணர முடிகிறது. ‘ஷ்!’ என்றபடி என் உதடுகளின் மேல் – அவள் உதட்டில் அல்ல – அவள் விரலை வைக்கிறாள். அவள் நடுங்கிக்கொண்டிருக்கிறாள். அடக்கப் பட்ட சிரிப்பின் சிற்றலைகள் அவள்மேல் அதிர்ந்துகொண்டிருக்கின்றன. குழந்தையாக என் அம்மாவின் அரவணைப்பில் இருந்ததற்குப்பின், எந்தவொரு வளர்ந்த பெண்ணோடும் இவ்வளவு நெருக்கமாக இதற்கு முன் நான் இருந்ததில்லை. ஆனால் இப்போது மோகத்துக்குப் பதிலாக அசூயை கலந்த ஒரு திகிலுணர்வுதான் இருக்கிறது. நாங்கள் இருவரும்

ஒன்றாக பதுங்கியிருப்பதை ரோஸ் கண்டுபிடித்துவிட்டு கூவுகிறாள். மிஸஸ் கிரேஸ் தன்னைத் தூக்கிவிடும்படி கேட்பதைப்போல கையை நீட்டுகிறாள். அவள் பற்றியதும் ரோஸை எங்கள்பால் வெடுக்கென்று இழுத்துக்கொள்கிறாள். கைகளும் கால்களும் ரோஸின் பறக்கும் கூந்தலும் குழப்பமான குழப்பமாக குழப்பி அடித்துக்கொள்ள, கதம்பமாகப் பின்னிக்கொண்டுவிட்ட நாங்கள் மூவரும் முழங்கை களை ஊன்றி எழுந்திருக்க முயன்று, மூச்சிரைத்தபடி, காலில் மிதிபட்டு தரையோடு தரையாக புதைந்திருந்த பெரணித்தழைகளுக்கு மத்தியில் நட்சத்திரங்கள்போல் ஊர்கிறோம். தடுமாற்றத்துடன் எழுந்து நின்றதும் என் கால்கள் தள்ளாடுகின்றன. திடீரென என் முன்னாள் மோகநாயகியாகிவிட்டிருந்த மிஸஸ் கிரேஸ் எங்கே என்னை மீண்டும் தன் மடியில் இழுத்துப்போட்டுக்கொள்வாளோ வென்று பயப்படுகிறேன். கையைக் கண்களுக்குமேல் வைத்து நிழலமைத்துக்கொண்டு என்னைக் கூர்மையாக, கடுமையாக, நட்பற்ற சிரிப்போடு பார்க்கிறாள். ரோஸ் துள்ளியெழுந்து சட்டையைத் தட்டிவிட்டுக்கொண்டு, நான் ஒழுங்காக ஆடவில்லை என்பதுபோல எதையோ கோபமாக முனகிவிட்டுப் பெரணிச் செடிகளுக்குப் பின்னால் மறைகிறாள். மிஸஸ் கிரேஸ் தோளைக் குலுக்கிக் கொண்டு, "பொறாமை" என்கிறாள். என்பக்கம் திரும்பி அவளுடைய சிகரெட்டு களை எடுத்துக்கொண்டுவரச் சொல்கிறாள். "இப்போது மட்டும் நான் புகை பிடிக்காவிட்டால் செத்தே போய்விடுவேன்" என்கிறாள்.

நாங்கள் புல்மேட்டுக்குத் திரும்பியபோது பைன் மரத்தடியில் க்ளோயியையும் அவள் அப்பாவையும் காணவில்லை. பிக்னிக்கின் மிச்சங்கள் அந்த வெள்ளைத்துணி விரிப்பில் சிதறியிருந்தவிதத்தைப் பார்த்தால் வேண்டுமென்றே செய்ததைப்போல, சங்கேதக்குறிகளில் பொதித்துவைக்கப்பட்ட ஒரு செய்தியைப்போல இருந்தது. "ரொம்பவும் நன்றாகத்தான் இருக்கிறது," என்றாள் மிஸஸ் கிரேஸ் எரிச்சலோடு. "சுத்தப்படுத்துகிற வேலையை நம் தலையில் கட்டிவிட்டனர்." மைல்ஸ் பெரணிகளிலிருந்து மீண்டும் வெளியே வந்தான். முட்டிபோட்டு ஒரு புல்லைப் பிடுங்கி சுருட்டி விரல்களுக்கிடையில் பொருத்தி இன்னொருவிதமான ஒலியை எழுப்பினான். காய்ந்த வைக்கோல் போன்ற அவன் தலைமயிர் வெயிலில் பளீரிட, மெழுகுச்சிலைபோல அசைவேயில்லாமல் உன்னிப்பாகக் காதைத் தீட்டிக்கொண்டு காத் திருந்தான். தூரத்திலிருந்து க்ளோயியின் பதில் வந்தது. பின்கோடைப் பருவத்தின் சோகையான தினத்தினூடாக ஊசியில் குத்திக்கொண்டு வருவதைப்போன்ற கிறீச்சிடும் விசில் சத்தம் அது.

கவனித்தலையும் கவனிக்கப்படுதலையும் பற்றிப் பேசும்போது, இன்று காலை குளியலறைக் கண்ணாடியில் என்னை நானே வெகுநேரம் வெறுப்போடு பார்த்துக்கொண்டிருந்த மந்தமான கலங்கல் பார்வை

யைப் பற்றியும் குறிப்பிட வேண்டும். இப்போதெல்லாம் தேவைக்கு அதிகமாக கண்ணாடியில் என் பிரதிபலிப்பை அலசிப்பார்த்துக் கொண்டிருப்பதில்லை. கண்ணாடியில் தெரியும் என் பிம்பத்தை மிகவும் ரசித்துப்பார்த்துக்கொண்டிருந்த காலம் ஒன்று முன்பு இருந்தது, இப்போது இல்லை. இப்போது துணுக்குற்றிருக்கிறேன். துணுக்குற் றிருப்பதைவிடவும், எனக்கு முன்னால் கண்ணாடியில் திடீரென தோன்றுகிற என் முகத்தோற்றம், நான் எப்போதும் எதிர்பார்த் திருக்கவே முடியாத ஒன்றாக தெரிகிறது. என் உருவத்தின் அபத்தமானக் கேலிச்சித்திரம் ஒன்று என்னை வெளியே நெட்டித்தள்ளிவிட்டிருக் கிறது. என் தலைக்குள் பிடிவாதமாக மிச்சமிருக்கும் என் முகத்தைப் பற்றிய ஞாபக பிம்பத்துக்குச் சற்றும் ஒத்திருக்காத ஒரு சிதைவுற்ற சோக முகம்தான் இது. சருமம் தளர்ச்சியுற்று மடிப்பு மடிப்பாக இளஞ்சிவப்பும் சாம்பலும் கலந்த நிறத்தில் ரப்பர்போல தொங்குகிற ஒரு ஹாலோவீன் முகமூடி அணிந்திருந்த முகம். மேலும் எனக்கு கண்ணாடிகளோடும் ஒரு பிரச்சனை இருக்கிறது. சொல்லப்போனால் பல பிரச்சனைகள். அவற்றில் பெரும்பாலானவை இயல்பில் ஆன்மீக மான, புலன் கடந்த நுண்பொருட் தன்மையானவை. ஆனால் நான் சொல்வது முழுக்க முழுக்க நடைமுறைக்கு ஒத்ததானவொன்று. எனது மட்டுமீறி பருத்த, அபத்தமாக உயர்ந்த உருவ அமைப்பால் சுவரில் பதிக்கப்பட்டிருக்கும் சவரக்கண்ணாடிகள் பெரும்பாலும் எனக்கு மிகவும் தாழ்வாகவே இருக்கும். என் மொத்த முகத்தையும் பார்ப்பதற்கு வெகுவாகக் குனிய வேண்டியிருக்கும். அதைப்போல தலையைக்குனிந்து பார்க்கும்போதுகூட என் பிம்பம் கண்ணாடிக்கு வெளியே பிதுங்கத் தொடங்கிவிட்ட பிறகு, என் முகத்தில் வந்துவிட் டிருக்கும் மந்தமான வியப்பும் குழப்பமான அச்சமும் கலந்த முக பாவம், தொங்கிய வாய், அயர்ந்துபோய் திகைப்பில் பின்னப்பட்டது போன்ற புருவங்கள் எல்லாம் சேர்ந்து என்னைப் பார்ப்பதற்கு தூக்குப்போட்டுக்கொண்டவன் முகத்தைப் போலத்தான் எனக்குத் தெரிகிறது.

இங்கே நான் வந்தபோது முதலில் தாடி வளர்த்துக்கொள்ளலாமா வென்று யோசித்தேன். சோம்பல் காரணமாகத்தான், வேறு எதனாலு மில்லை. ஆனால் மூன்று நான்கு நாட்கள் கழிந்தபிறகுதான் வளர்கிற மயிர் மண்டையில் இருப்பதைப்போல வெள்ளியாக இல்லாமல் ஒரு விநோதமான துரு நிறத்தில் வளர்வதைக் கவனித்து – எப்படிக் க்ளேருக்கு செம்பட்டை முடி வந்தது என்று அப்போது எனக்குப் புரிந்தது – அந்த முயற்சியை நிராகரித்தேன். இந்தச் செம்பழுப்பு சமாச்சாரம் உப்புக்காகிதம்போல சொரசொரப்பாக, கண்ணிலிருந்த அந்த இறுக்கமான ரத்தச்சிவப்பு பார்வையோடு சேர்ந்து எனக்குக் காமிக்ஸ் கதைகளில் வருகிற ஒரு கொடூரமான குற்றவாளியைப்போல ஒரு தோற்றத்தைக் கொடுத்துக்கொண்டிருந்தது. இன்னும் தூக்கி லேற்றப்படாத, ஆனால் நிச்சயம் மரண வரிசையில் நிறுத்திவைக்கப்பட்

டிருப்பவன். என் கன்னப்பொட்டில் நரைமுடிகள் வெகுவாக அடர்த்தி குறைந்து, அங்கே கருஞ்சிவப்புப் புள்ளிகள் உண்டாகியிருக்கின்றன. ஆவ்ரிலேஷியஸ் ஃப்ரக்கிள்ஸ் என்று அதற்குப் பெயராம். எனக்கென்னவோ அவற்றில் ஏதோவொரு புள்ளி எதிர்பாராத ஒரு தருணத்தில் அதற்குள்ளிருந்த ஒரு போக்கிரி செல்லால் தூண்டப்பட்டு, வெறிபிடித்தாற்போல கன்னாபின்னாவென்று வளர்ந்து பெருகப் போகிறதென்று தோன்றுகிறது. எனது 'ரோசாஷியா' கழன்று உதிர்ந்து கொண்டிருக்கின்றனவென்பதையும் கவனிக்கிறேன். என் புருவத்துக்கு மேலே சருமத்தில் செம்பு சிவப்பில் கொப்புளங்கள். என் நாசியின் பக்கவாட்டில் ஒரு கோபமான சிவப்பு சினைப்பு. என் கன்னங்கள்கூட பார்க்க சகிக்காத சிவப்புத் தொங்கலாக மாறி வருகின்றன. என் மதிப்புக்கும் நம்பிக்கைக்கும் பாத்திரமான வில்லியம் ஏ.ஆர். தாம்ஸன், எம்.டி., எழுதி ஆடம் அண்டு சார்ல்ஸ் பிளாக், லண்டன் வெளியிட்டிருக்கும் *பிளாக்ஸ் மெடிக்கல் டிக்ஷனரி*யின் முப்பதாவது பதிப்பு என்னிடம் இருக்கிறது. மிகவும் நம்பகமான புத்தகம். புரட்டிப் புரட்டி ஏடுகளெல்லாம் தளர்ந்திருக்கும். 441 கருப்பு வெள்ளை (ஏறக்குறைய சாம்பல் நிறத்துக்கு மாறிவிட்ட) படங்கள். எப்போது பார்த்தாலும் என் இதயச்சுவர்களை உறையவைக்கிற நான்கு கலர் பிளேட்டுகள்கூட. இந்தப் புத்தகம் 'ரோசாஷியா' என்பது ஒரு வெறுப்பூட்டுகிற நோய்க்கான பெயர் என்று அறிவிக்கிறது. 'முகத்திலும் நெற்றியிலும் உள்ள சதைப்பற்றான இடங்களில் உண்டான நாட்பட்ட கெட்டிப்பினால் ஏற்படுகிற சிவப்புப் பருக்கள்' இதனால் உண்டாகும் 'எரிதீமா' (சருமத்தில் ஏற்படும் சிவப்பு சினைப்புக்கு மருத்துவ நிபுணர்களாகிய நாங்கள் அழைக்கும் பெயர்) நாளடைவில் மாறிமாறி வளர்ந்து தேயும், ஆனால் கடைசியில் நிரந்தரமாகப் பதிந்து – அந்தக் கள்ளம்கபடமற்ற டாக்டர் எச்சரிக்கிறார் – வியர்வை சுரப்பிகள் அபரிமிதமாக வீக்கமடைந்து (பார்க்க: தோல்) ரைனோஃபைமா எனப்படும் மூக்கு வீக்கத்தை உண்டாக்கும். வீக்கம், வீக்கம் என்று இரண்டு முறை திரும்பத் திரும்ப எழுதியிருப்பது டாக்டர் தாம்ஸனின் வழக்கமான பாணி அல்ல. கொஞ்சம் புராதன வழக்கில் எளிமையாக எழுதுகிறவர்தான் அவர். இந்த வழுவல் வழக்கத்துக்கு மாறானது. அவர் வீட்டுக்குவந்து பார்ப்பாராவென்று தெரியவில்லை. கொந்தளிப்பான மனநிலையை ஆற்றுப்படுத்துகிற ஆற்றல் அவருக்கு நிச்சயம் இருக்க வேண்டும். மருத்துவம் இல்லாமல் எல்லா துறைகளைப்பற்றியும் ஆழ்ந்த அறிவுகொண்டவராகத்தான் அவர் இருக்க வேண்டும். மருத்துவ நிபுணர்கள் அவர்களுக்கு அளிக்கப்படுகிற பாராட்டுகளுக்கு அதிகமாகவே சகலகலாவல்லவர்களாகத்தான் இருப்பர். *Rogets' Thesaurus* எழுதிய ரோஜட், ஒரு மருத்துவர். மயக்க மருந்து பற்றிய ஆராய்ச்சியில் ஈடுபட்டவர். இடைப்பட்ட நேரத்தில் வருகிற நோயாளிகளையும் குணப்படுத்தியிருக்கிறார். ஆனால் ரைனோஃபைமா என்கிற போது, அதைக் கொஞ்சம் தீவிரமாகத்தான் கவனிக்க வேண்டும்.

கண்ணாடியில் என் முகத்தை இப்படி உற்றுப்பார்த்துக்கொண் டிருக்கையில், பொனார் தன் கடைசி காலத்தில் லு பஸ்கேவில் குளியலறைக் கண்ணாடியில் தன்னைப்பார்த்து வரைந்த ஓவியங்கள் இப்போது இயல்பாக என் ஞாபகத்துக்கு வருகின்றன. போர் இறுதிக் கட்டத்தை எட்டியிருந்தபோது வரையப்பட்டவை அவை. அவருடைய மனைவி இறந்ததற்குப்பிறகு. விமரிசகர்கள் அவற்றை இரக்கமற்ற உருவப்படங்கள் என்கின்றனர். இதில் இரக்கம் எங்கே வந்ததென்று விளங்கவில்லை. ஆனால் உண்மையில் எனது கண்ணாடிப் பிரதிபலிப்பு எனக்கு அதிகமும் நினைவூட்டுவது வான்கோவின் சுயஉருவப்படம் தான் என்று இப்போது உறைக்கிறது. கட்டு போட்டுக்கொண்டு புகையிலைக் குழாய் சகிதம் அசிங்கமான ஒரு தொப்பி அணிந்திருக்கும் அந்தப் புகழ்பெற்ற ஓவியம் அல்ல. ஆரம்பகால வரிசையில், 1887இல் பாரீஸில் வரையப்பட்ட ஓவியம். அதில் தொப்பி இல்லாமல், நீண்ட காலரும் ப்ராவென்ஸ் நீலத்தில் கழுத்து டையும், சிதைக்கப்படாத செவிமடலுமாக, ஏதோ தண்டனையாக தண்ணீரில் முக்கிவைத்து விடுவித்ததைப்போல நெற்றி சரிந்து கன்னப்பொட்டுகள் குழிந்து பட்டினிபோல கன்னங்கள் ஒட்டி காணப்படுகிற ஓவியத்தைச் சொல் கிறேன். ஃபிரேமிலிருந்து பக்கவாட்டில் திரும்பி உற்றுப்பார்த்துக் கொண்டிருப்பார். அயர்ச்சியோடு. அவலமாக ஏதோ நடக்கப்போகிறது என்று உணர்த்துகிற ஒரு தீக்குறி அவர் கண்ணுக்குத் தெரிவதைப்போல இருக்கும். அந்தப் படத்தில் அவரைப் பார்த்தால், மிக மோசமானதை எதிர்பார்த்துக்கொண்டிருப்பவரைப் போலிருப்பார். அப்படித்தான் இருந்திருக்கவும் வேண்டும்.

இன்று காலை என்னைப் பலமாகத் தாக்கிய விஷயம் என் கண்கள் காணப்பட்ட விதம்தான். வெண்படலம் முழுக்கக் குட்டிக் குட்டியான ரத்தக்குழாய்கள் செக்கச் செவேலென்று பின்னலிட்டிருக் கின்றன. ஈரமான கீழ் இரப்பைகள் வீங்கி தொளதொளவென்று தொங்கிக்கொண்டிருக்கின்றன. கண் இமை முடிகளில் ஒன்றுகூட மிச்சமிருக்கவில்லை என்பதைக் கவனிக்கிறேன். சின்னப்பையனாக இருந்தபோது பெண்கள் பொறாமைப்படுகிறாற்போல சில்க் மாதிரி பளபளவென்று நீளநீளமாக இருந்தன. மேல் இரப்பையின் உள்ளே மூலையில் கடைக்கண்ணுக்குக் கொஞ்சம் முன்னால் சின்னதாகக் கட்டிபோல தெரிகிறது. கண்ணோரம் நிரந்தரமாகவே மஞ்சளாக ஏதோ இன்ஃபெக்ஷன் ஆனதைப்போல இருக்கிறது. ஆனால் கடைக் கண்ணில் இருக்கும் அந்த மொக்கு, அது எதற்காக வந்திருக்கிறது? முகத்தில் இருக்கும் எதையும் ரொம்ப நேரம் பார்த்து ஆராய்ச்சி செய்துகொண்டிருக்கக் கூடாது. துரதிருஷ்டம் பிடித்த வின்சென்ட்டின் குழிவிழுந்த கன்னம்போல இளஞ்சிவப்பில் வெளிராக என் கன்னத்தில் பரவி கோரமாகத் தெரிகிற பளபளப்பு, வெள்ளை நிற சுவர்களிலிருந்தும், ஸிங்க்கின் எனாமல்லிலிருந்தும் பிரதிபலித்த வெளிச்சத்தினால் இருக்க லாம். இந்தப் பிரதிபலிப்பு வட இலையுதிர்காலத்தின் ஜ்வலிப்பைப்

போலத் தெரியவில்லை, தென்கோடி இலையுதிர்காலத்தின் பொறுக்க முடியாத, பிடிவாதமான, உலர்ந்த வெறிப்பைப்போலவே இருக்கிறது. எனக்கு முன்னிருந்த கண்ணாடியில் ஒளிர்ந்து, சுவர்களின் டிஸ்டம்பரில் புதைந்து, அவற்றுக்குக் கணவாய் மீன் எலும்பைப்போல வறண்ட, நொய்ம்மையான தோற்றத்தைக் கொடுத்துக்கொண்டிருந்தது. கை கழுவும் பேஸின் வளைவில் இருந்த ஒரு கறையைப் பார்த்தால் அனந்தகோடித் தொலைவிலிருக்கும் ஒரு நட்சத்திரப் புகைமம் சகல திசைகளிலும் வெடித்துச் சிதறுவதைப்போலிருந்தது. அந்த ஒளியின் வெண் சதுரத்தில் நின்றிருக்கும்போது, ஒரு கணம் வெகு தொலைவில் கற்பனையிலோ, நிஜத்திலோ இருக்கும் ஒரு கடற்கரைக்கு நான் முழுதாக பெயர்த்தெடுத்துச் செல்லப்படுவதை உணர்ந்தேன். அந்த இடத்தின் விவரங்கள் கனவைப்போன்ற நுட்பத்துடன் இருந்தாலும் அது எந்த இடம் என்று புரியாமல், கிளிஞ்சல்கள் கொத்துக் கொத்தாக புதைந்திருக்கும் கெட்டியான வெண்மணற்பரப்பில் அமர்ந்து, தட்டையாகவும் வழவழப்பாகவும் இருந்த ஒரு பெரிய நீலக்கல்லை எடுத்து கையில் வைத்துக்கொண்டிருக்கிறேன். அந்தக் கல் உலர்ந்து வெதுவெதுப்பாக இருக்கிறது. அதனை என் வாயருகே எடுத்துவந்து உதட்டின் மேல் பதிக்கிறேன்போலிருக்கிறது. ஆழக் கடலைப்போல, தொலைதூரத் தீவுகளைப்போல, தடிமனான பெரு மரங்கள் வீழ்ந்து மண்மூடிப்போன தொலைந்துபோன நிலப்பிரதேசங் களைப்போல, மீன்களின் மெல்லிய எலும்புக்கூடுகள்போல, கடற்பாசி போல, மக்கிய கடற்குப்பைபோல, உதட்டில் உப்புக்கரிப்பதுபோல இருக்கிறது. என் முன்னிருந்த நீர் விளிம்பின் சிற்றலைகள் உயிர்பெற்று, புராதன காலத்தில் நிகழ்ந்த ஏதோவொரு பேரழிவைப்பற்றி ஆர்வத்தோடு என்னிடம் கிசுகிசுக்கின்றன. அது ட்ராய் வீழ்ச்சியோ அல்லது ஒருவேளை அட்லாண்டிஸ் புதைந்ததோ, சரிவர கேட்கவில்லை. நீர் நிரம்பி, தளும்பி, தகதகத்துக்கொண்டிருக்கிறது. படகுத் துடுப்பின் முனையிலிருந்து நீர்முத்துக்கள் உடைந்து, வெள்ளிக்கம்பியாக வழிந்து உதிர்கின்றன. தூரத்தில் கருப்புக்கப்பல் தெரிகிறது. ஒவ்வொரு கணமும் நெருங்கிவந்துகொண்டேயிருப்பது புலப்படுகிறது. நான் அங்கே இருக்கிறேன். உங்கள் சைரனின் சங்கீதம் கேட்கிறது. நான் அங்கே இருக்கிறேன், ஏறத்தாழ அங்கேயேதான்.

II

II

எங்கள் தினங்களின் பெரும்பாலான நேரத்தை க்ளோயியும், மைல்ஸும் நானும் கடலில்தான் கழித்துக்கொண்டிருந்தோம் போலிருக்கிறது. வெயிலிலும் மழையிலும் நீந்திக்கொண்டிருந்தோம், காலையில் நீந்தினோம், சூப்பைப்போல கடல் கெட்டியாகக் கலங்கி மந்தமாக இருந்தபோது நீந்தினோம், கருப்பு ஸாட்டின் துணிபோல கடல்நீர் எங்கள் கைகளின்மேல் ததும்பி வழிய இரவு நேரங்களில் நீந்தினோம். ஒரு நாள் பிற்பகல் இடியும் காற்றுமாக பெருமழைக் கொட்டிக்கொண்டிருந்த போது கடலிலேயே விளையாடிக்கொண்டிருந்தோம். எங்களுக்குப் பக்கத்திலேயே ஒரு மின்னல் சரமாக இறங்கிக் கடற்பரப்பைத் தாக்கியபோது உண்டான முறிகிற சத்தத்தையும், தீய்ந்த காற்றையும் கிட்டத்திலேயே உணர்ந்தோம். நானொன்றும் நீச்சலில் விற்பன்னன் அல்ல. இந்த இரட்டையர்கள் குழந்தைகளாக இருந்ததிலிருந்து பயிற்சி எடுத்துக்கொண்டிருந்தவர்கள். நீரில் பளபளக்கும் இரண்டு ஜோடி கத்தரிக்கோல்களைப் போல அனாயசமாக அலைகளை வெட்டிக்கொண்டு நீந்தினர். நீச்சல் திறமையிலும் லாவகத்திலும் பின்தங்கியிருந்ததை உடலுரத்தில் ஈடுகட்டி வந்தேன். நெடுந்தூரம் நிற்காமல் நீச்சலடிப்பேன். யாராவது என்னைக் கவனித்துக் கொண்டிருந்தால், சைடு ஸ்ட்ரோக்கில் சுழன்று சுழன்று நீச்சலடித்துக்காட்டுவேன். எனக்கு மட்டுமல்லாது கரையிலிருந்து பார்த்துக்கொண்டிருப்பவர்களுக்கும் பொறுமை இழந்து அயர்ந்துபோகும்வரை நீந்திக்கொண்டிருப்பேன்.

இப்படிப்பட்ட வீரசாகசக் கண்காட்சி ஒன்றின் முடிவில் தான் என்மீது க்ளோயிக்கு இருந்த அபிப்பிராயத்தில் ஒரு சாதகமான மாற்றம் வந்திருப்பதை முதன்முதலாக உணர்ந்தேன். சாதகம் என்றால் என்மீது ஒரு மதிப்பு ஏற்பட்டு, அதில் நிகழ்ந்துகொண்டிருக்கும் ஒரு மாற்றம். அது பின்மாலை நேரம். வெகுதூரம் நீந்தி முடித்திருக்கிறேன் – ஒரு நூறு, இருநூறு கெஜ தூரம் இருக்குமா?– பலவருடங்களுக்கு முன்பு கடல் அரிப்பைத் தடுப்பதற்காக ஒரு வெட்டி முயற்சியாக கடலுக்குள் தள்ளிவிட்டிருந்த கான்கீரீட் தடுப்பு அரண்களில் பச்சையாகப் பாசி படிந்த இரண்டு பாளங்களுக்கு இடையில் இருந்த தூரம் அது. அலைகளிலிருந்து தட்டுத்தடுமாறி வெளியே

வந்தபோது, நான் தண்ணீரில் இருந்த இத்தனை நேரமாக கரையில் க்ளோயி காத்துக்கொண்டு நின்றிருந்ததைக் கண்டேன். குளிரில் நடுங்கியபடி ஒரு டவலை அவள்மேல் பந்தாக சுற்றிக்கொண்டு நின்றிருந்தாள். அவள் உதடுகள் ஊதா நிறத்துக்கு வந்துவிட்டிருந்தன. "ரொம்பவும் பந்தா காட்டி அலட்டிக்கொண்டிருக்காதே," என்றாள் வெடுக்கென்று. நான் எதுவும் பதிலளிப்பதற்கு முன் – நான்கூட என்ன பதில் சொல்லிருக்க முடியும்? அவள் சொல்வது சரி. நான் பந்தா காட்டிக்கொண்டுதான் இருந்தேன் – எங்களுக்குப் பின்னா லிருந்த மணல் மேட்டிலிருந்து கைகால்களை உதைத்துக்கொண்டு மைல்ஸ் எங்கள் மத்தியில் குதித்தான். அவனும் அவன் எங்கள்மேல் விசிறியடித்த மணற்சிதறலும் ஆச்சரியகரமான தெளிவோடு ஒரு பரிபூரண பிம்பமாக எனக்குள் பதிந்துபோனது. வேறொரு நாள் மற்றொரு மணல் மேட்டிலிருந்து க்ளோயி என் வாழ்க்கைக்குள் குதித்தாளே, அந்தப் பிம்பத்தைப்போலவே. அவள் இப்போது என் னிடம் டவலை நீட்டினாள். கடற்கரையில் நாங்கள் மூவர் மட்டும் தான் இருந்தோம். மாலைநேரத்தின் சாம்பல் நிற பனிக்காற்றில் ஈரமான சாம்பல் தன்மை இருந்தது. திரும்பி மணல்மேடுகளுக்கு நடுவே ஸ்டேஷன் ரோடுக்குச் செல்லும் பாதையில் நாங்கள் நடந்து செல்வதைக் காண்கிறேன். க்ளோயியின் டவலின் ஒரு முனை மணலில் புரண்டுகொண்டே வருகிறது. எனது டவல் என் ஒரு தோளை மட்டும் போர்த்தியிருக்க, தண்ணீர் என் ஈரமுடியிலிருந்து சொட்டிக் கொண்டிருக்கிறது. ஒரு சின்ன சைஸ் ரோமன் செனட்டர். மைல்ஸ் முன்னால் ஓடுகிறான். கடற்கரையின் பாதி இருட்டில் பனிமூடிய அடிவானிலிருந்து இரவு வேகமாக முன்னேறிவர, ஒரு மிருகம் தன் முதுகை வளைத்துக்கொண்டிருப்பதைப்போலத் தெரியும் கடலின் மேல் மிதந்தபடியிருப்பது யார்? அந்தச் சாம்பல் அடர்ந்த காற்றில் உருவங்கள் புதைந்து மறைய, மணல் மேடுகளுக்கிடையே புகுந்து ஸ்டேஷன் ரோடின் ஆரம்பத்திற்குச் செல்லும் எங்களை – அவர்களை – அந்த மூன்று சிறுவர்களை – நோட்டம்விட்டுக்கொண்டிருக்கும் என்னுடைய பிசாசுப் பரிமாணம் எது?

நான் இதுவரை க்ளோயியை வர்ணிக்கவில்லை. தோற்றத்தைப் பொறுத்தவரை எங்களிடையே, அவளுக்கும் எனக்கும், அந்த வயதில் அதிகம் வித்தியாசம் இருக்கவில்லை, அதாவது எங்களை அளந்து பார்த்திருந்தால். அவளது முடிகூட, ஏறக்குறைய வெளுப்பாக, ஆனால் ஈரமாக இருக்கும்போது, தோல் நீக்கிய கோதுமைபோல கொஞ்சம் பழுப்பாக, என் முடியைவிட நீளமாக ஒன்றும் இருந்திருக்காது. அவள் அதைக குற்றேவல் சிறுவர்கள் பாணியில் வாரியிருந்தாள். அவளுடைய அழகான, விசித்திரமாக வீங்கியிருந்த முன்நெற்றியில் குதிரைபோல ஃபிரிஞ்சஸ் வளர்த்திருந்தாள். அதைப்பற்றி நினைக்கும் போது இப்போது திடீரென பியர் பொனாரின் *சன்னலுக்கு முன்னால் இருக்கும் நாற்காலி* ஓவியம் ஞாபகத்துக்கு வருகிறது. பழக்கூடையும் புத்தகமும் அந்தச் சன்னலும் ஃபிரேமுக்கு வெளியே துருத்திக்கொண்

டிருப்பதைப்போலத் தோன்றுகிற அந்த ஓவியத்தின் விளிம்பில் முகத்தைப் பக்கவாட்டில் வைத்திருக்கும் அந்தப் பிசாசுத்தனமான உருவத்திற்கும் அதேபோலத்தான் நெற்றி இருக்கும். நான் அதிகமும் கவனிக்கிற விஷயம் இதுதான்; மற்ற விஷயங்கள் எனக்கு அக்கறையில்லாதவை. ஃபீல்டில் இருந்த வளர்ந்த பையன்களில் ஒருவன் ஒரு நாள் நக்கலாக க்ளோயி அவள் நெற்றியின்மேல் படரவிட்டிருக்கும் ஃபிரிஞ்சஸ், அவள் தனக்குத் தானாகவே விளையாடிக்கொண்டிருக்கிற ஒரு பெண் என்பதற்கு உறுதியான ஆதாரம் என்றான். அவன் சொல்ல வந்தது எனக்குப் புரியவில்லை, ஆனால் க்ளோயி தானாகவோ, அல்லது வேறு எப்படியாகவோ விளையாடுகிற பெண் இல்லை என்பதை மட்டும் நான் நிச்சயமாக உணர்ந்திருந்தேன். அதற்கு முன்பு ஃபீல்டில் இருந்த மற்ற சிறுவர்களோடு நான் விளையாடிக் கொண்டிருந்த துரத்திப் பிடிப்பது, கண்ணாமூச்சி, இவற்றையெல்லாம் அவள் ஆடியதே இல்லை. ஷாலேக்களில் வசிக்கின்ற அவள் வயதொத்த சிறுமிகள் இப்போதும் பொம்மைகளை வைத்து விளையாடுகின்றனர் என்று நான் அவளிடம் சொன்னபோது எப்படி அவள் நாசி விடைக்க ஏளனப் பார்வை பார்த்தாள் என்பது ஞாபகமிருக்கிறது. அவளுடைய சகவயதுக்காரர்கள் எல்லோரையுமே அதீதமான இகழ்ச்சியோடு தான் நடத்திவந்தாள். ம்ஹூம், க்ளோயியாவது, விளையாடுவதாவது? ஒரே விதிவிலக்கு மைல்ஸோடு மட்டும். ஆனால் அவர்கள் விளை யாடியதற்குப் பெயர் விளையாட்டா என்றால், இல்லை.

அவளுடைய ஃபிரிஞ்சஸ்ஸைப்பற்றி குறிப்பிட்ட அந்தப் பையன் திடீரென்று எனக்குத் தெரிவிக்கிறான், ஏதோ என் முன்னால் இங்கே இருப்பதைப்போல. அவன் பெயர், ஜோ – என்னவோ. சரியான தடியன் அவன். கட்டுமஸ்தான பையன். கூஜாவுக்கு இருப்பதைப்போல காதுகள். சிலிர்த்துக்கொண்டிருக்கும் தலைமுடி. அவன் க்ளோயியைப் பற்றி மேலும் சொல்லும்போது அவளுக்குப் பச்சைநிறப் பற்கள் என்றான். எனக்கு பயங்கரக் கோபம் வந்தாலும், அவன் சொன்னது சரி. அடுத்தமுறை அவற்றைக் கிட்டத்தில் பார்க்கும் சந்தர்ப்பம் கிடைத்தபோது, அவளுடைய முன்வாய் பற்களின் எனாமலில் லேசான பச்சை சாயம் படிந்திருப்பதை பார்க்க முடிந்தது. மெல்லிய ஈரமான சாம்பல் – பச்சை. மழைக்குப்பின் மரங்களுக்கடியில் இருக்கும் ஈரமான வெளிச்சம்போல. தேங்கிய நீரில் இலைகளின் அடிப்பாகம் பிரதிபலிக்கும் மங்கலான ஆப்பிள் நிறச்சாயல். ஆப்பிள், ஆம், அவள் மூச்சில்கூட ஆப்பிள் வாசனை அடிக்கும். விலங்குக்குட்டிகள்போல ஒருவரையொருவர் முகர்ந்து பார்த்துக்கொண்டிருந்த சிறுவர்களாகத் தான் இருந்தோம். குறிப்பாக, அவள் முழங்கை, முட்டிகளின் பிளவு களில் வீசும் பாலாடைக்கட்டி வாசனையை வாய்ப்பு கிடைக்கும் போதெல்லாம் முகர்ந்து ரசிப்பேன். ரொம்பவும் சுத்தமான பெண் அல்ல அவள் என்பதை ஒப்புக்கொண்டுதான் ஆக வேண்டும். நேரம் செல்லச்செல்ல, கடைகளில் வைத்திருக்கும் காலி பிஸ்கட் டின்களி லிருந்து – இப்போதுகூட கடைகளில் அந்தப் பெரிதான சதுர டின்களி

லிருந்து உதிரி பிஸ்கட்டுகளை எடுத்து விற்கிறார்களா? – அடிக்கும் ஒருவித அடங்கலான, நாய்குட்டி வாடையைப்போல அவளிடமிருந்து – வரத்தொடங்கும். அவள் கைகள். அவள் கண்கள். கடிக்கப்பட்டு சிதிலமாக இருக்கும் அவள் விரல் நகங்கள். இவையெல்லாமே எனக்கு ஞாபகத்தில் இருக்கின்றன, ஒவ்வொன்றும் வெவ்வேறு விதங்களில் இருந்தாலும், தெளிவாக ஞாபகத்தில் இருக்கின்றன. ஆனால் அவற்றை ஒன்றிணைத்து யோசிக்கத்தான் முடியவில்லை. அவளுடைய அம்மாவைப்போலவோ, அல்லது மைல்ஸைப்போலவோ, இல்லாவிட்டால் அந்த ஜோவைப்போலவோ, முழுசாக, மொத்தமாக என் மனக்கண்ணின் முன்னால், எவ்வளவு முயன்றாலும் கொண்டுவர முடியவில்லை. சுருக்கமாகச் சொன்னால், அவளை என்னால் உருவகப்படுத்திப் பார்க்க முடியவில்லை. என் ஞாபகக் கண்ணின் முன்னால் எப்போதுமே ஒரு நிலையான தூரத்தில், பார்வைக் குவிப்புக்குப் பின்னால், அவள் அசைந்துகொண்டிருக்கிறாள். நான் முன்னால் நகர்ந்தால் அதே வேகத்தில் பின்னகர்ந்து விடுகிறாள். நான் முன்னகர்ந்து செல்வது மேலும் மேலும் படுவேகமாக குறைந்து கொண்டே வரத்தொடங்கிவிட்டதால் அவளைப் பிடிக்கவே என்னால் முடியாதோ? இருந்தாலும், சிலவேளைகளில் தெருவில் அவளைப் பார்க்கிறேன். அதாவது, அவளாக இருக்கக்கூடுகின்ற, அதே வீங்கிய நெற்றி, வெளிரிய தலைமயிர்சகிதம் அதே தலைபோகிற வேகத்தில், ஒரு விரோதமான தயக்கத்தோடு புறா நடப்பதைப்போல நடந்து செல்கிற, ஆனால் மிகமிக இளமையான, வருடக்கணக்கில் இளமை யான வேறு யாரையோ. அப்போது என்னைத் திகைப்புக்குள்ளாக்கி யிருந்த, இப்போதும் திகைப்புக்குள்ளாக்கி வருகின்ற மர்மம் இதுதான். எப்படி ஒருகணம் என்னோடும் அடுத்தகணம் இல்லாமலும் அவளால் போகமுடியும்? முற்றிலுமாக வேறெங்கோ எப்படி அவளால் இருக்க முடியும்? இதைத்தான் என்னால் புரிந்துகொள்ள முடியவில்லை, ஏற்றுக்கொள்ள முடியவில்லை, இப்போதுவரை முடியவில்லை. என் இருப்பிலிருந்து அவள் விலகிப்போய்விட்டபிறகு வெறும் கற்பனையாக, என் ஞாபகத்தீற்றில் ஒன்றாக, என் கனவில் ஒன்றாகத் தான் அவள் மாறியிருக்க வேண்டும். ஆனால் என்னிடமிருந்து விலகிவிட்ட பிறகும்கூட அவள் அவளாகவே ஸ்திரமாக, பிடிவாதமாக, புலன்கடந்தவொன்றாகவே நீடித்துவருகிறாள் என்றே எல்லா சாட்சியங் களும் என்னிடம் உணர்த்துகின்றன. இருந்தாலும் மனிதர்கள் விலகிச் சென்றுகொண்டுதான் இருக்கிறார்கள், மறைந்துபோய்க்கொண்டு தான் இருக்கிறார்கள். இதுதான் மகத்தான மர்மம்; மாபெரும் மகத்தான மர்மம். நானும்கூட போய்ச்சேர்ந்துவிடுவேன், டாக்டர் பிரௌனைப்போல நெடுங்காலம் வாழ்ந்திருந்த பழக்கத்தால் இறந்து போக விருப்பமில்லாமல் போவதைத் தவிர்த்துப் பார்த்தால், ஆம், ஒருகணப்பொழுது அறிவிப்பில், நான் ஜீவித்திருக்கவே இல்லாததைப் போல போனாலும் போய்விடுவேன்.

பேஷன்ட் என்றாள் அன்னா தன் இறுதி நாட்களில் ஒரு முறை. "இது ஒரு விசித்திரமான சொல் என்றுதான் சொல்வேன். பொறுமை என்பதே எனக்கு இருப்பதாகத் தெரியவில்லை."

எனது ஈடுபாடுகளை அம்மாவிடமிருந்து பெண்ணுக்கு எப்போது மாற்றிக்கொண்டேன் என்பதை – இத்தகைய பழங்காலத்தனமான முறைப்படுத்தல்களில்தான் எனக்கு எப்படிப்பட்ட சகிக்க முடியாத ஆர்வம்! – என்னால் நினைவுகூர முடியவில்லை. பிக்னிக்கில் பைன் மரத்தடியில் க்ளோயி தனக்குள்ளாக ஒடுங்கி, தீவிர பாவத்தோடு நின்றிருந்த தருணம்கூட அழகுணர்வோடு இருந்ததே தவிர காதல்வயப் பட்டோ அல்லது மோகத்தில் இறுகிச் சமைந்தோ இருக்கவில்லை. ஒரு மகத்துவக் காதலைக் கண்டடைந்த கணமோ, அதற்கு நான் இடம்கொடுத்த இசைவோ, க்ளோயியின் கைகளை வெட்கத்தோடு நான் பற்றியதோ, உன்மத்தம் மிகுந்து நெருப்பாகக் கட்டித் தழுவிக் கொண்டதோ, அமரத்துவக் காதல் பற்றி திக்கித்திணறி உதிர்த்த முத்துக்களோ எங்களிடையே நிகழ்ந்ததாக என் நினைவிலில்லை. அதாவது, இவற்றில் எல்லாமோ, அல்லது ஒருசிலவோ, முதல் முறையாக நாங்கள் கைகோர்த்து, தழுவி, காதல் பிரகடனங்கள் செய்துகொண்டபோது நிகழ்ந்திருக்க வேண்டும். ஆனால் இந்த முதல்முறைகள், மென்மேலும் மஞ்சடைந்துகொண்டே செல்கின்ற கடந்தகாலத்தின் மடிப்புகளுக்குள் தொலைந்துவிட்டிருக்கின்றன. பற்கள் கிடுகிடுக்க அந்த மாலைநேரத்தில் கடலிலிருந்து வெளிவந்து, அந்த அந்திமயங்கும் பாதி இருட்டில் அவள் உதடுகள் நீலம் பாரிக்க எனக்காகக் காத்துக்கொண்டு நின்றிருந்ததைப் பார்த்தபோதுகூட ஒரு சிறுவனின் எளிதில் மசிந்துவிடாத இதயத்துக்குள் காதலின் சத்தமில்லாத வெடிப்பு நிகழ்ந்ததாக உணரவில்லை. அவள் எந்தளவுக்குக் குளிரில் விறைத்துப்போயிருந்தாள் என்பதைப் பார்த்தேன், எவ்வளவு நேரம் காத்திருந்திருக்கிறாள் என்பதை உணர்ந்தேன், அந்த டவலை ஒரு நயமற்ற மென்மையானவிதத்தில் எனது ஒல்லிப்பிச்சான் உடம்பைச் சுற்றிப் போர்த்தி, என் தோளையும் ஒற்றியெடுத்ததை நினைவில் வைத்திருக்கிறேன். ஆனால் என் இதயம் பொதிந்திருந்த பிரதேசத்தில் எரிந்துகொண்டிருந்த ஒரு ஜ்வாலை, உஷ்ணமான மூச்சினால் விசிறப் பட்டுக் கொஞ்சநேரத்திற்கு அழல் வீச்சு எழுப்பியதையும் பார்த்தேன், உணர்ந்தேன், ஒரு லேசான திருப்தியைவிட கொஞ்சம் கூடுதலான நிறைவுணர்வோடு அதனைப் பதிவுசெய்தும்கொண்டேன். பொருண்மை மாற்றம் என்று சொல்ல முடியாவிட்டாலும் ஒரு ரசவாதம், ரகசிய மாக அச்சமயத்தில் நிகழ்ந்துகொண்டிருந்திருக்க வேண்டும்.

ஒரு முத்தம் மட்டும் ஞாபகமிருக்கிறது. நான் மறந்து போய்விட்ட பலவற்றுள் ஒன்று. அதுதான் எங்களுடைய முதல் முத்தமா என்பது ஞாபகமில்லை. அப்போதெல்லாம் அவை, முத்தங்கள், மிகப்பெரிய விஷயங்களாக இருந்தன. பொறி பறக்கும், வெடி வெடிக்கும், அருவி கொட்டும், நீரூற்று வெடித்துக் கிளம்பும், உலகமே படுவேகமாய்ச்

சுற்றும், இதைப்போல பல மாய வித்தைகள். இந்தவொன்று நடந்தது – அல்ல, பகிர்ந்துகொள்ளப்பட்டது, ம்ஹூம், நிறைவேறியது, ஆம் அதுதான் சரியான வார்த்தை – துருவேறிய தகரக் கொட்டகை சினிமா அரங்கத்தில். இதுவரை இந்தப் பக்கங்களில் எண்ணற்ற முறைகள் நான் தூவிச் சிதறியிருக்கும் ரசிக்கும்படியான ரகசியக் குறிப்புகளுக்கு நியாயம் கற்பிப்பதற்கென்றே அந்தச் சினிமா கொட்டகை கள்ளத்தனமாக பூமியிலிருந்து முளைத்து நின்றுகொண்டிருக்கும். அது க்ளிஃப் ரோடுக்கும் கடற்கரைக்கும் இடையிலிருந்த முள்மண்டிய தரிசுநிலத்தில் தானியக்களஞ்சியம்போல நெட்டுக்குத்தாக சரிந்த கூரையும் ஜன்னல்களின்றி பக்கவாட்டில் ஒரேயொரு கதவோடும் இருந்தது. அந்த வாசலில் கனமாக ஒரு திரைச்சீலை தொங்கிக்கொண்டிருக்கும். அது ஏதோ விலங்குத்தோலில் அல்லது அதைப்போல வேறு ஏதோ தடிமனான சமாச்சாரத்தில் தைக்கப்பட்டதென்று நினைக்கிறேன். அதன் உபயோகம், மாட்டினி ஷோக்களில், அல்லது சூரியன் தனது பிரகாசக்கதிர்களை டென்னிஸ் கோர்ட்டுகளின் பின்னாலிருந்து சாய்வாக வீசிக்கொண்டிருக்கும் மாலை நேரக் காட்சிகளில் தாமதமாக வருபவர்கள் நுழையும்போது திரை, வெளிச்சத்தில் மங்கிவிடாதிருப்பதற்காக. உட்காருவதற்கு மரபெஞ்சுகள் இருந்தன – அவற்றை நாங்கள் ஃபார்ம்ஸ் என்றோம் – திரை ஒரு மாபெரும் லினென் சதுரம். திடீரென்று உள்ளே நுழையும் காற்று அதைச் சோம்பலாக அசையவைத்து, கதாநாயகியின் சில்க் மூடிய இடுப்புக்கு ஒரு கூடுதல் நெளிவையும், தீரமிக்க கதாநாயகனின் துப்பாக்கி ஏந்திய கைகளுக்கு ஒரு அசந்தர்ப்பமான நடுக்கத்தையும் ஏற்படுத்தும். உரிமையாளர் பெயர் மிஸ்டர் ரெக்கெட், அல்லது ரிக்கெட். குள்ளமான மனிதர். ஃபேர் ஐல் ஜம்ப்பர் அணிந்திருப்பார். கூட ஒத்தாசைக்கு நன்றாக வளர்ந்த, அழகான இரண்டு டீன்ஏஜ் பிள்ளைகள். நவநாகரிகர்கள் கிண்டலடிக்கின்ற இந்தக் காலாவதியான சினிமா கொட்டகையை நடத்துவதில் அவர்களுக்குப் பெருத்த அவமானம் இருந்ததாகவே எனக்குத் தோன்றியது. அங்கே இருந்தது ஒரே ஒரு புரொஜெக்டர். ஏகமாக சத்தம் போடும். அடிக்கடி உஷ்ணமடைந்து – ஒரு முறை அதற்குள்ளிருந்து புகை கிளம்பி வருவதைப் பார்த்த ஞாபகம் இருக்கிறது – ஒரு படத்தை ஓட்டி முடிப்பதற்குள் இரண்டு முறை ரீல்களை மாற்ற வேண்டிவரும். இந்த இடைவேளைகளில், ப்ரொஜெக்டர் இயக்குபவராகவும் இருந்த மிஸ்டர் ஆர், விளக்குகளைப் போடமாட்டார். வேண்டுமென்றே செய்கிற வேலைதான் இது. அந்தச் சினிமா கொட்டகையின் பெயர் என்ன, ரெக்கெட்டா, ரிக்கெட்டா? அந்தக் கொட்டகைக்கு ஒரு மானக்கேடான புகழ் உண்டு. அங்கு வருகிற ஏராளமான இளம் ஜோடிகளுக்கு, அதில் கணக்கற்ற அண்டர் – ஏஜ் ஜோடிகளும் உண்டு, அந்தக் கும்மிருட்டில் ஒன்றிரண்டு நிமிஷங்களுக்குச் சாத்தியமான சாகசங்களில் ஈடுபட்டுக்கொள்ள வேண்டுமென்றே உண்டாக்கித் தருகிற வாய்ப்பு.

நான் விவரிக்கப்போகிற அந்த மறக்க முடியாத முத்தம் இடப் பட்ட அந்தப் பிற்பகல் நேரம், மழை பெய்துகொண்டிருந்த ஒரு சனிக்கிழமை பிற்பகலில். க்ளோயியும் நானும் திரைக்கு மிக அருகே போடப்பட்டிருந்த ஒரு பெஞ்சின் மத்தியில் உட்கார்ந்துகொண்டிருந் தோம். திரைக்கு எவ்வளவு கிட்டத்தில் என்றால், திரை எங்கள் தலைக்குமேல் கூடாரமாகக் கவிழ்வதைப்போல, அதில் கடந்துபோகும் கருப்பு வெளுப்பு பிம்பச்சலனங்கள் வெறிபிடித்த பூதங்கள்போல உக்கிரமாக எங்கள்மேல் பாய்வதைப்போல தோன்றவைக்குமளவுக்கு கிட்டத்தில். க்ளோயியின் விரல்களை வெகுநேரமாக பிடித்துக்கொண் டிருந்ததில் தொடுவுணர்வே மரத்துவிட்டிருந்தது – ஆதிகாலத்து சம்போகங்கள்கூட இரண்டு அங்கங்களை அந்த ஆரம்ப நிலை கைப்பற்றலைப்போல அவ்வளவு முற்றிலுமாக பிணைத்திருக்காது – திரை தடுமாற்றத்தோடு கமறி, இருண்டதும் அவள் விரல்கள் மீன் களைப்போல என் கையை நிமிண்ட, என் விரல்களும் நிமிண்டின. எங்களுக்குமேலே திரை, படம் மறைந்தும்கூட ஒருவித சாம்பல் நிற திண்ணிழலாக ஒருகணம் ஒளிர்ந்து மங்கியது. அதற்குப் பிறகும் கூட கடைசிச் சலனத்தின் உறைந்த பிம்பம், திரையில் மிச்சமிருப்பதைப் போலவே இருட்டில் மிதந்தது. அந்த கும்மிருட்டில் வழக்கமான ஊளைகளும், சீழ்க்கைகளும், தரையை ஓங்கி மிதிக்கும் சப்தங்களும் கிளம்பின. இந்த இரைச்சல் விதானத்தின் அடியில், ஏதோ ஒரு சமிக்ஞையால் தூண்டப்பட்டு க்ளோயியும் நானும் ஒரே நேரத்தில் தலையைத் திருப்பினோம். பக்தியோடு தேவாலயத்தில் புனித நீர் அருந்துபவர்கள்போல, எங்கள் முகங்கள் ஒன்றையொன்று நெருங்கி வந்தன. எங்கள் இதழ்கள் அந்த இருட்டின் ஒரு புள்ளியில் சந்தித்து பூட்டிக்கொண்டன. எங்களால் எதையும் பார்க்க முடியவில்லை. அந்த முடியாமையே எல்லா உணர்ச்சிகளையும் உக்கிரமாக்கியது. எவ்வித யத்தனிப்புமின்றி நாங்கள் பறந்துகொண்டிருப்பதைப்போல, அடர்ந்த மையிருட்டுக்குள் மெதுவாக கனவில் நகர்வதைப்போல இருந்தது. எங்களைச் சுற்றிலுமிருந்த சந்தடிகள் இப்போது தொலை தூரத்திற்குச் சென்றுவிட்டு தூரத்து இரைச்சலின் முணுமுணுப்பாக மாறிவிட்டிருந்தன. க்ளோயியின் உதடுகள் சில்லென்று உலர்ந்திருந்தன. அவளுடைய விரைசலான மூச்சைச் சுவைத்தேன். கடைசியில் ஒரு வினோதமான சின்ன சீழ்க்கையுடன் சேர்ந்த பெருமூச்சுடன் தன் முகத்தை என்னிடமிருந்து விலக்கிக்கொண்டாள். எனக்குள் சூடாக இருந்த ஏதோவொன்று திடீரென்று திரவமாக இளகியது போல என் முதுகுத்தண்டின் உட்புழைவுக்குள் ஒரு மினுமினுக்கம் கடந்துசென்றது. அப்போது மிஸ்டர் ரிக்கெட், அல்லது ரெக்கெட் – ஒருவேளை ராக்கெட்டா?– ப்ரொஜெக்டரை உயிர்ப்பிக்க, கூட்டம் ஓரளவுக்கு அமைதியானது. திரையில் வெள்ளைவெளேரென்று பிரகாச வெளிச்சம் ஜொலித்தது. படம் அதன் வாசலைக் கடந்து வந்து திரையில் பரவியது. ஒரு விநாடி கழித்து ஒலித்தடம் வந்து சேர்ந்துகொள்ள, அந்த இடைவெளியில் தலைக்குமேலிருந்த தகரக்

கூரையில் முரசறைந்துகொண்டிருந்த மழை திடீரென்று நின்று போவதைக் கேட்டேன்.

மகிழ்ச்சி என்பது சிறுவயதில் வேறுபட்டதாக இருந்தது. அது, புதிய அனுபவங்கள், புதிய உணர்ச்சிகள் ஆகியவற்றின் திரட்சியாகவும், அவற்றைப் பின்னொரு காலத்தில் அற்புதமாகக் கட்டிமுடிக்கப்படப் போகின்ற மண்டபம் ஒன்றில் மெருகிட்ட ஓடுகளைப் பதிப்பதைப் போல வாழ்க்கையில் பொருத்திப் பார்க்கிற காரியமாகவும்தான் இருந்தது. அவநம்பிக்கைகூட மகிழ்ச்சியோடிருப்பதில் பெரும் பங்கு கொண்டிருந்தது, அதாவது ஒருவரின் சாதாரண அதிருஷ்டத்தை முழுதாக நம்ப முடியாத சுபிட்சம் வாய்ந்த இயலாமை. இதோ நானும்கூட வளர்ந்தவர்களுக்கு வாய்ப்பதைப்போல, பெண் ஒருத்தியோடு கையோடு கைசேர்த்து, குறைந்தபட்சம் உருவக வழக்கிலாவது என்று வைத்துக்கொள்ளலாமே, பெரியவர்கள் செய்கிற காரியங்களையெல்லாம் – கையைப்பிடித்து அழுத்திக்கொண்டு, நிமிண்டிக்கொண்டு, இருட்டில் முத்தமிட்டுக்கொண்டு – செய்துகொண்டிருக்கிறேன். படம் முடிந்ததும் பெரிய மனிதத்தனமாகத் தொண்டையைக் கனைத்துக் கொண்டு, அவள் என்னைத்தாண்டி முன்னால் நடக்க வழிவிட்டு ஒதுங்கிநின்றேன். அந்தக் கனத்த வாயிற்சீலையைத் தள்ளிக்கொண்டு மழையில் நனைந்த கோடைக்கால மாலை வெளிச்சத்தில் வெளியே வந்தோம். நான் நானாகவும், அதே சமயத்தில் வேறு யாரோவுமாக, முற்றிலும் மாறுபட்ட, முற்றிலும் புதிதான வேறு யாரோவாக இருந்தேன். ஸ்ட்ராண்ட் கபேவின் திசையை நோக்கி தளர்நடையில் ஊர்ந்து முன்னேறும் ஜனங்களுக்கு இடையில் நடந்துகொண்டே, என் உதட்டை, அவளை முத்தமிட்ட என் உதட்டை அது கடவுள் தனமாக மெலிதாக, அலாதியாக மாறிவிட்டிருக்குமோ என்ற பாதி சந்தேகத்தோடு விரல்நுனியால் தொட்டுப்பார்த்தேன். அந்தத் திரையரங்குக்கு நாங்கள் போகும்போது இருண்டு, காற்றில் ஈரம் பிசுபிசுக்க, நிறைமாதத் தொந்தி மேகங்கள் தாழ்வாக மிதந்துகொண்டிருந்த அந்தப் பிற்பகல், இப்போது பழுப்பு மஞ்சள்நிற சாயங்காலமாகி விட்டிருந்தது. பின்பக்கமாக சாய்ந்திருக்கும் வானவில் பிசிறுகளோடு, நகைகள் அணிந்திருந்த புற்கள் ஆபரணங்களைச் சொட்டிக்கொண் டிருக்க, ஏற்கனவே கருநீல அனந்தத்தில் புதைந்துவிட்டிருந்தத் தொடு வானத்தை நோக்கிச் செந்நிற பாய்மரக்கப்பல் ஒன்று மூக்கைத் திருப்பிக்கொண்டு விரைந்துகொண்டிருந்த அந்தத் தினத்தைப்போலவே எனக்கும் எல்லாமும் மாறிவிட்டிருக்கக் கூடுமென்று எதிர்பார்த்தேன்.

கபே. அந்தக் கபேவில். அந்தக் கபேவில் நாங்கள்.

அன்னா மறைந்ததற்குப் பிறகு இங்கே தங்குவதற்காக வந்த அந்த ஞாயிற்றுக்கிழமை மாலை அதைப்போன்றதொரு மாலையாகத்தான் இருந்தது. கரும் பொன்னிற வெயிலும், வெட்டி சாய்க்கப்பட்ட

சைப்ரஸ்களைப்போல மெலிந்து நீண்ட மை ஊறிய நிழல்களும் கொண்ட கோடைக் காலம் அல்ல அது, இலையுதிர் காலம்தான். ஆனாலும் அதேவிதமாக, எல்லாமும் நனைந்து, ஜ்வலித்துக்கொண் டிருக்கிற அதே உணர்வை, கடலில் அதேவிதமான கருநீல மினு மினுப்பைக்கொண்டிருந்தது. விளங்கிக்கொள்ள முடியாதபடிக்கு நான் இலேசாக உணர்ந்தேன். அந்த மாலை நேரம் அதனுடைய பாசாங்குத் துக்கத்தின் எல்லா ஈரத்தையும், நீர்ச்சொட்டல்களையும் என்னிடமிருந்து உறிஞ்சிக்கொண்டு, என்னைத் துக்கச்சுமையிலிருந்து தற்காலிகமாக விடுவித்திருப்பதைப்போலிருந்தது. எங்கள் வீடு, இப்போது அதை என் வீடு என்றுதானே சொல்ல வேண்டும், இன்னும் விற்கப்படாமல்தான் இருக்கிறது. அதைச் சந்தையில் கொண்டு வைக்க எனக்கு இன்னும் மனம் வரவில்லை. ஆனால் அங்கே என்னால் ஒருகணம்கூட அதிகமாக தங்கியிருக்க முடியாது. அன்னா வின் மரணத்திற்குப் பிறகு அது பொள்ளலாக, ஒரு விஸ்தாரமான எதிரொலி மண்டபமாக ஆகிவிட்டது. அந்த வீட்டுக்குள்ளிருக்கும் காற்றிலேயே ஏதோவொரு விரோதம், எதிர்ப்பு, வந்துவிட்டது. தன் பிரியத்திற்குரிய எஜமானியம்மாள் எங்கே போய்விட்டாள் என்பதைப் புரிந்துகொள்ளாத, மிச்சமிருக்கிற எஜமானன் மீதும் வெறுப்போடு இருக்கிற ஒரு கிழட்டு நாய்போல அந்த வீடு மாறி விட்டிருக்கிறது. தனக்கு வந்திருக்கும் நோயைப்பற்றி யாருக்கும் தெரியக் கூடாது என்பதில் அன்னா கவனமாக இருந்தாள். கடைசிக் கட்டம்வரைக்கும் ஏதோ அவளுக்குச் சரியில்லையென்றுதான் சுற்றி யிருப்பவர்களுக்குச் சந்தேகம் இருந்தது. கடைசியில்தான் குட்டு வெளிப்பட்டது. க்ளேருக்குக்கூட அவள் அம்மா இறந்துகொண்டிருக் கிறாள் என்பது சொல்லப்படவில்லை. அவளாகவே ஏதோதோ ஊகித்துக்கொண்டிருந்ததுதான். இப்போது எல்லாம் முடிந்துவிட்டது. அவளை அனுப்பி வைத்துவிட்டு நான் மட்டும் பிழைத்திருக்கின்ற ஓர் அவலமான, அசிங்கமான விவகாரமாக வேறு ஏதோவொன்று ஆரம்பித்துவிட்டது.

என் வருகையால் மிஸ் வாவஸுர் வெட்கத்தோடு ஆர்வமடைந் திருந்தாள். மென்சிவப்பு க்ரேப் தாளைப்போல அவளது மெல்லிய நிறைந்த கன்னங்களின்மேல் இரண்டு சிறிய வட்டங்கள் ஜொலித்தன. கைகளை முன்னால் கட்டிக்கொண்டு, சிரிக்காமல் இருப்பதற்காக உதடுகளை இறுக்கிக்கொண்டிருந்தாள். அவள் கதவைத் திறந்தபோது கர்னல் பிளண்டன் அங்கே இருந்தார். அவளுக்குப் பின்னால் கூடத்தில் எதையோ எடுப்பதும் வைப்பதுமாக ஊடாடிக்கொண்டிருந்தார். முதல் பார்வையிலேயே அவருக்கு என்னைப் பிடிக்கவில்லை என்பது தெரிந்தது. எனக்குப் பாவமாகத்தான் இருந்தது. நான் இங்கே பறந்து வந்து அவருடைய கிளையிலிருந்து அவரைக் கீழே தள்ளிவிடுவதற்கு முன் அவர்தான் இங்கே ஆட்சி செலுத்தும் ராஜாளியாக இருந்திருக் கிறார். என்னதான் விறைப்பாக நிமிர்ந்து நின்றாலும் என்னைவிட

அவர் குள்ளம் என்பதால், அவருடைய சிடுசிடுப்பான பார்வையை என் முகவாயில் செலுத்தியபடி என் கைகளை அழுத்தமாகப் பற்றிக் குலுக்கினார், தொண்டையை கனைத்துக்கொண்டார், வானிலைபற்றி சும்மாவேனும் நக்கலடித்தார். முன்னாள் போர்வீரர் என்பதை ஓவராக நடித்துக்காட்டுகிறார் என்று நினைத்தேன். அவரிடம் ஏதோ சரியில்லாமல் இருந்தது. ரொம்பவும் பளபளப்பாக, ரொம்பவும் செயற்கையான நேர்மைத்தனத்தோடு தன்னைக் காட்டிக்கொண்டிருந் தார். கண்ணாடிபோல மினுங்கும் அந்தப் புரோக் ஷூக்கள், முழங்கை களிலும் மணிக்கட்டுகளிலும் தோலில் ஒட்டுப்போட்ட அந்த ஹாரிஸ் ட்வீட் ஜாக்கெட், வார இறுதிகளில் அவர் அணிகிற அந்தக் கானரி மஞ்சள் அரைச்சட்டை, இவையெல்லாமே நம்ப முடியாதளவுக்கு அவரை உன்னதமானவராகக் காட்டின. வெகுநாட்களாக ஒரே பாத்திரத்தை ஏற்று நடித்துவரும் ஒரு நடிகனின் அப்பழுக்கற்ற நடிப்பு அவரிடம் இருந்தது. அவர் உண்மையிலேயே வயதான ராணுவ வீரர்தானாவென்று சந்தேகப்படுகிறேன். அவருடைய பெல்ஃபாஸ்ட் உச்சரிப்பைச் சாமர்த்தியமாக மறைக்க முயன்றாலும் அவ்வப்போது அது அடைத்துவைத்த காற்று கசிவதைப்போல தப்பித்து வெளியே வந்துகொண்டிருந்தது. எதற்கு மறைக்க வேண்டும்? அது எதைக் காட்டிக்கொடுத்துவிடுமென்று அவர் பயப்படுகிறார்? அவர் ஞாயிற்றுக்கிழமைகளில் அதிகாலைப் பிரார்த்தனைக்காக சர்ச்சுகளுக்கு நழுவிச்செல்வதை பல முறை பார்த்திருப்பதாக மிஸ் வாவஸூர் சொல்கிறாள். ஒரு பெல்ஃபாஸ்ட் நகரக் கத்தோலிக்க கர்னல்? விநோதமானவர்தான்; ரொம்பவும்.

முன்பு வசிப்பறையாக இருந்த வரவேற்பறையின் ஜன்னல் தாழ்வாரத்தில் தேநீர் மேஜை அமைக்கப்பட்டிருந்தது. அறை என் ஞாபகத்தில் இருந்ததைப்போலவே இருந்தது, அல்லது நான் ஞாபகத் தில் வைத்திருந்ததைப்போலவே இருந்தது. கடந்தகாலப் பிரதேசங் களுக்குத் திரும்ப வரும்போது எல்லாவற்றோடும் பிசிறில்லாமல் பொருத்திக்கொள்ளவே ஞாபகங்கள் எப்போதும் ஆர்வமாக இருக் கின்றன. அன்று பந்தை வைத்துக்கொண்டு நாய் விளையாடிக்கொண் டிருந்தபோது மிஸஸ் கிரேஸ் நின்றபடி பூக்களை அடுக்கிக்கொண் டிருந்தது இந்த மேஜைதானா? அது விஸ்தாரமாக பரப்பி வைக்கப் பட்டிருந்தது. மாபெரும் வெள்ளி தேனீர் குடுவை, அதற்குப் பொருத்த மான கிண்ணியில் தேயிலைக் கரைசல்கள், பீங்கான் சமாச்சாரங்கள், க்ரீமர், சர்க்கரை சதுரக்கட்டிகள், பாத்திரங்களுக்கடியில் அலங்கார துணிவிரிப்புகள். மிஸ் வாவஸூர் ஜப்பானிய மோஸ்தரில் இருந்தாள். முடியை மேலே தூக்கி வாரி உச்சந்தலையில் கொண்டையாக்கி குறுக்கு மறுக்காக இரண்டு பெரிய ஊசிகளைக் குத்தி வைத்திருந்தாள். ஊதலான பளிங்கு முகம் கொண்ட பரத்தையர்கள், தம்முடன் அசாதாரண சைஸ் கொண்ட குறிகளோடு சமர் செய்யும் சிரித்த முக கனவான்களுக்கு அசராமல் ஈடுகொடுக்கும் பதினெட்டாம்

நூற்றாண்டு ஜப்பானியச் சிற்றின்ப படங்கள் அசந்தர்ப்பமாக என் ஞாபகத்திற்கு வந்தன. என் கவனத்தை எப்போதும் கவர்ந்திழுப்பது அந்த அபாரமான ஒத்திசைவுதான். ஆனால் அது ஏன் இப்போது ஞாபகத்திற்கு வர வேண்டும்?

அங்கே எங்களிடையே உரையாடல் கிளம்ப மறுத்தது. மிஸ் வாவஸூர் இன்னமும் நெர்வஸாகத்தான் இருந்தாள். கர்னலின் வயிறு கடகடத்தது. வெளியில் தாறுமாறாக பீறிட்டு வளர்ந்திருந்த தோட்டத்துப் புதர்களின் ஊடாக பின்னேரத்து வெயில் நுழைந்து வந்து கண்களைக் கூசவைத்து, மேஜையின் மேலிருப்பவை குலுங்கிக் குலுங்கி இடம் நகர்வதைப்போல தோன்ற வைத்தது. கிராமத்தில் இருக்கும் வயதான உறவினர்களிடம் திருந்துவதற்காக அனுப்பி வைக்கப்பட்ட துஷ்டப்பையன்போல உணர்ந்தேன். என் ஓவர் சைஸ் உடம்பை அந்த நாற்காலியில் பொருத்தி வைத்துக்கொண் டிருப்பது சகிக்கமுடியாத சங்கடமாக இருந்தது. இங்கே வந்ததே ஒரு அருவருக்கத்தக்க தவறுதானோ? ஏதாவது ஒரு சமாதானத்தை உளறிவிட்டு இந்த இடத்தைவிட்டு ஓடிவிடலாமா? ராத்திரிக்கு வேறு ஏதாவது ஒரு ஓட்டலில் தங்கிக்கொள்ளலாம். அல்லது வீட்டுக்குக் கூடப் போய்விடலாம். அந்த வெறுமையையும் பொள்ளலான எதிரொலி அதிர்வுகளையும்கூட சகித்துக்கொள்ளலாம். ஆனால் தவறு என்பதால்தான் இங்கே வந்திருக்கிறேன். அருவருப்பான காரியம் என்பதால்தான் இதைச் செய்திருக்கிறேன். அன்னாவின் வார்த்தையில் சொன்னால் 'பொருத்தமற்ற காரியங்களைச் செய்வது தான்' என் வேலையாக இருக்கிறது. "உங்களுக்குப் பைத்தியம் பிடித்திருக் கிறது", என்றாள் க்ளேர். "அங்கே துணைக்கு யாருமில்லாமல் போரடித்து செத்துப்போகப் போகிறீர்கள்," என்றாள். அதனால் உனக்கென்ன போச்சு, என்றேன் நானும் பதிலுக்கு. அவள் புத்தம் புதுசாக ஒரு அழகான ஃபிளாட் வாங்கியிருக்கிறாள். *காரியத்தில் கண்ணாயிருப்பவள் தானே நீ* என்பதைச் சேர்த்துச் சொல்லவில்லை. "அங்கே வந்து என்னோடு இருக்கலாமே. இரண்டுபேர் வசிப்பதற்கு அறை இருக்கிறது." அவளோடு வசிப்பதா! இரண்டுபேருக்கான அறையா! அவளுக்கு நன்றி சொல்லிவிட்டு மறுத்தேன். நான் தனியாகவே இருந்துகொள் கிறேன் என்றேன். இப்போதெல்லாம் அவள் என்னைப் பார்க்கும் விதம் தாங்க முடியாததாக இருக்கிறது. மென்மையாக, அன்பு மகளின் கரிசனத்தோடு, அன்னா செய்வதைப்போலவே தலையை ஒருபக்க மாகச் சாய்த்து, ஒரேயொரு புருவத்தை மட்டும் நெற்றி சுருங்க உயர்த்தி வலிந்து ஆதரவு நல்கும் பார்வை. எனக்கு எந்த ஆதரவும் வேண்டாம். எனக்கு வேண்டியது கோபம், பழிப்பு, வசவு, வன்முறை. தலையைப் பிளக்கிற மாதிரி வலியெடுக்கிற சொத்தைப் பல்லை நாக்கின் நுனியால் வேண்டுமென்றே குத்திக் குத்தி வலியை ஆழமாக்கி அனுபவிக்கின்றவன் நான். எங்கிருந்தோ ஒரு முஷ்டி பாய்ந்துவந்து என் முகத்தில் நேராகக் குத்துவதைப்போல கற்பனை செய்துகொள்

கிறேன். அந்த ராட்சசக் குத்தின் தாக்கத்தை ஏறக்குறைய என்னால் அப்படியே உணர முடிகிறது. என் மூக்கு எலும்பு உடைகிற சத்தம் கேட்கிறது. இந்த நினைப்பே எனக்கு ஒரு சோகமான திருப்தியைக் கூட தருகிறது. அன்னாவை அடக்கம் செய்துவிட்டு அவர்களெல் லோரும் என் வீட்டுக்குத் திரும்பி வந்தபோது – அது கொடுமை, ஏறக்குறைய தாளமுடியாத நாராசம் – ஒரு ஒயின் கிளாஸை மிகக் கடுமையாக இறுக்கிப் பிடித்து அழுத்தினேன். அது நொறுங்கி என் முஷ்டியைக் குத்திக் கிழித்தது. என் எதிரி ஒருவனை மிருகத் தனமாக வெட்டி, ரத்தம் சொட்ட வைத்திருப்பதைப்போல என் கையிலிருந்து ரத்தம் சொட்டுவதைத் திருப்தியோடு பார்த்துக் கொண்டிருந்தேன்.

கர்னல் என்னைக் கூர்மையாகப் பார்த்தபடி கேட்டார்: "ஓவியத் தொழிலில் இருக்கிறீர்களென்றால், நிறைய வருமே?"

அவர் பணத்தைச் சொல்கிறார். மிஸ் வாவஸூர் நெளிந்தாள், வாயைக் கோணினாள், அவரைக் கடுமையாக முறைத்துப் பார்த்தாள், மறுப்பதுபோல் தலையை ஆட்டிக்கொண்டாள். "அவர் அதைப்பற்றி எழுதுகிறார், அவ்வளவுதான்." என் காதில் விழக் கூடாது என்பதற் காகவே வார்த்தைகளை விழுங்கியபடி கிசுகிசுப்பான குரலில் சொன்னாள்.

கர்னல் என்னிடமிருந்து பார்வையை வேகமாக அவள்மேல் திருப்பி, மீண்டும் என்னிடமே வந்து மௌனமாகத் தலையை அசைத்தார். அவரது அனுமானங்கள் தவறாகப்போவதை அவர் எதிர்பார்த்தேயிருக்கிறார், அதற்கு அவர் பழக்கப்படுத்திக்கொண் டிருக்கிறார். சுண்டுவிரலை மட்டும் நிமிர்த்திக்கொண்டு தேனீர் அருந்துகிறார். இன்னொரு கையின் சுண்டுவிரல் நிரந்தரமாக உள்ளங் கையோடு அழுத்திக்கொண்டிருக்கிறது. இது ஒரு ஸின்ட்ரோம். அபூர்வமானது ஒன்றும் அல்ல, அதன் பெயர்தான் எனக்கு மறந்து விட்டது. பார்ப்பதற்கு வலியெடுப்பது போலிருந்தாலும் இல்லை என்கிறார். ஆச்சரியகரமாக அழகான, அழுத்தமான கைஜாடைகளை அந்தக் கையால் செய்கிறார். இசை நடத்துனர் ஒருவர் வுட்விண்ட்ஸை எழுப்புவதுபோல, கூட்டிசையிலிருந்து ஃபோர்ட்டிஸிமோவை அழுத்தி யுணர்த்துவதைப்போல. அவருக்கு ஒரு மெலிதான நடுக்கம் இருக்கிறது. தேநீர்க் கோப்பை அவர் பல் வரிசையில் பல முறைத் தாளமிட்டது. அந்த மிக வெண்மையான மிக ஒழுங்கான பல்வரிசை செயற்கையாகத் தான் இருக்க வேண்டும். மடித்துக் கட்டமுடியாத பொருட்களை மடித்துக்கட்டுகிற வழவழப்பான பிரௌன் பேப்பரைப்போல அவர் முகத்திலும், பின்னங்கைகளிலும் சருமம் காணப்பட்டது.

"ஐ ஸீ," என்றார், எதையும் பார்க்காமலேயே.

*1893*இல் ஒரு நாள் பியர் போனார் பாரீஸ் நகர ட்ராமிலிருந்து பெண் ஒருத்தி இறங்குவதைப் பார்க்கிறார். அவளுடைய மெலிந்த

உடல்வாகு, சோம்பேறித்தனமான அழகால் கவரப்பட்டு அவளைப் பின்தொடர்ந்து செல்கிறார். அவள் வேலை பார்க்கும் இடம் ஒரு *பாம்பெ ஃப்யூனெபா*. ஈமச்சடங்குகளை ஏற்று நடத்தும் நிறுவனம். மலர் வளையங்களில் முத்துக்களை தைப்பதுதான் அவள் வேலை. இப்படியாக மரணம் ஆரம்பத்திலேயே அவர்கள் வாழ்க்கைக்குள் அதன் கருப்பு ரிப்பனைப் பின்னிவிட்டிருந்தது. அவர் அவளோடு சீக்கிரத்திலேயே நெருங்கிய பழக்கம் ஏற்படுத்திக்கொண்டுவிட்டார். அந்தச் சிக்கல்களற்ற அதிஉன்னத காலகட்டத்தில் இந்த மாதிரியான விஷயங்கள் எல்லாமே சுலபமாகவும் திறமையாகவும் கையாளப்பட்டு வந்திருக்கும் என்று நினைக்கிறேன். கொஞ்சநாளிலேயே அவள் அந்த வேலையைத் துறந்துவிட்டு அவரோடு வாழ வந்துவிட்டாள். அவரிடம் அவள் பெயர் மார்த் து மெலினி என்றும் அவள் வயது பதினாறு என்றும் கூறினாள். ஒருவழியாக அவளை அவர் திருமணம் செய்துகொண்டு முப்பது வருடங்கள் கழியும்வரை அவளுடைய உண்மையான பெயர் மரியா பூர்ஸின் என்பதையும், அவர்கள் முதன்முதலாகச் சந்தித்துக்கொண்டபோது அவள் வயது பதினாறு அல்ல, பொனாரைப்போலவே அவளும் இருபதுகளின் மத்தியில்தான் இருந்திருக்கிறாள் என்பதையும் அறிந்திருக்கவில்லை. அதன்பின் ஏறக்குறைய ஐம்பது வருட திருமண வாழ்க்கைக்குப் பிறகு அவள் இறக்கும்வரை அவர்கள் வாழ்வின் உயர்விலும் தாழ்விலும், இல்லை, தாழ்விலும் மேலும் தாழ்விலும், இணை பிரியாது ஒன்றாகவே வாழ்ந்து வந்தனர். பொனாரின் ஆரம்பகால புரவலர்களில் ஒருவரான ததேய் நடான்ஸன், ஓவியரைப் பற்றிய நினைவுக்குறிப்புகளில் மார்த் து மெலினியைப்பற்றி அவளுடைய பறவையைப்போன்ற ஒயிலான தோற்றத்தையும், விரல் நுனிகளில் தாவிச் செல்லும் அவள் நடையையும் சொற்சித்திரங்களாகத் தீட்டுகிறார். அவள் மனம்விட்டுப் பேசுகிறவள் அல்ல. ரொம்பவும் அழுத்தக்காரி. பொறாமை அதிகம். விட்டுக்கொடுக்கவே மாட்டாள். தான் தீராத சித்திரவதைக்கு உட்பட்டிருப்பதாக அவளுக்கு ஒரு பிரமை இருந்தது. தனக்கு ஏதேதோ நோய்கள் இருப்பதாக தீவிரமாகவே நம்பிக்கொண்டிருக்கும் ஹைப்போகான்ட்ரியாக்காக இருந்தாள். 1927இல் பொனார், *கோத் தெ அஸூர்* கரையோரத்திலிருந்த ஒரு பிரபல்யமில்லாத சிற்றூரான லு கேனேவில், *லு பஸ்கே* என்றொரு வீட்டை வாங்கினார். மார்த் பதினைந்து வருடங்கள் கழித்து இறக்கும்வரை அவரும் அவளும் மட்டும் அந்த வீட்டிலேயே, யாரையும் சந்திக்காமல் ஒதுங்கியே காலம் கழித்துவந்தனர். *லு பஸ்கேவில்* அவளுக்கு ஒரு புதிய பழக்கம் ஏற்பட்டது. மணிக்கணக்காகக் குளியல் தொட்டியில் இருப்பாள். குளியல் தொட்டியில் இருக்கும் அவளைப் பொனார் திரும்பத் திரும்ப வரிசையாக வரைந்துகொண்டேயிருந்தார். அவள் இறந்து போன பிறகும் கூட. *பெய்ன்வார்ஸ்* ஓவியவரிசை அவர் வாழ்நாள் சாதனையின் உச்சம். மார்த்தின் மரணத்திற்கு ஒரு வருடம் முன்பு 1941இல் ஆரம்பிக்கப்பட்டு 1946வரை முடிக்கப்படாதிருந்த *'Nude in the bath, with dog'* ஓவியத்தில் இளஞ்சிவப்பும் ஒள்ளிய மெல்ஊதாவும், தங்க நிறமும் ஒருங்கிணைந்த ஒரு கலவையில், காலத்தின் சுவடு படியாமல் உயிர்ப்போடுதான் இருக்கிறாளா இல்லையா என்று சொல்ல முடியாமல் ஒரு மிதக்கும் உலகத்தின் கடவுள்போல அவள் குளியல் தொட்டியில் படுத்திருக்கிறாள். குளியலறைத் தரையில் டைல்ஸ்களின் மேல் விழுந்துகிடக்கும் ஒரு விரிப்பிலோ, அல்லது படத்தில் தெரியாத ஜன்னலிலிருந்து வந்துவிழுந்த மங்கிய வெளிச்ச சதுரத்திலோ அவளது பரிச்சயமான டாஷண்ட் நாய் (என்றுதான் நினைக்கிறேன்) சுருண்டு படுத்து பார்த்துக்கொண்டிருக்கிறது. அவள் தஞ்சமடைந்திருக்கும் அந்தக் குறுகலானஅறை அதன் உயிர்த்துடிப் பான நிறங்களோடு அவளைச் சுற்றித் துடித்துக்கொண்டிருக்கிறது. அசாதாரணமாக நீண்டிருக்கும் அவள் இடது காலின் பாதம் குளியல் தொட்டியின் மூலையில் முட்டிக்கொண்டிருக்கிறது. அதனால் தொட்டியே அந்த மூலையில் எலாஸ்டிக்போல வீங்கி நீட்சியுற்றிருப்பது தெரிகிறது. அதற்குக் கீழே தரைகூட தரையைப் போலல்லாமல் வடிந்து செல்லும் நீர்போல மூலையை நோக்கி நகர்ந்திருக்கிறது. இங்கே எல்லாமே நகர்ந்து கொண்டிருக்கின்றன. நிச்சலனத்தில், நீர்மைகொண்ட நிசப்தத்தில் நகர்ந்துகொண்டிருக்கின்றன. சொட்டுகிற ஒலி, சின்னதாக அடிக்கின்ற அலை, பெருமூச்சு ஒன்றின் சிறகடிப்பு காதில் கேட்கிறது. குளிக்கும் நங்கையின் வலது தோளில் வழியும் தண்ணீருக்குப் பக்கத்தில் இருக்கின்ற துருச்சிவப்புப் பொட்டு, துருவாக இருக்கலாம், அல்லது பழைய ரத்தத்துளியாகக்கூட இருக்க லாம். அவள் வலது கை, விரல்களை அகல விரித்த நிலையில் தொடையின் மேல் பதிந்திருக்கிறது. எனக்கு மேஜையின் மேல் வைத்திருந்த அன்னாவின் கைகள் ஞாபகத்துக்கு வருகின்றன. மிஸ்டர் டாட்டை முதல்நாள் பார்த்துவிட்டு வந்த அன்று எதிரே இல்லாத யாரிடமோ எதையோ யாசிப்பதைப்போல உள்ளங்கைகளை மேலே திருப்பிவைத்தபடி வைத்திருந்த அன்னாவின் கைகள்.

என் அன்னாகூட நோய்வாய்ப்பட்டிருந்தபோது பிற்பகல் நேரங் களில் நெடுநேரம் குளிப்பாள். அது அவளை ஆற்றுப்படுத்துவதாகச் சொன்னாள். அவள் மெதுவாக இறந்துகொண்டிருந்த அந்தப் பன்னிரண்டு மாதங்களின் இலையுதிர் காலத்திலும், குளிர் காலத் திலும் கடலோரத்திலிருந்த எங்கள் வீட்டுக்குள், போனாரும் அவளுடைய மார்த்தும் லு பஸ்கேவில் இருந்ததைப்போலவே, நாங்கள் இருவர் மட்டும் கதவைப் பூட்டிக்கொண்டு தனிமைவாசத்தில் கழித்தோம். வானிலை இதமாக இருந்தது. வானிலை என்று ஒன்றே இல்லாததுபோல. நகர்த்தவே முடியாதுபோலிருந்த கோடை, கண்ணுக்குத் தெரியாமல், எந்தவொரு பருவமாகவும் இருக்கக்கூடிய ஒரு பனிமூட்டமான வருடக்கடைசி நிச்சலனத்துக்கு வழிவிட்டது. வசந்தத்தின் வருகையை நினைத்து அன்னா கலவரமுற்றிருந்தாள். அது தன்னுடனே கொண்டுவரும் உயிர்ப்பான ஆரவாரங்களையும்

இரைச்சல்களையும் தாங்கவே முடியாது என்று சொல்லிக்கொண் டிருந்தாள். ஓர் ஆழ்ந்த, சொப்பனம் போன்ற நிசப்தம் எங்களைச் சுற்றி வண்டல் படிவுபோல மிருதுவாக, அடர்த்தியாகத் திரண்டு கொண்டிருந்தது. முதல் தளத்துக்கு ஏறியதும் திருப்பத்திலிருந்த குளியலறையில் சில நேரங்களில் அவள் உள்ளே குளிப்பதற்கான எந்த அறிகுறியுமின்றி சத்தமே இல்லாமல், என்னைத் துணுக்குற வைக்கும். அந்த மகா பெரிய குளியல் தொட்டிக்குள் எந்தச் சத்தத்தை யும் எழுப்பாமல் அவள் அப்படியே மூழ்குவதைப்போல, நீர்ப்பரப்பிற் கடியில் அவள் முகம் அமிழ்ந்து அவளது நீளமான கடைசி மூச்சு வெளியேறுவதைப்போல கற்பனையில் தோன்றும். மாடிப்படிகளில் சத்தமே எழுப்பாமல் ஊர்ந்து, அந்தத் திருப்பத்தில் அந்தரத்தில் நிற்பதைப்போல, ஏதோ நான்தான் தண்ணீருக்குள் அமிழ்ந்திருப்பதைப் போல, காற்றாக நின்றுகொண்டு கதவிடுக்கிலிருந்து ஏதாவது உயிர்ச் சத்தம் கேட்கிறதாவென்று உன்னிப்பாக கேட்பேன். இதயத்தின் அருவருப்பான, அழுகிப்போன ஒரு மூலையில், அவள் அதைப்போலவே செய்துகொண்டு எனக்கும் அவளுக்கும் விடுதலை கிடைத்துவிடாதா வென்று ஒரு விருப்பம் தலைதூக்கும். அதன் பின்னால் லேசாக தண்ணீர் கலங்குகிற ஒலி மென்மையாகக் கேட்கும், சோப்பையோ டவலையோ எடுப்பதற்காகத் தண்ணீரிலிருந்து அவள் கை எழுகிற களகளப்பு மெலிதாகக் கேட்கும். நான் அரவமின்றித் திரும்பி, என் அறைக்கு பூனைபோல திரும்பிவந்து கதவை மூடிக்கொண்டு என் இருக்கையை அடைந்து, வெளியே சாயங்காலத்தின் பிரகாச மான சாம்பலை வெறித்தபடி எதையும் யோசிக்க முற்படாமல் உறைந்திருப்பேன்.

“உங்களைப் பார்க்க பாவமாக இருக்கிறது, மேக்ஸ்”, என்றாள் என்னிடம் ஒரு நாள். “பேச வேண்டிய வார்த்தைகளை ஜாக்கிரதை யாக தேர்ந்தெடுக்க வேண்டியிருக்கிறது; எல்லா நேரமும் இனிமையாக நடந்துகொள்ள வேண்டிய கட்டாயத்தில் இருக்கிறீர்கள். பாவம்தான் நீங்கள்.” அப்போது அவள் நர்ஸிங் ஹோமில் இருந்தாள். பழைய கட்டிடத்தின் ஒருகோடியில் இருந்த அறையில், மூலையிலிருந்த சன்னலுக்கு வெளியே பராமரிக்கப்படாத பச்சைப்பசேலென்ற புற்பரப்பும், என் கண்ணுக்கு அமைதியிழந்து, தொந்தரவூட்டும்விதமாக மகத்தான உயரங்களில் வரிசையிட்டிருந்த கரும்பச்சை மரங்களும் தெரியும். அவள் பயந்துகொண்டிருந்த வசந்தம் வந்து சென்றது. அதன் ஆர்ப்பாட்டங்களை உணர முடியாத அளவுக்கு அவள் உடல் நிலை சீரழிந்திருந்தது. இப்போது ஈரமான புழுக்கத்தில் பிசுபிசுப்பாக, அவள் பார்க்கப்போகும் கடைசி கோடையாக இருந்தது. “இனிமையாக இருக்க வேண்டிய கட்டாயம் என்றால் என்ன அர்த்தம்?” என்றேன். அவள் ஏற்கனவே வேறு ஏதோ ஓர் இடத்துக்கு என்னைத்தாண்டி போய்விட்டிருப்பதைப்போல, அங்கே வார்த்தை களுக்கெல்லாம் வேறு அர்த்தங்கள் இருப்பதைப்போல இப்போ

தெல்லாம் வினோதமாக என்னென்னவோ பேசுகிறாள். தலையணை யில் அவள் முகத்தை நகர்த்திக்கொண்டு என்னைப்பார்த்து புன்னகைத் தாள். எலும்போடு ஏறக்குறைய ஒட்டிப் போயிருந்த அவள் முகம் ஒரு பயமுறுத்தும் அழகாக மாறியிருந்தது. "என்மேல் இயல்பாக வெறுப்பைக் காட்டக்கூட உங்களுக்கு அனுமதி இல்லாமல் போய் விட்டது," என்றாள். வெளியே இருந்த மரங்களைக் கொஞ்சநேரம் பார்த்துக்கொண்டிருந்தாள். பின் என் பக்கம் திரும்பி மீண்டும் புன்னகைத்தாள். என் கையை பலகீனமாகத் தட்டிக் கொடுத்தாள். "ரொம்பவும் கவலையோடு இருக்காதீர்கள்", என்றாள். "நான்கூட உங்கள் மேல் வெறுப்பைக் காட்டியிருக்கிறேன். நாமெல்லாம் மனிதப் பிறவிகளாக இருந்தவர்கள்தானே?" இப்போதெல்லாம் இறந்தகால எச்சங்களை மட்டும்தான் அவள் பயன்படுத்துகிறாள்.

"உங்கள் அறையை வந்து பார்க்கிறீர்களா?" மிஸ் வாவஸுர் கேட்டாள். எங்களுக்கு எதிரிலிருந்த வாசல் வளைவு சன்னலிலிருந்து வெயிலின் கடைசி முளைக்கதிர்கள் எரியும் கட்டிடத்திலிருந்து வீழ்கின்ற கண்ணாடிச் சில்லுகள்போல சரிந்துகொண்டிருந்தன. கர்னல் தேநீர் சிந்திவிட்டிருந்த அவரது மஞ்சள் அரைச்சட்டையின் பின்பக்கத்தைத் துடைத்து பிரஷ் பண்ணிக்கொண்டிருந்தார். மகா எரிச்சலில் இருப்பவரைப்போலத் தெரிந்தார். அவர் ஒருவேளை என்னிடம் ஏதோ சொல்லிக்கொண்டிருந்திருக்க வேண்டும், நானும் கவனிக்காதிருந்திருக்க வேண்டும். மிஸ் வாவஸுர் ஹாலுக்கு அழைத்துச் சென்றாள். இந்தத் தருணம் எனக்கு நடுக்கமூட்டுவதாக இருந்தது. இந்த இல்லத்துக்குக் குடியேறும் நேரத்தில், மனிதன் இழைத்த முதல் பாவத்துக்கு முந்தைய ப்ரிலாப்ஸாரிய வாழ்க்கையில் நான் அணிந்திருந்த, ஒரு பழைய மோஸ்தர் தொப்பியையும், வழக்கொழிந்துபோன ஷுக்களையும் அணிந்து செல்ல வேண்டிய கட்டாயத்தில் இருப்பதைப்போலிருந்தது. பாச்சையுருண்டை நெடி அடிக்கிற ஒரு பழைய கல்யாண சூட்டை அணிந்துகொள்ள கட்டாயப் படுத்தப்படுகிறேன். இடுப்புப் பிடிக்கிறது. கைகள் இறுக்கமாக அக்குளில் நெரிக்கிறது. ஒவ்வொரு பாக்கெட்டிலும் ஞாபகங்கள் உப்பிப் பிதுங்குகின்றன. ஹால் எனக்கு அடையாளமே தெரியவில்லை. சின்னதாக, குறுகலாக, மங்கலான வெளிச்சத்தில் ஹாலின் சுவரை பக்கவாட்டில் சரிபாதியாகப் பிரித்து, கீழ்ப் பாதியில் நூறுவருடங் களுக்குமுன் தீட்டப்பட்டதுபோல ஈரிணை வண்ண ஓவியங்கள். அந்த இடத்தில் ஒரு ஹால் இருந்ததாகவே எனக்கு நினைவிலில்லை. முன் கதவைத் திறந்தால் ... திறந்தால் என்னவரும்? சமையலறையா? ஞாபகமில்லையே. மிஸ் வாவஸுருக்குப் பின்னால் என் பையைத் தூக்கியபடி பழங்கால கருப்பு – வெள்ளை மர்மப்படங்களில் வரும் டிப்டாப் கொலைகாரனைப்போல நல்லபிள்ளைத்தனமாக பின் தொடர்ந்து செல்லும்போது, என் மண்டைக்குள்ளிருந்த அந்த இல்லத்தின் மாடல், கண்ணெதிரிலிருந்த ஒரிஜினலோடு கடுமையான

எதிர்ப்போடு தன்னைத் தகவமைத்துக்கொண்டது. எல்லாமும் அளவில் கொஞ்சம் மாறியிருந்தன, எல்லா கோணங்களும் நிஜத்தி லிருந்து கொஞ்சம் விலகியிருந்தன. மாடிப்படி நெட்டுக்குத்தாக மாறியிருந்தது, படிக்கட்டு மேடை இடுக்கமாக இருந்தது, கழிவறை யின் சன்னல் நான் நினைத்திருந்ததைப்போல தெருவின் பக்கமாக இல்லாமல் பின்னால் வயல்வெளிகளைப் பார்த்து இருந்தது. நான் ஞாபகத்தில் வைத்திருந்த விஷயங்களை யதார்த்தம், மூடத்தனமான மனநிறைவோடு இருக்கின்ற யதார்த்தம், கைப்பற்றி அவற்றை உலுக்கிக் குலுக்கி தனது சொந்த ரூபத்திற்கே மாற்றிக்கொண்டுவந்தபோது ஏறக்குறைய பீதியுணர்வுக்கு ஒப்பான உணர்வுக்குத்தான் ஆட் பட்டேன். விலைமதிப்பற்ற அரிதான ஏதோவொன்று கரைந்துருகி என் விரல்களுக்கிடையில் வழிந்தது. இருந்தும் முடிவில் எவ்வளவு சுலபமாக அதனைப் போகவிட்டுவிடுகிறேன் நான்! கடந்தகாலம் என்பது, அதாவது உண்மையான கடந்தகாலம், நாம் பாசாங்கு செய்துகொள்வதைவிட குறைவாகத்தான் அக்கறை கொள்ளப்படுகிறது. இப்போது முதல் *எனது அறையாக* இருக்கப்போகிற அறையில் மிஸ் வாவஸூர் என்னை விட்டுச்சென்றதும் என் கோட்டைக் கழற்றி நாற்காலியின்மேல் போட்டுவிட்டுப் படுக்கையின் ஓரத்தில் உட்கார்ந்து, பல காலமாக யாரும் வசித்து சுவாசித்திராத அவ்வறையின் மட்கிப்போயிருந்த காற்றை ஆழமாக உள்ளிழுத்தேன். வெகுகாலம், பல வருடங்கள் பயணித்துவந்து கடைசியில், இவ்வளவு காலம் சூட்சுமமாக என்னோடு பிணைக்கப்பட்டிருந்த, நான் தங்கியாக வேண்டிய, எனக்கென்று சாத்தியமாக இருக்கும் ஒரே உறைவிட மாகிய இந்தச் சேரிடத்தை, என் பயண இலக்கை, அடைந்திருக் கிறேன் என்று தோன்றியது.

என் நட்புக்குரிய ராபின் குருவி கொஞ்ச நேரத்துக்கு முன்பு தோட்டத் தில் தோன்றியது. டைக்னன்னின் முற்றத்தில் அதைச் சந்தித்த அன்றுதான் ஆவ்ரில்லின் புள்ளிகள் எனக்கு எதை ஞாபகப்படுத்தின என்பது திடீரென புரிந்தது. பசிய மலர்கள் குட்டிக் குட்டியாக துளிர்த்திருந்த புதரை நோக்கி அந்தப் பறவை தத்தித்தத்தி வந்து, வழக்கம்போல மூன்றாவது தத்தலில் நின்று பிரகாசமான சிவப்புக் கண்களால் திமிரோடு சுற்றுமுற்றும் பார்த்தது. ராபின்கள் எதற்கும் அஞ்சாத இனம் என்று பேர் பெற்றவை. பக்கத்து வாசலிலிருந்து 'டிடில்ஸ்' என்றழைக்கப்பட்ட அந்தப் பூனை உயர்ந்து வளர்ந்திருந்த கோரைப்புற்களின் ஊடே நடந்துவருவதைப் பார்த்தும்கூட அலட்டிக் கொள்ளாமல் உட்கார்ந்திருந்தது. அது அப்போது எழுப்பிய கிறீச்சிடல் இயல்பானதாக தெரியவில்லை. அந்தப் பூனையை வெறுப்பேற்றுகிற மாதிரி அதன் சிறகுகளை சிலிர்த்துக்கொண்டு, அந்தப் பூனையால் மட்டும் பறக்க முடிந்து தன்னைப் பிடிக்க நேர்ந்தால் எவ்வளவு அற்புதமான நொறுக்குத்தீனியாக இருக்கும் என்று காட்டுகிறாற்போல

அதன் ரத்தச்சிவப்பு மார்பை திறந்து காட்டியது. அந்தப் பறவை அங்கே வந்து இறங்கியதைப் பார்த்ததுமே கத்தியில் குத்தியதைப்போல கடும் வலியோடு ஒரு ஞாபகம் பளிச்சிட்டது. மஞ்சள் மலர்களும் முட்களும் மண்டியிருந்த புதருக்குள்ளிருந்து திருடப்பட்டப் பறவைக் கூடு. அந்தக் கூடும் இந்தப் பறவையின் சைஸில்தான் இருந்தது. இந்தப் பறவையைப்போலவே ஒற்றையாக. சின்னப்பையனாக இருந்த போது நானொன்றும் பறவை ஆர்வலனாக இருந்ததாகச் சொல்ல முடியாது. பறவைகளை ஆர்வமாகக் கவனிப்பவன்கூட கிடையாது. பறவைகளைத் தேடி, கண்டுபிடித்து, கண்காணித்து, பின் தொடர்ந்து, வகைப்படுத்தி, ஆய்வு செய்கிற பறவை வல்லுனர் வேலையெல்லாம் எனக்கு அப்பாற்பட்டவை; மேலும் அவை என்னைப் போரடிக்கச் செய்திருக்கும். பறவைகளை ஒரு இனத்திலிருந்து இன்னொன்றைப் பிரித்தறிவதுகூட என்னால் முடியாது. அவற்றின் வரலாறு, பழக்கங்கள் பற்றியெல்லாம் எனக்கு அக்கறை இருந்ததில்லை. அவற்றின் கூடுகளைக் கண்டுபிடிப்பதுதான் என் ஸ்பெஷாலிடி. அதற்கு மிகுந்த பொறுமையும், கவனமும், சட்டென்று செயல்படும் கண்பார்வையும் அவசியம். அதற்குமேல் வேறொன்றும் தேவை. வளைக்குள்ளிருக்கும் அந்தக் குட்டி ஜீவராசிகளுக்கு அவற்றைத் துப்பறிந்து செல்கின்ற என்மீது பயம் விலகி ஒன்றுக்குள் ஒன்றானவர்போல நம்பிக்கை உண்டாக்குகிற திறமை. பெரிய அறிஞர் ஒருவர் – அவர் பெயர் எனக்கு மறந்துவிட்டது – எதையோவொன்றை மறுத்தோ அல்லது வலியுறுத்தியோ பேசும்போது ஒரு விஷயத்தை அழுத்தம் திருத்தமாகச் சொன்னார்: வௌவாலாக இருப்பது எப்படி என்பதை ஒரு மனிதனால் முற்றிலுமாகக் கற்பனை செய்துகொள்வதென்பது சாத்தியமே இல்லை. ஒரு பொதுவான கருத்தாக அவர் சொல்வதை ஏற்றுக்கொள்கிறேன், ஆனால் நான் பாதி சிறுவனாகவும் பாதி மிருகமாகவும் இருந்த காலத்தில் அப்படிப் பட்ட மிருகப்பருவத்தைப்பற்றி விளக்கமாகவே அவரிடம் என்னால் வர்ணித்திருக்க முடியும்.

நான் மிருகவதையாளன் அல்ல. பறவையைக் கொல்வதோ, அவற்றின் முட்டைகளைத் திருடுவதோ செய்யமாட்டேன். எனக்கு இருந்தது ஆர்வம் மட்டும்தான். பிற, அந்நிய உயிர்களின் ரகசியங்களைத் தெரிந்துகொள்ளும் எளிய ஆர்வம்.

என்னை எப்போதுமே கவர்ந்த விஷயம் கூட்டிற்கும் முட்டைக்கும் இடையேயிருந்த வேற்றமைப்பு. முன்னது, எவ்வளவுதான் நன்றாக, அழகாகக்கூட வடிவமைக்கப்பட்டிருந்தாலும் எதிர்பாரா நேர்வுகளுக்குத் தயாராக இருக்கும் அதன் 'கன்டின்ஜென்ஸி'. பின்னதன் முழுமை, அதன் பரிசுத்தமான நிறைவுத்தன்மை. ஒரு தொடக்கத்துக்கு முன்பே முட்டை என்பது ஒரு முழுமையான முடிவு. சுயக் கட்டுப்படுத்தலுக்கு பொருள்வரையறையே அதுதான். உடைந்திருக்கும் ஒரு முட்டையை எனக்குப் பார்க்கப் பிடிக்காது. அது ஒரு குட்டி அவலம். என் ஞாபகத்திற்கு வந்த அந்தச் சம்பவத்தில், அந்தப் பறவைக் கூடு

இருக்கும் இடத்தை யாருக்கோ நான் தெரியாமல் காட்டிவிட்டிருக்க வேண்டும். வயல்வெளிக்கு நடுவில் ஒரு சாய்ந்த நிலக்கூம்பின் மேல் பீறிட்டு வளர்ந்திருந்த ஒரு முட்புதரில் அது பொதிந்திருந்தது. அது அங்கே ஒளிந்திருப்பதை நான் மிகச் சுலபமாகக் கண்டுபிடித்து விட்டிருப்பேன். பல வாரங்களாக அங்கேயே சுற்றிக்கொண்டிருந்ததில் அந்தப் பெண் பறவைக்கும் என்னைப் பழக்கமாகியிருந்தது. என்ன பறவை அது? பாடும் பறவைதான். கன்னங்கரேலேன்று இருக்கும். கொஞ்சம் பெரிய சைஸ் பறவைதான். ஒரு நாள் வந்து பார்க்கும் போது முட்டைகளைக் காணோம். இரண்டு முட்டைகள் களவாடப் பட்டிருந்தன. மூன்றாவது புதருக்கடியில் உடைந்து சிதறியிருந்தது. மிச்சமிருந்தது கலங்கலான மஞ்சள் கருவும், கோழையான வெள்ளை யும், சில ஓட்டுத்துண்டுகளும். அந்த உடைந்த ஓட்டுச் சில்லுகளில் குட்டி குட்டியான கரும்பழுப்புப் புள்ளிகள். அந்தக் கணத்தைப் பற்றி மிகையாக அலட்டிக்கொள்ளக் கூடாது. அந்த வயதுப் பையன் களைப்போல நானும் இதயமற்ற, கரிசனமற்ற கிராதகனாகத்தான் இருந்தேன். ஆனாலும் அந்த முட்புதர் இன்னும் என் பார்வையில் குறுக்கிட்டுக்கொண்டேயிருக்கிறது. அதன் பொடிப்பொடியான பூக்களின் வெண்ணெய் வாசனை இன்னமும் அவ்வப்போது என் நாசிக்கருகே கடந்துசெல்கிறது. ஆவ்ரில்லின் வெளிறிய கன்னங்களிலும் அவள் மூக்கின் சரிவிலும் இருந்ததைப்போலவே காணப்பட்ட அந்தப் பழுப்புப் புள்ளிகளின் துல்லியமான ஷேடை இப்போதும் ஞாபகப் படுத்த முடிகிறது. அந்தக் கணத்தின் ஞாபகத்தை ஒரு அரை நூற் றாண்டுக்காலமாக ஏதோ ஒரு இறுதி நிகழ்வின், அரிதான, மீட்டெடுக்க முடியாத ஒரு வகைக் குறியைப்போல சுமந்து வந்திருக்கிறேன்.

மருத்துவமனைப் படுக்கையிலிருக்கும் அன்னா ஒருக்களித்து குனிந்து தரையில் வாந்தியெடுக்க, என் உள்ளங்கையில் அழுத்திப் பிடித்திருக்கும் அவள் கொதிக்கும் நெற்றி நெருப்புக்கோழி முட்டை போல முழுசாக, எந்நேரமும் நொறுங்கத்தயாராயிருப்பது போன் றிருக்கிறது.

அந்தச் சினிமாவுக்கும் அந்த மறக்க முடியாத முத்தத்துக்கும் பிறகு ஸ்ட்ராண்ட் கபேவில் க்ளோயியோடு இருக்கிறேன். பிளாஸ்டிக் டேபிளில் அமர்ந்து எங்களுக்குப் பிடித்தமான பானத்தை அருந்திக் கொண்டிருந்தோம். உயரமான கண்ணாடி கிளாஸில் வனிலா ஐஸ்கீரீம் துண்டு ஒன்று மிதக்க, நுரைபொங்கும் ஆரஞ்சு கிரஷ். மனதை ஒருமுகப்படுத்தி நினைவுகூரும்போது ஆச்சரியகரமான தெளிவுடன் எல்லாமே ஞாபகத்துக்கு வந்து, இங்கே எல்லாவற்றை யும் கண்முன்னால் பார்க்க முடிகிறது. சம்பவங்களை ஒன்றுதிரட்டி நினைவுகூரும் திறமை போதிய அளவுக்கு ஒருவரிடம் இருந்தால், அவர் வாழ்க்கையை அப்படியே திரும்ப ஒரு முறை வாழ்ந்துவிட

முடியும் என்பதுதான் உண்மைபோலிருக்கிறது. எங்கள் மேஜை வாசலுக்கருகே இருந்தது. கனத்துப்படுத்த பலகைபோல வெயில் துண்டு ஒன்று எங்கள் காலருகே வீழ்ந்துகிடந்தது. அவ்வப்போது கடற்காற்று தன்னோடு மென்மையான மணற்துகள்களை கூட்டிக் கொண்டு கவனக்குறைவாக உள்ளே நுழைந்து அலைய, காலியான ஸ்வீட் பேப்பர் ஒன்று தரையில் கீறும் சத்தத்தோடு நகர்ந்து, நின்று, நகர்ந்து அடித்துக்கொண்டிருந்தது. அங்கே அதிகம் பேர் இல்லை. சில சிறுவர்கள் – இல்லை, சில இளைஞர்கள் பின்னால் ஒரு மூலையில் உட்கார்ந்து சீட்டாடிக்கொண்டிருந்தனர். உரிமையாளரின் மனைவி கல்லாவுக்குப் பின்னால் உட்கார்ந்து வாசலை வெறித்தபடி ஏதோ பகற்கனவில் ஆழ்ந்திருந்தாள். பாரியான உடம்பு அவளுக்கு. மணல் நிறத்தில் கேசம். அழகற்றவள் என்று சொல்ல முடியாது. வெள்ளிச் சரிகையிட்ட வெளிர்நீல மேலங்கியோ அல்லது ஏப்ரன்னோ அணிந் திருந்தாள். அவள் பெயர் என்ன? ம்ஹூம், ஞாபகத்துக்கு வரவில்லை. ஞாபகத்தின் ஆச்சரியகரமான ஞாபகத்தை ரொம்பவும் கசக்கக் கூடாது. மிஸஸ் ஸ்ட்ராண்ட். அவளை எப்படியாவது குறிப்பிட்டாக வேண்டு மென்றால் மிஸஸ் ஸ்ட்ராண்ட் என்று குறிப்பிடுகிறேன். அவள் நிற்கின்ற விதம் தனியானது. அதுமட்டும் நன்றாக ஞாபகத்தில் இருக்கிறது. தடிமனாக, திண்ணமாக தரையில் செருகி வைத்திருப் பதைப்போல நின்றிருப்பாள். கல்லா மேஜைமேல் வைத்திருக்கும் பணப்பதிவேட்டின் மேல் முஷ்டியை மடக்கி அழுத்தி வைத்திருப்பாள். நீட்டி வைத்திருக்கும் முழங்கையில் செம்பழுப்புப் புள்ளிகள் தெரியும். எங்கள் கிளாஸ்களில் இருந்த ஐஸ்கீரீம் ஆரஞ்சு மிக்ஸரில் பழுப்பு நுரை மிதந்துகொண்டிருந்தது. பேப்பர் ஸ்ட்ரா வைத்து உறிஞ்சிக்கொண் டிருந்தோம். புதிதாக நுழைந்துவிட்டிருந்த ஒரு கூச்சத்தில் எங்கள் பார்வைகள் சந்திப்பதைத் தவிர்த்துக்கொண்டிருந்தன. மடிப்புகளை உதறிவிரித்து மெத்தையின் மேல் போர்த்தப்படும் போர்வைபோல, கூடாரம் ஒன்று கலைந்து சரிவதைப்போல, ஒரு பொதுவான மாபெரும் மென்மையான தரையிறக்கத்தில் படிந்தமிழ்வதைப்போல உணர்ந்தேன். திரையரங்கின் இருட்டில் பரிமாறப்பட்ட அந்த முத்தம் – யோசிக்கும் போது எங்கள் முதல் முத்தம் அதுவாகத்தான் இருக்குமென்று தோன்று கிறது – எங்களிருவருக்கிடையே ஒரு திகைப்பாக, தவிர்க்க முடியாதள வுக்கு பிரமாண்டமாக அமைந்திருந்தது. க்ளோயிக்கு பூனைமயிரில் மெலிதான மீசை இருக்கும். என் உதடுகளில் உணர்ந்த அதன் குறுகுறுப்பு அப்படியே நிலைத்திருந்தது. இப்போது என் கிளாஸ் ஏறக்குறைய காலியாகியிருந்தது. கடைசியாக மிச்சமிருந்த திரவம் காகித உறிஞ்சு குழலில் காற்றோடு சேர்ந்து அடிவயிற்று உறுமல்போல கொரகொரப்பை உண்டாக்கி சங்கடப்படுத்திவிடுமோவென்று பயப்பட்டேன். திருட்டுத் தனமாக பார்வையைத் தாழ்த்தி க்ளோயியின் கைகளைப் பார்த்தேன். ஒரு கை மேஜைமேல் படிந்திருக்க இன்னொன்றில் கிளாஸைப் பிடித்திருந்தாள். விரல்கள் அடிப்பாகத்தில் பருத்து போகப்போக

கூராகச் சுருங்கியிருந்தன: அப்படியே அவள் அம்மாவின் கைகள். மிஸஸ் ஸ்ட்ராண்டின் ஒயர்லெஸ் ரேடியோ மயங்கவைக்கும் ராகத்தில் ஏதோ பாடிக்கொண்டிருந்தது. க்ளோயி தன்னை மறந்து கூடவே ஹம் செய்தாள். அப்போதெல்லாம் பாடல்களுக்கு முக்கிய ஸ்தானம் இருந்தது. பிரிவின் சோகம், நாங்கள் காதல் என்று நம்பிக்கொண்டிருந்த தின் தோல்வியில் உண்டாகும் துயர கீதம். இரவு நேரங்களில் படுக்கையில் புரண்டுகொண்டிருக்கும்போது எங்கள் மரவீட்டுக்குள் கடல்காற்றோடு சேர்ந்து பீச் ஓட்டல் அல்லது கால்ஃபின் பால்ரூம் களிலிருந்து மெல்லிய பித்தளை வாத்திய ஒலிகளோடு மெல்லிசை மிதந்து வரும். என் கற்பனையில் அந்தப் பால்ரூம்களின் புகைமண்டிய சூடான பாதி இருட்டில் சிக்கலான நெளிவுகளில் சிகை அலங்காரம் செய்திருக்கும் பெண்கள் பளீர் நீலத்தில் அமிலப்பச்சையில் உடுப்பணிந்து, முன்நெற்றியில் சுருள் சுருளாகச் சரியும் முடியோடு இறுக்கமான ஸ்போர்ட்ஸ் கோட், மிகையாக உயர்ந்த குதிகால் ஷூக்கள் அணிந்த இளைஞர்களோடு சுழன்று சுழன்று நடனமாடுவது தெரியும். ஓ என்னருமை காதலா! தனிமையில் நிலவு இதயத்தையும் உயிரையும் முத்தமிடுகிறதே ...! இந்த அர்த்த ராத்திரி களேபரத்தைத் தாண்டி வெளியே, பார்வைக்குப் புலப்படாத கடற்கரை இருட்டில் பரந்து விரிந்திருக்கும். மணலின் மேற்பரப்பில் குளிர்ச்சி படர்ந்திருந் தாலும் பகல் நேரத்து வெம்மை அடியில் புதைந்திருக்க, ஏதோவொரு மாயமான வகையில் தனக்குள் வெளிச்சத்தை மிச்சம் வைத்திருக்கும் வெள்ளை அலைகள் நீண்ட வரிசைகளில் புரண்டுவந்து கரைமோதி உடைந்து சிதறும். அமைதியையும் ரகசியத்தையும் உள்நோக்கங்களையும் பொதிந்து வைத்திருக்கும் இரவு அனைத்தையும் போர்த்தி மூடியிருக்கும்.

"முட்டாள்தனமான படம்," என்றாள் க்ளோயி. முன்நெற்றி முடி சரிய, கிளாஸின் விளிம்பில் முகத்தைப் பதிப்பதுபோல குனிந்தாள். அவள் காலருகே வீழ்ந்திருந்த வெயிலின் பிரதிபலிப்பில் அவள் முடி வெளுத்திருந்தது ... கொஞ்சம் இருங்கள், நான் சொல்வது தப்பு. இது நடந்தது முத்தமிட்ட தினத்தில் இருக்காது. திரையரங்கை விட்டு நாங்கள் வெளியே வந்தபோது மாலை நேரம். மழைக்குப் பிந்திய மாலை. இப்போது இது பிற்பகல். அதனால்தான் அந்த மென்மையான வெயில். விட்டு விட்டு வீசும் கடற்காற்று. அப்புறம், மைல்ஸ் எங்கே? சினிமாவின்போது எங்களுடன் இருந்தான். விரட்டி னாலொழிய அவன் சகோதரியைவிட்டு விலகாத அந்தப் பயல் எங்கே போயிருப்பான்? என்னருமை ஞாபக நங்கையே, உன்னைப் புகழ்ந்துரைத்த என் பாராட்டு வார்த்தைகள் அத்தனையையும் திரும்பப் பெற்றுக்கொள்கிறேன். என்னில் செயல்பட்டுக்கொண்டிருப்பது ஞாபக தேவதைதானா, அல்லது வேறு ஏதோ கற்பனைக் குறளியா? க்ளோயி எரிச்சல் தொனிக்கச் சீறினாள்: "அந்த நெடுஞ்சாலையில் வந்தவன் ஆணில்லை, பெண்தான் என்றுகூடவா யாருக்கும் தெரிந்திருக்காது?"

ஜான் பான்வில்

அவள் கைகளை மீண்டும் கவனித்தேன். கிளாஸை உயரத்தில் பிடித்திருந்த கை வழுக்கியபடி இறங்கிவந்து, கூரான முள்ளைப் போல ஒரு வெளிச்சப்புள்ளி நிலையாக ஒளிர்ந்துகொண்டிருந்த கோப்பையின் பாதத்தை அடைந்து அதை விரல்களால் வளைத்துப் பிடித்தது. மற்றொரு கை ஸ்ட்ராவை வளைத்து கட்டைவிரலுக்கும் ஆட்காட்டி விரலுக்குமிடையே நளினமாகப் பிடித்து உதட்டில் பொருத்த, மேஜையில் அந்தக் கையின் சோகையான நிழல் தலையில் கொண்டை இருக்கும் நீண்ட அலகுடைய ஒரு பறவைபோல கண்ணுக்குப்பட்டது. மீண்டும் அவள் அம்மாவை நினைத்துக்கொண் டேன். இம்முறை ஏதோ கூராக, மார்பில் எரிவதைப்போல ஒரு கணம் உணர்ந்தேன். பழுக்கக் காய்ச்சிய ஊசி இதயத்தைத் தொட்டதைப் போல. குற்றவுணர்ச்சியா? ஐஸ்கீரீம் சோடாவை கடைசித் துளிவரை உறிஞ்சிக் குடித்துக்கொண்டிருக்கும் அவள் மகளின் கன்னத்தின் சரிவில் படிந்த மெல் ஊதா நிழலை ரசித்துக்கொண்டிருக்கும் என்னை, எங்களை, மிஸஸ் கிரேஸ் பார்க்க நேர்ந்தால் அவளுக்கு எப்படி யிருக்கும், என்ன சொல்வாள்? ஆனால் அதைப்பற்றி உண்மையில் எனக்கொன்றும் அக்கறையில்லை. உள்ளே ஆழத்தில் ஆழமான கடந்தகால குற்றவுணர்வோ, அதுபோன்ற எந்தவொரு பற்றுதலோ பாதிப்போ இல்லை. காதல் என்று நாங்கள் சொல்லிக்கொண்டிருந்த ஒன்றுக்கு எளிதில் மனம் மாறுகிற ஒரு போக்கு உண்டு. பிரகாசமான ஒன்றிலிருந்து அதைவிட பிரகாசமாக இருப்பதற்கு மிகவும் அசந்தர்ப்ப மான, பொருத்தமற்ற ஒரு தருணத்தில் இதயமேயில்லாமல் இடம் பெயர்ந்து சென்றுவிடும். காமவெறியில் முறுக்கேறி உடல் மதர்த்து, கிங் – சைஸ் முதலிரவுக் கட்டில்களில் இயங்கிக்கொண்டிருக்கும் மணமகனுக்குத் தனக்கடியில் குன்றியும் ஒடுங்கியும் எழும்பித் துடித்துக் கொண்டிருக்கும் புத்தம் புதிய மணப்பெண்ணின் முகத்துக்குப் பதிலாக அவளுடைய நெருங்கிய தோழியின் முகமோ அல்லது அவளுடைய அழகான தங்கையின் முகமோ அல்லது அதைவிடக் கொடுமையாக, சுதந்திரமாகப் பழகும் அவளுடைய அம்மாவின் முகமோ தெரிய, எத்தனைத் திருமண இரவுகள் முடிந்துபோயிருக்கும்?

ஆம், க்ளோயியிடம் நான் காதலில் விழுந்துகொண்டிருந்தேன் – விழுந்துவிட்டேன், ஏற்கனவே இந்த விஷயம் நடந்தாகிவிட்டது. கவலை கலந்த குதூகலம், காதல் செய்பவர்கள் போதிய முன்கருதலின்றி அவசரகதியில் செயல்படும் ஆரம்ப கட்டங்களில் எப்படி உணர்வார் கள், எப்படி நடந்துகொள்வார்கள் என்று அறிந்திருந்ததால் எனக்குக் கவலை தோய்ந்த குதூகாலமும், பிடிமானமின்றி குப்புற வீழ்கின்ற உணர்வும் ஒருசேர வந்துவிட்டிருந்தன. அந்தச் சின்ன வயசிலேயே காதலிப்பவர் என்று ஒருவரும் காதலிக்கப்படுபவர் என்று ஒருவரும் எப்போதும் இருப்பர் என்பதையும், இந்த விஷயத்தில் அந்த இருவரில் நான் யார் என்பதையும் தெரிந்து வைத்திருந்தேன். க்ளோயியோடிருந்த அந்தச் சில வாரங்கள் எனக்கு ஏறக்குறைய களிப்பூட்டும் அவமானப்

படுதல்களாகவே இருந்தன. அவளது சன்னதியில் என்னை ஓர் உபயதாரராக மனத்திருப்தியோடு ஏற்றுக்கொண்டிருந்தாள். அவளது இந்த மனத்திருப்தி என்னை வெகுவாக குலைவிக்கிற ஒரு மனத்திருப்தி. அடிக்கடி தடம்புரண்டுவிடும் மனநிலைகளில் அவள் கடாட்சமே எனக்குக் கிடைக்காது. அவள் பார்வை எப்போதாவது என்பக்கம் திரும்பினால்கூட அதில் எப்போதும் ஒருவித பழுது காணப்பட்டது. கவனமின்மையின் சுவடு. ஒரு நாட்டமின்மை. வேண்டுமென்றே செயல்படுகிற இந்தக் கலைந்த மனப்பான்மை என்னைச் சித்திரவதை செய்து கோபவெறியேற்றியது. ஆனால் இதைவிடக் கொடுமையான சாத்தியம் என்னவென்றால், இந்த நடத்தை வேண்டுமென்றே செய்வதாக இல்லாமல் இருக்கக்கூடும் என்பது. என்னை ஏளனமாக புறக்கணிக் கிறாள் என்பதைக்கூட என்னால் ஏற்றுக்கொள்ள முடியும், என்னால் புரிந்துகொள்ள முடியாத ஒருவகையில் என்னால் அதை வரவேற்கக் கூட முடியலாம். ஆனால் திடீர்திடீரென்று அவள் பார்வையிலிருந்து எனது இருப்பே கரைந்துபோய்விடுகிறது என்ற நினைப்பை மட்டும் என்னால் தாளவே முடியாது. அதைப்போல அவள் வெற்றான மௌனத்தில் உறைந்துபோயிருந்த சில சந்தர்ப்பங்களில் அவளைப் பேர் சொல்லிச் சத்தமாகக் கூப்பிட்டு அவளை உசுப்பினால்கூட, மெலிதாகக் கலைந்து அவளைக் கூப்பிட்ட குரல் எங்கிருந்து வந்த தென்று தேடுவதைப்போல மேலே உத்திரத்தையோ அறை மூலையையோ அல்லது நானிருக்கும் இடத்தைத் தவிர வேறு எங்கெல்லாமோ பார்ப்பாள். இது இரக்கமேயற்ற வெறுப்பேற்றலா அல்லது பிரக்ஞை யழிந்த இந்த வெற்றுக் கணங்கள் உண்மையானவையா? பொறுத்துக் கொள்ள முடியாமல் அவள் தோளைப்பற்றி மூர்க்கமாக உலுக்குவேன். கண்ணைத் திறந்து என்னை – என்னை மட்டும் – பார் என்று அதட்டு வேன். திடீரென என் கைகளில் அவள் துவண்டுசரியத் தொடங்குவாள். கண்கள் செருகும், தலை துணிபொம்மைபோல ஒரு பக்கம் விழும். ஆனால் தொண்டைக்குள்ளிருந்து மைல்ஸைப்போல ஒரு அமானுஷ்ய எக்களிப்பு சிரிப்பு கொரகொரக்கும். எரிச்சல் தலைக்கேறி அவளை மணலிலோ, சோபாவிலோ இழுத்துத்தள்ளினால் கைகால்களை விரித்தபடி அப்படியே தொபுக்கடீரென்று விழுவாள். அவள் முகத்தில் உறைந்திருக்கும் இளிப்பில் சவக்களை அப்படியே இருக்கும்.

அவளுடைய சலனங்களையும், அவளுடைய திமிர்த்தனத்தையும் எதற்காகச் சகித்துக்கொண்டிருந்தேன்? அவமானங்களை எளிதாக ஏற்றுக்கொள்பவனல்ல நான். திருப்பிக்கொடுத்து கணக்கைத் தீர்த்துக் கொள்வதில் குறியாக இருப்பேன். நெருங்கியவர்களாக இருந்தாலும் கூட. குறிப்பாக அன்புக்குரியவர்கள். க்ளோயியின் விஷயத்தில் என் சகிப்புக்குக் காரணம் அவளைப் பாதுகாத்து வைத்திருக்க வேண்டுமென்று அவள்பால் எனக்கேற்பட்டிருந்த ஒரு வலுவான இச்சைதான் என்று நினைக்கிறேன். நான் சொல்வது என்னவென்பதை விளக்குகிறேன், கேளுங்கள். இது ரொம்பவும் சுவாரஸ்யமான விஷய

மென்று நினைக்கிறேன். அழகான, நுட்பமான, சாமர்த்தியம் வாய்ந்த ஒரு செயல்பாடு இது. அதுதான் என்னிடம் செயல்பட்டுக்கொண்டிருக்கிறது. என் காதலை நுகர்வதற்காக நான் தேர்ந்தெடுத்த ஒருத்தி, அல்லது என்னைத் தேர்ந்தெடுத்த ஒருத்தி, அவள்தான். அவளை எந்தளவுக்கு முடியுமோ அந்தளவுக்குப் பத்திரமாக, ஒரு கீறல்கூட மேலேபடாமல், அவளுடைய நடத்தைகளால் எந்தவொரு பங்கமும் யாருக்கும் நேராமல் பாதுகாக்க வேண்டும். அவளை அவளிடமிருந்தும், அவளது தவறுகளிடமிருந்தும் நான் காப்பாற்ற வேண்டியது தவிர்க்க முடியாதது. அவளுடைய தவறுகள் அவளுடைய தவறுகளென்பதாலும், அவற்றின் தீயவிளைவுகளிலிருந்து அவளது சொந்த முயற்சியின் மூலம் தப்பித்துக்கொள்ள முடியாதென்பதாலும் அந்தக் கடமை என்மீது இயல்பாக விழுந்திருக்கிறது. அவளுடைய தவறுகளிடமிருந்தும் அவற்றின் பின்விளைவுகளிலிருந்தும் அவள் காப்பாற்றப்பட்டாக வேண்டும் என்பது மட்டுமல்ல, அவற்றைப்பற்றி அவள் தெரிந்து கொள்ளவும் கூடாது. அந்த வேலையை என்னால்தான் செய்ய முடியும். அவள் தொடர்ந்து செய்துகொண்டேயிருக்கிற தவறுகள் மட்டுமல்ல; அறியாமை, நுண்ணறிவு போதாமை, மந்தபுத்தி, இம்மாதிரியான விஷயங்களையும் மூடிமறைக்க வேண்டும், அவற்றின் வெளிப்பாடுகளை, அறிகுறிகளைத் தடுக்க வேண்டும். உதாரணமாகச் சொல்ல வேண்டுமானால், அவளுக்கு முன்னால் நான் கவர்ந்திழுக்கப் பட்டது, வேறுயாராலும் அல்ல, அவள் அம்மாவால்தான் என்ற உண்மையை அவள் அறியாதிருப்பது. இந்த ஒரு விஷயத்துக்காகவே என் பார்வையில் அவள் இரங்கத்தக்கவளாக, பாதுகாப்பற்றிருப்பவளாகத் தெரிகிறாள். என் காதலுக்குள் தாமதமாக அவள் வந்து சேர்ந்தது அல்ல பிரச்சனை, அதைப்பற்றி அவள் அறியாதிருப்பதுதான். என் ரகசியம் எப்படியாவது அவளுக்குத் தெரியவந்துவிட்டால், அவளைப்பற்றி அவளுக்கே ஓர் ஆழமான தன்னிரக்கம் தோன்றி விடலாம், அவளுடைய அம்மாவின்மேல் நான் கொண்டிருந்த இச்சையை உணராதபடிக்கு அவள் ஒரு முட்டாளாக இருந்ததைப் பற்றி வேதனைப்படலாம், அவள் அம்மாவுக்கு அடுத்ததாக இரண்டாவது தேர்வாகத்தான் அவள் எனக்கு இருந்திருக்கிறாள் என்று நினைத்துப் புழுங்கித் தாழ்வடைந்து போகலாம். அது நடந்துவிடவே கூடாது.

இப்படிச் சொல்வதன் மூலம் என்னை நானே ரொம்பவும் பெருந்தன்மையாக காட்டிக்கொள்வதாகத் தெரிந்தால், என் அக்கறையும் கவலையும் க்ளோயியின் நன்மைக்காக மட்டுமல்ல என்பதை உடனே சொல்லிக்கொள்கிறேன். அவளுடைய சுயகௌரவம், என் சுயகௌரவத்துக்கு அடுத்ததாக வருவதுதான். சொல்லப்போனால் பின்னது, முன்னதைச் சார்ந்தே இருந்தது. அவளது சுயபிரக்ஞை, சந்தேகத்தாலோ, முட்டாள்தனமான உணர்வுகளாலோ அல்லது நுண்ணறிவின்மையாலோ கறைப்பட்டிருந்தால், அவள்மீதிருக்கும் எனது மதிப்பும் கறைப்பட்டிருக்கும். எனவே நேரடி மோதல்களோ,

முரட்டுத்தனமான அறிவுறுத்தல்களோ, பயங்கர உண்மை விளம்புதல் களோ இருக்கக் கூடாது. எலும்புகள் குலுங்கும்படி அவள் தோள்களைப் பிடித்து உலுக்கலாம், வெறுப்பில் அவளை இழுத்துத் தரையில் தள்ளலாம், ஆனால் அவளுக்கு முன்பாக அவள் அம்மாவைத்தான் காதலித்தேன் என்பதை, அவளிடமிருந்து நாட்பட்ட பிஸ்கட் வாசனை வீசுகிறது என்பதை, ஃபீல்டிலிருந்த ஜோ அவளுடைய பற்களில் இருந்த பச்சைநிறக் கறையைப்பற்றி சொன்னதையெல்லாம் அவளிடம் சொல்லிவிடக் கூடாது. கர்வத்தோடு பீடுநடை போட்டுச் செல்லும் அவளுக்குப் பின்னால் அடங்கியொடுங்கி நான் செல்கையில், எனது நேசமிக்க, நேசத்தோடு வேதனை கலந்த பார்வை அவளது பின்னங் கழுத்தில் செம்பட்டை காற்புள்ளிபோல ஒட்டிக்கொண்டிருக்கும் முடிக்கற்றையிலோ, அல்லது அவள் முட்டிகளுக்குப் பின்னால் பீங்கான் பாத்திர விரிசல்போல பின்னிக்கொண்டிருக்கும் பித்த வெடிப்புகளிலோ பதிந்திருக்க, எனக்குள்ளே பெரிதும் மதிப்புமிக்க, மிக எளிதில் தீப்பற்றிக்கொள்ளக்கூடிய ஓர் அபூர்வ பொருளைக் கொண்ட கண்ணாடிக் குப்பி ஒன்றை எடுத்துச்செல்வதைப்போல உணர்வேன். பத்திரம், அதிர்ந்து நடக்கக் கூடாது, வெடித்துச் சிதறிவிடும். ஜாக்கிரதை.

தன்னைப்பற்றியோ, அல்லது என்னைப்பற்றியோ தேவைக்கதிக மாக தெரிந்துகொண்டு மாசடைந்து போவதிலிருந்து அவளைச் சுத்தபத்தமாக பாதுகாக்க வேண்டியிருப்பதற்கு இன்னொரு காரணமும் இருக்கிறது. அவளுக்கான *வித்தியாசம்* இதுதான். அவளிடம்தான் பிற மனிதர்களின் முற்றிலுமான பிறன்இயல்பை முதன்முதலில் அனுபவித்தேன். இன்னொன்றைச் சொன்னால் மிகையாக இருக்காது – உண்மையில் மிகைதான், ஆனாலும் சொல்லிவிடுகிறேன் – க்ளோயி யிடம்தான் எனக்கு முதன்முதலாக உலகம் ஒரு புறவயமான உருப்படி யாக வெளிப்படுத்தப்பட்டது. க்ளோயி அளவுக்கு என் அப்பாவோ, அம்மாவோ, என் ஆசிரியர்களோ, மற்ற சிறுவர்களோ, கானி கிரேஸோ கூட எனக்கு இதுவரை மெய்யானவர்களாக இருந்ததில்லை. அவள் மெய்யானவளாக இருந்ததால், திடீரென நானும் மெய்யானவனாகி யிருந்தேன். என் சுயபிரக்ஞையின் உண்மையான தோற்றுவாய் அவள் தானென்று நம்புகிறேன். முன்பு, ஒன்று இருந்தது, அதில் நான் ஒரு பகுதியாக இருந்தேன். இப்போது நான் இருந்தேன், நானாக இல்லாத எல்லாமும் இருந்தது. ஆனால் இங்கேயும் ஒரு முறுக்கு, சிக்கலின் ஒரு கொக்கி இருக்கிறது. உலகத்திலிருந்து என்னைத் துண்டித்து, அப்படி நான் துண்டிக்கப்பட்டிருப்பதை எனக்கே உணர வைத்ததன் மூலம் நான் கையாண்டுவந்த, அதுவரை சந்தோஷமாக அறிந்து கொள்ளாமல்விட்டிருந்த எல்லா விஷயங்களிலும் – என்னையும் உள்ளடக்கியிருந்த எல்லா விஷயங்களிலும் – உள்ளுறைந்திருக்கும் உணர்விலிருந்தும் என்னை அவள் வெளியேற்றினாள். முன்பு நான் சிறைவைக்கப்பட்டிருந்தேன். இப்போது வெளியே, வெட்டவெளியில்,

கண்ணுக்கெட்டியவரையில் ஒண்ட ஒரு கூரையும் இல்லாமல் இருந்தேன். உயர உயர வளர்ந்துகொண்டேசெல்லும் அந்த வாசற்கதவைத் தாண்டி இன்னொரு முறை நான் உள்ளே செல்லப்போவதேயில்லை யென்பதை நான் அறிந்திருக்கவில்லை.

அவளோடு நான் எங்கே இருந்தேன் என்று எப்போதுமே நான் அறிந்ததில்லை. என்ன மாதிரியாக என்னை நடத்தப்போகிறாள் என்று என்னால் எப்போதுமே கணிக்க முடிந்ததில்லை. ஆனால் அவளிடம் என்னைக் கவர்ந்த விஷயமே இதுதான். காதலின் விசித்திர குணாம்சமே இதுதானே. ஒரு நாள் கடற்கரையில் கடலோரமாக ஒரு குறிப்பிட்ட வகையான இளஞ்சிவப்பு நிறக் கிளிஞ்சலைத் தேடிக் கொண்டே நடந்துசென்றுகொண்டிருந்தோம். அந்தக் கிளிஞ்சல்களை வைத்து ஒரு நெக்லஸ் செய்வதற்காகக் க்ளோயி தேடிக்கொண்டிருந்தாள். நடந்துவந்துகொண்டிருந்தவள் திடீரென நின்று என்பக்கம் திரும்பி, கடலில் குளித்துக்கொண்டிருப்பவர்களை, மணலில் அமர்ந்திருந்தவர் களையெல்லாம் லட்சியம் செய்யாமல் என் சட்டையைப் பிடித்து என்னை அவள்பால் இழுத்து என் உதட்டில் முரட்டுத்தனமாக முத்தமிட்டாள். அவள் முத்தமிட்ட வேகத்தில் என் மேலுதடு முன்பற் களில் நசுங்கி நாக்கில் ரத்தம் கரித்தது. பின்னாலிருந்த மைல்ஸ் அவனுடைய அடித்தொண்டைச் சிரிப்பை சிரித்தான். அடுத்தகணம் மகா அலட்சிய தோரணையில் என்னைப் பிடித்துத்தள்ளிவிட்டு முகத்தைக் கடுகடுவென்று மாற்றிக்கொண்டு கண்களை இடுக்கியபடி மணலில் கிளிஞ்சல்களைத் தேடிக்கொண்டு நடக்க, அடுத்தடுத்து புரண்டுவரும் அலை நீட்சிகளை மென்மையான மணற்பரப்பு பேராசை யோடும் பெருமூச்சோடும் உறிஞ்சிக்கொண்டிருந்தது. நான் கவலை யோடு சுற்றுமுற்றும் பார்த்தேன். என் அம்மாவோ மிஸஸ் கிரேஸோ அல்லது ரோஸோகூட அங்கே ஒருவேளை இருந்து இதைப் பார்த் திருந்தால்? ஆனால் அதைப்பற்றியெல்லாம் க்ளோயிக்குக் கவலை இருப்பதாகத் தெரியவில்லை. என் பற்களுக்கிடையில் அரைபட்ட எங்கள் உதடுகளின் நரநரவென்ற உணர்வை இப்போதும் என்னால் உணர முடிகிறது.

அவளுக்குச் சவால்விடப் பிடிக்கும், ஆனால் அந்தச் சவாலை ஏற்றுக்கொண்டால் கடுப்பாகிவிடுவாள். ஒரு நாள் அதிகாலை, தொடுவானில் மழைமேகங்கள் அடர்ந்து, கடல் வீக்கமுற்றுச் சாம்பல் நிறத்தில் மின்னிக்கொண்டிருந்த வேளையில் இடுப்பளவு தண்ணீரில் அவளுக்கு முன்னால் நின்றிருந்தேன். தண்ணீருக்குள் மூழ்கி, அவளுடைய கால்களுக்கிடையில் புகுந்து நீந்திச் செல்லவா என்றேன். அப்படிச் செய்வது அவளுக்குப் பிடிக்கும். "ம், சீக்கிரம்" என்றாள் கண்களை இடுக்கியபடி. "இப்போதுதான் ஒண்ணுக்கு அடித்து முடித்தேன். முடிந்தால் செய்து பார்." அவள் அப்படி வற்புறுத்திச் செய்யச் சொல்லும்போது இளம் கனவானாகிய என்னால் முடியாமல் போகுமா? ஆனால் அதை நிறைவேற்றிவிட்டுத் தண்ணீருக்கு மேலே

தலையை உயர்த்தியதுமே, நான் ஒரு அருவருப்பான ஜென்மம் என்றபடி தண்ணீருக்குள் முகவாயை அமிழ்த்தி மெதுவாக நீந்தி அகன்றாள்.

திடுதிப்பென்று முரட்டுத்தனமாக நடந்துகொள்வது அவள் வழக்கமாக இருந்தது. ஸீடர்ஸ்ஸின் வசிப்பறையில் நாங்களிருவர் மட்டும் ஒரு மழைபெய்யும் பிற்பகலில் தனியாக இருந்தபோது நடந்ததை நினைத்துப் பார்க்கிறேன். அறைக்குள் காற்று ஈரமான குளிர்ச்சியில் உறைந்திருக்க, மழைநாளுக்கே உரிய புகைக்கரியும் திரைச்சீலைகளும் கலந்த சோகமான நெடி விரவியிருந்தது. க்ளோயி சமையலறையிலிருந்து வந்து சன்னலைத் தாண்டிச்செல்லும்போது சோபாவிலிருந்து நான் எழுந்து அவளருகே சென்றேன். அவளைக் கட்டிப் பிடிக்க உத்தேசித்திருப்பேன் என்று நினைக்கிறேன். அவளருகே நான் வந்ததுமே அவள் நின்று கண்ணிமைக்கும் நேரத்தில் கையை வில்லாக வளைத்து என் முகத்தின் மேல் மிக மிகப் பலமாக ஒரு அறை கொடுத்தாள். அது ஒரு திடீர் அடி. ஏதோவொரு சின்ன, தனித்தன்மையான, ஜீவாதார விஷயத்துக்கான விளக்கம்போல அந்த முழுசான அடி இருந்தது. அதன் எதிரொலி கூரையின் மூலையில் பட்டு திரும்பி வந்ததைக் கேட்டேன். ஒருகணம் அசைவற்று நின்றிருந்தோம். அடியின் வேகத்தில் என் முகம் திரும்பியிருக்க அவள் ஒரு அடி பின்னகர்ந்து வெடித்துச் சிரித்தாள். கன்னங்களை உப்பி, கோபமாக முகத்தை வைத்துக்கொண்டு மேஜையிலிருந்து எதையோ எடுத்து உக்கிரமாக முறைத்துப் பார்க்கத் தொடங்கினாள்.

நகரத்திலிருந்து வந்த ஒரு பையனை அவள் கடற்கரையில் வைத்து உண்டு இல்லையென்று ஆக்கிவிட்டதும் ஒரு நாள் நடந்தது. விடுமுறை முடிவுக்கு வருகிற, வானம் இருண்டு கொந்தளிக்கிற ஒரு பிற்பகல் வேளை. இலையுதிர் காலத்தின் மெலிதான அறிகுறிகள் ஏற்கனவே தெரிய ஆரம்பித்துவிட்டிருந்தன. அவள் மிகையான சலிப்பில், வம்பு செய்கிற மனநிலையில் இருந்தாள். அந்த டவுன் பையன் வெளுத்துப்போய் தொளதொளவென்ற கருப்பு நீச்சல் சராயில் நடுங்கிக்கொண்டிருந்தான். குழிந்த மார்புக்கூட்டில் மார்புக் காம்புகள் குளிரில் நிறமிழந்து வீங்கியிருந்தன. நாங்கள் மூவரும் அவனை ஒரு கான்கிரீட் கடலரிப்பு தடுப்புக்குப் பின்னால் மடக்கினோம். இரட்டையர்களைவிட அவன் உயரமாக இருந்தான், ஆனால் நான் அவனைவிட உயரமாக இருந்தேன். என் காதலிக்கு முன்னால் சாகசம் செய்யும் ஆர்வத்தில் அவனை வலுவாக பிடித்துத் தள்ளினேன். பாசி படிந்த சுவரில் மோதி அவன் தள்ளாடி விழுந்தான். க்ளோயி அவன் முன்னால் நின்று அதிகாரத் தோரணையில் அவன் பேரைக் கேட்டாள். அவன் இங்கே என்ன செய்துகொண்டிருக்கிறான் என்று அதட்டினாள். அந்தப் பையன் திகைப்பில் கதிகலங்கி அவளைக் குழப்பமாகப் பார்த்தான். எதற்காக அவனைப் பிடித்துவைத்திருக்கிறோம், அவனிடமிருந்து எங்களுக்கு என்ன வேண்டும் என்றெல்லாம்

அவனுக்குப் புரியாததைப்போலிருந்தது. எங்களுக்கும் தெரியாது தான். க்ளோயி இடுப்பில் கைகளை வைத்துக்கொண்டு பாதத்தை மணலில் தட்டிக்கொண்டே, “என்ன?” என்று சத்தமிட்டாள். அவன் பயத்தைவிட சங்கடத்தில் தீர்மானமில்லாமல் புன்னகைத்தான். அவன் மம்மியோடு ரயிலில் வந்திருப்பதாக முனகினான். “ஓ, உன் மம்மியோடு வந்தாயா?” என்றாள் க்ளோயி நக்கலான சீற்றத் துடன். அது ஒரு சமிக்ஞைபோல மைல்ஸ் முன்னால் வந்து அவன் தலையின் பக்கவாட்டில் ஓங்கி அறைந்தான். செமத்தியான அறை அது. அதனால் எழுந்த கூர்மையான **‘த்த்தாக்’** சத்தம் கொஞ்ச நேரம் எதிரொலித்தது. “பார்த்தாயா?” க்ளோயி கிறீச்சிட்டாள். “எங்களிடம் வாலாட்டினால் இதுதான் கிடைக்கும்!” அந்த டவுன் பையன் ஒரு மந்தமான தத்தியாக இருந்தான். அடி வாங்கியிருக்கிறோம் என்ற வியப்பூட்டும் உண்மையைச் சரிபார்த்துக்கொள்வதுபோல முகத்தைத் தடவிப் பார்த்துக்கொண்டான். எதுவும் நடக்கக்கூடும் போல ஒருகணம் பரபரப்பாக இருந்தது. எதுவும் நடக்கவில்லை. அந்த டவுன் பையன் படுதோல்வியடைந்த தோரணையில் சோகத்தோடு தோள்களை குலுக்கிக்கொண்டு, தாடையைப் பிடித்தபடி தட்டுத் தடுமாறி எழுந்து ஏறுமாறாக ஓடிப்போனான். க்ளோயி அறைகூவல் விடுப்பதைப்போல என்னைத் திரும்பிப் பார்த்தாள். ஆனால் எதுவும் சொல்லவில்லை. மைல்ஸ் மட்டும் கெக்கலித்து சிரித்தான்.

அந்தச் சம்பவத்திலிருந்து என்னிடம் தங்கிப் போயிருந்த விஷயம் க்ளோயியின் முறைப்போ மைல்ஸின் நமட்டுச் சிரிப்போ அல்ல. கடைசியில் அவமானத்தில் கூனிக்குறுகி, தேற்ற முடியாத துயரத்தோடு திரும்பி என்னை அவன் பார்த்த பார்வை. என்னை அவனுக்குத் தெரியும். நான் என்னதான் பாசாங்கு செய்தபோதிலும் நானும் அவன் ஊர்க்காரன்தான் என்பது தெரியும். அந்தப் பார்வையில் துரோகக் குற்றச்சாட்டோ, அவனுக்கெதிராக வெளியூர்காரர்களோடு கூட்டுசேர்ந்துகொண்ட கோபமோ, அல்லது அதைப்போல ஏதாவதோ இருந்திருந்தால் பொருட்படுத்தியிருக்க மாட்டேன். வெட்கக்கேடாக இருந்தாலும் எனக்கு மனஆறுதலாக்கூட இருந்திருக்கும். அதுவல்ல. அவன் என்னைப் பார்த்த பார்வையில் தெரிந்த சம்மதம். எனது நம்பிக்கை மோசத்தால் அதிர்ச்சியடைந்திராத அந்தப் பார்வையில் காணப்பட்ட, ஆடுதொட்டிக்குக் கொண்டு செல்லப்படும் ஆட்டின் கண்களில் தெரிகிற ஆச்சரியமற்ற தன்மை. அதுதான் என்னைக் குலைவித்தது. அவன் பின்னால் விரைந்து, அவன் தோளின் மீது கை போட்டுக்கொள்ள வேண்டும்போல உந்துதலாக இருந்தது. மன்னிப்பு கேட்கவோ, அல்லது அவனை இழிவுபடுத்தியதில் உடந்தை யாய் இருந்ததற்கு நான் காரணமல்லவென்று சமாதானம் சொல்லவோ அல்ல. என்னை மீண்டும் ஒரு முறை அவனைப் பார்க்க வைப்பதற் காக. அந்த முதல் பார்வையைத் திரும்பப்பெற்றுக்கொள்ள வைப்பதற்காக, அந்தப் பார்வையைச் செல்லாததாக்க, அதன் சுவட்டை அவன்

கண்ணிலிருந்து துடைத்தழிப்பதற்காக. என்னை அவன் புரிந்து கொண்டதாகத் தெரிகிறவிதத்தை நினைக்கும்போது தாங்க முடியாத தாக இருந்தது எனக்கு. என்னைப்பற்றி நான் புரிந்து வைத்திருப்பதை விட. அதைவிட மோசமாக.

என்னைப் புகைப்படம் எடுப்பது எப்போதுமே எனக்குப் பிடித்த தில்லை. குறிப்பாக அன்னாவால் புகைப்படம் எடுத்துக்கொள்வதைக் கடுமையாக வெறுத்தேன். சொல்வதற்கு இது விநோதமாகத்தான் இருக்கிறது, ஆனால் காமிராவின் பின்னால் அவள் இருந்தபோது அவள் ஒரு குருட்டுப் பெண்போல இருந்தாள். அவள் கண்களி லிருந்த ஏதோவொன்று அவிந்திருந்தது. ஆதார வெளிச்சம் ஒன்று அணைக்கப்பட்டிருப்பதைப்போல. காமிரா வழியாக அவள் எடுக்க வேண்டிய பொருளைப் பார்ப்பதாகத் தெரியவில்லை. மாறாக உள்ளுக்குள்ளே, அவளுக்குள்ளே அறுதியிட்ட ஏதோவொரு காட்சிப் படிமத்தை, ஏதோவொரு முக்கியப் பார்வையை தேடுவதைப்போலத் தெரிந்தாள். காமிராவை கண் மட்டத்தில் அசையாமல் அமைத்து விட்டு, அவளது வல்லூறுத் தலையைப் பக்கவாட்டில் நகர்த்தி வெற்றுப் பார்வையாக ஒருகணம் வெறிப்பாள். ஒருத்தரின் முக லட்சணங்க ளெல்லாம் ஏதோ பிரெய்ல் வடிவில் எழுதப்பட்டிருப்பதைப்போலவும், அதை அவள் தூரத்திலிருந்தே படிப்பதைப்போலவுமிருக்கும். காமிரா ஷட்டரை அவள் அழுத்தும்போது அது இருப்பதிலேயே முக்கியமில்லாத விஷயம்போலவும், அந்தச் சாதனத்தைச் சாந்தப் படுத்துவதற்காக செய்கிற முயற்சிபோலவும் தோன்றும். எங்கள் ஆரம்ப தினங்களில் அவள் என்னைப் போட்டோவுக்கு போஸ் கொடுக்க கட்டாயப்படுத்திய சில சந்தர்ப்பங்களில் முட்டாள்தன மாக உடன்பட்டிருக்கிறேன். விளைவு அதிர்ச்சியூட்டும் வகையில் கோரமாக, அதிர்ச்சியூட்டும் வகையில் என்னை வெளிப்படுத்துவ தாக அமைந்திருக்கிறது. அவள் என்னை எடுத்த (எடுத்தது என்றுதான் சொல்ல வேண்டும்) அந்த அரை டஜன் கருப்பு – வெள்ளை மார்பளவு ஷாட்களில், ஒரு முழுஉருவப் படத்தில் ஒட்டுத்துணிகூட இல்லாமல் நான் இருந்தால் எவ்வளவு கொடுமையாக இருக்குமோ அதைவிட அசிங்கமாகத் தெரிந்தேன். அப்போது நான் இளைஞனாகவும் நேர்த்தி யாகவும் இருந்தேன். அழகற்றவனல்ல – அடக்கத்தோடுதான் சொல்லிக் கொள்கிறேன் – ஆனால் அந்தப் புகைப்படங்களில் நான் அளவுக்கு மீறி பருத்திருந்த குள்ளன்போலத் தோற்றமளித்தேன். என்னை விகாரமாகவோ உருக்குலைவாகவோ காட்டியிருக்கிறாள் என்று சொல்லவில்லை. அந்தப் புகைப்படங்களைப் பார்த்தவர்கள் அவை என் அழகை மிகைப்படுத்தி காட்டியிருப்பதாகக் கூறியதுதான் கொடுமை. முகப் புகழ்ச்சியாம்! ஐயகோ! *“திருடன், பிடி! பிடி!”* என்று எல்லோரும் கூச்சலிட, அங்கிருந்து பிய்த்துக்கொண்டு ஓடுகிற என்னை யாரோ கப்பென்று மடக்கிப்பிடித்த நொடியில் எடுத்த புகைப்படம்போல அவற்றில் தெரிந்தேன். என் முகபாவம் ஒரே

சீராக கவர்ச்சிகரமாகவும், மற்றவர்களுக்கு உகந்தவனாகக் காட்டிக் கொள்கிற பாவனையிலும் இருந்தது. ஒரு குற்றத்தைத் தான் செய்திருக் கிறோம் என்பதை அறிந்திருந்தும் அது என்னவென்று சரியாக ஞாபகத்தில் வந்திராத ஒரு போக்கிரிக்கு அந்தக் குற்றத்துக்காக தான் பிடிக்கப்படப்போகிறோம் என்ற பயத்திலும் அப்படி பிடிபட் டாலும் தீர்ப்புக்கும் தண்டனைக்கும் தயாராக இருக்கும் தோரணை யிலும் இருப்பதைப்போன்ற முகபாவம் அது. என்னவொரு மனங் கசந்த, மன்றாடிக் கெஞ்சும் புன்னகை என்னிடத்தில்! சரியான நயவஞ்சகப் புன்னகை. புத்தம் புதுசான முகம்கொண்ட ஓர் அப்பாவியைத்தான் காமிரா வழியாகப் பார்த்தாள், ஆனால் பட மெடுத்துக் கொடுத்ததென்னவோ போலீஸ் ஸ்டேஷனில் மாட்டு கிறார்போல, ஒழுக்கங்கெட்டு தளர்ந்துபோன ஒரு கிழட்டு நம்பிக்கை துரோகியின் படங்கள். *Exposed*. ஆம், அம்பலப்படுத்தல். அந்த வார்த்தையையும் சொல்லலாம்.

மருட்சியற்ற, மருட்சியுண்டாக்காத கண்கள் அவளது விசேஷத் தன்மை. அவள் சிகிச்சை பெற்றுக்கொண்டிருந்த, யார் உதவியும் இல்லாமல் தானாகவே படுக்கையிலிருந்து அவளால் எழுந்திருக்க சக்தி இருந்த கடைசி தினங்களில் அதாவது, கடைசியின் ஆரம்ப தினங்களில், மருத்துவமனையில் அவள் எடுத்த புகைப்படங்களை நினைத்துப்பார்த்துக்கொண்டிருக்கிறேன். வருடக்கணக்காக பயன் படுத்தப்படாமல் இருந்த அவளது காமிராவை க்ளேரிடம் சொல்லித் தேடி எடுத்துவர வைத்தாள். இந்தப் பழைய ஆசை அவளுக்குத் திரும்ப வந்திருப்பது ஒரு கெட்ட சகுனம் என்று ஒரு குழப்ப எண்ணம் என்னை வலுவாக ஆக்கிரமித்தது. என் மன அமைதி குலைந்திருப்பதற்குக் காரணத்தை என்னால் விளக்க முடியாவிட் டாலும், அவள் காமிராவைத் தேடி எடுத்துவர கேட்டுக்கொண்டது என்னிடமல்ல, க்ளேரிடம்தான் என்பதும், அவர்கள் எனக்குத் தெரியாமல் ரகசியமாக இதைப்பற்றி சதியாலோசனை செய்ததும், அது என் காதை எட்டாமல் கவனமாகப் பார்த்துக்கொண்டதும் என்னிடம் கலக்கத்தை ஏற்படுத்தியிருந்தன. இதற்கு என்ன அர்த்தம்? இந்த ரகசியத்துக்கும் ஒளிவுமறைவுக்கும்? க்ளேர் அப்போதுதான் பிரான்ஸ், ஹாலந்து, பெல்ஜியம், வாப்ளின் என்று வெளிநாடுகளில் படித்துக்கொண்டிருந்தவள் இடையில் கிடைத்த சின்ன விடுமுறை யில் வந்திருந்தாள். அவள் அம்மா இவ்வளவு சீரியஸாக இருப்பதைப் பார்த்ததும் அதிர்ந்து, அவளிடம் முதலிலேயே ஏன் தெரிவிக்கவில்லை யென்று என்மேல் கோபப்பட்டாள். அன்னாதான் அவளை வீட்டுக்கு வரவழைக்க வேண்டாம் என்று சொல்லியிருந்தாள் என்பதை நான் அவளிடம் சொல்லவில்லை. இதுவும் விநோதம்தான். அவர்கள் இருவரும் எப்போதுமே ரொம்பவும் நெருக்கம். எனக்கு என்ன பொறாமையா? ஆம், கொஞ்சம். நேர்மையாகச் சொன்னால் கொஞ்சம் என்பதைவிடச் சற்றுக் கூடுதலாக. என் மகளிடம் என்ன எதிர்

பார்த்தேன், என்ன எதிர்பார்க்கிறேன் என்பதையும், அந்த எதிர் பார்ப்பின் சுயநலத்தையும் சோகத்தையும் நன்றாகவே அறிந்திருந் தேன். கவின்கலை ஆர்வலரின் வாரிசிடம் எதிர்பார்ப்பு நிறையவே இருக்கும்தான். என்னால் செய்ய முடியாததை அவளால் செய்ய முடியும். பெரிய படிப்பாளியாக, அறிஞராக அவளால் ஆக முடியும். இந்த விஷயத்திலெல்லாம் எனக்கு ஏதாவது அதிகாரம் இருக்கிறதா என்ன? அவள் அம்மா அவளுக்குக் கொஞ்சம் பணம்விட்டுச் சென்றிருக்கிறாள், ஆனால் போதுமான அளவில் அல்ல. பொன் முட்டைகளை இடாமல் அடக்கிவைத்திருக்கும் குண்டு வாத்து நான்.

வீட்டிலிருந்து காமிராவை க்ளேர் ரகசியமாகக் கடத்திக்கொண்டு வருவதை யதேச்சையாகத்தான் பார்த்தேன். பதற்றத்தைக் காட்டிக் கொள்ளாமல் சகஜமாக கடந்துசெல்ல முயன்றாள். ஆனால் சகஜ மாக காட்டிக்கொள்வதில் க்ளேருக்குச் சாமர்த்தியம் போதவில்லை. இது எதற்காக ரகசியமாக இருக்க வேண்டும் என்று அவளுக்காவது தெரியுமா என்பது சந்தேகம்தான். சாதாரண விஷயங்களைக்கூட திருட்டுத்தனமாகச் செய்வது அன்னாவின் வழக்கம். அது அவள் சின்ன வயசிலிருந்தே அவள் அப்பாவைப் பார்த்து சுவீகரித்துக் கொண்ட குணமாக இருக்க வேண்டுமென்று நினைக்கிறேன். அவளிடம் குழந்தைத்தனமான ஒரு பக்கம் இருந்தது. தன்னிச்சையான சுபாவம் அவளுக்கு. மனம்விட்டுப் பேசாதவள். லேசாக மறுத்துப் பேசினாலோ, குறுக்கிட்டாலோ கடுமையாகக் கோபப்படுவாள். நானும் பேசிவிடு கிறவன்தான், எனக்குத் தெரியும். நாங்கள் இருவரும் ஒரே பிள்ளைகள் என்பதால்தான் இருக்குமென்று நினைக்கிறேன். சொல்வதற்கு விசித்திரமாக இருக்கிறது. அதாவது நாங்கள் இருவருமே எங்கள் பெற்றோர்களுக்கு ஒரே பிள்ளைகள். இதுவும் சொல்வதற்கு விசித்திர மாகத்தான் இருக்கிறது. என்னவோ ஸ்நாப்ஷாட் போட்டோக்கள் எடுப்பது ஒரு கலை என்பது மாதிரியும், அதில் அவள் ஒரு கலைஞராக முயற்சிப்பதை நான் ஏற்றுக்கொள்ளாத மாதிரியும் நான் தெரி கிறேனா என்ன? உண்மையில் அவள் எடுக்கும் புகைப்படங்களை நான் ஏறெடுத்தும் பார்ப்பது கிடையாது. அவள் காமிராவை அவளிட மிருந்து ஒளித்துவைத்துவிடுவேன் என்று அவள் நினைப்பதற்கு எந்தக் காரணமும் கிடையாது. எல்லாமே புதிராகத்தான் இருக்கிறது.

எப்படியோ போகட்டும். க்ளேர் காமிராவை எடுத்துக்கொண்டு வந்ததைப் பார்த்த ஒன்றிரண்டு தினங்கள் கழித்து மருத்துவமனை நிர்வாகிகள் என்னைக் கூப்பிட்டனர். என் மனைவி மருத்துவமனை யில் இருக்கும் மற்ற நோயாளிகளைப் படமெடுப்பதாகவும், அது குறித்து புகார்கள் வந்திருப்பதாகவும் கடுமையாக ஆட்சேபித்தனர். வேறு யாரோ செய்த துஷ்டத்தனத்துக்கு தலைமையாசிரியர் முன்னால் கொண்டுபோய் நிறுத்திவைக்கப்பட்ட மாணவன்போல் தலைமைச் செவிலியர் மேஜையின் முன்னால் நின்றுகொண்டு அன்னாவின் சார்பாக அசடுவழிந்தேன். அவள் கையில் குத்தப்பட்டிருக்கும்

க்ளூகோஸ் பாட்டில் ஸ்டாண்டை – அதை அவளுடைய ஊமை வெயிட்டர் என்று சொன்னாள் – கூடவே தள்ளிக்கொண்டு, சலவை செய்த ஆஸ்பத்திரி உடுப்பில் வெறும் காலோடு அந்த வார்டுகளில் காமிராவோடு அலைந்திருக்கிறாள் என்று தெரிந்தது. சக நோயாளி களில் கடுமையாக பாதிக்கப்பட்டவர்களை, அங்கங்கள் சிதைக்கப் பட்டவர்களைப் பொறுக்கியெடுத்து, அவளது லெய்கா காமிராவில் போட்டோ எடுத்திருக்கிறாள், செவிலியர்கள் அவளைக் கவனித்து அறைக்குத் திரும்பிச் செல்லும்படி அதட்டும்வரை.

"புகார் செய்தது யார் என்று அவர்கள் சொன்னார்களா?" அவள் எரிச்சலோடு கேட்டாள். "நோயாளிகள் அல்ல. கூட இருக்கும் சொந்தக்காரர்கள்தான். அவர்களுக்கு என்ன தெரியும்?"

பிலிமை என்னிடம் கொடுத்து அவளுடைய நண்பன் ஸெர்ஜிடம் தந்து டெவலப் செய்துதரச் சொன்னாள். அவள் நண்பன் ஸெர்ஜ் கடந்தகாலத்தில் அவளுக்கு வெறும் நண்பன் என்பதைவிடக் கூடுத லான முக்கியத்துவத்தோடு இருந்திருக்க வேண்டும். அவன் ஒரு குண்டன். லேசாக விந்தியபடி நடப்பான். அழகான கரும்கேசத்தைப் பருமனான இரண்டு கைகளாலும் ஸ்டைலாகக் கோதிவிட்டுக்கொள் வான். ஆற்றோரத்தில் ஷேட் ஸ்ட்ரீட்டின் உயரமான பழைய கட்டிடங்கள் ஒன்றின் மேல்மாடியில் அவனது ஸ்டுடியோ இருந்தது. ஃபேஷன் போட்டோக்கள் எடுப்பவன் அவன். அவனுடைய மாடல் களோடுதான் இரவுகளைக் கழிப்பவன் என்ற புகழும் அவனுக்கு இருந்தது. ஏதோவொரு தேசத்திலிருந்து வந்த அகதி என்று தன்னை சொல்லிக்கொள்வான். மழலைத்தனத்தோடு பேசும் அவன் உச்சரிப்பு இளம்பெண்களுக்கு அடக்க முடியாத ஈர்ப்பை உண்டாக்குவதாக சொல்லப்பட்டது. குடும்பப்பெயர் எதையும் அவன் வைத்துக்கொள்ள வில்லை. ஸெர்ஜ் என்பதேகூட அலங்காரமான ஒரு புனைபெயர் என்றுதான் நினைக்கிறேன். பழைய நாட்களில் – அப்போது அவை இன்னமும் புதிதாகவே இருந்தன – அன்னாவுக்கும் எனக்கும் பரிச்சய மான ஆசாமியாக அவன் இருந்தான். அவனை எப்படிச் சகித்துக் கொண்டிருந்தேன் என்று இப்போது நினைக்கவே முடியவில்லை. ஒருவனது உலகத்தின், ஒருவனது முன்னாள் உலகத்தின் மலினத்தை யும் வஞ்சகத்தையும் காட்சிப்படுத்திக் கொள்வதைப்போல பேரழிவு எதுவுமில்லை.

என்னைப் பார்த்தால் ஸெர்ஜுக்கு அடக்க முடியாமல் சிரிப்பு வருமளவுக்கு ஏதோ என்னிடம் இருந்ததுபோல. என்னைப் பார்த்த வுடனேயே குட்டிக் குட்டியாக உபத்திரவமில்லாத ஜோக்குகளை வரிசையாக சொல்லிச் சொல்லிச் சிரித்துக்கொண்டிருப்பான். என்னைப் பார்த்து சிரிப்பதுபோல காட்டிக்கொள்ளக் கூடாது என்பதற்காகத்தான் இப்படிச் செய்கிறான் என்று உறுதியாகச் சொல்வேன். டெவலப் செய்யப்பட்ட பிரின்ட்டுகளைப் பெற்றுக்

கொள்ளச் சென்றபோது அவன் ஸ்டூடியோவின் தாறுமாறான கந்தரகோளத்துக்கு மத்தியில் அந்த போட்டோ கவரை தேடப் புகுந்தான். அந்தக் களேபரத்தை அவன் வேண்டுமென்றே – ஏதோ ஜன்னல் அலங்காரம்போல – அமைத்து வைத்திருந்தானென்றால் நான் ஆச்சரியப்படமாட்டேன். அவன் கால்கள் ஏற்றத்தாழ்வாக இருந்தாலும், ஒரு ஒய்யாரமான விந்தலில் ஒவ்வோரடியிலும் இடது காலைப் பக்கவாட்டில் உதறியபடி அந்தக் குப்பையை அளைந்து கொண்டிருந்தான். இதற்கிடையே கையில் பிடித்திருந்த குவளையி லிருந்து, அதற்கு அடிப்பாகமே இல்லாததுபோல முடிவேயில்லாமல் காபியை உறிஞ்சிக்கொண்டே தலையைத் திருப்பி என்னிடம் பேசிக் கொண்டுமிருந்தான். காபி அவனுடைய டிரேட்மார்க்குகளில் ஒன்று. அந்த முடியும் அந்தக் கால் விந்தலும், அவன் அணிகிற டால்ஸ்டாய் தனமான தொளதொள வெள்ளை சட்டையும்கூட. “அழகான ஆனி, எப்படியிருக்கிறாள்?” என்று கேட்டான். என்னை ஓரக்கண்ணால் பார்த்து சிரித்தான். அவன் அவளை எப்போதுமே ஆனி என்றுதான் கூப்பிடுகிறான். வேறுயாரும் அப்படிக் கூப்பிடுவதில்லை. அது அவளுக்கு அவன் முன்பு வைத்திருந்த காதல் பெயராக இருக்கலாம் என்ற நினைப்பை அடக்கிக்கொள்கிறேன். அவளுடைய நோயைப் பற்றி அவனிடம் நான் சொல்லியிருக்கவில்லை. ஏன் சொல்ல வேண்டும்? அவன் பணிமேஜையாக பயன்படுத்தும் பிரமாண்ட மேஜையின் மீதிருந்த பிரளயத்துக்குள் அவன் துழாவிக்கொண்டிருந் தான். டார்க் ரூமிலிருந்து வந்த டெவலப்பிங் திரவத்தின் புளிக் கடுப்பான நெடி என் நாசியையும் கண்களையும் அரித்துக்கொண்டிருந் தது. *எனி நியூஸ் ஆஃப் ஆனி* என்று தனக்குள்ளாக மென்குரலில் பாடினான். அதனை அப்படியே விளம்பர ஜிங்கிள்போலாக்கி வாயால் வாத்திய ஒலி எழுப்பிக்கொண்டே என்னைப் பார்த்து மூக்கால் சிரித்தான். வெறிக்கூச்சலோடு ஓடிவந்து அவனை அப்டியே தூக்கி ஜன்னலுக்கு வெளியே குண்டும் குழியுமான தெருவில் தலை குப்புற எறிவதைப்போல கற்பனைசெய்து பார்த்தேன். அவன் திடீரென ஒரு வெற்றி உறுமலோடு தடிமனான மணிலா உறை ஒன்றை வெளியில் எடுத்தான். அதை வாங்க நான் கையை நீட்டியதும், கண்ணில் குறும்புச் சிரிப்போடு தன் கையைப் பின்னுக்கு இழுத்து முதுகுக்குப் பின்னால் ஒளித்துக்கொண்டான். “இவள் எடுத்திருக்கும் படங்கள் இருக்கிறதே, அற்புதம்!” அந்தக் கனமான கவரை ஒரு கையில் பிடித்து அதைக் கவனமாக ஒத்திகை செய்யப்பட்ட அவனது மத்திய ஐரோப்பிய பாணியில் ஆட்டிக் காண்பித்தான். தலைக்கு மேலேயிருந்த கூரைத்திறப்பு வழியாக கோடைவெயில் அந்தப் பணி மேஜைமீது மொத்தமாகச் சரிந்து புகைப்படக் காகிதச் சுருள்களைப் பளீரென ஜொலிக்கவைத்துக்கொண்டிருந்தது. ஸெர்ஜ் தலையை ஆட்டிக் கொண்டே உதட்டைக் குவித்து சப்தமில்லாமல் சீழ்க்கை யடித்தான். “என்ன படங்கள்!”

ஆஸ்பத்திரி படுக்கையில் அன்னா குழந்தைத்தனமாக விரல்களை அகல விரித்தபடி என் கையிலிருந்த உறையை ஒரு வார்த்தையும் பேசாமல் பிடுங்கிக்கொண்டாள். அறையில் கதகதப்பும் புழுக்கமும் அதிகமாக இருந்தது. அவள் நெற்றியிலும் மேலுதட்டிலும் மெலிதான வியர்வைப் படலம் சாம்பல் நிறத்தில் மின்னியது. அவளுக்கு மீண்டும் முடி முளைக்கத் தொடங்கியிருந்தது. அரைகுறையாக. ரொம்ப நாட்களுக்கு அது தேவைப்படாது என்று அதற்குத் தெரிந்திருப்பது போல திட்டுத்திட்டாக, பூனை நக்கிய கம்பளிபோல வதங்கிய கருப்பிலும் சாம்பலிலும் வளர்ந்திருந்தது. உறையை அவள் விரல் நகங்களால் பொறுமையின்றிக் கிழிப்பதை பார்த்துக்கொண்டே கட்டிலின் ஓரத்தில் உட்கார்ந்தேன். மருத்துவமனை அறைகளை மட்டும், அவற்றோடு சம்மந்தப்பட்டவையெல்லாமே நோய்மைக் கூறுகளாக இருந்தாலும், இவ்வளவு கவர்ச்சிகரமாக ஆக்குவது எது? இவை ஹோட்டல் அறைகளைப் போன்றவையல்ல. ஹோட்டல் அறைகள், ஆடம்பரமான நட்சத்திர அறைகள்கூட, ஒரே மாதிரியானவை; அவற்றில் இருக்கின்ற எதுவும் – அதன் படுக்கைகள், குளிரூட்டப்பட்ட மதுபான அலமாரிகள், சுவரோடு முதுகை ஒட்டியபடி மரியாதையான விறைப்போடு நின்றிருக்கும் இஸ்திரி மேஜைகூட – தங்குகிற விருந்தினரைப்பற்றி அக்கறைகொள்வதாக இருப்பதில்லை. ஆர்க்கிடெக்டுகள், டிசைனர்கள், நிர்வாகத்தினரின் முயற்சிகள் எல்லாவற்றையும் மீறி ஓட்டல் அறைகள் பொறுமையில்லாமல் எப்போதும் நம்மை அங்கிருந்து விரட்டுவதிலேயே குறியாக இருக்கும். மாறாக மருத்துவமனை அறைகள், வேறு யாருடைய முயற்சியும் இன்றி, நாம் தங்குவதற்காகவே தம்மைத் தகவமைத்துக் கொண்டுள்ளன. நாம் அங்கே தொடர்ந்து தங்கியிருக்கவே அவை விழைகின்றன. நாம் திருப்தியோடு தங்கியிருக்க வேண்டுமென்பதில் கவனமாக இருக்கின்றன. அவற்றின் சுவர்களில் தடிமனாக அடிக்கப் பட்டிருக்கும் க்ரீம் பெய்ன்ட்டும், ரப்பர் தரைகளும், மூலையில் அமைக்கப்பட்டிருக்கும் குட்டி வாஷ்பேஸினும், அதனடியில் கம்பியில் மாட்டியிருக்கும் அடக்கமான சின்னத் துவாலையும், குழந்தைகளின் சிக்கலான கட்டில்போல சக்கரங்கள் வைத்த படுக்கையும் நமது எல்லாக் கொந்தளிப்புகளையும் தணிவித்துச் சாந்தப்படுத்தும் நர்ஸரிகளைப்போல தோன்றவைக்கின்றன. அந்தக் கட்டிலில் தூங்கலாம், கனவு காணலாம், மற்றவரால் கவனிக்கப்படலாம், அக்கறைகொள்ளப் படலாம், சிசுருட்சை செய்துகொள்ளப்படலாம், ஆனால் எப்போதும், ஒருபோதும் செத்துப்போக மட்டும் முடியாது. ஒரு ஆஸ்பத்திரி அறையை வாடகைக்கு எடுக்க முடியுமா என்று தோன்றுகிறது. அங்கே பணியாற்ற, அங்கே வசிப்பதற்காகக்கூட. வசதிகள் அற்புதமாக இருக்கும். காலையில் மலர்ச்சியோடு எழுப்புவார்கள், டாண் டாணென்று நேரத்துக்குச் சாப்பாடு வந்துவிடும், நீளமான வெள்ளைத் தபால்உறைபோல படுக்கை, பளிச்சென்று சுத்தமாக கசங்கல்கள் இல்லாமல் தயாரித்து வைப்பார்கள், எந்த அவரசத்துக்கும் பக்கத்திலேயே

ஒரு மருத்துவர் குழு துணையாக இருக்கும். ஆம், நான் அங்கே திருப்தியாக, மனநிறைவோடு இருப்பேன். அந்த வெண்ணிற அறை, எனது கம்பியிட்ட ஜன்னல் – இல்லையில்லை, கம்பியிட்ட ஜன்னல் இல்லை, உணர்ச்சிவசப்பட்டு உளறுகிறேன்; என் ஜன்னல், நகரத்தை நோக்கித் திறந்திருக்கும் – தூரத்து கப்பல்களின் புகைபோக்கிகள், பரபரப்பான சாலைகள், கூன்போட்டிருக்கும் வீடுகள், முடிவில்லாமல் முன்னும் பின்னும் அலைந்துகொண்டிருக்கும் குட்டிக்குட்டி உருவங்கள் . . .

அன்னா படுக்கையில் அவளைச் சுற்றி போட்டோக்களைப் பரப்பினாள். ஆர்வத்தோடு அவற்றைப் பார்க்கையில் அவள் கண்கள் கூடுதலாக விளக்கேற்றிக்கொண்டு, மண்டையோட்டின் குழிகளிலிருந்து வெளியே பிதுங்கிக்கொண்டுவந்து அகல விரிந்திருப்பதைப்போலத் தெரிந்தன. அவளுக்கு ஏற்பட்ட முதல் வியப்பு, அவள் கலர் பிலிம்மை பயன்படுத்தியிருக்கிறாள் என்பது. அவளுக்கு எப்போதுமே கருப்பு – வெள்ளைதான் அபிமானம். அப்புறம் அந்தப் போட்டோக்களே. அந்தப் படங்கள் யுத்த காலத்தில் போர்முனை மருத்துவமனை ஒன்றிலோ, அல்லது தோற்கடிக்கப்பட்டு சூறையாடப்பட்ட நகரத்தின் ஆஸ்பத்திரி அவசரப்பிரிவிலோ எடுக்கப்பட்டவைபோலிருந்தன. ஒரு கிழவனுக்கு முட்டிக்குக்கீழே ஒரு கால் இல்லாதிருந்தது. பளபள வென்று மொண்ணையாக இருந்த அடிக்கட்டையில் ஆரம்பகால ஜிப்போல கெட்டியான தையல்கள் வரிவரியாக இருந்தன. உடல் கொழுத்த ஒரு நடுத்தர வயதுப் பெண்மணிக்கு ஒரு மார்பகம் இல்லை. அது நீக்கப்பட்டிருந்த இடத்தில் தோண்டியெடுக்கப்பட்ட ஒரு பிரம்மாண்டமான கண்குழியைப்போல தசை கொத்தப்பட்டு வீங்கியிருந்தது. லேஸ் வைத்த இரவு உடையில் உருண்டுதிரண்டிருந்த மார்புகளோடு புன்னகைத்துக்கொண்டிருந்த ஒரு தாய், குழம்பிய பார்வையோடு புடைத்திருந்த கண்களும், அபாயகரமாக வீங்கியிருந்த தலையுமாக இருந்த மூளைநீர்க்கோவை குழந்தையை தூக்கிக் காட்டிக்கொண்டிருந்தாள். க்ளோஸ்அப்பில் எடுக்கப்பட்டிருந்த ஒரு கிழவியின் கீல்வாத விரல்கள் இஞ்சி வேரைப்போல முடிச்சு முடிச்சாக இருந்தன. வட்டமுத்திரைபோல புண்ணால் அரிக்கப்பட்ட கன்னத்தோடு ஒரு பையன் காமிராவைப் பார்த்து தடித்த நாக்கைக் குறும்பாக துருத்திக்கொண்டு இரண்டு முஷ்டிகளையும் உயர்த்தி இரட்டை தம்ஸ்அப் காட்டி சிரித்தான். இன்னொரு போட்டோ ஒரு இரும்பு குப்பைக்கூடைக்குள் எறியப்பட்டிருந்த அடையாளம் தெரியாத ஈரமான மாமிசத்துண்டுகளை ஃபோகஸ் செய்து எடுக்கப் பட்டிருந்தது. அவை சமையலறைக் குப்பைகளா அல்லது ஆப்பரேஷன் தியேட்டர் கழிவுகளா?

படமெடுக்கப்பட்டிருந்த மனிதர்களிடம் என்னை அதிரவைத் திருந்தது அவர்கள் காயங்களையும், தையல்களையும், புரையோடி அழுகியிருந்த புண்களையும் அமைதியாகப் புன்னகைத்தபடி காட்டிக்

கொண்டிருந்தவிதம்தான். குறிப்பாகக் கட்டிலின் அடியிலிருந்து எடுக்கப்பட்ட ஒரு படம். முதல் பார்வைக்கு அது பிளாஸ்டிக் இளஞ்சிவப்பிலும், மினுமினுக்கும் சாம்பல் நிறத்திலும் ஓரங்கள் அமைந்த, மருத்துவப் பாடம் ஒன்றின் படம்போலத் தெரிந்தது. அதில் இருந்தது ஒரு கொழுத்த சடாமுடிக் கிழவி. பாவாடையை விலக்கி, நீல நரம்புகள் பின்னிய கால்களை உயர்த்தி முட்டிகளை பரப்பிக்கொண்டிருந்தாள். இடம்பெயர்ந்து நழுவிவிட்டிருந்த கருப்பை யைத்தான் அவள் காட்டிக்கொண்டிருக்கிறாள் என்று அனுமானித்தேன். அந்தப் படத்தில் காட்சிப்படுத்தப்பட்டிருந்த உடல் பாகங்கள் பிளேக் கின் மருத்துவப் புத்தகங்களில் வரும் முகப்புப் படங்களைப்போல அதிர்ச்சிகரமான ஒழுங்கில் அமைக்கப்பட்டிருந்தன. மையப் பகுதியில் இருந்த தலைகீழ் முக்கோணத்தை அதன் இரு பக்கங்களிலும் அந்தப் பெண்ணின் நிமிர்த்திய கால்கள் அரணிட்டிருந்தன. உச்சியில் விரித் திருந்த முட்டியிலிருந்து முட்டிக்கு இழுக்கப்பட்ட அவளது வெள்ளைக் கவுனின் விளிம்போரத்தில் வெற்றுப் பத்தையாகத் தெரிந்த தீய்ந்து போன தசைத்திட்டிலிருந்துதான் அவள் மடியில் ஏற்கனவே துருத்திக் கொண்டிருந்த இளஞ்சிவப்பும் கரும் ஊதாவுமான சமாச்சாரம் வெடித்துப் பிளக்கத் தயாராகக் காத்துக்கொண்டிருக்கிறதுபோலிருக் கிறது. இந்த முக்கோணத்தின் உச்சியில் பாம்புகளைத் தலைமுடிகளாகக் கொண்ட கிரேக்க பூத அணங்கு மெடூஸாபோன்ற அப்பெண்ணின் தலை ஒரு தந்திரக்காட்சிக் கோணத்தில் கழுத்தை வெட்டிக் கால் முட்டிகளின் தளத்திலேயே நேர்க்கோட்டில் பொருத்தி வைத்ததைப் போலத் தெரிந்தது. அந்த அசௌகரியமான நிலையிலும் முகம் பூரண அமைதியில் இருந்தது. நகைச்சுவையாக நிராகரிக்கிறவிதத்தில், ஒரு நிச்சயமான திருப்தியோடும், ஆம், ஒரு நிச்சயமான உறுதிவாய்ந்த பெருமிதத்தோடும் அவள் புன்னகைத்துகூட இருக்கிறாள். அன்னாவின் முடியெல்லாம் உதிர்ந்துவிட்டபின் ஒரு நாள் அவளோடு தெருவில் நடந்துசென்றபோது நிகழ்ந்தது நினைவுக்கு வருகிறது. எதிர்ச்சாரியில் வந்துகொண்டிருந்த ஒரு பெண்மீது அவள் பார்வை நிலைத்தது. அவளும் வழுக்கையாக இருந்தாள். அவர்கள் இருவரும் பரிமாறிக் கொண்ட அந்த வெறித்த, அதே சமயத்தில் கூர்மையான, திருட்டுத்தன மான, குற்ற உடந்தைமையானப் பார்வையை நானும் பார்த்துவிட்டதை அன்னா கவனித்தாளா என்று தெரியாது. ஒரேவிதமாகப் பாதிப்படைந் திருந்த அவர்களின் அந்தச் சகோதரத்துவப் பகிர்தல் என்னை அன்னா விடமிருந்து நெட்டி தூரத் தள்ளியது. அந்தக் கணத்தில் எங்களுக்கிடையே விழுந்த இடைவெளி, முடிவேயில்லாமல் இழுத்துக்கொண்டிருந்த அவள் அந்திம நாட்களில்கூட நிரப்பப்படவேயில்லை.

“பார்த்தீர்களா?” அந்தப் படங்களிலேயே கவனமாக என்னை ஏறெடுத்தும் பார்க்காமல் கேட்டாள். “என்ன நினைக்கிறீர்கள்?”

நான் என்ன நினைக்கிறேன் என்பதில் அவளுக்கு லட்சியமில்லை. இப்போதெல்லாம் அவள் என்னையும் என் அபிப்பிராயங்களையும் வெகுவாகத் தாண்டிச் சென்றுவிட்டிருந்தாள்.

“க்ளேரிடம் காட்டினாயா?” என்று கேட்டேன். எதற்காக இது முதல் விஷயமாக என் தலைக்குள் வருகிறது?

அவள் காதில் விழாததுபோல் இருந்தாள். ஒருவேளை கவனிக்காமலும் இருந்திருக்கலாம். கட்டிடத்தின் ஏதோ ஒரு பகுதியில் மணி ஒன்று நீளமாக அடித்துக்கொண்டிருந்தது, தொடர்ந்தேர்த்தியான ஒரு சின்ன வலியை காதில் கேட்கும்படி வைத்திருப்பதைப்போல.

“இவையெல்லாம் எனது வரலாற்றுப் பத்திரங்கள்,” என்றாள். “எனது குற்றச்சாட்டுப் பத்திரம்.”

“உனது குற்றச்சாட்டுப் பத்திரமா?” ஒரு தெளிவற்ற கலக்கத்தில், கையறுநிலையில் கேட்டேன். “எதைப்பற்றி?”

அவள் தோளைக் குலுக்கிக்கொண்டாள்.

“ஓ, எல்லாமே,” அவள் லேசாகச் சொன்னாள். “எல்லாமே.”

க்ளோயி, அவளது இரக்கமின்மை. கடற்கரை. நள்ளிரவு நீச்சல். நடன அரங்கின் வாசலில் அன்றிரவு அவள் தொலைத்த செருப்பு, சின்ட்ரெல்லாவின் ஷூ. எல்லாம்போயிற்று. எல்லாம் தொலைந்தன. அதைப்பற்றி கவலையில்லை. சோர்வு, சோர்வு, குடிமயக்கம். கவலையில்லை.

இங்கே கடுமையான புயல் மழை. ராத்திரி முழுக்க இருந்தது மதியம் வரை தொடர்ந்தது. அசாதாரணம். இதைப்போன்ற மிதவெப்பநிலை மண்டலத்தில் இவ்வளவுக் கடுமையாக, இவ்வளவு நேரத்துக்கு நீடிக்கின்ற கனமழையை இதுவரை நான் பார்த்ததில்லை. (நான் விரும்புவது இந்த வார்த்தைதானென்றால்) என் அலங்காரக் கட்டிலில் சாய்ந்து உட்கார்ந்துகொண்டு என்னைச் சுற்றி மின்னலில் அறை கண்ணடிக்க, தலைக்குமேலே வானம் வெறியோடு துவம்ச நடைபோட்டு எலும்புகளை நொறுக்கிக்கொண்டிருப்பதை மூர்க்கத்தோடு ரசித்துக்கொண்டிருந்ததில்தான் கடைசியில் எனக்கு ஆறுதல் கிடைத்திருக்கிறது: கடைசியில், என் அகக் கலவரத்தை ஈடுகட்டும்படி இயற்கை சக்திகளும் ஒரு கொந்தளிப்பு ஸ்திதியை எட்டியிருக்கின்றன! உருமாற்றம் அடைந்திருப்பதைப்போல உணர்ந்தேன். வாக்னரின் ‘பாதி – கடவுள்’களில் ஒன்றைப்போல, மழைமேகம் ஒன்றின் மேல் தொற்றிக்கொண்டு வானுலக தந்தி மீட்டல்களையும் சொர்க்கலோகத் தாளலயங்களையும் வழிநடத்திச்செல்வதைப்போல இருந்தது. பிராந்தி நெடி விரவியிருக்கும் இந்த நாடகத்தனமான களிப்பு மனநிலையில் எனது ஸ்திதியை ஒரு புதிய, படபடக்கும் வெளிச்சத்தில் சிந்தித்துப் பார்த்தேன். அதாவது எனது பொதுவான ஸ்திதியை. எதிர்காலத் தருணம் ஏதோ ஒன்றில், சறுக்கல்களும் தோல்விகளும் தப்பர்த்தங்களும் மலிந்த

என் வாழ்க்கையின் இடையறாத ஒத்திகை கடைசியில் ஒரு முடிவுக்கு வந்து, ஆரம்பகாலம் முதலே மிகச் சிரத்தையோடு என்னைத் தயார் படுத்திக் கொண்டிருந்த அந்த உண்மையான நாடகம் ஒருவழியாக துவங்கியே தீரும் என்ற ஆழமான நம்பிக்கை எந்தவிதமான காரண காரிய ஆராய்ச்சிகளாலும் பாதிக்கப்படாமல் எப்போதுமே எனக்குள் இருந்து வந்திருக்கிறது. இது ஒரு சாதாரண மயக்கம்தான், எனக்குத் தெரியும். எல்லோருக்கும் இருப்பதுதான். எனினும், நேற்றிரவு அந்த அற்புதமான சொர்க்கலோக மாளிகையின் வெடுவெடுப்பான பளீரிடல்களுக்கு மத்தியில், எனது பிரசன்னத்தின் தருணம் (எனது புறப்பாட்டின் தருணம் என்று சொல்ல வேண்டும்) நெருங்கிவந்து விட்டதோ என்ற சந்தேகம் வந்தது. மும்முரமான நடவடிக்கைகளுக்கு மத்தியில் திடுதிப்பென்று பாய்கிற இந்தப் பாய்ச்சல் எப்படி இருக்கப் போகிறது, அல்லது உண்மையில் மேடையில் என்ன நிகழப்போகிற தென்று எதிர்பார்க்கலாம் என்றெல்லாம் எதுவுமே எனக்குத் தெரிய வில்லை. இருந்தாலும் ஏதோ *apotheosis* என்பார்களே, தெய்வமாக்கல், அதன்கூடவே ஒருவித வயோதிக ஆண்மைக்குலைவின் தொடக்கம் நிகழுமென்று எதிர்பார்த்தேன். இறந்த பின்னான தோற்றமாற்றம் ஒன்றைப்பற்றி இங்கே நான் பேசிக்கொண்டிருக்கவில்லை. மறுபிறவியின் சாத்தியம், அல்லது அதனை அருளக்கூடிய எந்தவொரு தெய்வத்தைப் பற்றியெல்லாம் எனக்கு அக்கறை கிடையாது. கடவுள் படைத்து வைத்திருக்கும் இந்த உலகத்தைப் பார்த்த பிறகு கடவுளை நம்புவ தென்பதே ஓர் இறை அவமதிப்பாகத்தான் இருக்க முடியும். இல்லை, நான் எதிர்பார்த்துக் காத்திருப்பது எதற்காகவென்றால், நிலவுலகின் வெளிப்பாட்டுத் தருணம் ஒன்றுக்காக. இதுதான், இதுவேதான்: நான் முழுமையாக வெளிப்படுத்திக்கொள்ளப்படுவேன். ஒரு கௌரவ மிக்க நிறைவுரையைப்போல நான் ஆற்றப்படுவேன். ஒரு வார்த்தையில் சொன்னால் நான் உச்சரிக்கப்படுவேன். இதுவல்லவா எபபோதுமே என் குறிக்கோளாக இருந்து வந்தது? நம்மெல்லோருக்குமே வெறும் சதைக்கோளமாக இல்லாமல், வலியுணரா ஆன்மாவின் நூலாம் படையாக உருமாறிப்போகின்ற ரகசியக் குறிக்கோளாக இதுவல்லவா இருக்கிறது? டமால், படீர், திடும் திடும். சுவர்கள் நடுங்குகின்றன.

சரி, இருக்கட்டும்: இந்தப் படுக்கை, எனது படுக்கை. இது ஆரம்பத்திலிருந்தே இங்குதான் இருந்து வருவதாக மிஸ் வாவஸுர் ஆணித்தரமாகச் சொல்கிறாள். கிரேஸ் தம்பதியினர்களுடையதாகவா இது இருந்தது? இங்குதானா, இதே கட்டிலில்தானா அவர்கள் உறங்கினர்? என்ன ஒரு எண்ணம்! இதை வைத்துக்கொண்டு என்ன செய்வதென்று தெரியவில்லை. இதைப்பற்றிச் சிந்திப்பதை நிறுத்து. அதுதான் நல்லது. அதுதான் நிதானப்படுத்தும்.

இன்னொரு வாரம் கழித்திருக்கிறது. பருவநிலை நெருங்க நெருங்க, பூமி அதன் வரித்தடத்தில் வருடத்தின் கடைசி சுழலுக்குள் சரியச்

சரிய, எவ்வளவு வேகமாகக் காலம் விரைகிறது! வானிலை தொடர்ந்து கருணை காட்டி வந்தபோதிலும் கர்னல் மாரிக் காலம் வந்துகொண்டிருப்பதாகத்தான் உணர்கிறார். சமீபகாலமாக அவருக்கு உடல் நலமில்லை. அவரது கிட்னியில் ஜலதோஷம் பிடித்திருக்கிறதாம், சொல்கிறார். இப்படித்தான் என் அம்மாகூட சொல்வாள் என்கிறேன். என் அம்மாவின் அபிமான நோய்களில் அதுவும் ஒன்று, என்பதைச் சொல்லாமல்விடுகிறேன். அவரை நான் கிண்டல் செய்கிறேன் என்பதைப்போல சந்தேகமாகப் பார்க்கிறார். ஒருவேளை கிண்டல் தொனி இருந்திருக்கலாம். கிட்னியில் ஜலதோஷமா? கர்னல் சொல்வதைப்போலத்தான் அம்மாவும் தெளிவில்லாமல் சொல்வாள். *Black's Medical* இல்கூட இதற்கு விளக்கம் இருக்காது. ஒருவேளை அவர் ராப்பகலாக அடிக்கடிக் கழிவறைக்குச் சென்றுவந்துகொண்டிருப்பதற்கு, நான் சந்தேகப்படுவதுபோல தீவிரமாக எதுவுமில்லையென்று காரணம் காட்டுவதற்காகச் சொல்லியிருக்கலாம். “நான் முழு உடற்தகுதியோடு இல்லை, அதுதான் உண்மை,” என்கிறார். சாப்பாடு வேளைகளில் மஃப்ளர் அணிந்துகொள்கிறார். பரிமாறப்படும் உணவு வகைகளை அக்கறையின்றி நோட்டமிடுகிறார். மெலிதான விளையாட்டுத்தனத்தோடு நடந்துகொண்டால்கூட அடிபட்ட பார்வை பார்த்து ஏறக்குறைய முனகுவதுபோல பெருமூச்சுவிடுகிறார். அபாரமாக நிறம் மாறுகிற அவரது மூக்கைப்பற்றிச் சொல்லியிருக்கிறேனா? ஒரு நாளில் நேரமாக ஆக, வானிலை லேசாக மாறினால் கூட, வெளிர் லேவண்டரிலிருந்து கருஞ்சிவப்பு வழியாக ஆழ்ந்த இம்பீரியல் பர்ப்பிள் நிறத்துக்கு நிறம் மாறும். இதுதான் ரைனோஃபைமா என்பதா? எனக்குத் திடீரென்று ஞாபகம் வருகிறது, டாக்டர் தாம்ஸனின் பிரசித்தி பெற்ற நீர்த்தேறல் சோதனை இதுதானா? அவரது புகார்களை மிஸ் வாவஸூர் சந்தேகமாகத்தான் எடுத்துக்கொண்டு, அவர் கவனிக்காதபோது என் பக்கம் பார்த்து முகத்தைச் சுளிக்கிறாள். அவளை வசியப்படுத்தும் முயற்சிகளில் தோற்றுவருவதால் மனதுடைந்துவருகிறார் என்று நினைக்கிறேன். அந்தப் பளீர் மஞ்சள் வெய்ஸ்ட்கோட்டில் கடைசி பொத்தான் எப்போதும் தவறாமல் மாட்டப்படாமல், கோட்டின் கூரான முனைகள் அவரது அடிவயிற்றின் மேல் சிறகடித்துக்கொண்டிருக்கும். ஆர்ப்பாட்டமான நிறக்கலவைகளில் சிறகுகள்கொண்டிருக்கும் ஆண்பறவை, அது மயிலோ சேவலோ, தூரத்திலிருந்து கவனிக்காததுபோல நோட்டமிட்டபடி பந்தாவாக அலட்சிய நடை போட்டுக்கொண்டிருக்க, எதைப் பற்றியும் அக்கறை காட்டாமல் மந்தமான பெட்டைப் பறவை சரளைக் கற்களிடையே சாணியுருண்டைகளைக் கொத்திக்கொண்டிருப்பதுதான் ஞாபகத்தில் வருகிறது. அந்த ஆண் பறவைபோலவே இவரும் உள்நோக்கமும் எச்சரிக்கையுணர்வும் கொண்டவர்தான். அயற்சியும் கூச்சமும் ஏற்படுத்தும் அவரது கவன ஈர்ப்பு முயற்சிகளை மிஸ் V. வெறுப்பும் சங்கடமும் கலந்த படபடப்போடு ஒதுக்கிவருகிறாள். அவளை நோக்கி அவர் வீசுகின்ற காயம்பட்ட பார்வைகளிலிருந்து,

அவள் இதற்கு முன் நம்பிக்கை ஏற்படுத்துகிறார்போல சில சமிக்ஞை களைத் தந்திருக்கக்கூடுமென்று அனுமானிக்கிறேன். ஆனால் திடீரென நான் இங்கே வந்து அவளது ஏளனத்துக்குரிய நடத்தைக்கு சாட்சியாகி விட்டபிறகு, அவள் தன்னைத்தானே நொந்துகொண்டு, அவரிடம் அவள் காட்டுகின்ற பரிவுணர்ச்சி ஒரு இல்லக் காப்பாளரின் தொழில் முறை அன்புதான் என்று என்னிடம் நிரூபிக்க வேண்டிய கட்டாயத் துக்கு ஆளாகிவிட்டிருக்கிறாள்.

எப்படி என் நேரத்தைச் செலவழிப்பதென்று அவ்வப்போது குழம்பி, இப்போது கர்னலின் ஒரு சராசரி தினத்தின் அட்டவணை யைத் தொகுத்துக்கொண்டிருக்கிறேன். அதிகாலையில் எழுந்துவிடு கிறார். மெலிதாக உறங்குபவர் என்பது தூக்கத்தில் போர்க்கள துர்ச்சொப்பனங்களைக் கண்டவர்போல அவர் உதட்டைக் கடித்துக் கொண்டு முனகுகிற அமானுஷ்ய சப்தங்கள், அதன்பின் வருகின்ற கனத்த மௌனங்கள் ஆகியவற்றில் தெரியும். அடக்க முடியாத துயில் மயக்கநோய்கொண்ட நார்கோலெப்டுகளுக்குக்கூட இந்த மெலிதான ஒலிகளில் தூக்கம் போய்விடும். ஆனால் அவரை அலைக் கழிக்கிற துர்ஞாபகங்கள் தூரதேசக் காலனிகளில் சேகரமானவை யல்ல, வீட்டுக்கருகே, உதாரணத்திற்கு தென் ஆர்மாகின் சந்துகளில், குண்டும் குழியுமான தெருக்களிலிருந்து புறப்பட்டவையாக இருக்கு மென்று எனக்கோர் எண்ணம் உண்டு. காலை உணவைத் தனியாக, சமையலறையின் புகைப்போக்கி மூலையில் இருக்கும் ஒரு சின்ன மேஜையில் சாப்பிடுகிறார் – இல்லை, நான் சொல்வது தப்பு; புகைப் போக்கியோ, மூலையோ இருந்ததாக ஞாபகமில்லை – *ஒரு நாளின் மிக முக்கியமான உணவு* என்று அவர் அடிக்கடி அழுத்தம் திருத்த மாக அறிவிக்கின்ற காலை உணவை தனிமையில்தான் உட்கொள்ள வேண்டுமென்பது அவரது கோட்பாடு. மிஸ் வாவஸூர் அவரைத் தொந்தரவு செய்வதில்லை. ரேஷர்களையும் (பன்றியிறைச்சியின் மெல்லிய கண்டம்) முட்டைகளையும் கருப்பு புட்டிங்குகளையும் ஒரு செயற்கையான மௌனத்தோடு பரிமாறுகிறாள். மேலே தூவுகின்ற மசாலா வகையறாக்களை அவரே எடுத்துவருகிறார். லேபிள்களில்லாத பாட்டில்களில் பழுப்பு, சிவப்பு, கரும்பச்சை நிறங்களில் என்னென் னவோ சமாச்சாரங்கள். அவற்றை ஒரு ரஸவாதியின் தேர்ச்சியோடு சரியான அளவுகளில் தூவிக்கொள்கிறார். தடவிச்சாப்பிடும் பரப்பல்களை யும் அவரே தயாரித்து எடுத்துவருகிறார், அங்க்கோவி மீன் மசியலும், மிளகாய்ப் பொடியும், தாராளமாகச் சேர்க்கப்பட்ட மிளகும், இன்ன பிற பெயரில்லாத வஸ்துக்களும் கலந்துகட்டி செய்யப்பட்ட அந்தக் காக்கி நிறப் பிசுபிசுப்பை அவர் ‘ஸ்லாப்’ என்றழைத்தார். எனக் கென்னவோ அது நாய் வாசனையடித்தது. “பையை அற்புதமாகத் துப்புரவாக்கிவிடும்” என்கிறார். அவர் அடிக்கடி குறிப்பிடும் இந்தப் ‘பை’ (மிஸ் V. இருக்கும்போது சொல்லமாட்டார்) வயிறும் சுற்றிடமும் தானென்று எனக்குப் புரிவதற்கு கொஞ்ச காலமாகியது. ‘பை’யின் சுபிட்சம் பற்றி எந்நேரமும் அக்கறை அவருக்கு.

காலை உணவுக்குப் பிறகு வருவது காலை நியமம். எல்லாவித வானிலையிலும் ஸ்டேஷன் ரோட்டிலிருந்து க்ளிஃப் வாக் ஓரமாக பையர் ஹெட் பார் தாண்டி கலங்கரை விளக்கக் குடில்களைச் சுற்றிக்கொண்டு ஜெம்வரை நடந்துவந்து அங்கே அவரது காலைச் செய்தித்தாளையும் எக்ஸ்ட்ரா – ஸ்ட்ராங் பெப்பர்மின்ட் ஒரு சுருளும் வாங்கிக்கொள்கிறார். அதை நாள் முழுக்க சப்பிக்கொண்டிருப்பதில் விடுதி முழுக்க மெலிதான ஜுரநெடி அடித்துக்கொண்டே இருக்கிறது. மிகத் துரிதமான நடையில் அவர் செல்வது அவரது ராணுவ மிடுக்கை பறைசாற்றுவதற்காக இருக்கலாம், ஆனால் முதல் முறையாக அவர் அப்படி நடந்துசெல்வதை நான் பார்த்தபோது, என் காலம் சென்ற அப்பாவைப்போலவே ஒவ்வொரு எட்டிலும் அவரது இடது காலை ஒரு பக்கவாட்டு உதைப்பு கொடுத்தபடி நடப்பதை அதிர்ச்சியோடு கவனித்தேன். நான் இங்கு வந்த முதல் ஓரிரு வாரங்கள்வரை மிஸ் வாவஸூருக்கான ஒரு பரிசுபோல அவரது தினசரி நடைப்பயிற்சியி லிருந்து திரும்பிவரும்போது, ஒரு அழகான வட்ட இலைத் தொகுதி யையோ அல்லது பச்சைப்பசேலென்றுக் கிளைத்திருக்கும் இளந்தளிர் கொத்தையோ பறித்துக்கொண்டுவந்து, கூடத்து மேஜைமேல், அவளது தோட்ட வேலை கையுறைக்கும் அவளது மிகப்பெரிய கொத்துசாவி வளையத்துக்கும் இடையில் ஒரு வார்த்தை பேசாமல் வைத்துவிட்டு சென்றுகொண்டிருந்தார். வெறும் தோட்டக்கலை ஆர்வம்தானா அது என்ற சந்தேகம் எனக்கு இருந்தது. ரொம்பவும் கவர்ச்சிகரமான இலை, பூங்கொத்துகள் என்றுகூட அவற்றைச் சொல்ல முடியாது. இப்போது அவரது பேப்பர், பெப்பர்மின்ட்டுகளைத் தவிர வேறெதுவு மின்றி வெறும் கையோடுதான் திரும்பிவருகிறார். எல்லாம் என் கைங்கரியம்: என் வருகை பூச்செண்டு வைபவத்துக்கு முடிவுகட்டி விட்டது.

அவரது காலை நேரத்தின் எஞ்சியப் பகுதியைச் செய்தித்தாள் ஆக்கிரமித்துக்கொள்கிறது. முதல் பக்கத்திலிருந்து கடைசி பக்கம் வரை, எதையும் விட்டுவைக்காமல், எல்லா செய்திகளையும் ஆகர்ஷித்துக்கொள்கிறார். முன்கூடத்தில் கணப்புக்குப் பக்கத்தில் உட்கார்கிறார். அந்த இடத்தின் நிலையடுக்கில் பொருத்தி வைக்கப்பட்ட வயசான கடிகாரம் தயங்கித் தயங்கி தளர்ச்சியோடு டிக்டிக்கென்று முனகிக்கொண்டிருக்கும். அரைமணிக்கு ஒரு முறை ஒற்றையாகப் பலமில்லாமல் மணியடிக்கும், ஆனால் மணி நேரத்தில் பழிவாங்குவது போல அமைதியாக இருக்கும். பக்கத்தில் அவரது பைப்பிற்காகக் கண்ணாடி சாம்பல் குடுவை, ஸ்வான் வைஸ்டாஸ் சிகரெட் பெட்டி, கால்வைக்க குட்டி ஸ்டூல் சகிதம் கைநாற்காலியில் உட்கார்ந்து பேப்பர் படித்துக்கொண்டிருக்கும் இவர், சன்னல் வழியே ஊடுருவும் வெயிலின் தாமிரக் கதிர்களையோ, அல்லது இந்தப் பருவத்தின் முதல் கணப்பு இன்னமும் ஏற்றப்பட்டிருக்காத கணப்புக் கிராதியில் பரப்பப்பட்டிருக்கும் உலர்ந்த கடற்பாசிகளையும், ரத்தப் பழுப்பு

ஹைட்ராஞ்சியாவையும் ஏறெடுத்தாவது பார்த்திருக்கிறாரா? அவர் பேப்பரில் படிக்கின்ற உலகம் அவர் அறிந்த உலகமாக இப்போது இருப்பதில்லை என்பதை அவர் அறிவாரா? ஒருவேளை இப்போதெல் லாம் அவர் என்னைப்போலவே எதையும் கவனிக்காமல் இருப்பதற் காகவே தன் சக்தி எல்லாவற்றையும் செலவழிக்கிறார்போல. ஸ்ட்ராண்ட் ரோடில் இருக்கும் சர்ச்சின் தெய்வீக மணிச்சத்தம் ஒலிக்கும்போது அவர் கள்ளத்தனமாக சிலுவைக்குறி இட்டுக்கொள்வதைப் பார்த் திருக்கிறேன்.

மதிய உணவு நேரத்தில் கர்னலும் நானும் எங்கள் உணவை நாங்களே எடுத்துப் போட்டுக்கொள்ள வேண்டும். மிஸ் வாவஸூர் மதியம் பன்னிரண்டிலிருந்து மூன்றுவரை அவள் அறைக்குள் ஓய்வெடுத்துக்கொண்டிருப்பாள். தூங்குவாளோ, படிப்பாளோ அல்லது நினைவுகளில் அல்லாடிக்கொண்டிருப்பாளோ, எதுவாக இருந்தாலும் அது என்னை ஆச்சரியப்படுத்தாது. கர்னல் ஒரு அசை போடும் பிறவி. சமையலறை மேஜையில் சட்டைக் கையை மடித்து விட்டுக்கொண்டு, அரைகுறையாக செய்யப்பட்ட ஸாண்ட்விச்சை (அது பெரும்பாலும் இரண்டு மாமிசப் பலகைக்கு மத்தியில் ரொப்பப் பட்ட பாலாடைக்கட்டியாக இருக்கும்) மென்றுகொண்டே, எதிரியின் பாதுகாப்பு வளையத்தில் இருக்கும் ஓட்டைகளைப்பற்றி ஒரு ராணுவத் தளபதி விவாதிப்பதுபோல என்னிடம் போலியான தீவிரபாணியில் பேச்சுகொடுப்பார். பொதுவான விஷயங்களாக, வானிலை, விளை யாட்டுப் போட்டிகள், தான் ஒரு சூதாடி இல்லையென்று சொல்லிக் கொண்டே குதிரைப் பந்தயங்கள்பற்றியெல்லாம் பேசுகிறார். சங்கோஜி யாக இருந்தாலும் அவருக்குப் பேச்சுத்துணை அவசியமாக இருக்கிறது: மதிய நேரங்கள் அவரை அச்சுறுத்துகின்றன. எனக்குத் தூக்கமில்லா இரவுகள்போல, மதியப்போதின் வெற்றான மணி நேரங்கள் அவருக்கு அச்சமளிக்கின்றன. என்னை அவரால் புரிந்துகொள்ள முடியவில்லை. இங்கே நான் என்ன செய்துகொண்டிருக்கிறேன், எனக்கு வேண்டிய வர்கள் எங்கே இருக்கிறார்கள், எதுவும் அவருக்குப் பிடிபடவில்லை. நான் எங்கு வேண்டுமானாலும் போய் தங்கியிருக்கலாம். கதகதப்பான தென்பிரதேசங்களுக்குப் போகாமல் யாராவது மன ஆறுதலுக்காக ஸீடர்ஸுக்கு வருவார்களா, என்று அவருக்கு அபிப்பிராயம். 'வலி களையும் உபாதைகளையும் தணிவிக்க ஒரே உபாயம் சூரியன்தான்' என்று கர்னல் அபிப்பிராயப்படுகிறார். இங்கே என் கடந்தகாலத்தைப் பற்றி, கிரேஸ் குடும்பத்தினரைப் பற்றியெல்லாம் நான் எதுவும் அவரிடம் சொல்லியிருக்கவில்லை. புறப்படுவதற்கு எழுந்திருக்கிறேன். "வேலை" என்று மட்டும் சுருக்கமாகச் சொல்கிறேன். அவர் விரக்தியோடு ஒரு பார்வை பார்க்கிறார். என்னைப் போன்ற உம்மணாமூஞ்சியின் கம்பெனிகூட அவரது அறைக்குள் ரேடியோவோடு கழிப்பதைவிட மேலானதாக இருக்கிறதுபோல.

என் மகளைப்பற்றி யதேச்சையாகக் குறிப்பிட்டது அவரிடம் பெரும் ஆர்வத்தைக் கிளப்பியது. அவருக்கும் ஒரு மகள் இருக்கிறாள். கல்யாணமாகி இரண்டு குழந்தைகள் இருப்பதாகச் சொல்கிறார். மகளும், இன்ஜினீயரான அவள் புருஷனும், ஏழு, மூன்று வயதுகளில் உள்ள அவர்கள் பெண்களும் இங்கே வருவதாக இருக்கிறார்களாம். அவர் போட்டோக்களை எடுத்துக்காட்டப்போகிறார் என்று முன் னுணர்வு கூறியது. அதைப்போலவே, ஒரு கருப்பு தோற்பை வெளியே வந்தது. படங்கள் வெளியே எடுக்கப்பட்டன. எலும்பும் தோலுமாக, கொஞ்சம்கூட கர்னலின் ஜாடை தெரியாத, ஒரு அதிருப்தியான பாவனையில் இளம்பெண் ஒருத்தி. விருந்து கவுனில் இருந்த குட்டிப் பெண் மட்டும் துரதிர்ஷ்டவசமாக கர்னல்போலத் தெரிந்தாள். குழந்தையைத் தூக்கிக்கொண்டு கடற்கரையில் புன்னகைத்துக்கொண் டிருந்த மருமகன் எதிர்பாராத பேரழகுடன் காணப்பட்டான். அகன்ற மார்பு, எண்ணெய் பளபளக்கும் சுருள்முடி, உப்பிய கண்கள். சுண்டெலி மாதிரி இருக்கும் இந்த மிஸ் பிளண்டன் இப்படி ஓர் ஆணழகனை எப்படிப் பிடித்தாள்? பிறத்தியார் விவகாரம், பிறத்தியார் விவகாரம், எனக்கென்ன? திடீரென இவையெல்லாமே – கர்னலின் மகள், அவள் புருஷன், அவர்கள் பெண்கள் – என்னால் பொறுக்க முடியாமல், அந்தப் படங்களை அவசர அவசரமாகத் திருப்பி நீட்டுகிறேன். தலையைக் குலுக்கிக்கொள்கிறேன். “ஓ, ஸாரி, ஸாரி,” என்கிறார் கர்னல் சங்கடத்துடன். குடும்ப விஷயங்களைப்பற்றி பேச்செடுத்தது என் துக்கங்களைத் தூண்டிவிட்டதாக நினைக்கிறார். ஆனால் அதுவல்ல. அல்லது, அது மட்டுமே அல்ல. இந்த நாட்களில் நான் உலகத்தைச் சின்னச் சின்ன, கவனமான அளவுகளில் உள்வாங்கிக் கொள்ள வேண்டும். இது ஒரு வகையான ஹோமியோபதி சிகிச்சை போல. அது குணப்படுத்த வேண்டிய விஷயம்தான் என்னவென்று தெளிவாகத் தெரியாதிருக்கிறது. உயிரோடிப்பவர்களோடு வாழ்வதற் காக மீண்டும் கற்றுக்கொண்டுவருகிறேன். பயிற்சி எடுத்துவருகிறேன் என்று சொல்ல வேண்டும். இல்லை. அது இல்லை. இங்கே இருப்ப தென்பது வேறு எங்குமே இல்லாதிருப்பதைப்போன்ற ஒரு விஷயம் தான்.

எங்களைக் கவனித்துக்கொள்வதில் பொதுவாக ரொம்ப அக்கறை எடுத்துக்கொள்கிற மிஸ் வாவஸுர், மதிய உணவு விஷயத்தில் மட்டுமல்ல, பொதுவாகவே உணவு விஷயத்தில், கவலையில்லாமல் என்றில்லை, கொஞ்சம் ஏறுமாறாக நடந்துகொள்கிறாள். ஸீடர்ஸில், குறிப்பாக இரவு உணவு பெரும்பாலும் எதிர்பார்க்க முடியாத வகையிலேயே இருந்துவருகிறது. மேஜையில் எது வேண்டுமானாலும் தோன்றும். உதாரணத்திற்கு, இன்றிரவு காலை உணவுக்காக உப்புக் கண்டமிட்ட மீன் துண்டுகளையும், அவித்த முட்டைகளையும், வேகவைத்த முட்டைகோஸையும் பரிமாறினாள். கர்னல் அவற்றை மோப்பம்பிடித்துப் பார்த்துவிட்டுத் தனது மசாலா பாட்டில்களை

வேண்டுமென்றே மேஜையில், சக்கரத்தைச் சுழற்றிச் சூதாட்டமாடும் வித்தைக்காரன்போல பம்பரம்விட்டுக்கொண்டிருந்தார். இத்தகைய வார்த்தையற்ற எதிர்ப்புகளுக்கு மிஸ் வாவஸூர் காட்டும் எதிர்வினை எப்போதுமே மேட்டுக்குடித்தனமான ஏளனப் புறக்கணிப்புதான். உப்புக் கண்டங்களுக்கு அடுத்ததாக வந்தது ஸெமோலினா போன்ற சமாச்சாரத்தில் ஊறிய பியர் பழங்கள். ஸெமோலினா, அடக்கடவுளே! நிசப்தத்தைக் கலைப்பதற்கு அவ்வப்போது பாத்திரங்களைச் சத்தமிட்ட படி வலுக்கட்டாயமாக இந்தச் சிரமபோஜனத்தை உள்ளே தள்ளிக் கொண்டிருந்தபோது, திடீரென அந்த மேஜையில் நான் ஒரு மிகப் பெரிய கருப்பு வாலில்லாக் குரங்காக மாறி உட்கார்ந்திருப்பது போல ஒரு கற்பனை மனக்கண் முன்னால் தோன்றியது. அறைக்குள் பொள்ளலாக ஒரு பொந்து விழுந்திருப்பதைப்போல, தொட்டுணரக் கூடியபடி ஓர் இன்மை. கண்ணுக்கு புலப்படும் ஒரு இருள். வெகு விநோதம். இந்தக் காட்சியை என்னிலிருந்து வெளியே விலகி நின்று பார்ப்பதுபோல் இருந்தது. சமையலறை இரண்டு சாதாரண விளக்கு களால் மங்கலாக ஒளியூட்டப்பட்டிருக்கிறது. முறுக்கிய கால்களோடு ஒரு அவலட்சணமான சாப்பாட்டு மேஜை. மிஸ் வாவஸூர் சிரத்தை யின்றி வெறித்துக்கொண்டிருக்க, கர்னல் அவரது தட்டின்மேல் குனிந்து ஒரு பக்கமான வாய்க்குள் மென்றுகொண்டிருக்கிறார். வடிவமில்லாத இந்த வடிவத்தில், காட்சியில் தெரியும் யாரும் யாரையும் கவனிக்காமல், பாதரச ஆவியில் நிழற்படம் உருவாவது போல உருவவிளிம்புகள் ஸ்திரப்பட, நான் எனது சொந்த ஆவியாக உருமாறிக்கொண்டிருப்பதாக தோன்றுகிறது.

இரவு உணவுக்குப் பின் மிஸ் வாவஸூர் மேஜையை சில ஒய்யாரமான வீச்சுகளில் சுத்தம்செய்கிறாள் – இதைப்போன்ற குற்றேவல் களில் அவள் மிகத் திறமையானவள் – எங்களுக்குள்ளே சென்றிருந்தவை உள்ளே செய்கின்ற கலவரங்களைச் செவிமடுத்தபடி கர்னலும் நானும் மொண்ணையானதொரு வேதனையில் அமர்ந்திருக்கிறோம். பின் மிஸ் V. டெலிவிஷன் ரூமுக்குள் கம்பீரமாக நுழைகிறாள். அது ஒரு அழுமூஞ்சித்தனமான, வெளிச்சம் போதாத ஓர் அறை. அந்த அறைக்கு எப்படியோ ஒரு பாதாள அறையைப் போன்ற தோற்றம் வந்துவிட் டிருக்கிறது. எப்போதும் ஈரக்கசிவோடு, சில்லென்று இருக்கும். இங்கே இருக்கிற பொருட்கள்கூட நிலத்தடி அறையில் இருப்பவைபோல, மேலே பிரகாசமாக இருந்த இடத்திலிருந்து இத்தனை வருடங்களில் கொஞ்சம் கொஞ்சமாக அமிழ்ந்துகிடப்பதைப்போல தோற்றம்கொடுக் கின்றன. சீட்டித்துணி போர்த்திய சோபா ஒன்று திகைத்துப்போனாற் போல இரண்டு கைகளையும் அகட்டிக்கொண்டு குஷன்கள் தளர்ந்து தொங்க, அகலமாகக் கிடக்கிறது. கம்பளித்திண்டு தைத்த ஒரு கைநாற்காலியும் ஒரு சிறிய முக்காலி மேஜையும்கூட அங்கிருந்தது. அதன்மேலே வைக்கப்பட்டிருந்த தூசிபடிந்த தொட்டியிலிருந்தது அசல் ஆஸ்பிதிஸ்ட்ரா செடிதான் என்று நம்புகிறேன். இதைப்போன்ற

தொரு தாவரத்தை இதற்குமுன் எப்போது பார்த்திருக்கிறேன்? இல்லை பார்த்துதான் இருக்கிறேனா, தெரியவில்லை. மிஸ் வாவஸூரின் பியானோ நெஞ்சை நிமிர்த்தி, சுவரோடு ஒட்டி, அதற்கெதிரே ஓர் ஆடம்பரமான போட்டியாக நிறுத்தப்பட்டிருக்கும் பிரம்மாண்டமான கன் – மெட்டல் நிற பிக்ஸிலேட் பனராமிக் சாதனத்தின்மீது வன்மங் கொண்டு இறுக்கமாக நின்றிருப்பதைப்போலிருக்கிறது. இச்சாதனத்தின் மீது அதன் உரிமையாளருக்குப் பெருமிதத்தோடு லேசான அவமான உணர்வும் கலந்திருக்கிறது. இந்த அறையில் நாங்கள் டிவியில் காமெடி நிகழ்ச்சிகள் பார்க்கிறோம். இருபது முப்பது வருடங்களுக்கு முன் வெளிவந்த மிதமான நகைச்சுவை முயற்சிகள். அமைதியாக நாங்கள் அமர்ந்திருக்க, ஒலிப்பதிவு செய்யப்பட்ட பார்வையாளர்கள் எங்கள் சார்பாகச் சத்தமாகச் சிரிக்கின்றனர். திரையிலிருந்து சிதறும் பலவண்ண வெளிச்சம் எங்கள் முகங்களில் நடுங்கியபடி விளையாடுகின்றன. குழந்தைகள்போல எங்களை மறந்து, ஸ்மரணையின்றி அமர்ந்திருக் கிறோம். இன்றிரவு ஆப்பிரிக்காவில் உள்ள ஓர் இடத்தைப்பற்றி, ஸெரேங்கெதி சமவெளி என்று நினைக்கிறேன், அங்கிருக்கும் மாபெரும் யானைக்கூட்டத்தைப்பற்றி ஒரு நிகழ்ச்சி இருக்கிறது. நமது கால கட்டத்துக்கு வெகுகாலம் முந்திய, இவற்றைவிட பிரமாண்டமான பெஹிமத்துகள் காட்டிலும் சதுப்பிலும் கர்ஜித்து, அலைந்து திரிந்த காலத்தைச் சேர்ந்த இந்த விலங்குகளைப் பார்க்க எவ்வளவு திகைப்பாக இருக்கிறது! பெரும் துயரத்தில் ஆழ்ந்திருப்பதைப்போல முகத்தை வைத்துக்கொண்டு, நம்மைப் பார்த்து ரகசியமாக எள்ளுவதைப் போலிருக்கின்றன. ஒரே மந்தையாக சோம்பலோடு, முன்னால் செல்லும் மைத்துனனின், அவற்றின் சைஸுக்குப் பொருந்தாத குட்டி வாலை தும்பிக்கையால் பற்றிச் சுழற்றிக்கொண்டே தலையை ஆட்டி ஆட்டிச் செல்கின்றன. அம்மாக்களின் கால்களுக்கு இடையில் ஓட்டமும் நடையுமாக விரையும் குட்டிகளுக்கு பெற்றோர்களைவிட ரோமம் அடர்ந்திருக்கிறது. நிலம் வாழ் உயிரினங்களில் நமக்கு நேரெதிரான சக விலங்கு எதுவென்று பார்த்தால், அவை யானை களாகத்தான் இருக்கும். இவை இவ்வளவு காலம் ஜீவித்திருப்பதற்கு நாம் எப்படி விட்டுவைத்திருக்கிறோம்? எல்லாம் அறிந்தது போன்ற அந்தச் சின்ன சோகமான கண்களைப் பார்த்தால் நேராக துப்பாக்கியை எடுத்து சுட்டுவிடத்தான் தோன்றும். ஆம், அந்தக் கண்ணைப் பார்த்து, அல்லது அந்த மிகப் பெரிய, அபத்தமான விசிறி காதுகளைப் பார்த்து சுட வேண்டும். ஆம், ஆம், எல்லா விலங்குகளையும் துப்புரவாகத் துடைத்து அழித்துவிட வேண்டும். உயிரின விருட்சத்தின் இலை, கிளை எல்லாவற்றையும் வெட்டியெறிந்துவிட்டு, வெறும் நடுமரம் மட்டும் மிச்சமிருக்க வேண்டும். பின் வெட்டுக்கத்தியை ஆசையாக கையில் எடுத்து அதனையும் வெட்டித்தள்ள வேண்டும். ஜீவ அடையா ளங்கள் மொத்தத்தையும் நிர்மூலமாக்கிவிட வேண்டும்.

ஏ பெட்டைப் பிசாசே, ஏன் என்னை இப்படியொரு நரகத்தில் தள்ளிவிட்டு நீ மட்டும் போய்ச் சேர்ந்தாய்? என் சொந்த சகதிக்குள்

மூழ்கி மூச்சுத்திணறி, என்னைக் காப்பாற்ற என்னைத் தவிர வேறு யாருமேயில்லாமல், எப்படி, எப்படி நீ என்னைவிட்டுப் போகலாம்?

டெலிவிஷன் ரூமைப்பற்றிச் சொல்லும்போது திடீரென்றுதான் ஞாபகத்துக்கு வருகிறது. இது எப்படி எனக்கு முதலிலேயே தோன்ற வில்லை என்று புரியவில்லை. இந்த அறை, சொல்லப்போனால் இந்த மொத்த விடுதியுமே எனக்கு ஞாபகப்படுத்துவது எதுவென்றால் நானும் என் அம்மாவும் வாடகைக்கு எடுத்திருந்த, என் பதின்வருடங் களில் கட்டாயமாகத் தங்க நேர்ந்திருந்த, அறைகள்தாம். நான் இங்கே வந்து ஒளிந்துகொள்ள வந்ததற்கு முதற்காரணம் இதுவாகத் தான் இருக்க முடியும். என் அப்பா விட்டுச்சென்றுவிட்ட பிறகு, குடும்பத்தை நடத்தவும், என் படிப்புக்குச் செலவிடவும் அவள் வேலை தேடிச் செல்ல வேண்டியிருந்தது. நானும் அவளும் நகரத்திற்குச் சென்றால் வாய்ப்பு கிடைக்குமென்று இடம்பெயர்ந்தோம். அவளுக் கென்று தனித் திறமை ஏதும் கிடையாது. பள்ளிப்படிப்பை ஆரம்பத் திலேயே துறந்தவள். என் அப்பாவைச் சந்திப்பதற்கு முன் ஒரு கடையில் வேலைபார்த்துவந்திருக்கிறாள், அதுவும் கொஞ்ச நாட்களுக்கு. அவள் குடும்பத்திலிருந்து தப்பிப்பதற்காகவே அவரைத் திருமணம் செய்துகொண்டு வெளியேறியிருக்கிறாள். ஆனாலும் அவளுக்கேற்ற அற்புதமான, உன்னதத்திலும் உன்னதமான ஒரு வேலை எங்கேயோ காத்துக்கொண்டிருப்பதாகவும், இவளுக்காகத்தான் அது படைக்கப் பட்டிருப்பதாகவும், இவள் மட்டும்தான் அந்தப் பணியை நிரப்ப முடியுமென்றும் பைத்தியக்காரத்தனமாக நம்பிவந்தாள். ஆனால் அது அவள் கண்ணில் தட்டுப்படவேயில்லை. எனவே ஒவ்வோரிடமாக, ஒரு வாடகை விடுதியிலிருந்து இன்னொன்றிற்கு என பெரும்பாலும் தூறல் விழுந்துகொண்டிருக்கும் ஒரு மழைக் கால ஞாயிற்றுக்கிழமை மாலை நேரத்தில் இடம்பெயர்ந்துகொண்டிருந்தோம். அந்த அறைகள் எல்லாம் ஒன்றுபோலவே இருந்தன. அல்லது என் ஞாபகத்தில் அப்படித்தான் பதிவாகியிருக்கின்றன. கை உடைந்த நாற்காலி, அம்மைத்தழும்போடு தரையில் லினோலியம், மூலையில் கிடக்கும் கருப்பு ஸ்டவ், அதிலிருந்து வீசும் முந்தைய குடித்தனக்காரரின் வறுவல் நெடி. கூடத்தைக் கடந்த பிறகு கழிவறை வரும். சிதிலமான மர ஸீட், பீங்கானில் நீளமாக பழுப்பு நிறத்தில் துருக் கறை, சங்கிலியில் வளையம் இருக்காது. மூச்சடைத்துப்போகும்போது எப்படியிருக்குமென்று தெரிந்துகொள்ள உள்ளங்கையைக் குவித்து மூச்சுவிட்டு என் சுவாசத்தை வாசனை பார்க்கிற மாதிரி கூடத்தின் வாசனை இருக்கும். சாப்பிடுகிற மேஜையை அவள் எவ்வளவுதான் சுரண்டி, தேய்த்து, துடைத்தாலும் தொட்டால் பிசுபிசுப்பாகவே இருக்கும். தேநீருக்குப் பிறகு பாத்திரங்களை ஒதுக்கிவிட்டு, அறுபது வாட் பல்பின் சோகையான வெளிச்சத்தில் *ஈவ்னிங் மெயில்* பேப்பரை மேஜையின் மேல் விரித்து வைத்து வேலைவாய்ப்பு விளம்பரங்களை ஒவ்வொன்றாக டிக் செய்துகொண்டே எரிச்சலோடு வாய்க்குள்

முனகுவாள். *முன் அனுபவம் அவசியம் . . . இதற்குமுன் பணியாற்றிய விபரம் . . . பட்டதாரியாக இருக்க வேண்டும் . . .* ச்சே! அதன்பிறகு, வழவழா சீட்டுக்கட்டுகள், இரண்டு சமமான குவியல்களாகப் பிரிக்கப் பட்ட நெருப்புக்குச்சிகள், சிகரெட் துண்டுகள் நிரம்பி வழியும் தகர சாம்பல் குடுவை, எனக்கு கோக்காவும் அவளுக்கு ஷெர்பத்தும். நாங்கள் ஓல்டு மெய்டு, ஜின் ரம்மி, ஹார்ட்ஸ் என்று ஆடுவோம். அதற்கப்புறம் சோபா பிரித்து போடப்பட்டு நைந்துபோன படுக்கை உறை விரிக்கப்படும். இதற்கென்று இருக்கும் ஒரு கம்பளத்தை எப்படியோ உத்திரத்தில் பொருத்தி அவள் கட்டிலை மறைக்கும்படி தொங்கவிட்டுவிடுவாள். அவளது பெருமூச்சுகளை, அவளது குறட்டை களை, அவள் சுவாசத்தின் கிறீச்சிடல்களை, செருமல்களை, கையா லாகாத கோபத்தோடு கேட்டபடி படுத்திருப்பேன். அநேகமாக ஒவ்வோர் இரவிலும் அவள் அழுகைச் சத்தம் கேட்டு விழித்திருக் கிறேன். வாயைப் பொத்திக்கொண்டு, முகத்தைத் தலையணையில் புதைத்துக்கொண்டு என்னதான் எனக்கு சத்தம் கேட்கக் கூடாது என்று முயன்றாலும் எனக்கு தூக்கம் கலையாதுபோனதில்லை. மாதா மாதம் அவர் அனுப்புகிற போஸ்டல் ஆர்டர் வர தாமதமாகும் போது தவிர எங்களிடையே அப்பாவின் பெயர் பேச்சில் வருவதே யில்லை. அவர் பெயரை அவள் சொல்லவேமாட்டாள். அவர் எப்போதுமே (நக்கலாக) ஜென்டில்மேன் ஜிம், அல்லது மேன்மை தங்கிய பேரரசர். அவர்மேல் அவளுக்குத் தாங்க முடியாத கோபம் வந்திருக்கும்போதும் அல்லது அவள் அளவுக்கு அதிகமாக ஷெர்ரி அருந்தியிருக்கும்போதும் 'புல்லாங்குழல் வித்வான் ஃபில்' என்பாள், இல்லாவிட்டால் 'உதவாக்கரை ஜென்மம்' என்பாள். அவளுக்கு என்ன நினைப்பென்றால் அவர் மட்டும் *அங்கே* சொகுசாக இருக் கிறார், எங்களுக்கு எதுவும் அனுப்புவதில்லை. அவர் எங்களுக்கு அனுப்பும் மணியார்டர் கவர்களில் ஒரு முறைகூட கடிதம் ஏதும் இணைக்கப்பட்டிருந்ததில்லை. என் பிறந்தநாள், கிருஸ்துமஸ் சமயங் களில் ஒரு வாழ்த்து அட்டை மட்டும் இருக்கும். உறையில் பதிந் திருக்கும் தாமிரத்தகடு முத்திரைகளில் அவர் கடுமையாக உழைத்து உருவாக்கிய நெடுஞ்சாலைத் தடங்களின் அஞ்சல் முத்திரைகள் இருக்கும். ஊர்பேர் தெரியாத இடங்களில் அவர் தபாலில் சேர்க்கும் காட்சி கற்பனையில் தோன்றும்போது இனந்தெரியாத துயரமும் கோபமும், கோபத்தின் பின்விளைவாக மனஅதிர்வும், நான் அதுவரை சென்றிராத இடங்களின், அனுபவித்திராத அனுபவங்களின் ஏக்க உணர்வும் மனதைக் கவ்வும். என்னென்னவெல்லாம் ஊர் பெயர்கள்: வாட் ஃபோர்ட், காவென்ட்ரி, ஸ்டோக். மங்கலான அழுக்கு அறை களை, லினோலியத் தரைகளை, கேஸ் ஸ்டவ்களை, கூடத்தில் வீசும் நெடிகளை அவரும் அறிந்திருப்பார். பிறகுதான் அந்தக் கடைசி கடிதம், ஒரு விநோதமான பெண்ணிடமிருந்து – அவள் பெயரே மௌரீன் ஸ்ட்ரேஞ்ச்! – வந்தது, *உங்களுக்கு மிகவும் துயரமான ஒரு செய்தியை நான் சொல்ல வேண்டியிருக்கிறது*, என்ற அறிவிப்போடு.

அம்மாவின் கண்ணீரில் துக்கம் இருந்த அளவுக்குக் கோபமும் கலந்திருந்தது. "யார் இந்த மௌரீன்?" என்று சீற்றத்தோடு கத்தினாள். நீலக்கோடுபோட்ட நோட்டுப் புத்தகத்தாள் அவள் கையில் நடுங்கியது. "அவனை வெட்டிக் கூறுபோட," அவள் பல்லைக் கடித்துக்கொண்டு உறுமினாள். "அந்த வேசி மகனை வெட்டிக் கூறுபோட!" அவள் அழுது அரற்றத் தொடங்கினாள். என் மனதில் ஒருகணம் அவர் உருவம் தோன்றியது. மரவீட்டில், இரவில், பாராஃபின் விளக்கின் அடர் மஞ்சள் வெளிச்சத்தில் கதவைத் திறந்துகொண்டு வந்தவர் என்னை விநோதமாகப் புரியாமல் ஒரு பார்வை பார்க்கிறார். ஏறக்குறைய புன்னகைக்கிறார். விளக்கின் பிரபை அவர் நெற்றியில் பிரதிபலிக்கிறது. அவருக்குப் பின்னால் கோடை இரவின் வெல்வெட் இருட்டு முடிவற்ற ஆழத்தோடு கதவைத் தாண்டி விரிந்திருக்கிறது.

கடைசியாக, தொலைக்காட்சி நிலையங்கள் அவற்றின் சகிக்க முடியாத அசட்டு நள்ளிரவு நிகழ்ச்சிகளுக்குப் போவதற்கு முன் டிவி அணைக்கப்பட்டது. மிஸ் வாவஸூர் அவருக்காகத் தயாரித்துக் கொடுத்த ஹெர்பல் டீயைக் கர்னல் அருந்துகிறார். அது அவருக்குப் பிடிப்பதேயில்லை என்று என்னிடம் சொல்கிறார் – "வாயில் வைக்க முடியவில்லை!" – ஆனால் மறுப்பதில்லை. அவர் அருந்தி முடிக்கும் வரை மிஸ் வாவஸூர் பக்கத்திலேயே நின்றிருக்கிறாள். நன்றாக உறக்கம்வருவதற்கு அது உதவும் என்கிறாள். அவள் சொல்வதற்கு நேரெதிரான பலன்தான் கிடைக்கிறது என்று அவர் சொல்ல விழைவது வெளிப்படையாகத் தெரிந்தாலும் கடைசி சொட்டுவரை முகத்தை அஷ்டகோணலாக்கிக்கொண்டு குடித்து முடிக்கிறார். ஒரு முறை இரவு நடைக்காக பையர் ஹெட் பார்வரை அவரை வற்புறுத்தி அழைத்துச் சென்றுவிட்டேன். போயிருக்கக் கூடாது, அது ஒரு தப்பு. என்னோடு சகஜமாக அவரால் வர முடியவில்லை. மகா சங்கடத்தோடு அவஸ்தைப்பட்டார். அவரைக் குறைசொல்ல முடியாது. இதனால் எனக்கும் கவலை அதிகரித்துக்கொண்டது. அவர் தனது புகையிலைக் குழலைப் பல்வேறு வகையில் நோண்டத் தொடங்கினார். கண்ணாடியைக் கழற்றி, துடைத்து, மாட்டி, மறுபடியும் கழற்றி, துடைத்து . . . கஃப்லிங்க்கைக் கழற்றி மணிக்கட்டில் மூன்று நிமிடத்துக்கொருமுறை மணி பார்த்துக்கொண்டார். வழியில் எதிர்ப் பட்ட உள்ளூர் ஆசாமிகள் புருவங்களை நெரித்து எங்களை விநோத மாகப் பார்த்தனர். நாங்கள் திரும்பி, அபாரமானஅக்டோபர் வானத்தின் நட்சத்திரக் குவியல்களுக்கும், மிதக்கும் நிலவுக்கும், மேகக்கிழிசல்களுக்கும் கீழே மௌனமாக ஸீடர்ஸுக்கு நடந்தோம். பெரும்பாலான இரவுகள் தூங்குவதற்காக, அல்லது தூங்க முயற்சிப்ப தற்காக, என் அறையில் வைத்திருக்கும் ஜெரோபோமிலிருந்து நெப்போலியன் பிராந்தி வயிறு முட்ட குடிக்கிறேன். அவருக்குக் கொஞ்சம் தரலாமா என்று தோன்றுகிறது, ஆனால் வேண்டாம். கர்னலோடு அமர்ந்து வாழ்க்கையைப்பற்றி, அது சார்பான விஷயங்கள்

பற்றி ராத்திரி முழுக்க பேசுவது சுவாரஸ்யமாக இருக்குமெனத் தோன்றவில்லை. இரவு நீண்டுதான் இருக்கும், எனக்குத்தான் பொறுமை இருக்காது.

என் குடிப்பழக்கத்தைப் பற்றி இதற்கு முன் சொல்லியிருக்கிறேனா? மீனைப்போல குடிப்பவன் நான். இல்லை, மீனைப்போலில்லை. மீன்கள் குடிப்பதில்லை, அவை சுவாசிக்கின்றன. அவை சுவாசிக்கும் விதம் அப்படி. நான் குடிப்பது சமீபத்தில் விதவையானவன்போல (விதவையானவனா?) சொற்பமான திறமைகொண்டவன், அதைவிட சொற்பமான ஆர்வம்கொண்டவன், வருடங்கள் கழிந்ததால் நரை கூடிப்போனவன், நிலையில்லாதவன், அலைபவன், ஆறுதல் வேண்டு பவன், குடியில் தன்னைத் தொலைத்துக்கொண்டு அதில் சொற்ப காலத்துக்கு நிம்மதி தேடுபவன். என்னிடம் இருந்தால் போதை மருந்துகள்கூட எடுத்துக்கொள்வேன், ஆனால் இல்லை. அவற்றை எப்படி, எங்கே போய் வாங்குவதென்று தெரியவில்லை. பாலிலெஸ்ஸில் ஒரு போதை மருந்து விற்பவன் இருக்கிறானென்று நினைக்கிறேன். பெக்கர் தெவ்ரூ எனக்கு உதவக்கூடும். இந்த பெக்கர் ஒரு பயங்கரமான ஆசாமி. அகன்ற தோள்கள், பீப்பாய்போல மார்பு, பெரிய முரட்டுத் தனமான அடிபட்ட முகம், கொரில்லாபோல கைகள், அந்த மிகப் பெரிய முகம் முழுக்க எப்போதோ தாக்கிய அம்மையாலோ முகப் பருக்களாலோ தழும்புகள். ஒவ்வொரு தழும்பின் பள்ளத்திலும் பளபளவென்று ஒரு கருப்பு அழுக்கு. அவன் மாலுமியாக இருந்தவன். ஒருவனைக் கொன்றிருப்பதாகச் சொல்வார்கள். அவனுக்கு ஒரு பழத்தோட்டம் இருந்தது. அங்கே மரங்களுக்கடியில் நிறுத்திவைத்திருந்த சக்கரமில்லாத காரவான் ஒன்றில் அவனுடையப் பூஞ்சையான பெண்டாட்டியுடன் வசித்துவந்தான். அவன் ஆப்பிள்கள் விற்றுவந்தான். திருட்டுத்தனமாக சல்ஃபர்போல இருக்கும் ஒரு சந்தேகமான வஸ்துவை யும் விற்றுவந்தான். சனிக்கிழமை இரவுகளில் அதை வாங்கிச்செல்கிற கிராமத்து இளைஞர்களுக்குச் சொர்க்கம் தெரிவதாக பேச்சு இருந்தது. எதற்காக அவனைப்பற்றி இந்த ரீதியில் பேசிக்கொண்டிருக்கிறேன்? இந்த பெக்கர் தெவ்ரூ என்பவன் எனக்கு எந்தவிதத்தில் தொடர்பு? இந்தப் பகுதியில் அவன் பெயரில் 'எக்ஸ்' சேர்த்து *தெவ்ரூக்ஸ்* என்கிறார்கள். என்னால் நினைப்பதை நிறுத்த முடியவில்லை. எண்ணங்கள் எப்படிக் கட்டுக்கடங்காமல் ஓடுகின்றன!

மிஸ் வாவஸூரின் சிநேகிதி பன்னின் வருகையினால் எங்களின் இன்றைய தினம் உண்மையைச் சொல்லப்போனால் பிரகாசமடைந்து விட்டது. ஞாயிற்றுக்கிழமை மதிய உணவுக்கு அவள் அழைக்கப் பட்டிருந்தாள். வெளி முற்றத்தில் சன்னலுக்குப் பக்கத்தில் பிரம்பு நாற்காலி ஒன்றில் நிரம்பி வழிந்து உட்கார்ந்திருந்தவளை மதியம்தான் பார்த்தேன். உதவிக்கு யாருமில்லாதவள்போல அங்கே துவண்டுபோய், மெலிதாக மூச்சுவாங்கியபடி கிடந்தாள். அவள் உட்கார்ந்திருந்த இடத்தில் சூரியஒளி புகைமூட்டமாக விரவியிருந்தது. முதலில் அவள்

அங்கே இருந்ததே புலப்படாமல்தான் இருந்தது. ஆனால் டோங்கா வின் காலம் சென்ற மகாராணிபோல இருந்த அவள் உருவம் எவ்வளவு நேரத்திற்கு கண்ணுக்கு உறைக்காமல் இருக்க முடியும்? அவள் உடம்பு மகாவிஸ்தீரணமாகவும், வயது அறுதியிட முடியாத தாகவும் இருந்தது. கோணிப்பை நிறத்தில் ஒரு ட்வீட் ஆடை அணிந் திருந்தாள். அதனை இடுப்பில் இறுக்கமாக பெல்ட்டில் கட்டியிருந்ததில் பார்ப்பதற்கு, சைக்கிள் பம்ப்பை அவள் வாயில் செருகி நன்றாகக் காற்றடித்து மார்பிலும் இடுப்பிலும் உப்பிப்போயிருப்பதைப் போலிருந்தது. அவளது கட்டை குட்டையான கார்க் – நிற கால்கள் அவளுக்கு முன்னால் இரண்டு ராட்சச தூண்கள்போல கீழிருந்து நீட்டிக்கொண்டிருந்தன. இனிமையான சிறிய முகம் ரோஸ் நிறத்தில் ஜொலித்தது. வெகுகாலத்துக்கு முன் சின்னப் பெண்ணாக இருந்த போது அமைந்திருந்த யௌவனக் கவர்ச்சி, தொல்படிமம்போல முகத்தில் இப்போதும் அற்புதமாக மிச்சமிருந்தது. அவளது சாம்பல் – வெள்ளி கேசம் பழைய மோஸ்தரில் நடுவகிடு எடுத்து பின்னால் வாரப்பட்டு ஒரு மகத்தான 'பன்' னாக முடியப்பட்டிருந்தது. அவள் என்னைப் பார்த்துப் புன்னகைத்து, முகமன் கூறுவிதமாக தலை யசைத்தாள். பவுடர் அடிக்கப்பட்ட தசைத்தொங்கல்கள் கூடவே குலுங்கின. அவள் யாரென்று எனக்குத் தெரியவில்லை. ஏதோ புதிதாக விடுதியில் தங்க வந்திருக்கும் விருந்தினராக இருக்கலாம் என்று நினைத்தேன். மிஸ் வாவஸூரிடம் இந்த ஆஃப் சீஸனில் அரை டஜன் ரூம்கள் தற்போது காலியாக இருக்கின்றன. அவள் தடுமாற்றத்தோடு எழுந்திருக்க பிரம்பு நாற்காலி அவஸ்தை நீங்கிய விடுதலையில் முனகியது. இவள் உண்மையாகவே ஒரு கொழுப்பு உருண்டைதான். இடுப்பிலிருக்கும் பெல்ட்டின் கொக்கி மட்டும் அறுந்துவிட்டால் அவள் வயிறு புஸ்ஸென்று உப்பிக் கோளவடிவமாகி விடுவாளென்று நினைத்தேன். தலைமட்டும் மேலே பதிக்கப்பட்ட செர்ரிப்பழம்போல இருக்கும். அவள் என்னைப் பார்த்த பார்வையில் கலந்திருந்த பரிவு, இரக்கம், ஆர்வத்திலிருந்து, அவளுக்கு நான் யார், எனக்குச் சமீபத்தில் நேர்ந்த துக்க விஷயங்கள் போன்றவை அவளுக்கு சொல்லப்பட்டிருக்கிறது என்பது தெரிந்தது. அவளுடைய பெயரைச் சொன்னாள். கேட்பதற்கு மகா ஆடம்பரமாக, இணைப்புக் குறியோடு இரண்டு பாகமாக இருந்த அந்தப் பெயர் கேட்டவுடனேயே எனக்கு மறந்துபோயிற்று. அவள் கை சின்னதாக, மென்மையாக, ஒரு குழந்தையினுடையதுபோல ஈரக்கதகதப்போடு இருந்தது. கர்னல் பிளண்டன் கையில் ஞாயிற்றுக்கிழமை பேப்பரோடு அறைக்குள் நுழைந்தவர் அவளைப் பார்த்துவிட்டு முகத்தைச் சுருக்கினார். இதைப்போல அவர் முகத்தைச் சுளிக்கும்போது அவர் கண்ணில் மஞ்சடைந்த வெண்பகுதி மேலும் சிவப்பதைப்போலவும், அவரது வாய் ஏதோ ஒரு விலங்குக்கு வாய்மூடியிட்ட மாதிரியும் ஆகிவிடுகிறது.

மனைவியை இழந்த துயரத்தின் வேதனை விளைவுகளில் ஒன்று ஏமாற்றுக்காரனாக இருக்க நேர்கிற அருவருப்புணர்வு. அன்னா

இறந்ததற்குப் பிறகு எல்லா இடங்களிலும் நான் விசேஷமாகக் கவனிக்கப்பட்டேன், எல்லோரும் என்னிடம் இணக்கமாக நடந்து கொள்ளத் தொடங்கிவிட்டனர். கூட்டத்தில் தனியாகக் குறிப்பிட்டுப் பேசப்பட்டேன். சுற்றியிருப்பவர்கள் நான் வந்தவுடனேயே பேச்சை நிறுத்திவிடுகின்றனர். அதனால் நானும் பதிலுக்குச் சோகமாக முகத்தை வைத்துக்கொண்டு தீவிரமான சிந்தனைவயப்பட்ட மௌனத்தைக் கடைப்பிடிக்க வேண்டியிருக்கிறது. இது வெகுசீக்கிரத்திலேயே சகிக்க முடியாமல் என்னை நெளியவும் வைத்துவிடுகிறது. இது, இப்படி என்னைத் தனியாகப் பொறுக்கியெடுத்து சிசுருட்சை செய்கிற நியமம், என் மனைவியின் நல்லடக்கத்தின்போதுதான் ஆரம்பித்தது. சவக் குழியைச் சுற்றி நின்றிருந்தவர்கள் என்னைப் பார்த்துக்கொண்டிருந்த பார்வையிலிருந்த பரிவுணர்ச்சியும், சடங்குகள் நடந்துகொண்டிருக்கும் போது நான் மயங்கி விழுந்துவிடுவேனோ, இல்லாவிட்டால் சவக் குழிக்குள் நானும் பாய்ந்துவிடுவேனோ என்கிறாற்போல அவர்கள் என் கையை மிருதுவாகவும், அதே சமயத்தில் உறுதியாகவும் பற்றிக் கொண்டதும் அசாதாரணமாக இருந்தது. அதன் பின்னர் பெண்களில் ஒருசிலர் என்னை ஆதுரத்துடன் தழுவிக்கொண்டது, என் கண்களுக் குள் ஆழமாகப் பார்த்துக்கொண்டு அவர்கள் என் கையைப்பற்றி அழுத்திக்கொண்டே தேவைக்கதிகமாக காலம் தாழ்த்தியவிதம், நாடகத்தின் கடைசிக் காட்சியில் கதாநாயகியின் சடலத்தைக் கையில் ஏந்தியபடி மேடையில் தடுமாற்றத்தோடு நடந்துவரும் பரிதாபக் கதாநாயகனைக் கல்லும் கரைந்துருகும் இரக்கப் பார்வை பார்க்கிற பழங்கால நடிகையைப்போல வார்த்தையில்லா பரிவிரக்கத்தோடு தலையை ஆட்டிக்கொண்டது – இதிலெல்லாம் ஒருவித சந்தேகத்துக் கிடமான கனிவு இருந்ததாகக்கூட எனக்குத் தோன்றியிருக்கிறது. சட்டென்று எழுந்து நின்று கையைத் தூக்கி ‘போதும், உங்களுடைய மரியாதைக்கும் பரிவுக்கும் நான் தகுதியானவனல்ல, நான் வெறும் ஒதுங்கி நின்று வேடிக்கை பார்த்த உபநடிகன்தான், அன்னாதான் உண்மையில் இறந்துபோன வேலையைச் செய்து முடித்தவள், அவ ளுக்குத்தான் இந்த மரியாதையும் அஞ்சலியும் போய்ச் சேர வேண்டும்’ என்று சொல்ல வேண்டும்போலிருக்கும். மதிய உணவு நேரம் முழுக்க பன் என்னிடம் கரிசனமும், கருணையும் கலந்த தொனியிலேயே பேசிவந்தாள். அதற்கு ஏற்றாற்போல ஒரு தொனியை என் பதில் களில் எவ்வளவு முயன்றாலும் கொண்டுவர முடியாமல், என் குரலில் தென்படும் தைரியத்தையும் திமிரையும் அடக்க முடியாமல் திணறிக்கொண்டிருக்க வேண்டியிருந்தது. இந்த அபத்த நாடகம் மிஸ் வாவஸூருக்கு ரொம்பவும் எரிச்சலூட்டுவதாக இருப்பது அவள் முகத்திலேயே தெரிந்தது. இந்த இறுக்கத்தைத் தளர்த்தி, இயல்பாக, உற்சாகமாகச் சூழலை மாற்ற அவள் தொடர்ந்து முயன்று வந்தாலும் எதுவும் நடக்கிறமாதிரி தெரியவில்லை. கர்னலாலும் உதவ முடியவில்லை. பன்னின் அடங்காத கருணைப் பிரவாகத்தைத் தடுக்க வானிலை ஹேஷ்யங்கள், இன்றையத் தலைப்புச் செய்திகள்

என்று என்னதான்அவர் குறுக்கிட்டாலும் அவை அவளால் சுலபமாக முறியடிக்கப்பட்டன. பன்னுக்கு ஈடுகொடுக்க அவரால் முடியவில்லை. வெறியோடு முட்டுவதற்கு முன்னேறிவரும் நீர்யானைக்கு முன்னால் நிற்க முடியாமல் துள்ளிக் குதித்தும், ஓடி ஒதுங்கியும், பின்னுக்கு நகர்ந்தும் தோல்வி எரிச்சலில் பல்லை இறுக்கிச் சீறுகிற கழுதைப் புலியைப்போல அவர் நகைச்சுவையில்லாமல் சிரித்தும், அவஸ்தை யோடு பல்லிளித்துக்கொண்டும் இருந்தார்.

பன், நகரத்தில் ஒரு கடையின் மாடியிலிருக்கும் ஃபிளாட்டில் வசிக்கிறாள். இரட்டைப் பெயர்கொண்ட உயர்குடிப் பெண்ணான அவள் சமூகத்தின் மேல்தட்டில் இருப்பதை எனக்கு எல்லாச் சந்தர்ப்பங்களிலும் உணர்த்திக்கொண்டேயிருந்தாள். அவளைப் பார்ப்பதற்குப் புராதன காலத்து கன்னிகழியாத புனிதவதிகளில் ஒருத்திபோல, பிரம்மச்சாரியான திருச்சபை சமயகுரு ஒருவரின் ஹவுஸ்கீப்பிங் சகோதரிபோல, பண்ணையார் ஒருவரின் விதவை போல காணப்பட்டாள். விடாமல் அவள் தொணதொணத்துக் கொண்டிருக்க, என் மனக்கண்ணில் அவள் பல்வேறு அவதாரங்கள் பூண்டாள்: பம்பாஸைன் பட்டுக்கம்பளி ஆடைகளும், பட்டன் – காலணிகளும் அணிந்து ஒரு மகாபெரிய முன்வாசல் கதவின் முன்னால் கருங்கல் படிக்கட்டுகளின் மேலே அரியாசனத்தில் அவள் வீற்றிருக்க, எதிரே அடுக்கடுக்காக ஒன்றரைக்கண் சேவகர்கள் குழுமியிருக்கின்றனர்; துள்ளிப்பாயும் ஒரு கருப்புக் குதிரையின் மீது வேட்டை உடுப்பும், பவுலர் தொப்பியும், முகத்திரையும் அணிந்து வேட்டைக்குச் செல்கிறாள்; ஒரு விஸ்தாரமான சமையலறையில், சுற்றிலும் விதவிதமான அறைகலன்களும், பாத்திர பண்டங்களும், பளபளக்கும் உணவு மேஜையும், தட்டுகளில் விதவிதமான மாமிச வகைகளும் சூழ்ந்திருக்க, விசுவாசமான சமையல்காரி மிஸஸ் கிரப்பிடம் எஜமானரின் குளோரியஸ் ட்வெல்த் வருடாந்திர விருந்துக் காக மாட்டிறைச்சியில் எந்த வகை சமைக்கலாம் என்று ஆலோசனை வழங்குகிறாள். இப்படி உபத்திரவமில்லாத கற்பனைகளில் ஆழ்ந் திருந்ததில் அவளுக்கும் மிஸ் வாவஸூருக்குமிடையே சண்டை ஒன்று உருவாகிவருவதைக் கவனிக்கவில்லை. அது நன்றாக முற்றி விட்ட பின்புதான் எனக்கு உறைந்தது. இது எப்படித் தொடங்கியது, எதனால் உண்டானது என்றே புரியவில்லை. மிஸ் வாவஸூரின் கன்னங்களில் எப்போதும் காணப்படும் வெளிர்சிவப்புப் படலங்கள் இப்போது செக்கச்செவேலென்று எரிந்துகொண்டிருந்தன. பன், தன்மீது தொடர்ந்து காட்டப்பட்டு வரும் ஏளனத்தில் இன்னும் அதிகமாக உப்பிப் பெருத்து வருவதைப்போல தெரிந்தாள். அவள் சிநேகிதியைச் சீற்றம் கலந்த ஒரு சிரிப்போடு நேராகப் பார்த்தபடி மேஜையில் அசையாமல் உட்கார்ந்திருந்தாள். அவள் மூச்சு வெடுக் வெடுக்கென்று சின்னச் சின்னதாக வெடித்துக்கொண்டிருந்தது. அவர்கள் இருவருமே குரூரமான அடக்கத்தோடுதான் பேசிக்கொண்

டிருந்தனர். ஓட்டத் திறமையில் சரிசமமானதாக இல்லாத இரண்டு குதிரைகள் ஒன்றோடொன்று முட்டிக்கொண்டு, காலை இடறி விட்டுக்கொள்வதைப்போல இருந்தது அவர் இருவரையும் பார்க்கும் போது. *உண்மையாகவா, அதைப்போல நீ எப்படி சொல்லலாமென்று எனக்குப் புரியவில்லை ... உன்னை எனக்குத் தெரியாதா என்ன ..? நான் சொல்லவருவது நானொன்றும் ... நான் சொல்ல வருவது நீதான் ... சரி, அப்படியே இருக்கட்டும் ... நிச்சயமாக அப்படி யொன்றும் கிடையாது ... எக்ஸ்க்யூஸ் மீ, நிச்சயமாக அப்படித்தான்!* கர்னலுக்குப் பயம் அதிகரித்து இரண்டு பேரையும் மாறி மாறிக் கலவரத்தோடு பார்த்துக்கொண்டிருந்தார். நட்பாக ஆரம்பித்து திடீரென கொலைவெறியோடு மாறிவிட்ட ஒரு டென்னிஸ் மாட்ச்சைப் பார்க்கிறவர் மாதிரி அவர் கண்கள் அவர்களின் பேச்சுக் கணை களோடு சேர்ந்து அலைந்துகொண்டிருந்தன.

இந்தப் போட்டியில் மிஸ் வாவஸூர் எளிதாக ஜெயித்துவிடுவாள் என்று நினைத்தேன், ஆனால் இல்லை. அவள் வசமிருந்த எல்லா ஆயுதங்களையும் முழு அளவில் பயன்படுத்தியதாகத் தெரியவில்லை. ஏதோவொன்று அவளைப் பின்னுக்கு இழுப்பதாகவே எனக்குத் தோன்றியது. இந்த விஷயம் பன்னுக்குப் புலப்பட்டு, முழுபலத்தோடு மிஸ் வாவஸூரை தாக்கிக்கொண்டிருந்தாள். இந்தச் சூடான வாதத்தில் அவர்கள் கர்னலையும் என்னையும் மறந்துவிட்டதாகத் தோன்றி னாலும், உண்மையில் எனக்காக, என்னைக் கவர்வதற்காக, என்னை அடைவதற்காக அவர்கள் இந்தச் சண்டையை நடத்திக்கொண்டிருக் கிறார்கள் என்பது மெதுவாக எனக்கு உறைத்தது. இப்படி நான் சொல்வதற்கான காரணம், அவர்கள் சண்டையிட்டவிதம்; பன்னின் சிறிய கருப்பு விழிகள் ஆர்வமாக என்னை அடிக்கடி ஓரக்கண்ணில் பார்த்துக்கொண்டிருந்தன. மிஸ் வாவஸூர் வலுக்கட்டாயமாக என் பக்கம் தன் பார்வையை ஒரு முறைகூட திருப்பாமல் சண்டையிட்டுக் கொண்டிருந்தது மிகவும் அசாதாரணமாகத்தான் இருந்தது. நான் முதலில் நினைத்திருந்ததைவிட பன்னுக்குக் கள்ளத்தனமும் சாமர்த்தியமும் அதிகம் என்பது தெரியத் தொடங்கியது. குண்டாக இருப்பவர்கள் முட்டாள்களாகத்தான் இருப்பார்களென்றே பலரும் நினைப்பதுண்டு. இந்தக் குண்டுப் பெண்மணி என்னை முழுசாக எடைபோட்டு அறிந்துகொண்டு, நான் யார், என் தேவைகள் என்னென்னவென்று துல்லியமாக கணித்து வைத்திருக்கிறாள் என்பது ஆச்சரியம்தான். அவளுக்குத் தெரிந்திருப்பது என்ன? ஒரு பணக்கார மனைவியை கல்யாணம் செய்துகொண்டிருப்பது எப்போதுமே என்னைச் சங்கடப்படுத்தியதில்லை. பிறந்ததிலிருந்தே நான் ஒரு கவின்கலை ஆர்வலன் மட்டும்தான். பிழைக்கும் வழி தெரிந்து சம்பாதிக்கிற திராணி எதுவும் அன்னாவைச் சந்திக்கும் வரை எனக்கு இருந்ததில்லை. சார்லி வைஸ் சம்பாதித்து, இப்போது நான் ஸ்வீகரித்திருக்கிற அன்னாவின் சொத்துக்குத் தோற்றுவாய்

என்னவென்பதைப் பற்றியோ, அல்லது எந்தளவுக்கு, எப்படிப்பட்ட கனரக இயந்தியரங்களை சார்லி வாங்கி, விற்று, இந்தச் செல்வத்தைத் திரட்டியிருக்கக்கூடுமென்றோ நான் யோசித்ததேயில்லை. சொல்லப் போனால், பணம் என்பதென்ன? ஒருவனுக்குப் போதிய அளவுக்கு இருக்கும்போது அதைப்பற்றி அலட்டிக்கொள்ள எதுவுமே இல்லை. எனவே, இப்போது பன்னின் மறைமுகமான, எல்லாம் தெரிந்த, அடக்க முடியாத இச்சை கலந்த குறுகுறு பார்வைக்காக எதற்காக நெளிந்துகொண்டிருக்கிறேன்?

மேக்ஸ், சும்மா கதைவிடாதே; உண்மையை ஒப்புக்கொள். சரி, மறுக்கவில்லை. சொல்லிவிடுகிறேன். எனக்கு என் எளிய குடும்பப் பின்னணி குறித்து எப்போதுமே ஓர் அவமானவுணர்வு உண்டு. இப்போதுகூட பன் போன்றவர்கள் லேசாகப் புருவத்தைச் சுளித்து ஒரு ஏளனப்பார்வை பார்த்தாலோ, பச்சாதாபப்பட்டு ஆறுதல் வார்த்தை பேசினாலோ, அவமானத்திலும் சீற்றத்திலும் உள்ளுக்குள் குறுகிவிடுவேன். ஆரம்பத்திலிருந்தே என்னை மேம்படுத்திக்கொள்வதில் முனைப்பாக இருந்திருக்கிறேன். க்ளோயி கிரேஸிடமிருந்து நான் எதிர்பார்த்ததுகூட, அவள் குடும்பத்தின் மேல்தட்டு சமூக நிலைக்கு இணையாக, கொஞ்சநாட்களுக்கென்றாலும்கூட, என்னையும் அவர் களுக்குச் சமமாக அனுமதித்துக்கொள்வதைத் தவிர வேறு என்ன? அந்த இமாலய உயரங்களை எட்டுவதென்பது கஷ்டமாகத்தான் இருந்தது. அங்கே பன்னோடு உணவு மேஜையில் அமர்ந்துகொண் டிருக்கும்போது, ஐம்பது வருடங்களுக்கு முன் ஒரு ஞாயிற்றுக்கிழமை மதியம் ஸீடர்ஸில் அவர்களோடு அமர்ந்து சாப்பிட்ட மதிய உணவு ஒரு மெல்லிய அதிர்வோடு தவிர்க்க முடியாமல் ஞாபகத்திற்கு வந்தது. யார் என்னை அழைத்தது? நிச்சயம் க்ளோயி அல்ல. ஒரு வேளை அவள் அம்மாவாக இருக்கலாம். அது அவள்மீது மயக்கத்தில் இருந்த காலமாக இருக்கும். பேச்சே எழாமல் புல்லரித்துப்போய் அமர்ந்திருந்தேன். எவ்வளவு நடுக்கமாக, மிரண்டுபோயிருந்தேன் நான்! மேஜையில் அதுவரை நான் கண்டிராத விஷயங்கள் நிறைந் திருந்தன. விநோதமான வடிவங்களில் தேறல் கலங்கள், பீங்கானில் செய்த படகுகள்போல ஸாஸ் தட்டுகள், வெட்டுக்கத்திக்காக வெள்ளியில் ஸ்டேண்ட், தந்தக் கைப்பிடி வைத்த முட்கரண்டிகள், பின்பக்கமாக இழுக்கும்படி ஸேஃப்டி லீவர். ஒவ்வொரு கோர்ஸ் ஆரம்பிக்கும்போதும், மற்றவர்கள் எந்தச் சாதனத்தைக் கையில் எடுக்கின்றனர் என்று பார்த்து நானும் எடுக்க வேண்டியிருந்தது. யாரோ என்னிடம் மின்ட் ஸாஸ் பாத்திரத்தை நகர்த்திவைத்தனர். அதை வைத்துக்கொண்டு என்ன செய்வதென்று தெரியவில்லை. மின்ட் ஸாஸ்! மேஜையின் மறுகோடியிலிருந்து கார்லோ கிரேஸ் உக்கிரமாக மென்றுகொண்டே என்னை அவ்வப்போது உற்றுப் பார்த்துக்கொண்டிருந்தார். மரவீட்டில் வசிப்பது எப்படியிருக்கும் என்று தெரிந்துகொள்ள விரும்பினார். எதை வைத்துச் சமைப்போம்

என்று கேட்டார். பிரைமஸ் ஸ்டவ்வில், என்றேன், “ஹா!” என்று சத்தமாகச் சிரித்தார். “ப்ரைமஸ் *inter pares!*” ஆர்ப்பாட்டமாகச் சிரித்தார். மைல்ஸூம் சிரித்தான். ரோஸின் உதடுகள்கூட மடிந்தன. அவரைத் தவிர வேறு யாருக்கும் இதில் கேலிக்குரிய விஷயம் என்ன இருக்கிறதென்று தெரிந்திருக்காது என்பதை மட்டும் நிச்சய மாகச் சொல்வேன். க்ளோயி சிடுசிடுத்தாள். அவர்கள் செய்கிற கிண்டலைப் பார்த்து அல்ல, என் துரதிருஷ்ட நிலையைப் பார்த்து.

இந்த விஷயத்தில் என் கூச்சத்தைக் கண்டு அன்னா பச்சாதாபம் கொள்வதில்லை. வர்க்கமற்ற வர்க்கத்தைச் சேர்ந்தவளல்லவா. என் அம்மா ஓர் அற்புத மனுஷி என்று அவள் கருதினாள். அச்சுறுத்தக் கூடிய ஆளுமை அவளுக்கு என்பாள். விட்டுக்கொடுக்காத, மன்னிக்கும் குணமில்லாத அற்புத மனுஷியாம், அவளைப் பொறுத்தவரையில். ஆனால் என் அம்மா அவளை இந்த ரீதியில் கரிசனத்தோடு அணுகியதே யில்லை. அவர்கள் இரண்டு அல்லது மூன்று முறைக்குமேல் சந்தித்தே யில்லையென்று நினைக்கிறேன். அத்தனை முறையும் படுதோல்வி யில் முடிந்த சந்திப்புகள். அம்மா கல்யாணத்துக்கு வரவில்லை. உண்மையைச் சொல்லிவிடுகிறேன், நான் அவளை அழைக்கவில்லை. அதன் பிறகு அவள் அதிககாலம் உயிரோடு இல்லை. ஏறக்குறைய சார்லி வைஸ் காலமான அதே சமயத்தில்தான். “இரண்டு பேரும் நம்மை ஒரே நேரத்தில் விடுதலை செய்துவிட்டதைப்போலிருக்கிறது,” என்றாள் அன்னா. இந்தத் தணிவான பொருள் விளக்கத்தை நான் ஏற்றுக்கொள்ளாவிட்டாலும் எதுவும் சொல்லவில்லை. அது மருத்துவ மனையில் இருந்த ஒரு நாளில் நடந்தது. திடீரென்று அவள் என் அம்மாவைப்பற்றி பேசத் தொடங்கினாள். அவளை அதுபோலப் பேசுவதற்குத் தூண்டியது எதுவென்று எனக்குத் தெரியவில்லை. கடந்த காலத்தின் பிரதிமைகள் கடைசியில் தமக்குரிய பங்கைக் கோரியபடி வந்துவிடுகின்றன. புயலும் மழையும் அடித்து ஓய்ந்ததற்கு அடுத்த நாள் காலை அது. அந்த மூலை அறையின் ஜன்னலுக்கு வெளியே எல்லாவற்றையும் சூறாவளி புரட்டிப்போட்டிருந்தது. புல்வெளியை உதிர்ந்த இலைகள் மூடியிருக்க, தண்ணீர் எல்லா இடங்களிலும் நீக்கமற தேங்கியிருந்தது. போதை கலையாத குடிகாரன் போல விடிந்தபிறகும் மரங்கள் ஆடிக்கொண்டிருந்தன. அன்னாவின் ஒரு மணிக்கட்டில் பிளாஸ்டிக் அடையாள அட்டை கட்டப்பட்டிருக்க, மற்றதில் கைக்கடிகாரம்போல பட்டன் வைத்த சாதனம் ஒன்று பொருத்தப்பட்டிருந்தது. அந்தப் பொத்தானை அழுத்தினால் குறிப்பிட்ட அளவு மார்ஃபின் அவளது ஏற்கனவே மாசடைந்திருக்கும் ரத்த ஓட்டத்தில் கலக்கப்படும். முதல் முறையாக நாங்கள் எங்கள் வீட்டுக்குச் சென்றபோது (வீடு! இந்த வார்த்தை என்னை எட்டி உதைக்கிறது, நான் தடுமாறுகிறேன்) என் அம்மா அவளிடம் ஒரு வார்த்தைகூட பேசவில்லை. கால்வாயை அடுத்த ஒரு ஃபிளாட்டில் அம்மா வசித்து வந்தாள். அது அவள் வீட்டுக்காரி வளர்க்கும் பூனைகளின் நாற்றம்

விரவி, பாதி இருட்டில் மூழ்கியிருக்கிற ஒரு மட்டமான இடம். அவளுக்குப் பரிசாக ட்யூட்டி – ஃப்ரீ சிகரெட்டுகளும் ஒரு பாட்டில் ஷெர்ரியும் கொண்டு சென்றிருந்தோம். அவற்றை அவள் முகச் சுளிப்போடு பெற்றுக்கொண்டாள். அந்தச் சின்ன இடத்திலேயே அவள் எங்களைத் தங்கச் சொல்வாளென்று எதிர்பார்க்கமாட்டோ மென்று நம்புவதாகச் சொன்னாள். நாங்கள் பக்கத்திலிருந்த ஒரு மலிவான ஓட்டலில் தங்கினோம். அங்கே தண்ணீர் பழுப்பு நிறத்தில் வந்தது. அன்னாவின் கைப்பை திருடுபோனது. அம்மாவை நாங்கள் மிருகக்காட்சிசாலைக்குக் கூட்டிச் சென்றோம். பாபூன் குரங்குகளைப் பார்த்து அவள் விஷமத்தனமாக வாய்விட்டு சிரித்தாள். அவளுக்கு அவற்றைப் பார்த்தால் யார் ஞாபகமோ வருகிறது என்பதைப் பகிரங்கமாகவே உணர்த்தினாள். வேறு யார், என்னைத்தான். அவற்றில் ஒன்று கவலையில்லாமல் அலட்சியமாகத் தலையை திருப்பிக் கொண்டு சுயமைதுனம் செய்துகொண்டிருந்தது. "அசிங்கம்", என்றபடி அம்மா அருவருப்போடு திரும்பி நடந்தாள்.

மைதானத்தில் அமைக்கப்பட்டிருந்த கஃபேவில் தேநீர் அருந்தி னோம். வங்கி விடுமுறைக் கூட்டத்தின் சந்தடியோடு யானைகளின் பிளிறல்களும் கலந்திருந்தன. அம்மா ட்யூட்டி – ஃப்ரீ சிகரெட்டுகளைப் புகைத்தாள். மூன்று நான்கு இழுப்புகளுக்குப் பிறகு அலட்சியமாக அந்தச் சிகரெட்டுகளை வீசியெறிந்து, என் சமாதானப் பரிசுகளுக்கு அவள் தரும் மரியாதையைப் புலப்படுத்தினாள்.

அவள் கொறிப்பதற்காகக் கோதுமைப் பண்ணியம் வாங்குவதற்கு அன்னா எழுந்து சென்றவுடன், "அவள் எதற்காக உன்னை 'மேக்ஸ்' என்று கூப்பிடுகிறாள்?" என்று கிசுகிசுத்தாள். "உன் பெயர் ஒன்றும் மேக்ஸ் இல்லையே?"

"இப்போது அதுதான்", என்றேன். "நான் உனக்கு அனுப்பியிருந் தேனே, நான் எழுதிய கட்டுரைகள், அதில் என் பெயரை நீ பார்க்க வில்லையா?"

அவள் தனக்கேயுரித்தான வகையில் தோள்களைக் குலுக்கிக் கொண்டாள்.

"அவை வேறு யாரோ எழுதியதென்று நினைத்தேன்."

நாற்காலியில் பக்கவாட்டில் திரும்பி முதுகை விறைப்பாக வைத்துக்கொண்டு மடியிலிருந்த ஹேன்ட் பேக்கை இரண்டு கைகளிலும் கெட்டியாகப் பிடித்துக்கொண்டு உட்கார்ந்திருந்தாள். சரியாக வாரப்படாத அவளது நரைத்த முடியின் மீது, அப்பம் போன்ற வடிவத்தில் உச்சியில் கருப்பு வலை பின்னிய தொப்பியை ஒருக்களித்துச் செருகிக்கொண்டு அவள் உட்கார்ந்திருக்கிற விதத்திலேயே கோபத்தை அவளால் காட்ட முடியும். அவள் முகவாயில் சின்னதாக நரைமுடிகள் கூட இருந்தன. அன்னா இருந்த திக்கை வெறுப்போடு பார்த்தாள்.

“ஹ்ம்,” என்று செருமினாள். “நல்ல இடம்தான் இது. இங்கேயே இந்தக் குரங்குகள் இருக்கிற கூண்டுக்குள் என்னை அடைத்துவிட்டுப் போய்விடலாமென்றுதான் உனக்கு இருக்கும். இவர்களெல்லாம் எனக்கு வாழைப்பழங்கள் சாப்பிடத் தருவார்கள், பிரச்சனை இருக்காது.”

அன்னா பண்ணியத்தோடு வந்தாள். அம்மா அதனை இகழ்ச்சி யாகப் பார்த்தாள்.

“எனக்கு வேண்டாம்,” என்றாள். “இது வேண்டுமென்று நானொன் றும் கேட்கவில்லையே.”

“அம்மா,” என்றேன்.

“சும்மா அம்மா, அம்மா என்று கூப்பிடாதே.”

ஆனால் நாங்கள் கிளம்பும்போது அவள் அழுதாள். வாசல் கதவுக்குப் பின்னால் ஒளிந்துகொண்டு சின்னக்குழந்தைபோல முழங்கையால் கண்களை மறைத்துக்கொண்டாள். தன்மீதே எரிச்சல் பட்டுக் கொண்டாள். அந்தக் குளிர் காலத்தில் அவள் இறந்துபோனாள். பருவத்துக்கு மாறான நல்ல வானிலை இருந்த ஒரு வார – மத்தி, பிற்பகலில் கால்வாய்க்கருகிலிருந்த ஒரு பெஞ்ச்சில் அமர்ந்திருந்த போது பட்டென்று போய்விட்டாள். ‘ஆஞ்சினா பெக்டோரிஸ்’ஆக இருக்கலாம். யாருக்கும் தெரியவில்லை. பாதையில் அவள் வீசியெறிந் திருந்த கொட்டைகளை அந்தப் புறாக்கள் இன்னமும் கொறித்துக் கொண்டிருந்தபோது, எவனோ ஒரு பையன் அவளுக்குப் பக்கத்தில் உட்கார்ந்து அவள் இறந்துவிட்டிருந்தது தெரியாமல் அவன் கொண்டு வந்திருந்த தண்ணீர் பாட்டிலைத் திறந்து அவளுக்குக் கொடுத்திருக் கிறான்.

“விநோதம்,” என்றாள் அன்னா. “போன நிமிஷம் நன்றாக இருந்துவிட்டு, அடுத்த நிமிஷம் போய்விடுவது.”

அவள் பெருமூச்செறிந்து வெளியே மரங்களை வெறித்தாள். அந்த மரங்கள் அவளை ஆசுவாசப்படுத்தின. அங்கே சென்று மரங் களுக்கு மத்தியில் நிற்பதற்கும், கிளைகளின் வழியே காற்று சீறுவதைக் கேட்பதற்கும் அவளுக்கு ஆசை இருந்தது. ஆனால் அவள் வெளியே போகக் கூடாது. இனி அவள் போகக் கூடாது. “இங்கே அடைபட்டுக் கிடப்பது இருக்கிறதே . . !” என்று ஆரம்பித்து நிறுத்தினாள்.

யாரோ என்னைக் கூப்பிட்டுக்கொண்டிருந்தனர். பன்தான். எவ்வளவு நேரமாக என் தலையில் சித்திரவதை அறைகளுக்குள் அலைந்துகொண்டிருந்திருக்கிறேன்? மதிய உணவு முடிந்து பன் குட்பை சொல்லிக்கொண்டிருந்தாள். அவள் புன்னகைக்கும்போது, குட்டியான பொத்தான் போன்ற அவள் நாசியைச் சுற்றி தசைகள் சுருங்கி, அந்தச் சின்ன முகம் மேலும் சின்னதாகிவிடுகிறது. சன்னல்

வழியாக வெளிர்ப் பச்சை வானத்தில் ஈரச்சூரியன் மேற்கே இன்னமும் முறைத்துக்கொண்டிருக்க மந்தை மந்தையாக மேகங்கள் அதைத் தாண்டிக் குதித்துச் செல்வதைப் பார்க்க முடிந்தது. ஒரு கணம் எனக்குள் முன்பு தோன்றிய எனது பிம்பம் மீண்டும் மின்னி மறைந்தது. இளஞ்சிவப்பில் கீழுதடு தளர்த்தியாகத் தொங்க, பிரம்மாண்டமான கைகள் செயலிழந்து மேஜைமேல் கிடக்க, மயக்க மருந்து ஏற்றப் பட்ட அந்த மாபெரும் மனிதக் குரங்கு நினைவு மழுங்கி நாற்காலி யோடு பிணைக்கப்பட்டிருக்கிற பிம்பம். இப்போதெல்லாம் இந்த பிம்பம் மனதுக்குள் அடிக்கடி தலைகாட்டுகிறது. உள்ளே திடீரென சூனியமாகி, சேகரித்துவைத்த நினைவுகள் எல்லாமும் மழையில் அடித்துக்கொண்டு போய்விட்டதைப்போல மனதைவிட்டுத் தொலைந்து போய்விடுகின்றன. அவை மீண்டும் திரும்பவருமாவென்று நிச்சய மில்லாமல் காத்திருந்து ஸ்தம்பித்துப் போய்விடுகிறது. பன் மேஜைக்கடி யிலிருந்து அந்தப் பூதாகரமான கால்களை வெளியே இழுத்து எழுந்து நிற்கிற மகத்தான முயற்சியில் ஈடுபட்டிருந்தாள். மிஸ் வாவஸூர் ஏற்கனவே எழுந்து அவள் சிநேகிதியின் முதுகுக்குப் பின்னால் (எவ்வளவு விஸ்தாரமான, பௌலிங் – பால் போன்ற வட்டமான தோள்கள்) பொறுமையிழந்து, அவள் எப்போது இடத்தைக் காலி செய்யப் போகிறாள் என்ற கவலை முகத்தில் வெளிப்பட்டுவிடாம லிருக்க பிரயத்தனப்பட்டுக்கொண்டிருந்தாள். கர்னல் பன்னின் மறுபுறத்தில், ஒரு அசௌகரியமான கோணத்தில் முன்னால் சாய்ந்த படி ஏதோ பாரதூரமான அறைகலன் ஒன்றைத் தூக்கிச்செல்வதற் காக வந்திருக்கும் பணியாளைப்போல காற்றில் பாசாங்கு பாவனை செய்துகொண்டிருந்தார்.

"சரி" என்று பன் மேஜைமேல் விரலால் தாளமிட்டபடியே திரும்பி மிஸ் வாவஸூரையும் அதன்பின் கர்னலையும் பிரகாசமாகப் பார்த்தாள். அவர்கள் இருவரும் ஓரடி முன்னகர்ந்து அவளுக்கருகில் வர, அவள் தோளுக்கடியில் இருவரும் கைகொடுத்து அவளைத் தூக்கி நிறுத்தப்போகிறார்கள்போலத் தோன்றியது.

வெளியே, பின் இலையுதிர் கால சாயங்காலத்தின் தாமிர – நிற வெளிச்சத்துக்கு வந்தோம். ஸ்டேஷன் ரோடைச் சூறாவளிக் காற்று பெருக்கியபடி வந்து மர உச்சிகளை ஒன்றோடொன்று மோதவைத்து பழுத்த இலைகளை வானத்தில் விசிறியடித்தது. காக்கைகள் வறட்டுத்தனமாகக் கரைந்தன. இந்த வருடம் ஏறக்குறைய முடிவுக்கு வந்துவிட்டது. காலண்டரில் ஒரு புதிய எண் வருவதைத் தவிர வேறு என்ன புதிதாக வந்து ஏற்கனவே இருப்பதை மாற்றீடு செய்யப்போகிறது? பன்னின் கார் கேட்டுக்கு முன்னால் சரளைப் பாதையில் நிறுத்தப்பட்டிருந்தது. செக்கச் செவேலென்று லேடிபேர்ட் வண்டுபோல அழகானச் சின்ன கார். டிரைவர் ஸீட்டில் பன் தன்னைப் பின்பக்கமாகத் துருத்தி அவள் பூதாகர உடம்பை முதலில் செருகிக்கொண்டு, அதன் பின் கால்களை உயர்த்தி போலி புலித்

தோல் ஸீட்டின்மேல் பொத்தென்று உட்கார, அந்தக் குட்டிக்கார் அதன் ஸ்பிரிங்குகளில் மூச்சுத் திணறியது. கர்னல் அவளுக்காகக் கேட்டைத் திறந்து ரோட்டின் மத்தியில் நின்று மிகையாக கைகளை ஆட்டி ஆட்டி அவள் வெளியே வருவதற்கு வழியமைத்து கொடுத்தார். கார் புகை, கடல், தோட்டத்தின் இலையுதிர் கால அழுகல் நாற்றங்கள். கண நேர வெறுமை. எனக்கு எதுவும், எதுவும் தெரியாது. கிழட்டு மனிதக்குரங்கு நான். பன் காரின் ஹாரனை உற்சாகமாக அழுத்தினாள். கையை ஆட்டினாள். கண்ணாடி வழியாக அவளது குட்டியூண்டு மூஞ்சி எங்களைப் பார்த்துச் சிரித்தது. மிஸ் வாவஸூர் திரும்பக் கையசைத்தாள். உற்சாகமாக அல்ல. கார் சாலையின் மேடு பள்ளங்களில் ஆயாசத்துடன் குதித்துக் குதித்து, ரயில்வே பிரிட்ஜைத் தாண்டி மறைந்தது.

“சரியான அறுவை,” என்று கர்னல் கைகளைத் தேய்த்துக் கொண்டே உள்ளே நடந்தார்.

மிஸ் வாவஸூர் பெருமூச்செறிந்தாள்.

இரவு உணவு இன்று எங்களுக்கு இல்லை. மதிய உணவே வெகுநேரம் நீண்டுவிட்டிருந்தது. வயிறு அதன் முழு கொள்ளளவில் நிரம்பியிருக்கிறது. மிஸ் V. அவள் சிநேகிதியோடு வார்த்தைச் சமர் செய்திருந்ததில் இன்னமும் சஞ்சலத்தோடுதான் இருக்கிறாள். பிற்பகல் தேநீருக்காக கர்னல் அவளைச் சமையலறைக்குப் பின்தொடர்ந்து சென்றபோது வெடுக்கென்று அவள் ஏதோ சொன்னதில் அவர் தன் அறைக்குக் கால்பந்து வர்ணனை கேட்க ஓடிவந்துவிட்டார். நானும் கையில் ஒரு புத்தகத்தோடு முன்கூடத்துக்கு ஒதுங்கிவிட்டேன். பொனாரைப் பற்றி பெல்லின் புத்தகம். தேங்கிய கால்வாய் தண்ணீர் போல மந்தமான புத்தகம். படிக்க முடியாமல் கீழே வைத்தேன். பன்னின் வருகை அந்த இடத்தின் நுண்ணிய சமநிலையைக் குலைத்துவிட்டிருந்தது. விறைப்பான அலாரம் ஒயர் ஒன்றை இடறிவிட்டு அது இன்னமும் ரீங்கரித்துக்கொண்டிருப்பதுபோல ஒரு சப்தமற்ற அதிர்வொலி சூழலை நிறைத்திருந்தது. சன்னல் மேடையில் உட்கார்ந்து அன்றைய தினம் இருட்டிக்கொண்டு வருவதைக் கவனித்துக்கொண்டிருந்தேன். அஸ்தமிக்கும் சூரியனின் கடைசி கிரணங்களுக்கெதிரே சாலை மரங்கள் நிழல்வடிவாகத் தெரிந்தன. கும்பல் கும்பலாக காக்கைகள் எழும்பி, ஜிவ்வென்று சரிந்து, கரகரப்பாக இரைச்சலிட்டுக் கொண்டு ராத்திரி தங்கலுக்குப் பூசலிட்டுக்கொண்டிருந்தன. அன்னாவை நினைத்துக்கொண்டிருந்தேன். வலுக்கட்டாயமாக அவளைப்பற்றி நினைத்துக்கொள்வதை ஒரு பயிற்சிபோல செய்து கொண்டிருக்கிறேன். எனக்குள்ளே செருகப்பட்ட ஒரு கத்தியைப் போல அவள் பொதிந்திருந்தாலும் அவள் மறந்துபோகத் தொடங்கியிருக்கிறாள். என் தலையில் பதிந்திருக்கும் அவள் பிம்பம் ஏற்கனவே துண்டுத் துண்டாக இற்று, தங்கச் செதில்கள் உதிர்ந்துகொண்டிருக்

கின்றன. கேன்வாஸ் முழுவதும் ஒரு நாள் காலியாகப்போய்விடுமோ? அவளைப்பற்றி எவ்வளவு சொற்பமாக, எவ்வளவு மேலோட்டமாக, எவ்வளவு மடத்தனமாக தெரிந்து வைத்திருக்கிறேன் என்பதை இப்போது உணரத் தொடங்கியிருக்கிறேன். இதற்கு என்னைக் குற்றம் சொல்ல முடியாதுதான். ஒருவேளை குற்றம் சொல்ல வேண்டுமோ? நான் ரொம்பவும் சோம்பேறித்தனமாக, ரொம்பவும் அலட்சியமாக, ரொம்பவும் சுயநலத்தனமாக இருந்துவிட்டேனோ? ஆம், இவை யெல்லாவற்றையும் சொல்லலாம். இருந்தும் இதை, இந்த மறதியை, இந்தப் புரிந்துகொள்ளாததை, ஒரு குற்றம் சுமத்த வேண்டிய விஷயமாக என்னால் நினைக்க முடியவில்லை. எனக்கென்னவோ, புரிந்துகொள்ள முற்படும்போது நான் அளவுக்கதிகமாக எதிர்பார்த்திருக்கிறேன் என்று தோன்றுகிறது. என்னை நானே புரிந்துகொண்டிருப்பது கொஞ்சம்தான் என்கிறபோது மற்றவரை எப்படி நான் புரிந்து கொள்வது?

இல்லை, கொஞ்சம் பொறுங்கள், அதுவல்ல. வஞ்சகம் பிடித்தவன் நான் என்று நீங்கள் சொல்கிறீர்கள், ஆம், ஆம். உண்மையென்ன வென்றால் நாங்கள் இருவருமே ஒருவரையொருவர் புரிந்துகொள்ள விரும்பியதில்லை. மேலும் நாங்கள் விரும்பியதே என்னவென்றால் ஒருவரையொருவர் புரிந்துகொள்ளாமல் இருப்பதைத்தான். நான் ஏற்கனவே எங்கேயோ சொல்லியிருக்கிறேன் (உடனே எங்கே, எப்போது, என்று கண்டுபிடிக்கப் போவதற்கு நேரமில்லை, எண்ணங்களின் கொந்தளிப்பில் சிக்கியிருக்கும்போது தோன்றுவதுதான் இது) அன்னா விடம் முதலிலிருந்தே நான் கண்டுகொண்டது என்னவென்றால், எனக்கானக் கற்பனையை நிறைவேற்றிக்கொள்ளும் ஒரு வழிமுறையைத் தான். இதைச் சொல்லும்போது நான் அர்த்தப்படுத்துவது என்ன வென்பது எனக்கே சரியாகத் தெரியவில்லை, ஆனால் அதைப்பற்றி யோசிக்கும்போது திடீரென்று கொஞ்சம் தெரிகிறது. இல்லை, உண்மை யிலேயே தெரிகிறதா எனக்கு? இதைக் கொஞ்சம் அலைக்கழிக்க லாம், கைவசம் நிறைய சமயமிருக்கிறது. இந்த ஞாயிற்றுக்கிழமைச் சாயங்காலங்கள் முடிவற்றவை.

ஆரம்பத்திலிருந்தே மிகப்பெரிய ஆளாக வேண்டுமென்று நான் ஆசைப்பட்டுவந்தேன். 'உன்னையே அறிந்துகொள்' என்ற பொருள் படும் *nosce te ipsum* என்ற கட்டளையை என் ஆசிரியர் உச்சரித்து அவரோடு சேர்ந்து என்னையும் சொல்லச் சொன்னபோது அது என் நாவில் சாம்பலைப்போட்டு குதப்பிய மாதிரி இருந்தது. என்னை எனக்குத் தெரியும். நன்றாகவே தெரியும். எனக்கு என்ன தெரிந் திருந்ததோ அது எனக்கு உவப்பானதாக இருக்கவில்லை. இருந்தாலும் நான் தகுதி பெற்றாக வேண்டும். நான் எப்படி இருந்தேனோ, அதை நான் வெறுத்தேன் என்று அதற்கு அர்த்தமல்ல. நான் சொல்ல வருவது அடிப்படையான, என் ஒருமையான சுயம் – இந்த அடிப்படை யான, ஒருமையான சுயம் என்பதே ஒரு சிக்கலான, பிரச்சனைக்

குரிய விஷயமென்பதை நான் ஒப்புக்கொண்டாலும் – என் ஆளுமை யின் இடத்தில் என் பிறப்பும் வளர்ப்பும் ஏற்படுத்திய பாதிப்புகள், ஈடுபாடுகள், வரித்துக்கொண்ட சிந்தனைகள், ஊறிப்போன வர்க்க புத்தி போன்ற விஷயங்கள் பதிந்துவிடுகின்றன. ஆம், ஆளுமையின் இடத்தில். மற்றவர்களுக்கு இருப்பதைப்போலவோ, அல்லது இருப்ப தாக நினைத்துக்கொண்டிருப்பதைப்போலவோ, எனக்கு எப்போதுமே ஆளுமை என்ற ஒன்று இருந்ததில்லை. நான் எப்போதுமே பிரத்தியட்ச மான ஒன்றுமற்றவன். ஒன்றுமற்றவன் ஒரு பிரத்தியட்சமற்ற யாரோ ஒருவனாக இருப்பதுதான் என்னுடைய லட்சியம் என்று இருந்தது. நான் சொல்வதைத் தெரிந்துதான் சொல்கிறேன். அன்னாவைப் பார்த்தவுடனேயே அவள் எனது ரசமாற்றத்தின் ஊடகமாக இருப்பாள் என்பது தெரிந்துவிட்டது. எனது எல்லாவித சிதைவுகளையும் குலைவு களையும் நேராக்கிக் காட்டுகிற பொருட்காட்சிக் கண்ணாடி அவள். எங்களது ஆரம்ப தினங்களில், "நீங்கள், நீங்களாகவே ஏன் இருப்ப தில்லை?" என்பாள், இந்த மகத்தான உலகைப் புரிந்துகொள்ள முடியாமல் நான் தடுமாறும்போது. கவனியுங்கள், 'நீங்களாகவே இருக்க வேண்டும்' என்கிறாள்; 'உன்னை அறிந்துகொள்' என்றதில்லை. *நீயாக இரு!* இதற்கு அர்த்தம், *நீ விரும்புகிற யாரைப்போலவும் இரு.* இதுதான் எங்களுக்கிடையிலான ஒப்பந்தம். எல்லோரும் நாங்கள் எப்படியானவர்கள் என்று சொல்கிறார்களோ அப்படியான சுமையிலிருந்து ஒருவரையொருவர் விடுவித்துக்கொள்ள வேண்டும். அவளாவது என்னை அந்தச் சுமையிலிருந்து விடுவித்திருந்தாள், ஆனால் நான் அவளுக்காக என்ன செய்தேன்? அறிந்துகொள்ளாதிருக் கும் இந்த முயற்சியில் அவளை நான் ஈடுபடுத்தியிருக்கக் கூடாது. அறியாமைக்கு ஆசைப்பட்டவன் நான் மட்டும்தான்.

இப்போது என்னிடம் மிச்சமிருக்கும் கேள்வியே, அறிந்து கொள்ளுதல் குறித்த கேள்வி மட்டுமே. நாமாக இல்லாவிட்டால் நாம் யார்? சரி, இதிலிருந்து அன்னாவை விலக்கிவிடலாம். நானாக இல்லாவிட்டால் நான் என்பது யார்? தத்துவவியலாளர்கள் நாம் வரையறுக்கப்பட்டவர்களென்றும், பிறரிடமிருந்தே நமது இருப்பைப் பெற்றிருக்கிறோமென்றும் கூறுகின்றனர். ரோஜா இருட்டில் சிவப்பாக இருக்குமா? தூரத்துக் கிரகம் ஒன்றின் வனத்தில், கேட்பதற்குச் செவிகள் ஏதுமற்ற நிலையில், மரம் ஒன்று விழும்போது சத்தம் கிளம்புமா? நான் கேட்கிறேன்: அன்னா இல்லாவிட்டால் வேறு யார் என்னைப் புரிந்திருக்க முடியும்? நானில்லாவிட்டால் வேறுயார் அன்னாவைப் புரிந்திருக்க முடியும்? அபத்தமான கேள்விகள். நாங்கள் இருவரும் சந்தோஷமாகவே வாழ்ந்திருக்கிறோம். வேறுமாதிரியாகச் சொன்னால், நாங்கள் சந்தோஷமில்லாமல் குடும்பம் நடத்திக்கொண் டிருந்ததாகச் சொல்ல முடியாது. பெரும்பாலான குடும்பஸ்தர்கள் ஒப்பேற்றிக்கொண்டிருப்பதைவிட இது எவ்வளவோ மேல்தான், இது போதாதா? எங்களுக்கிடையேயும் உராய்வுகள் இருந்திருக்கின்றன,

அழுத்தங்கள் இருந்திருக்கின்றன. எங்களைப் போன்றவர்களுக்கிடையே இருக்கும் உறவில் எப்படி இவையெல்லாம் இல்லாதிருக்க முடியும்? கத்தல்கள், வீறிடல்கள், தூக்கியெறியப்பட்ட தட்டுகள், அபூர்வமாக எப்போதோ ஓர் அறை, அதைவிட அபூர்வமாக ஓர் அடி, எங்களிடையே எல்லாமே இருந்திருக்கிறது. அப்புறம் ஸெர்ஜ் போன்றவர்கள். அதைச் சொல்லும்போது எனது ஸெர்ஜ்களைப்பற்றி சொல்லாமலிருக்க முடியுமா? சரி, அதெல்லாம் எதற்கு? எங்களுடைய உக்கிரமான சண்டைகூட க்ளோயியும் மைல்ஸூம் போடுகிற மல்யுத்தம்போல விளையாட்டாகத்தான் இருந்திருக்கிறது. எங்களுடையப் பூசல்களைச் சிரிப்பில்தான் முடித்து வைத்திருக்கிறோம். கசப்பான சிரிப்பில். ஆனால் எப்படியோ சிரிப்பில்தான். அடக்க முடியாத, கொஞ்சம் அவமானம் கலந்த சிரிப்போடு. அவமானம் எங்கள் மூர்க்கத்தனத்துக் காக அல்ல; எங்கள் சண்டையில் இருக்காத மூர்க்கத்துக்காக. உண்மையாக உணர வேண்டுமென்பதற்காக, உண்மையாக இருக்க வேண்டுமென்பதற்காகச் சண்டையிட்டோம். சுயமாக எங்களை உருவாக்கிக்கொண்டிருக்கும் ஜீவன்களல்லவா? அப்படித்தானே என்னை நினைத்துக்கொண்டிருந்தேன்?

நாங்கள், நான், வேறு எப்படியாவது நடந்திருக்க முடியுமா? அர்த்தமில்லாத ஆராய்ச்சி. ஏன், நான் வாழ்ந்திருக்கலாம்தான், ஆனால் வாழ்ந்திருக்கவில்லை. ஏன் என்று கேட்பதன் அழுத்தம் இங்கேதான் ஒளிந்திருக்கிறது. எனது இட்டுக்கட்டப்பட்ட சுயத்தின் நம்பகத்தன்மையை அளந்து பார்ப்பதற்கு உத்தமமான வழி எங்கே இருக்கிறது? பொனார் கடைசியாகத் தீட்டிய அந்தக் கடைசி குளியலறை ஓவியங்களில் அவருடைய எழுபது வயது மார்த்தை, தான் முதலில் அவளைச் சந்தித்தபோது நினைத்த பதின்பருவத்து பெண்ணாகவேதான் அப்போதும் வரைந்துகொண்டிருந்தார். ஒரு மகத்தான, துயரார்ந்த கலைஞனுக்கு இருப்பதைவிட சத்தியம் வாய்ந்த ஒரு சுயதரிசனம் எனக்கு இருக்க வேண்டுமென நான் ஏன் கோருகிறேன்? அன்னாவும் நானும் எங்களால் இயன்றவரை உன்னதமாக இருந்திருக்கிறோம். எங்களால் இருக்க முடியாத எல்லாவற்றுக்காகவும் நாங்கள் ஒருவரையொருவர் மன்னித்துக் கொண்டோம். இந்தச் சித்திரவதைகளும் கண்ணீரும் மண்டிய பள்ளத்தாக்கில் இதைவிட அதிகமாக எதை எதிர்பார்க்க முடியும்? “ரொம்பவும் கவலையோடு இருக்காதீர்கள். நானும்கூட உங்களைக் கொஞ்சம் வெறுத்திருக்கிறேன். நாமெல்லோருமே மனிதப் பிறவிகள் தானே,” என்றாள் அன்னா. இருந்தபோதிலும், அது என்னவென்று தெரியாதபோதிலும் எங்களிடையே ஏதோ குறை இருந்தது, என்னிடம் ஏதோ குறை இருந்தது என்ற குற்றத்தீர்ப்பை மட்டும் என்னிடமிருந்து விலக்கிக்கொள்ள முடியவில்லை.

சிந்தனை தடம் மாறிவிட்டது. எல்லாமே ஒன்றோடொன்று கலந்துவிட்டது. இந்தத் தீர்க்க முடியாத சந்தேக மயக்கங்களை

வைத்துக் கொண்டு ஏன் என்னை நானே வதைத்துக்கொண்டிருக்கிறேன்? என்னிடம் இருக்கின்ற வாதக்கோட்பாடுகள் போதாதா? உன்னை நீயே தொந்தரவு செய்துகொண்டிருக்காதே, மேக்ஸ், உன்னைக் கொஞ்சம் தனியாக இருக்க விடு.

அந்த மங்கலான அறையின் நிழல்களுக்கிடையே உலவும் ஆவியுரு போல மிஸ் வாவஸுர் உள்ளே வந்தாள். அறை கதகதப்பாக இருக்கிறதாவென்று விசாரித்தாள். கணப்புப் பற்றவைக்கட்டுமா என்றாள். நான் அவளிடம் பன்னைப் பற்றி கேட்டேன். அவள் யார், அவர்கள் எப்படிச் சந்தித்தனர் என்றெல்லாம் ஏதோ கேட்க வேண்டுமே என்பதற்காகக் கேட்டேன். அவள் பதிலளிக்கஙச சிறிது நேரமானது. பதிலளித்தபோது அது நான் கேட்காத கேள்விக்காக இருந்தது.

“ம்ம்ம் . . . வியன் குடும்பத்தினருடையதுதான் இந்த விடுதி.”

“விவியன்?”

“பன்.”

“ஹா!”

கணப்புக்குக் குனிந்து, சல்லடை மேலிருக்கும் உலர்ந்த ஹைட்ராஞ்சியா சுள்ளிகளை எடுத்தாள்.

“இப்போது இவளுக்கு மட்டும்தான் சொந்தமாக இருக்கிறது என்று நினைக்கிறேன். மற்றவர்களெல்லாம் போய்ச்சேர்ந்துவிட்டனர்.” “இந்த விடுதி உங்களுக்குத்தான் சொந்தமென்று நினைத்தேன்,” என்றேன். கையிலிருந்த குச்சிகளில் பூத்திருந்த குட்டி குட்டியான பூக்களை முகத்தைச் சுளித்துக்கொண்டு பார்த்தாள். “ம்ஹூம்” என்றாள். நாக்கின் நுனியை லேசாக நீட்டி குறும்பாக, “இந்த வீட்டோடு சேர்ந்து இலவச இணைப்பாக வந்திருக்கிறேன்,” என்றாள்.

கர்னலின் அறையிலிருந்து கால்பந்து ரசிகர்களின் ஆரவாரமும், வர்ணனையாளரின் ஆவேசக் கூக்குரலும் மெலிதாகக் கேட்டன. யாரோ கோல் போட்டிருக்கின்றனர். அவர்கள் இப்போது ஏறக்குறைய இருட்டில் ஆடிக்கொண்டிருக்க வேண்டும். காயத்துக்காகக் கூடுதல் நேரம் ஒதுக்கியிருக்கலாம்.

“நீங்கள் கல்யாணமே செய்துகொள்ளவில்லையா?” என்றேன்.

அவள் விழிகளை மீண்டும் தாழ்த்திக்கொண்டு சிக்கனமாகப் புன்னகைத்தாள்.

“இல்லை,” என்றாள். “கல்யாணம் செய்துகொள்ளவேயில்லை.” அவள் என்னைக் கணநேரம் நிமிர்ந்து பார்த்துவிட்டுப் பார்வையைத் திருப்பிக்கொண்டாள். அவள் கன்னங்களிலிருந்த இரண்டு செம்படலங்கள் ஒளிர்ந்தன. “விவியன் – அதுதான் பன் – என் சிநேகிதி.”

“ஹா” என்றேன் மீண்டும். வேறென்ன சொல்ல முடியும்?

அவள் இப்போது பியானோ வாசித்துக்கொண்டிருக்கிறாள். **Schumann, Kinderszenen.** என்னை வெறுப்பேற்றுவதைப்போல.

விசித்திரம். கவனிக்க வேண்டாத அற்பமான விஷயங்களெல்லாம் மனதில் பதிந்திருக்கிற விதம் விசித்திரம்தான் இல்லையா? ஸீடர்ஸுக்குப் பின்னால், அந்தக் கட்டிடத்தின் மூலை புல்திடலில் திரும்புமிடத்தில் ஒரு கோணலான மழைநீர் வடிகுழாய்க்குக் கீழே ஒரு தண்ணீர் மிடா இருக்கும். இப்போது அதைக் காணோம். அது ஒரு மரப்பீப்பாய். பெரிய சைஸில், காலத்தில் கருத்த வரிப்பட்டைகள் சுற்றிச் சுற்றி கட்டப்பட்டிருக்க, இரும்புப்பட்டைகளைத் துரு தின்று இழையிழை யாக நொய்ந்திருக்கும். விளிம்பு அழகாகச் சரிந்து, சுற்றியிருக்கும் வரிப்பட்டைக்கிடையே இணைப்புகள் இருப்பதே கண்ணுக்குத் தெரியாது. அந்தளவுக்கு இழைத்து செதுக்கப்பட்ட அந்த மரக் கலத்தைத் தொட்டுப்பார்க்கும்போது மெலிதாக ரோமப்பரப்பை, அல்லது புல்லரிசியின் காயைத் தடவிப்பார்ப்பதுபோல ஈரமாக, சில்லென்று, மேற்பரப்புக்கடியில் கெட்டியாக இருப்பதை உணர்த்தாமல் உணர்த்திக்கொண்டிருக்கும். அதன் கொள்ளளவு எத்தனைக் காலன் இருக்கும் என்று தெரியாவிட்டாலும், இந்தப் பிரதேசத்தின் அபரிமித மழையின் காரணமாக ஏறக்குறைய எல்லா நாட்களிலுமே நிரம்பி வழிந்துகொண்டிருக்கும், கோடையில்கூட. அதற்குள்ளே எட்டிப் பார்க்கும்போது எண்ணெயைப்போல தண்ணீர் கெட்டியாக, கருப்பாகத் தெரியும். அந்தப் பீப்பாய் ஒரு பக்கமாக லேசாகச் சாய்ந்திருப்பதால் நீரின் மேற்பரப்பு ஒரு பருமனான நீள்வட்டமாக உருவாகி, பக்கத்தில் ரயில் கடந்துபோகும்போதெல்லாம் பயத்தில் சிலிர்த்து சிற்றலைகளாக நெளியும். யாரும் கவனிக்காத, பராமரிக்காத தோட்ட மூலை அது. அந்தத் தண்ணீர் பீப்பாயினால் அந்த இடத்துக்கே உரித்தானதாக ஒரு மென்மையான ஈர தட்பவெப்பம் வந்துவிட்டிருந்தது. பூனைக்காஞ் சொறிச்செடி, பூண்டு, படர்ந்தேறிகள், மேலும் எனக்குப் பெயர் தெரியாத நூற்றுக்கணக்கான களைச்செடிகள் அங்கே செழித்து வளர்ந்திருந்தன. பகல் வெளிச்சமே பச்சை சேர்ந்து இருக்கும். முக்கிய மாகக் காலை நேரத்தில். பீப்பாயில் இருந்த தண்ணீர் மழைநீர் என்பதால் மென்னீராக இருந்தது. தலை முடிக்கோ அல்லது மண்டைக்கோ நல்லது என்று சொல்வார்கள், எனக்குத் தெரிய வில்லை. இங்கேதான் ஒரு பளீரென்ற காலை நேர வெயிலில் மிஸஸ் கிரேஸ் ரோஸுக்குத் தலைகுளித்துவிடுவதைப் பார்த்தேன்.

ஓட்டங்களை, அசைவுகளை ஞாபகம் விரும்புவதில்லை. அலை வற்ற, அசையாத விஷயங்களாகத்தான் அது தன்னகத்தே வைத்துக் கொள்கிறது. என் ஞாபகத்திலிருக்கும் இந்தக் காட்சிகளில் இந்த ஒன்றை இயங்கா உயிர்க்காட்சியாகப் பார்க்கிறேன். ரோஸ், தன்

கைகளை முட்டிகளில் ஊன்றிக்கொண்டு இடுப்பை வளைத்து முன்னால் குனிந்து நின்றிருக்கிறாள். அவளது நீண்ட கூந்தல் அவள் முகத்திலிருந்து சோப்பு நுரை கோர்த்த கருப்பு விழுதுகள்போல் பளபளப்பாகச் சரிந்திருக்கிறது. அவள் வெறுங்காலோடு இருக்கிறாள். உயர்ந்த புற்களுக்கிடையே அவள் கால்விரல்கள் தெரிகின்றன. அந்தக் காலத்தில் பிரபலமாக இருந்த வெள்ளை நிற லினன் டைரோலியன் சட்டை அணிந்திருக்கிறாள். இடுப்பில் தளர்த்தியாக தோள்பகுதியில் இறுக்கமாக இருந்த அச்சட்டையில் மார்புக்குக் குறுக்கே சிவப்பிலும் அடர் நீலத்திலும் அருவ வடிவத்தில் எம்பிராய்டரி செய்யப்பட்டிருக்கின்றன. கழுத்தில் அச்சட்டை அதலபாதாளத்துக்கு இறங்கி, சிறிய பம்பர முனைபோல கூர்முனை களோடு அவளுடைய தொங்குமணி மார்புகள் என் கண்களில் தெளிவாகத் தெரிகின்றன. மிஸஸ் கிரேஸ் தனிஅறையில் அணிந் திருப்பதைப்போல நீல ஸாடின் டிரெஸ்ஸிங் கவுனும் மெல்லிய நீலச் செருப்புகளுமாகப் பொருத்தமில்லாமல் இருக்கிறாள். அவள் தலைமுடி காதுகளுக்கு மேலே ஆமை ஓட்டு க்ளாஸ்ப்புகளில் – இவற்றை 'ஸ்லைடு' என்று சொல்வார்களில்லையா? – சேர்த்துக் குத்தப்பட்டிருக்கின்றன. அவள் படுக்கையிலிருந்து எழுந்து அதிக நேரம் ஆகியிருக்காது என்று தெரிகிறது. காலை வெளிச்சத்தில் அவள் முகத்துக்கு ஒரு மந்தமான, செதுக்கப்பட்ட தோற்றம் வந்திருக் கிறது. வெர்மீயரின் பால் செம்போடு இருக்கும் பணிப்பெண் ஓவியத் தைப் போன்ற தோரணையில்தான் அவள் நின்றுகொண்டிருக்கிறாள். தலையும் இடது தோளும் ஒரு பக்கமாகச் சாய்ந்திருக்க, ஒரு கையால் அவளின் கனத்த கூந்தலை அளைந்தபடி இன்னொரு கையால் ஒரு எனாமல் குவளையிலிருந்து வெள்ளி அருவிபோல தண்ணீரைச் சரித்துக்கொண்டிருக்கிறாள். ரோஸின் தலையில் தண்ணீர் விழுகின்ற இடத்தில் முடிக்கற்றைகள் விலகி பீரோத்தின் சட்டைக்கைமீது ஒளிரும் நிலவொளிபோல பளீரிடுகிறது. மண்டையில் தெறிக்கும் சில்லென்ற தண்ணீரின் சிலிர்ப்பில் ரோஸ் '*ஊ! ஊ! ஊ!*' என்று செல்லச் சிணுங்கலாக ஊளையிடுகிறாள்.

பரிதாபத்துக்குரிய ரோஸி. இந்த அடைமொழி இல்லாமல் அவள் பெயரை எப்போதுமே என்னால் நினைத்துப் பார்க்க முடிய வில்லை. அவளுக்கு என்ன வயது அப்போது இருந்திருக்கும்? பத்தொன்பது, அதிகபட்சமாக இருபது. உயரமாக, மென்மையாக, உடைந்துபோகக்கூடியவள்போல இளைத்த இடையோடு, அவளுடைய வெளுத்த நெற்றியின் நேரான புருவத்திலிருந்து, அழகான வடிவில் லேசாக விரல்கள் விரிந்த பாதம்வரை அவளிடம் ஒரு வழவழப்பான, சோகம் கலந்த நளினம் இருந்தது. அவள்மீது தேவையில்லாமல் வெறுப்பை வளர்த்துக்கொண்டிருந்த யாராவது – உதாரணமாக க்ளோயி – அவளைப் பேரழகி என்று கிண்டலாக வர்ணித்திருக்கலாம். அவள் மூக்கு, கண்ணீர் – வடிவ நாசித்துவாரங்களோடு மூக்கோட்டை

யில் பிரதானமாகவும், ஒட்டிய சருமத்தோடு கன்னத்து எலும்புகள் தூக்கலாகவும் இருக்கும். மூக்கு மெலிதாக இடப்புறம் வளைந்து, பிக்காஸோவின் அந்த விளையாட்டுத்தனமான உருவப்படங்கள் போல அவள் முகத்தை நேராகப் பார்க்கும்போதே பக்கவாட்டிலும் பார்க்கிற மாதிரி தெரியும். இந்தக் குறை அவள் முகத்தை ஒன்றும் அவலட்சணமாகக் காட்டாமல், அந்த முகத்திலிருக்கும் ஆத்மார்த்த மான பாவத்தை அதிகரித்துக்காட்டுவதுபோலத்தான் இருக்கும். ஓய்வாக இருக்கும்போது, அவளை யாராவது திருட்டுத்தனமாக எட்டிப்பார்த்துக்கொண்டிருக்கிறார்களா என்ற பிரக்ஞையில்லாமல் (ஆனால் நான் பார்த்துக்கொண்டிருப்பேன். என்ன மாதிரியான குட்டி ஒற்றனாக இருந்திருக்கிறேன்!) தலையைத் தோள் பக்கமாகத் திருப்பி, இலேசாகப் பிரிந்திருக்கும் அவளுடைய இரட்டை முக வாயைத் தோள்மீது பதித்து கண்கள் செருக, ஒரு *Duccio madonna* போல சோகமாக, ஒதுக்கமாக, சுயம் மறந்து, அவளுக்கு வாய்க்கப் போகும் எல்லாவற்றுக்குமான, அவளுக்கு வாய்க்கப்போகாத எல்லா வற்றுக்குமான இருளார்ந்த கனவில் ஆழ்ந்து கிடப்பாள்.

அந்தக் கோடையின் வெளிறிய மும்மடிப்பு ஓவியப் பலகையி லிருந்த மூன்று மையப் பாத்திரங்களில், என் ஞாபகச் சுவரில் அழுத்தமாக வரையப்பட்டிருந்தது, விநோதமாக, அவள்தான். இதற்குக் காரணம், அந்த ஓவியக்காட்சியின் முதல் இரண்டு உருவங்களை வரைந்தது நான். ரோஸை வரைந்தது நானறியாத வேறு யாருடைய கரமோ. தாயும் மகளுமான அந்த இரு கிரேஸ்களின் ஓவியங்களில் அங்கே கொஞ்சம் வண்ணத்தீட்டல், இங்கே ஏதோவொரு திருத்தம், அல்லது ஒரு விபரத்தைச் சேர்த்தல் என்று தொடர்ந்து அந்த பிம்பங்களை நோண்டிக்கொண்டேயிருந்ததால், அவ்வளவு கிட்டத்தில் அவர்கள் மீதிருந்த குவிமையம் மங்கலாகிவிட்டிருந்தது. கொஞ்சம் தள்ளி நின்று என் கைவேலையை மேற்பார்வை பார்க்கும்போதுகூட தெளிவாவதில்லை. ஆனால் ரோஸ்? ரோஸ் ஒரு முழுமையாக்கப்பட்ட உருவப்படம். ரோஸ் வரைந்து முடிக்கப்பட்ட ஒரு படைப்பு. இதற்கு அர்த்தம் அவள் க்ளோயியைவிடவோ அல்லது அவள் அம்மாவை விடவோ அதிகம் உண்மையானவள் என்றோ, அதிகம் முக்கியத்துவம் வாய்ந்தவள் என்றோ அல்ல, நிச்சயம் அல்ல. அவளை உடனடியாக மனதில் சித்திரமாக பார்த்துவிட முடிகிறது, அவ்வளவுதான். அவள் இப்போதும் இங்கே இருக்கிறாள் என்பதால் அல்ல; இப்போது அவள் இருக்கும் தோற்றம் பெரிதும் மாறிப்போய், அடையாளமே கண்டுபிடிக்க முடியாததாகியிருக்கிறது. புதைமிதி காலணிகளும், கன்னங்கரேலென்ற பேன்ட்டும், திண்சிவப்புச் சாயலில் சட்டையும் அணிந்து – அவளிடம் நிச்சயம் வேறுபல உடைகள் இருந்திருக்கும், ஆனாலும் அவளை நினைவுபடுத்திப்பார்க்கும்போதெல்லாம் இந்த உடுப்புகளைத்தான் அவள் அணிந்திருக்கிறாள் – போட்டோ ஸ்டுடியோ வில் கட்டாயமாக இருந்தாக வேண்டிய அபத்தமான அலங்காரங்

களுக்கு மத்தியில் அவள் 'போஸ்' கொடுத்தபடி நிற்பது எனக்குத் தெரிகிறது. ஒரு மங்கலான திரைச்சீலை, தூசி படிந்த ஒரு நார்த் தொப்பி, அதன் பட்டையில் ஒரு பூ, அநேகமாக அட்டையில் செய்த, பாசி படிந்திருப்பதைப்போல ஒரு செயற்கைச் சுவர், மேலே ஒரு மூலையில் செங்காவியில் ஒரு சன்னல் திறப்பு, அதில் மர்மமாக வெண் – பொன்நிற வெற்றுப் பிரகாசத்தில் கரையும் நிழற்கீற்றுகள். அவளது இருப்பு, க்ளோயினுடையதைப்போலவோ, மிஸஸ் கிரேஸி னுடையதைப்போலவோ அத்தனைத் தெளிவாக இல்லை. அது எப்படி இருக்க முடியும்? ஆனாலும் அந்த நடுநிசி – கறுப்பில் கூந்தலும், உக்கிரமான வெயிலோ, கடும் கடற்காற்றோ அழித்துவிட முடியாத அந்த வெள்ளை சருமத்தின் மலர்ச்சியும் அவளை எப்படியோ தனியாக காட்டிவிடுகிறது.

பழைய நாட்களில், அதாவது நான் இப்போது பேசிவரும் காலத்துக்கும் முந்திய பழைய நாட்களில், செல்வக் குடும்பங்களில் குழந்தைகளைப் பயிற்றுவிக்க அமர்த்தப்பட்ட ஒரு கவர்னெஸ் என்று அவளை அழைத்திருக்கக்கூடும். ஒரு கவர்னெஸ்ஸுக்குக்கூட சொற்ப மான அளவில் அதிகாரம் என்று ஏதாவது இருந்திருக்கும். பாவம், ரோஸி அந்த இரட்டையர்களிடமும் துச்சமாக மதிக்கும் அவர்களின் பெற்றோர்களிடமும் கரிசனமில்லாமல் நடத்தப்பட்டு வந்தாள். க்ளோயிக்கும் மைல்ஸுக்கும் அவள் நிரந்தர எதிரி. அவர்களின் இரக்கமற்ற, கொடூரமான ஜோக்குகளுக்கு, குற்றம் சுமத்தலுக்கு முடிவற்ற கிண்டல்களுக்கு அவள்தான் இலக்கு. அவளை அவர்கள் இரண்டு வகைகளில் நுணுக்கமாகக் கொடுமைப்படுத்திவந்தனர். அவள் இருப்பதே அவர்கள் கண்களுக்கு தெரியாத மாதிரி மஹா அலட்சியமாக அவளை ஒதுக்கிவிடுவர். அல்லது அவள் செய்கிற எல்லாவற்றையும், அது எவ்வளவுதான் அற்பமான விஷயமாக இருந்தாலும், அதை துருவித் துருவி ஆராய்ந்து விசாரணை செய்வர். வீட்டில் அவள் போகும் இடத்துக்கெல்லாம் அவளைப் பின்தொடர்ந்து சென்று, அவளை ஒட்டி நின்றுகொண்டு அவள் செய்வதையெல்லாம் – சாப்பாடு தட்டை எடுத்து வைப்பதையும், ஏதாவது புத்தகத்தை எடுப்பதையும், கண்ணாடியைத் தாண்டிப்போகும்போது நிமிர்ந்து கூட அதில் தன்னைப் பார்த்துக்கொள்ளாததையும் – அவை ஏதோ அசாதாரணமான விஷயங்கள் போலவும், அவர்கள் இதுவரை பார்த்திராத விநோதமான நடத்தைபோலவும் கண்கொட்டாமல் பார்த்துக்கொண்டிருப்பர். அவளால் முடிந்தவரை அவர்களைக் கண்டுகொள்ளாமல் இருப்பாள். ஒருகட்டத்தில் பொறுத்துக்கொள்ள முடியாமற்போகும்போது, முகம் சிவந்து, உடல் நடுங்க பெரியவர் கள் காதில் விழுந்துவிடக் கூடாதென்ற ஜாக்கிரதையோடு குரலைத் தாழ்த்தி, வேதனை கலந்த கிசுகிசுப்பில், "என்னைக் கொஞ்சம் தனியாக இருக்கவிடுங்களேன்," என்று கெஞ்சுவாள். அந்த இரட்டைப் பிசாசுகள் எதிர்பார்த்த எதிர்வினை அதுதான். உடனே, மேலும் கூடுதலான

ஆர்வத்தோடு அவளைக் கூர்மையாக விசாரணை செய்யத் தொடங்கி விடுவார்கள். முகத்தில் போலியான ஆச்சரியத்தை வரவழைத்துக் கொண்டு க்ளோயி அவளை கேள்விமேல் கேள்வி கேட்டு நோகடிப் பாள் – அந்தத் தட்டில் என்ன இருந்தது? அது நல்ல புத்தகம்தானா? அவள் ஏன் கண்ணாடியில் தன்னைப் பார்த்துக்கொள்ளவே மாட்டே னென்கிறாள்? – கடைசியாக அவளுக்கு கண்கள் நிரம்பி, வருத்தத் திலும் கையாலாகாத கோபத்திலும் வாய் கோணத் தொடங்கியதும் அந்த இரண்டுபேரும் சந்தோஷமாக ராட்சசர்கள்போல் சிரித்துக் கொண்டே ஓடுவார்கள்.

ஒரு சனிக்கிழமை பிற்பகல் க்ளோயியைப் பார்ப்பதற்காக ஸீடர்ஸுக்கு வந்தபோதுதான் ரோஸின் ரகசியத்தைக் கண்டுபிடித்தேன். நான் அங்கே சென்றபோது க்ளோயி அவள் அப்பாவோடு டவுனுக்குச் செல்ல காரில் ஏறிக்கொண்டிருந்தாள். நான் கேட்டில் நின்றேன். நாங்கள் அன்று டென்னிஸ் விளையாடச் செல்வதாக ஒப்பந்தம் செய்திருந்தோம் – மறந்துவிட்டிருப்பாளோ? அப்படித்தான் இருக்கும். நான் ஏமாற்றத்தில் சோர்ந்துபோனேன். ஒரு வெறுமையான சனிக் கிழமை பிற்பகலில் இதைப்போல கைவிட்டுச் செல்வது லேசாக எடுத்துக்கொள்கிற விஷயமல்ல. அவன் அப்பா காரை வெளியே எடுப்பதற்காகக் கேட்டைத் திறந்துகொண்டிருந்த மைல்ஸ் என் ஏமாற்றத்தைக் கண்டு சந்தோஷமாக இளித்தான். விஷமச் சைத்தான் அவன். கார் கண்ணாடிக்குப் பின்னாலிருந்து மிஸ்டர் கிரேஸ் என்னைத் திரும்பிப் பார்த்தார். க்ளோயியை நோக்கி தலையைச் சாய்த்து ஏதோ சொன்னார். அவரும் இளித்துக்கொண்டிருந்தார். காற்று வலுவாக வீசிக்கொண்டு, வெளிச்சம் பிரகாசித்துக்கொண் டிருந்த அந்தத் தினமே இப்போது ஏளனமும் கிண்டலும் செய்து கொண்டாடுகிற மனநிலையில் இருப்பதுபோலத் தோன்றியது. மிஸ்டர் கிரேஸ் ஆக்ஸிலரேட்டரைப் பலமாக உதைக்க, கார் அதன் பின்பகுதி யில் உறுமிக்கொண்டு முன்னால் துள்ளியது. நான் பதற்றத்தோடு பின்னகர்ந்தேன். என் அப்பாவுக்கும் கார்லோ கிரேஸுக்கும் வேறு எந்த விஷயத்தில் ஒற்றுமை இல்லாவிட்டாலும் முரட்டுத்தனமாகச் சீண்டி விளையாடுவது மட்டும் ஒரேவிதமாக இருக்கிறது. க்ளோயி பக்கவாட்டுச் சன்னல் வழியாக மங்கலாகத் தெரிந்தாள். நான் நிற்பதை அப்போதுதான் கவனித்தவள்போல ஒரு போலி ஆச்சரியத் துடன் என்னைப் பார்த்தாள். எந்தளவுக்கு என்னாலும் போலியாக நடிக்க முடியுமோ அந்தளவுக்கு நானும் ஏமாற்றத்தைக் காட்டிக்கொள் ளாமல் பெருந்தன்மையாகக் கையாட்டினேன். அவள் புன்னகைத்து, தன் ஏமாற்றத்தைக் காட்டும்விதமாக வாயைக் கவிழ்த்துப்போட்ட அரை வளையம்போல ஆக்கிக்கொண்டு தோள்களைக் காதுவரை உயர்த்திக் குலுக்கினாள். மைல்ஸ் ஏறுவதற்காக கார் வேகம் குறைந்தது. அவள் முகத்தைக் கண்ணாடியோடு ஒட்டி ஏதோ சொன்னாள். இடது கையை சம்பிரதாயமாக உயர்த்திக் காட்ட, அது ஏதோ

ஆசீர்வதிப்பதைப்போல பட்டது. பின் ஜன்னல் வழியாக என்னைத் திரும்பிப் பார்த்துக் கிண்டலாகச் சிரிக்கின்ற மைல்ஸின் தலை, தனியாக வெட்டப்பட்டு கார் ஸீட்டின்மேல் வைக்கப்பட்டிருப்பதைப் போலத் தெரிந்தது. சுருள்சுருளாகப் புகையைக் கக்கிவிட்டு கார் விலக, நானும் தோளை உயர்த்திக் குலுக்கி, புன்னகையோடு மீண்டும் கையசைத்துக் காட்டினேன். வேறு என்ன நான் செய்வதற்கு இருக்கிறது?

விடுதி சூனியத்தில் மூழ்கிக்கிடப்பதைப்போலத் தெரிந்தது. முன் வாசலைத் தாண்டி, தோட்டத்தின் முடிவைக் குறிக்கும் சாய்கோண மரவரிசைக்கு வந்தேன். பின்னால் சென்ற இருப்புப் பாதையில் பரப்பியிருந்த ஒழுங்கற்ற நீலகளிக்கற்கள் குவியலிலிருந்து சாம்பலும் வாயுவும் கலந்த துர்நெடி எழுந்துகொண்டிருந்தது. மிகவும் நெருக்க மாக நடப்பட்டிருந்த அந்த நீண்டொடுங்கிய அழகற்ற மரங்களின் உச்சாணிக் கிளைகள், கையுயர்த்தி ஆர்ப்பரிக்கும் கட்டுப்பாடில்லாத கும்பல்போல குழப்பத்தோடு ஆடிக்கொண்டு ஒன்றோடொன்று இடித்துக்கொண்டிருந்தன. அவை என்ன மரங்கள்? ஓக் அல்ல – ஸைகாமோர் மரங்களாகத்தான் இருக்க வேண்டும். நான் என்ன செய்கிறேனென்று எனக்கே உறைப்பதற்கு முன்பாக நடுவிலிருந்த மரத்தின் மேல் ஏறத்தொடங்கிவிட்டிருந்தேன். இது என் இயல்பே அல்ல. நான் மரமேறுகிற அளவுக்கு சாகச, தைரியசாலியெல்லாம் ஒன்றுமில்லை. உண்மையில் உயரத்தைக் கண்டால் பயம். ஆனால் இப்போது மேலே, மேலே, ஏறிக்கொண்டேயிருந்தேன். கையை மேலே உயர்த்தி கிளையைப் பற்றிக்கொண்டு, காலை மேலே எடுத்து வாகாக வைத்து ஏற வேண்டும். ஒவ்வொரு கிளையாக மேலே ஏறும்போது சுற்றிலும் இலைகள் எனது அத்துமீறலைப் புகாராக முணுமுணுத்துக் கொண்டிருந்தாலும், கிளைகள் முகத்தில் அறைந்துகொண்டிருந்தாலும், ஒவ்வொரு கிளையாக மேலேறிச் செல்வது கிளர்ச்சியூட்டும்படியாக எளிதாகவே இருந்தது. விரைவிலேயே எந்தளவுக்குச் சாத்தியப்படுமோ அவ்வளவு உச்சிக்குப் போய்விட்டிருந்தேன். பாய்மரக் கப்பலின் முன்னொருக்கத்தில் நின்றிருக்கும் கடலோடியைப்போல பயமின்றி அங்கே தொற்றிக்கொண்டிருந்தேன். கீழே பூமியின் மேல்தளம் மெல் லெனப் புரண்டுகொண்டிருக்க, மங்கலான முத்துப்போன்ற வானம் கைதொட்டுவிடுமளவுக்குத் தாழ்வாக இருப்பதைப்போலிருந்தது. இந்த உயரத்தில், நிலப்பகுதி சார்ந்த மணங்களாக மண்ணும் புகையும் மிருக வாசங்களும் கலந்து காற்று சீராகவே அடித்துக்கொண்டிருந்தது. தொடுவானத்தில் நகரத்தின் வீட்டுக் கூரைகளையும், இன்னும் மேலே, இன்னும் தொலைவில் கானல்நீர்போல வெளிறிய கடல் தீற்றலில் ஒரு குட்டியான வெள்ளிக் கப்பல் அசையாமல் ஒட்ட வைத்திருப்பதையும் பார்க்க முடிந்தது. பக்கத்துக் கிளையில் பறவை ஒன்று வந்திறங்கி என்னை ஆச்சரியத்துடன் பார்த்தது. ஒரு புண்பட்ட செறுமல் ஒலியை உமிழ்த்துவிட்டு உடனே பறந்துபோனது. க்ளோயியின் மறதியையும், அலட்சியத்தையும் இப்போது மறந்துவிட்டிருந்தேன்.

எல்லாவற்றிலிருந்தும் வெகுவாக விலகி இவ்வளவு உயரத்தில் இருக்கும் போது பித்தேறிய பரவசத்தில் மனம் நிரம்பி கீழே ரோஸ் இருப்பதைக் கூட நான் கவனித்திருக்கவில்லை, அவள் தேம்பிக்கொண்டிருப்பது காதில் விழும்வரை.

அவள் நான் ஏறி உட்கார்ந்திருந்த மரத்துக்குப் பக்கத்தில் இருந்ததற்குக் கீழே நின்றிருந்தாள். தன்னைத்தானே நிமிர்த்திப் பிடித்துக்கொண்டிருக்க வேண்டும்போல அவள் தோள்கள் ஒடுங்கி, முழங்கைகளைப் பக்கவாட்டில் சேர்த்து அழுத்திக்கொண்டிருந்தாள். ஒரு கசங்கியக் கைக்குட்டையை வைத்துக்கொண்டு அதை மேலும் கசக்கிக்கொண்டிருந்தாள். அவள் நின்றிருந்தவிதத்தைப் பார்த்தால் கையில் வைத்திருந்தது ஒரு கசங்கிய காதல் கடிதமாக இருக்கு மென்று முதலில் நினைத்தேன். தோள்களும் தலையும் தட்டையாக நசுக்கப்பட்டிருப்பதுபோல அவளை அப்போது பார்க்க எவ்வளவு வேறு மாதிரியாக இருந்தது! மேலிருந்து பார்க்க, அவள் தலை வகிட்டின் வெளுப்பு அவள் கையிலிருந்த ஈரமான கைக்குட்டை நிறத்திலேயே ஆஃப் – ஒயிட்டாகத் தெரிந்தது. அவளுக்குப் பின்னால் கேட்ட காலடிச் சத்தத்தில் திடுக்கிட்டு அவள் திரும்பியபோது நைன்பின் விளையாட்டில் பந்து லேசாக உரசிக்கொண்டு சென்றதில் தடுமாறி நிற்கும் கட்டைபோல லேசாக அதிர்ந்து தளும்பினாள். மிஸஸ் கிரேஸ் அந்த புல் மண்டிய தடத்தில் தலையைக் குனிந்து இரண்டு கைகளையும் குறுக்காக மடித்து தோள்களைப் பற்றியபடி வந்துகொண்டிருந்தாள். அவள் வெறும் காலோடு சின்னதாக ஷார்ட்ஸூம் அவளுக்குச் சற்றும் பொருந்தாத அளவில் தொள தொளவென்று அவள் கணவனின் வெள்ளைச் சட்டையும் அணிந் திருந்தாள். ரோஸுக்குச் சற்று முன்னால் நின்று ஒருகணம் அமைதி யாகப் பார்த்தாள். ரோஸைப்போலவே அவளும் தன்னை நிமிர்த்திப் பிடித்துக்கொண்டிருப்பவள்போல, தன்னையே ஒரு குழந்தையாகக் கையில் தூக்கிக்கொண்டிருப்பவள் போல, இன்னமும் அவள் தோள் களைப் பற்றியிருந்த கைகளை எடுக்காமல் உடம்பை இரண்டு கால்வாசி சுற்றுகளில் அப்படியும் இப்படியும் சுழற்றி யாராவது இருக்கிறார்களாவென்று பார்த்தாள்.

“ரோஸ்” அவள் ஓர் இணக்கமான குரலில் செல்லமாகக் கூப்பிட்டாள். “ஓ, ரோஸ், என்ன இது?”

தூரத்து வயல்வெளிகளின் பக்கம் மீண்டும் தன் தலையைத் திருப்பிக்கொண்ட ரோஸிடமிருந்து கூர்மையாக ஒரு செருமல் எழுந்தது.

“என்ன இது?” அவள் குரல் உயர்ந்து, கடைசி வார்த்தை அதன் மீதே மடிந்து விழுந்து மீண்டும் கேட்டது. “என்ன இது?”

அவள் கைக்குட்டையில் மூக்கைச் சிந்தினாள். கூந்தலை அள்ளிப் பின்னால் தள்ளிக்கொண்டாள். இந்தக் கோணத்திலிருந்து மிஸஸ்

கிரேஸ் புன்னகைப்பதையும், உதட்டைக் கடித்துக்கொள்வதையும் என்னால் பார்க்க முடிந்தது. எனக்குப் பின்னால் தூரத்திலிருந்து ரயிலின் சீழ்க்கையொலி கேட்டது. நகரத்திலிருந்து வரும் பிற்பகல் ரயில் கன்னங்கரேல் இஞ்சினும் அரைடஜன் பச்சை நிற மரப்பெட்டி களுமாக ஓர் அசட்டுத்தனமான பெரிய பொம்மை ரயில்போல வயல்களுக்கிடையே மூச்சிறைக்க அடர்ந்த வெண்புகைச் சுருள்களைக் கக்கிக்கொண்டுவருவது தொலைவில் தெரிந்தது. மிஸஸ் கிரேஸ் மௌனமாக முன்னால் வந்து ரோஸின் முழங்கையை விரல்நுனியால் தொட, அந்தத் தீண்டல் பழுக்கக் காய்ச்சிய இரும்பாக இருந்ததைப்போல ரோஸ் வெடுக்கென்று கையைப் பிடுங்கிக்கொண்டாள். திடீரென அடித்த காற்று மிஸஸ் கிரேஸின் உடம்போடு சட்டையை ஒட்டப் பதியவைத்து அவள் திரட்சியான மார்பகங்களின் விளிம்பெல்லைகளைத் தெளிவாகக் காட்டியது. "ஓ, கம் ஆன், ரோஸி," அவள் மீண்டும் சமாதானப்படுத்தினாள். இம்முறை அவள் அந்தப் பெண்ணின் மடித்து இறுக்கிக்கொண்ட கையை இழுத்து, அவள் உடன்படாவிட்டாலும் ஆதுரத்துடன் அணைத்துக்கொண்டாள். ரோஸ் தன்னை விடுவித்துக்கொள்ள அவர்களிருவரும் மரங்களுக்கடியில் மெதுவாக நடக்கத் தொடங்கினர். ரோஸ் தடுமாற்றத்துடன் ஏதோ சொல்லிக்கொண்டே நடந்தாள். மிஸஸ் கிரேஸ் முன்பைப் போலவே தலையைக் குனிந்தபடியே உடன்செல்லும்போது, எதுவும் பேசியதாகவே தெரியவில்லை. அவள் தோள்களை வைத்திருந்த விதத்தையும், கூன்போட்டபடி அவள் நடந்ததையும் பார்த்து அவள் சிரிப்பை அடக்கிக்கொண்டிருக்கிறாளோ என்று சந்தேகப்பட்டேன். நடுங்கியபடி தட்டுத்தடுமாறி வந்த ரோஸின் வார்த்தைகளில் 'காதல்' 'முட்டாள்தனமாக' 'மிஸ்டர் கிரேஸ்' போன்றவை மட்டும் காதில் விழுந்தன. மிஸஸ் கிரேஸின் பதில்களில் 'கார்லோ?' என்று அவள் கத்தியதும், அதையடுத்து வந்த அவநம்பிக்கை வாய்ந்த கூவலும்தான் கேட்டது. திடீரென ரயில் நெருங்கிவிட்டிருந்தது. என் முட்டிகளுக்கிடையில் மரக்கிளை அதிர்ந்தது. எஞ்சின் கடக்கும்போது கேபினுக்குள் என் பார்வை செல்ல, புகைக் கருப்பு படிந்த ஒரு முகம் நிமிர்ந்து என் கண்களைச் சந்தித்தது. அந்த இருவரின் பக்கம் திரும்பியபோது அவர்கள் நடப்பதை நிறுத்தி, உயரமான புற்களுக்கு நடுவே நேருக்கு நேராக பார்த்தபடி நின்றிருந்தனர். மிஸஸ் கிரேஸ் புன்னகையோடு ரோஸின் தோள்மீது கையை வைத்திருந்தாள். ரோஸின் மூக்கு சிவந்திருந்தது. இரண்டு கைகளாலும் கண்களை துடைத்துக்கொண்டிருந்தாள். ரயில் புகையின் துரும்பு ஒன்று திடீரென என் கண்ணில் விழுந்து கொஞ்சநேரம் குருடாக்க, என் கண்களைக் கசக்கித் தெளிவாக்கிக்கொண்டு பார்க்கும்போது அவர்கள் திரும்பி விடுதியை நோக்கி நடந்துகொண்டிருந்தனர்.

விஷயம் இதுதான். அவள் பொறுப்பில் விடப்பட்டிருந்த குழந்தைகளின் அப்பாவின்மேல் ரோஸ் காதல்வயப்பட்டிருக்கிறாள். அதே

பழைய கதைதான். எந்தளவுக்குப் பழையது என்று எனக்குத் தெரியாது. நானே சின்னவன்தானே. நான் அப்போது நினைத்தது என்ன, உணர்ந்தது என்ன? என் ஞாபகத்தில் தெளிவாக இருந்ததெல்லாம் ரோஸின் கையிலிருந்த கசங்கியக் கைக்குட்டை, மிஸஸ் கிரேஸின் வலுவான கெண்டைக்கால் தசைகளில் பின்னிக்கொண்டிருந்த நீலநிற வேரிகோஸ் நரம்புகள். அப்புறம் அந்த நீராவி எஞ்சின். உலோகங்கள் உராய்ந்து களகளக்கும் சத்தங்களோடு ரயில் நிலையில் நின்று, ஆசுவாசப்படுத்திக்கொண்டு, அதன் சிக்கலான அடிப்பாகத்தின் எண்ணற்ற குழாய்களிலிருந்து சூடான தண்ணீரைப் பீய்ச்சி அடித்துக் கொண்டு, மீண்டும் புறப்படுவதற்காகப் பொறுமையின்றி காத்திருந்த அந்த ரயில் ஞாபகத்தில் இருக்கிறது. ஜடப்பொருட்களின் நீடித்து நிலைத்திருக்கும் செறிவோடு ஒப்பிடுகையில் உயிருள்ள விஷயங்கள் எம்மாத்திரம்?

ரோஸும் மிஸஸ் கிரேஸும் சென்றபிறகு மரத்திலிருந்து இறங்கினேன். இறங்குவது ஏறுவதைவிட கஷ்டமாக இருந்தது. அந்த அமைதியான, என்னை யாரும் பார்க்காத விடுதி இல்லத்தைவிட்டுச் சத்தமின்றி வெளியேறி, வெற்றான பிற்பகலின் வெள்ளீயமும் காரீயமும் கலந்து மெருகிட்ட சாம்பல் வெளிச்சத்தில் ஸ்டேஷன் ரோடில் நடந்தேன். நிலையத்திலிருந்து ரயில் கிளம்பிவிட்டிருந்தது. இப்போது வேறு எங்கோ இருக்கும். முற்றிலும் வேறான வேறெங்கோ.

எனவே காலம் தாழ்த்தாமல் என் கண்டுபிடிப்பை உடனே க்ளோயியிடம் சொல்லிவிட்டேன். அவளது எதிர்வினை நான் எதிர்பார்த்ததற்கு மாறாக இருந்தது. முதலில் அவள் அதிர்ச்சியடைந்ததைப்போல இருந்ததென்னவோ உண்மை, ஆனால் கொஞ்ச நேரத்திலேயே நான் சொல்வது உண்மையாக இருக்காது என்பதைப் போன்ற பாவனையை வரவழைத்துக்கொண்டுவிட்டாள். எரிச்சலடைந்திருப்பதைப்போலக்கூடத் தோன்றியது. அதாவது என்மேல் எரிச்சலடைந்திருப்பதைப்போல. இந்த விஷயத்தை அவளிடம் சொன்னதற்காக. இது என்னைக் குழப்பமடையச் செய்வதாக இருந்தது. மரத்தடியில் நடந்த விஷயங்களை நான் வர்ணிப்பதைக் கேட்டு அவள் விழுந்து விழுந்து சிரிப்பாள் என்று நம்பியிருந்தேன். அப்படி நடந்திருந்தால் அந்த விஷயத்தையே ஒரு ஜோக்காக நானும் எடுத்துக்கொண்டிருந்திருப்பேன். அப்படி நடக்காமல்போனதால் அதனை ஒரு சீரியஸான, விசனமான தொனியில் சொல்ல வேண்டியதாகப்போயிற்று. விசனமான தொனி, நினைத்துப்பாருங்கள். ஆனால் ஏன் ஜோக்? ஏனென்றால் சிரிப்பு என்பது சிறுவர்களுக்குப் பயங்கரங்களைச் செயலிழக்கவைத்து விடுகிற ஒரு நிஷ்பலமாக்கும் சக்தி, என்பதாலா? ரோஸுக்கு எங்களைவிட இரண்டு மடங்கு அதிகம் வயதிருந்தாலும் எங்களைப் பெரியவர்கள் உலகத்திலிருந்து பிரித்துவைத்திருக்கும் இந்தப் பக்கத்தில்

தான் இருந்தாள். பெரியவர்களின் கள்ளத்தனமான கும்மாளங்கள் நினைத்துப் பார்க்கவே அருவருப்பானவை. அதுவும் ரோஸ் போன்ற ஒருத்தி, தொந்தியும் தொப்பையுமாக, மார்பெல்லாம் முடியாக, அதுவும் ஆங்காங்கே நரைத்திருக்கும் ஒரு பாதி கிழவனோடு குஷியாக இருந்திருக்கிறாள் என்பதை என்னால், இன்னும் சிறகு முளைக்காத, களங்கங்கள் தீண்டிராத, மென்மையான என் மனதால் நினைத்துப் பார்க்கவே முடியவில்லை. அவள் மிஸ்டர் கிரேஸிடம் தன் காதலைச் சொல்லியிருந்தாளா? அவர் அதை ஏற்றுக்கொண்டாரா? என் மனக் கண்களில் அந்தக் காமவெறி பிடித்த கயவனின் முரட்டுத்தனமான அணைப்பில் ரோஸ் துவண்டுகிடப்பது பளிச்சிட்டு ஒரே நேரத்தில் கிளர்ச்சியடையவும், அதிர்ச்சியடையவும் வைத்தது. அப்புறம் அந்த மிஸஸ் கிரேஸைப்பற்றி என்ன சொல்ல? ஒப்புதல் வாக்குமூலத்தை ரோஸ் உளறிக்கொண்டிருந்தபோது எவ்வளவு அமைதியாக, பதற்ற மடையாமல், கொஞ்சம் வியப்போடும்கூட, கேட்டுக்கொண்டிருந் தாள்! அவள் ஏன் தனது பளபளப்பான ரத்தச்சிவப்பு நகங்களால் அந்தப் பெண்ணின் கண்களை நோண்டி எடுக்கவில்லை?

அப்புறம், அந்தக் காதலர்கள். அவர்களுக்கிடையே நடந்துகொண் டிருப்பவற்றை எவ்வளவு சுலபமாக, வெட்கமில்லாமல் மூடிமறைத்து நடித்துக்கொண்டிருந்தனர் என்பதை நினைத்து வியந்தேன். கார்லோ கிரேஸின் அலட்டிக்கொள்ளாத அக்கறையின்மை இப்போது ஒரு பயங்கரமான கிரிமினல் புத்தியாகத் தெரிந்தது. அதைப்போல ஒரு சிரிப்பைச் சிரிக்கவும், கிண்டல் செய்யவும், முகவாயை உயர்த்தி வரட்வரட்டென்று மயிர்க்கூச்செறிகிற மாதிரி நகத்தால் தாடியைச் சொறிந்துகொள்ளவும் ஒரு இதயமற்ற சபலஸ்தனைத்தவிர வேறு யாரால் இயலும்? பொதுஇடங்களில் மற்றவர்களைவிட எந்தவிதத் திலும் கூடுதலாக அவள்மேல் கவனம் இருப்பதாக அவர் காட்டிக் கொண்டதில்லை என்பது அவரது வஞ்சகத்துக்கும் திறமையான பாசாங்குக்கும் மேலும் ஒரு சாட்சி. ரோஸ் அவரிடம் செய்தித் தாளை எடுத்துவந்து தருவாள். அவர் அதை வாங்கிக்கொள்வார். அப்போது எனது கூர்மையானத் துப்பறியும் கண்களுக்கு அவர் களிடையே ஒரு முறைகூட ஒரு திருட்டுப்பார்வை பரிமாற்றம் நிகழ்ந்ததாகத் தெரிந்ததில்லை. அவருக்கெதிரில் அவ்வளவு சாதுவாக, ஒடுக்கமாக அவள் நடந்துகொண்டிருந்ததற்கும், ஒழுக்கம்கெட்ட ஒரு கன்னிகாஸ்திரீ தான் ஒரு அப்பாவிபோல வெளிக்காட்டிக் கொள்ளும் கபட நாடகத்துக்கும் எந்த வித்தியாசமும் இல்லை. இப்போது அவளது அவமான ரகசியங்கள் எனக்குத் தெரிந்துவிட்டன. என் கற்பனையின் ஆழத்தில் அவளுடைய வெளுத்த உடல் வியர்வை யில் மினுமினுக்க அவருடைய முரட்டுக் கரங்களுக்குள் நெளிந்து புரண்டுகொண்டிருக்கும் பிம்பங்கள் வரிசையாக வந்துபோகின்றன. அவருடைய அடங்கிய உக்காரமும் இருட்டுச் சுகம் அனுமதித்த அவளின் வேதனைத் திணறல்களும் கூடவே என் காதில் விழுகின்றன.

உண்மையை ஒப்புக்கொள்வதற்கு, அதுவும் அவருடைய அன்பு மனைவியிடமே சொல்வதற்கு, அவளைத் தூண்டியது எது? வாசல் கம்பங்களிலும், கேட்டுக்கு வெளியே நடைபாதையிலும் மைல்ஸ் சாக்பீஸில் 'ஆர்.வி., சி.ஜி.யை காதலிக்கிறாள்' என்று எழுதிவைத்திருந்த தையும், கூடவே ஒரு பெண் உடம்பை வரைந்து, மத்தியில் புள்ளி வைத்த இரண்டு வட்டங்களையும், இடுப்புக்காக இரண்டு வளைவு களையும், கீழே இரண்டு பிராக்கெட்டுகளுக்குள் நீளவாக்கில் சுருக்க மாக ஒரு பிளவையும் வரைந்துவைத்திருந்ததையும் முதல் முறையாக அந்தப் பரிதாபமிக்க ரோஸி பார்க்க நேர்ந்தபோது என்ன நினைத் திருப்பாள்? முகம் சிவக்க வெட்கப்பட்டிருப்பாள், ஓ, இல்லை அவள் பற்றி எரிந்திருப்பாள். அதை எழுதியது க்ளோயி என்றுதான் அவள் நினைத்துக்கொண்டிருந்தாள். அவளைப்பற்றிய உண்மையை எப்படியோ கண்டுபிடித்துவிட்ட என்னை அல்ல. விநோதமாக, அதற்குப்பிறகு ரோஸின்மீதிருந்த க்ளோயியின் ஆதிக்கம் அதிகரிக்காமல் குறையத் தொடங்கியது. அல்லது, அப்படித்தான் எனக்குப்பட்டது. கவர்னெஸ் இப்போது அவளைப் பார்க்கும் பார்வையில் புதிதாக ஒரு கண்டிப்பு, ஒருவித அதட்டல் வந்துவிட்டிருந்தது. நான் ஆச்சரியப்படும்விதமாக, திகைப்படையும்விதமாக, அந்தப் பார்வையைக் கண்டு க்ளோயி இதற்கு முன் எப்போதும் இல்லாதவகையில் பயந்து, அடங்கிப்போய்க் கொண்டிருந்தாள். ஒருவர் முறைக்க, மற்றவர் ஒடுங்கிப்போக, அவர்கள் இப்படி நடந்துகொள்வதை நினைக்கும்போது, அந்த வினோதமான கடல் ஓதம் நிகழ்ந்த தினத்தன்று நடந்த விஷயங்கள் ஏதோ ஒரு விதத்தில் ரோஸின் ரகசிய வேட்கை அம்பலமானதன் விளைவு என்றுதான் சந்தேகப்பட வேண்டியிருக்கிறது. மேலும் கதையின் முடிவுக்கு ஒரு நேர்த்தியான திருப்பம் கிடைக்க வேண்டுமென்பதற் காக ஒரு மெலோடிராமா எழுத்தாளன் அளவுக்கு நான் உருக வேண்டுமா என்ன?

கடல் அதன் விளிம்புகளில் ததும்பி வழிவதுபோல, ஓதம் கரையைக் கடந்து மணல்மேடுகளின் அடிவாரம்வரை ஏறிவந்தது. கால்ஃப் மைதானத்தின் முதல் பந்தடி மேடைக்குப் பக்கத்தில் பயன்படுத்தாமல் பாழடைந்திருந்த மைதானக் காப்பாளர் குடிசையின் பட்டை உரியும் பலகைகளில் முதுகைச் சாய்த்துக்கொண்டு நாங்கள், க்ளோயியும் மைல்ஸும் நானும், கடல்நீர் சீராக, நிதானமாக முன்னேறி வருவதை வேடிக்கை பார்த்துக்கொண்டிருந்தோம். கொஞ்ச நேரம் முன்னால்வரை நாங்கள் நீந்திக்கொண்டுதான் இருந்தோம். துர்ச் சகுனம்போல சத்தமின்றி மேலேறி வந்துகொண்டேயிருந்த இந்த அலைகளற்ற, விடாமல் உயர்ந்துகொண்டேயிருந்த ஓதத்தால் கலவர மடைந்து கரைக்கு வந்துவிட்டோம். மூடுபனிப் படலம் வானெங்கும் நிறைந்திருக்க, அதன் நடுவில் வெளிர் பொன்நிறத்தகடுபோல சூரியன் அசையாமல் பொதிந்திருந்தது. கடற்பறவைகள் வீறிட்டபடி பாய்ந்தன. காற்று ஸ்தம்பித்திருந்தது. ஆனாலும் மணற்பரப்பில் வளர்ந்திருந்த

ஒற்றையிலைப் புற்கள் ஒவ்வொன்றும் அதன் முன்னால் மணலில் கீறியிருந்த அரைவட்டத் தடங்கள் எனக்குத் தெளிவாக ஞாபகமிருக் கிறது. புற்கள் மணலில் கோடுகள் வரைந்திருந்தது ஒருவேளை வேறு இன்னொரு நாளோ? காற்றில் அலையும் புற்கள் மணலில் இப்படி கோடிழுத்துக்கொண்டிருந்ததை நான் கவனித்தது வேறு ஏதோவொரு தினத்தில்தான். க்ளோயி தோளில் ஒரு வெள்ளை கார்டிகனைச் சுற்றிக்கொண்டு நீச்சலுடையில் இருந்தாள். அவள் கேசம் ஈரத்தில் கருப்பாக மண்டையோடு ஒட்டியிருந்தது. நிழலில்லாத அந்தப் பால்ஒளியில் அவள் முகம் ஏறக்குறைய அம்சங்களே இல்லாதது போலத் தோன்றியது. அவளையும் அவளையொட்டி உட்கார்ந்திருந்த மைல்ஸையும் பார்க்கும்போது ஒரு ஜோடி நாணயங்களைப் பக்கவாட்டில் பார்ப்பதுபோலிருந்தது. நாங்கள் இருந்த இடத்திலிருந்து சரிவில், மணல்மேடுகளின் குழிவு ஒன்றில் ரோஸ் அவளது பீச் டவலை விரித்து மல்லாந்து படுத்திருந்தாள். கைகளைத் தலைக்குப் பின்னால் கோர்த்துக்கொண்டு தூங்குவதைப்போலிருந்தாள். கடலின் நுரை விளிம்பு அவள் பாதங்களுக்கு ஒரு கஜதூரம்வரை வந்திருந்தது. க்ளோயி அவளைக் கவனித்துவிட்டு தனக்குள் புன்னகைத்தபடி, "அவள் கடலில் அடித்துக்கொண்டு போய்விடுவாள், பாரேன்," என்றாள்.

அந்தக் குடிசையின் கதவை மைல்ஸ்தான் திறந்தான். அந்தக் கொண்டிப்பூட்டை அவன் முரட்டுத்தனமாகத் திருக, தாழ்ப்பாள் அதன் திருகுகளிலிருந்து உடைந்து அவன் கையோடு வந்தது. உள்ளே ஒரேயொரு சின்ன அறை, காலியாக, மூத்திர நெடியுடன் இருந்தது. சுவரோடு சேர்த்து ஒரு மரபெஞ்சு பொருத்தப்பட்டிருந்தது. அதற்கு மேலே ஒரு சிறிய சன்னல். கண்ணாடி எப்போதோ உடைந்து மரச்சட்டம் மட்டும் அப்படியே இருந்தது. க்ளோயி பெஞ்சில் ஏறினாள். முட்டி போட்டுக்கொண்டு, கைகளைச் சட்டத்தின்மேல் வைத்தபடி வெளியே பார்த்தாள். நானும் ஏறி அவளுக்குப் பக்கத்தில் உட்கார்ந்துகொண்டேன். மைல்ஸ் இன்னொரு பக்கத்தில் உட்கார்ந்து கொண்டான். க்ளோயி மண்டியிட்டு வெளியே பார்த்துக்கொண்டிருக்க, நானும் மைல்ஸும் திரும்பி அந்தச் சின்ன அறைக்குள் பார்த்தபடி உட்கார்ந்திருந்த எங்கள் தோரணையில் ஒருவித எகிப்தியத் தன்மை இருப்பதாக எதனால் எனக்குத் தோன்றுகிறது? 'இறந்தவர்களின் நூல்' ஒன்றை நான் தொகுத்துக்கொண்டிருப்பதாலா? அவள்தான் ஸ்பிங்ஸ். நாங்கள் அவளுக்கடியில் அமர்ந்திருக்கும் பூசாரிகள். கடற் பறைகளின் கத்தல்களைத் தவிர வேறு எந்தச் சத்தமும் இல்லை.

"அவள் அப்படியே முழுகிப்போகட்டும்," க்ளோயி ஜன்னலுக்கு வெளியே பார்த்துக்கொண்டே சொன்னாள். இடையே அவளது கூரான எள்ளல் சிரிப்பு வெட்டியது. "முழுகிச் சாகட்டும்" – *களுக் களுக்* – "எனக்கு அவளைப் பார்த்தாலே வெறுப்பாக இருக்கிறது."

கடைசி வார்த்தைகள். அன்னாவுக்கு மயக்கம் தெளிந்தபோது, விடியற்காலை. உதயத்துக்குச் சற்றுமுன்னால். நான் விழித்துக்கொண் டிருந்தேனா, அல்லது விழித்துக்கொண்டிருப்பதாக கனவு கண்டுகொண் டிருந்தேனா என்று என்னால் சரியாகச் சொல்ல இயலவில்லை. அவள் கட்டிலுக்குப் பக்கத்தில் போடப்பட்டிருந்த அந்தக் கைநாற்காலி யில் கைகால்களைப் பரப்பிக்கொண்டு ஏறக்குறைய படுத்தபடி கழித்த இரவுகள் கொடூரமானவை. உப்புச்சப்பில்லாத மாயத்தோற்றங் கள் கண்ணில் தெரியும். கனவா நிஜமா என்று தெரியாத அவஸ்தையில் அவளுக்குச் சாப்பாடு தயாரித்துக்கொண்டிருப்பேன், இதுவரை பார்த்தேயிராத நபர்களிடம் அவளைப்பற்றிச் சொல்லிக்கொண் டிருப்பேன், இல்லாவிட்டால் அவளோடு அடையாளம் தெரியாத மங்கலான தெருக்களில் நடந்துசென்றுகொண்டிருப்பேன். நடை என்றால் நான் நடந்துசெல்வேன், அவள் அரைமயக்கத்தில் எனக்குப் பக்கத்தில் படுத்துக்கொண்டிருப்பாள். படுத்த நிலையிலேயே காற்றில் வழுக்கியபடி நாணல் பிரதேசத்தை நோக்கிய அவளது யாத்திரை யாக என்னோடு நகர்ந்துவருவாள். இப்போது கண்விழித்ததும் வியர்வையில் ஈரமாகியிருந்த தலையணையில் தலையைத் திருப்பி ஆழ்கடல் வெளிச்சம் போன்ற நைட்லாம்ப்பின் மங்கிய ஒளியில் என்னை நோக்கி மலங்க மலங்க விழித்தாள். அவளுக்கு என்னை அடையாளம் தெரியவில்லையென்று உணர்ந்தேன். எதிர்பாராமல் திடீரென எதிரில் வந்துவிட்ட காட்டுவிலங்கைப் பார்த்து கிலியிலும் மலைப்பிலும் மரத்துப்போனதைப் போன்ற ஓர் உணர்வு எனக்குள் பரவியது. ஒரே சீரான தடுப்புகளைத் தாண்டித் தாண்டி வருவதைப் போல என் இதயம் மெதுவானகதியில் அடித்துக்கொள்வதை உணர்ந்தேன். எலும்புகளைக் குலுக்குவதைப்போலச் சத்தமெழுப்பிய படி அன்னா இருமினாள். இதுதான் முடிவு என்பதை அறிந்தேன். இந்தக் கணத்தில் எப்படி நடந்துகொள்ள வேண்டுமென்று தெரியாத போதாமையை உணர்ந்தேன். உதவிகேட்டுக் கத்த வேண்டுமென்று விரும்பினேன். நர்ஸ், நர்ஸ், சீக்கிரம் வாருங்கள், என் மனைவி என்னைவிட்டுப் போகிறாள்! என்னால் யோசிக்க முடியவில்லை. என் மனம் முழுக்க ஜல்லியையும் சிமென்ட்டையும் கொட்டிவைத் திருப்பதைப்போலிருந்தது. இன்னமும் அன்னா என்னை வெறித்த படியே இருந்தாள்; இன்னமும் ஆச்சர்யம் விலகாத, இன்னமும் சந்தேகம் விலகாத பார்வை. வெளியே தாழ்வாரத்தில் யாரோ எதையோ கீழேபோட்டுவிட, அந்தச் சத்தத்தைக்கேட்டு சுதாரித்து, பின் பயம் விலகினாற்போலத் தெரிந்தாள். அந்தச் சத்தம் நான் ஏதோ பேசியது என்று நினைத்துக்கொண்டாள்போல. அது அவளுக்குப் புரிந்துவிட்டது என்று நினைத்து, பொறுமையில்லாமல் தலையாட்டிக் கொண்டாள், *ஏதோ இல்லை, நீங்கள் சொல்வது தப்பு. அது இதுவல்ல!* என்று சொல்வதைப்போல. கையை மெதுவாக நீட்டி என் மணிக்கட்டை கிடுக்கிப்பிடியாகப் பற்றினாள். அந்தக் குரங்குப்பிடி,

அது இன்னமும் என்னைப் பிடித்துக்கொண்டிருக்கிறது. கலவரமடைந்து நாற்காலியிலிருந்து எழுந்து, தடுமாறிச் சரிந்து, திடீரென பிரசன்ன மான தெய்வ உருவின் முன் தாழ்ந்து பணியும் பக்தன்போல அவள் கட்டிலின்முன் மண்டியிட்டு, முட்டியைத் தேய்த்துக்கொண்டு அவளருகே சென்றேன். அன்னா இன்னமும் என் மணிக்கட்டைப் பற்றியிருந்தாள். என் மறு கையை அவள் நெற்றியின்மீது வைத்தேன். அவள் தலைக்குள் ஜுரவேகத்தில் சிந்தனைகள் கொந்தளிப்பதை, பெரும் முயற்சிசெய்து அதன் கடைசிச் சிந்தனையை உருவாக்குவதை என் விரல்களில் உணர முடிவதைப்போலிருந்தது. நான் இப்போது அவளைப் பார்ப்பதைப்போல அவ்வளவு அவசர கவனத்தோடு அவளை எப்போதாவது பார்த்திருக்கிறேனா? ஏதோ நான் அவளைத் தீர்க்கமாகப் பார்ப்பது மட்டுமே அவளைப் பிடித்து நிறுத்திவிடும் என்பதைப்போல; என் கண்கள் இமைக்காதிருக்கும்வரை அவளால் என்னைத் துறந்து போய்விட முடியாது என்பதைப்போல. இன்னும் ஓடிக்கடக்க வேண்டிய மைல்கள் பாக்கி வைத்திருக்கும் ஓட்டக் காரன்போல மென்மையாக, மெதுவாக, அவள் மூச்சிரைத்துக்கொண் டிருந்தாள். உதிர்ந்த மலர்களிலிருந்து வரும் நெடியைப்போல அவள் மூச்சில் ஒரு மெலிதான, உலர்ந்த வாசனை அடித்தது. அவள் பேரைச் சொல்லிக் கூப்பிட்டேன். அவளுக்கு இப்போதெல்லாம் அன்னா என்ற பெயர் இல்லை என்பதைப்போல, இப்போது அவள் யாராகவும் இல்லை என்பதைப்போல, அலட்சியமாகக் கண்களை ஒருகணம் மூடிக்கொண்டாள். பின் உடனே கண்களைத் திறந்து மீண்டும் என்னை வெறித்தாள். இதுவரை இல்லாத அளவுக்கு உக்கிரமாக. பார்வையில் வியப்பு இல்லை, அதிகாரமிடும் ஒரு கண்டிப்பு, நான் பணிவோடு அவளுக்குச் செவிசாய்க்க வேண்டு மென்ற ஓர் அதட்டல், கேட்பதைப் புரிந்துகொள்ள வேண்டுமென்றும், கேட்க வேண்டியதை அவள்தான் சொல்வாள் என்றும் உத்தரவிடும் ஒரு கட்டளை அந்தப் பார்வையில். என் மணிக்கட்டை விடுவித்தாள். எதையோ தேடுவதைப்போல அவள் விரல்கள் படுக்கையைப் பிராண்டின. அவள் கையை எடுத்துக்கொண்டேன். அவள் கட்டை விரலின் அடியில் ஒரேயொரு நாடித்துடிப்பு பறவையின் சிறகடிப்பாக நிமிண்டிக்கொண்டிருந்தது. *போய்விடாதே* என்றோ *என்னுடனேயே இரு* என்பதுபோன்றோ ஏதோ மடத்தனமான வார்த்தைகள் என்னிடமிருந்து வெளிப்பட்டன. மீண்டும் முன்பைப்போலவே பொறுமையிழந்து தலையை ஆட்டினாள். கிட்டே வரும்படி என் கையை இழுத்தாள். "அவர்கள் கடிகாரங்களை நிறுத்திக்கொண் டிருக்கிறார்கள்," ஒரு மெல்லிய இழைபோன்ற, கிசுகிசுப்பான சதிக்குரலில் அவள் பேசினாள். "நான் காலத்தை நிறுத்திவிட்டேன்." இப்போதும் தலையை அசைத்துக்கொண்டாள். ஒரு மனமார்ந்த, எல்லாம் உணர்ந்த தலையசைப்பு. புன்னகைக்கவும் செய்தாள். அது ஒரு புன்னகைதான் என்று சத்தியமாகச் சொல்வேன்.

தோளைச் சுற்றி மாட்டியிருந்த அவளது கார்டிகனைக் க்ளோயி சரேலென்று கழற்றி எறிந்த லாவகம்தான் என்னைத் தூண்டியது; எனக்குப் பக்கத்தில் முட்டிபோட்டுக்கொண்டு நின்றிருந்த அவளது தொடையின் பின்புறத்தின்மேல் என் கையைப் பதிக்க அனுமதித்தது. அவள் சருமம் சில்லென்றிருந்தது. கை பட்டவுடனேயே புள்ளிப் புள்ளியாக சிலிர்த்தது. தோலுக்கடியில் வேகமாக ரத்தம் பாய்வதை என்னால் உணர முடிந்தது. எனது தொடுகைக்கு எதிர்வினையாற்றாமல் தொடர்ந்து வெளியே எதையோ பார்த்துக்கொண்டிருந்தாள். வேறு எதைப் பார்த்துக்கொண்டிருக்க முடியும்? தண்ணீரைத்தான் – அந்த மனமிரங்காத மெதுவான வெள்ளத்தைத்தான் இருக்கும். மிகுந்த எச்சரிக்கையோடு என் கையை மேல்நோக்கி நகர்த்திச் சென்றேன். என் விரல்கள் அவளது நீச்சல் உடையின் விறைப்பான விளிம்பைத் தொட்டன. என் மடிமீது விழுந்திருந்த அவள் கழற்றி எறிந்த கார்டிகன் இப்போது வழுக்கிக்கொண்டு தரையில் விழுந்தவிதம் எனக்குக் கொத்தாகப் பூக்கள் விழுகிறமாதிரி, பறவை ஒன்று அடிபட்டுச் சரிகிறமாதிரி தோன்றியது. இப்படியே அவளுக்கடியில் கையை மெத்தென்று பதிந்து வைத்துக்கொண்டு, தாறுமாறாக என் இதயம் அடித்துக்கொண்டிருக்க, எதிரே மரச்சுவரில் இருந்த ஒரு முடிச்சு துவாரத்தின்மேல் கண்களை நிலைகுத்தியபடி அங்கேயே நான் உட்கார்ந்துகொண்டிருந்தாலே எனக்குப் போதுமானதாக இருந்திருக்கும். ஆனால் அவள் முட்டியைப் பக்கவாட்டாக வெடுக்கென்று திருப்பி மடியைத் திறக்க என் விரல்கள் ஆச்சரியப்பட்டன. கடல்நீரின் ஈரம் இன்னும் உலராத அவள் நீச்சலுடையின் பஞ்சடைத்த காற்கவடு தொடும்போது சூடாக இருந்தது. என் விரல்கள் அவளை அங்கே அடைந்ததுமே அவள் தொடைகளைச் சட்டென்று ஒன்றாகச் சேர்த்துக் கொள்ள என் கை நடுவே சிக்கிக்கொண்டது. சின்னச் சின்ன மின்னோட்டங்கள்போல சிலிர்ப்பு அவள் மேலெங்கும் ஓடி அவள் மடியை அடைந்தது. ஓர் உதறலோடு அவள் என்னிடமிருந்து விடுவித்துக்கொள்ள, எல்லாம் முடிந்துவிட்டது என்றுதான் நினைத்தேன். தவறு. அவள் சட்டென்று திரும்பி பெஞ்சிலிருந்து இறங்கி முட்டிகளி லும் முழங்கால்களிலும் தவழ்ந்துவந்து எனக்குப் பக்கத்தில் நெளிந்த படி அமர்ந்தாள். முகத்தைத் திருப்பி அவள் குளிர்ந்த உதடுகளையும் சூடான வாயையும் முத்தமிடுவதற்காக என்னிடம் வழங்கினாள். அவள் ஸ்விம்சூட்டின் ஸ்ட்ராப்புகள் அவள் கழுத்துக்குப் பின்னால் பட்டாம்பூச்சிபோல முடிச்சிட்டிருந்தன. அவள் வாயை என்னிட மிருந்து நகர்த்தாமல் கையை முதுகுக்குப் பின்னால் கொண்டுவந்து அந்த முடிச்சை அவிழ்த்து அந்த ஈரமான உடையை இடுப்புவரை இறக்கினாள். அவளை முத்தமிட்டுக்கொண்டே தலையை ஒரு பக்கமாக சாய்த்து, அவள் செவியைத் தாண்டிப் பார்க்க முடிந்த ஒரே கண்ணால் அவள் நடுமுதுகு வழியாக அவளது குறுகலான பிருஷ்டங்களின் ஆரம்பம் தாண்டி, சுத்தமான இரும்புக்கத்தி நிறத்தி லிருந்த அதன் பிளவுக்குப் பார்வையை இறக்கினேன். அவள் பொறுமை

190 கடல்

யில்லாமல் என் கையை எடுத்து மெலிதாக மேடிட்டிருந்த அவளுடைய ஒரு மார்பின்மீது வைத்து அழுத்திக்கொள்ள, அதன் முனை சில்லென்றுக் கெட்டியாக இருந்தது. அவளுக்கு மறுபுறத்தில் மைல்ஸ் கால்களைப் பரப்பி முன்னால் நீட்டிக்கொண்டு சுவரில் சாய்ந்து கண்களை மூடிக்கொண்டிருந்தான். க்ளோயி கவனமின்றி அவன் பக்கம் கையை நீட்டி பெஞ்சில் மல்லாந்திருந்த அவன் கையை என்னுடையதென்ற நினைப்பில் பிடித்து அழுத்தினாள். அவள் வாய் என் வாயின்மீது இன்னும் இறுகியது. அவள் தொண்டைக் குள்ளிருந்து லேசான வேதனை முனகல் எழுவதைக் கேட்டேன் என்பதைவிட உணர்ந்தேன் என்று சொல்ல வேண்டும்.

கதவு திறப்பதை நான் கேட்கவில்லை. அந்தச் சிறிய அறையின் வெளிச்சம் அதிகரித்ததுதான் உறைத்தது. க்ளோயி என்மேல் மேலும் அழுந்திக்கொண்டு தலையை வேகமாகத் திருப்பிப் பார்த்தாள். அவள் என்னவோ சொன்னாள். வார்த்தை சரியாகக் காதில் விழவில்லை. ரோஸ் வாசலில் நின்றிருந்தாள். அவள் நீச்சல் உடையில் இருந்தாள், ஆனால் கருப்பு பம்ப் காலணிகளை அணிந்திருந்ததில் அவளது மெலிந்து நீண்ட கால்கள் மேலும் நீண்டு, மேலும் வெளுத்து, மேலும் மெலிந்து தெரிந்தன. அவளைப் பார்ப்பதற்கு எனக்கு ஏதோ ஞாபகம் வந்தது, ஆனால் என்னவென்று பிடிபடவில்லை. ஒரு கையைக் கதவிலும், மற்றதை வாசலின் பக்க நிலையிலும் வைத்துக் கொண்டு, இரண்டு சக்தி வாய்ந்த காற்று வீச்சுகளுக்கிடையே – அந்தக் குடிசைக்குள்ளிருந்து ஒன்று அவளை வெளியே தள்ள, வெளியிலிருந்து ஒன்று அவளைக் குடிசைக்குள் தள்ளுவதைப்போல – அங்கே அந்தரத்தில் அவள் தொற்றிக்கொண்டிருப்பதைப் போலிருந்தது. க்ளோயி அவசரமாக அவள் நீச்சலுடையை மேலே இழுத்துவிட்டுக் கொண்டு கழுத்துக்குப் பின்னால் முடிச்சிட்டுக்கொண்டே அந்த வார்த்தையை – எனக்குச் சரிவர விளங்காத அதே வார்த்தையை – வாய்க்குள் முனகினாள். அது ரோஸின் பெயரா, அல்லது ஏதாவது சாபமா? குள்ளநரியைப்போல கண்ணிமைக்கும் நேரத்தில் ஒரே பாய்ச்சலாக பெஞ்சிலிருந்து தாவி, ரோஸின் கைக்கடியில் குனிந்து வாசலைத் தாண்டி ஓடியே போய்விட்டாள். “மிஸ், இங்கே வா!”, ரோஸ் உடைந்த குரலில் கத்திக் கூப்பிட்டாள். “இந்த நொடியே நீ இங்கே வர வேண்டும்!” அவள் என்னை ஒரு பார்வை பார்த்தாள். கோபத்தைவிட வருத்தம் தோய்ந்த பார்வை. தலையைக் குலுக்கிக் கொண்டே அந்த நெட்டையான வெள்ளை வெளேர் கால்களை நாரையைப்போல தூக்கித் தூக்கிவைத்துத் திரும்பிச் சென்றாள். இன்னமும் எனக்குப் பக்கத்தில் பெஞ்சில் காலைப் பரப்பிக்கொண்டு உட்கார்ந்திருந்த மைல்ஸ் நக்கலாக ஒரு சிரிப்பு சிரித்தான். அவனை முறைத்தேன். அவன் ஏதோ பேசியதைப்போல எனக்குப் பட்டது.

அதற்குப் பிறகு நடந்த விஷயங்களெல்லாம் நுண்ணோவியமாக, ஒருவித ‘கேமியோ’ அல்லது மேலிருந்து பார்க்கும் கோணத்தில்

வரையப்பட்ட வட்டக்காட்சிகள்போல, பழங்கால ஓவியர்கள் தமது படைப்புகளில் விரிந்திருக்கும் கடலையும் வானையும் நீல, பொன் நிற விஸ்தாரங்களாகத் தீட்டிவிட்டு, இடையில் சம்பவக் காட்சி களை கண்ணுக்கு எளிதில் புலப்படாத அளவுக்கு நுட்பமாகச் சித்தரித்து வைத்திருப்பதைப்போல என் மனதில் பதிந்திருக்கின்றன. அந்தப் பெஞ்சில் கொஞ்ச நேரம் எதுவும் புரியாமல் மூச்சு வாங்கிய படி உட்கார்ந்திருந்தேன். மைல்ஸ், நான் என்ன செய்யப்போகிறேன் என்று என்னையே பார்த்தபடி காத்திருந்தான். குடிசையைவிட்டு வெளியே வந்தபோது க்ளோயியும் ரோஸும் கடல் விளிம்புக்கும் மணல்மேடுகளுக்கும் இடையிலிருந்த அரைவட்ட மணற்பகுதியில் எதிரெதிரே நின்று ஒருவர் முகத்தில் ஒருவர் இரைந்துகொண்டிருந்தனர். அவர்கள் என்ன கத்திக்கொண்டிருக்கிறார்களென்பது காதில் விழவில்லை. இப்போது க்ளோயி சீற்றத்தோடு காலை உதைத்துக் கொண்டு, மணலைக் கடைவதுபோலச் சுற்றிவந்தாள். ரோஸின் டவலை எட்டி உதைத்தாள். இது என் கற்பனைதான், ஆனாலும் குட்டி அலைகள் பசியோடு அவள் பாதங்களைத் தீண்டிச் செல்வதைக் காண்கிறேன். கடைசியில், கடைசி முறையாக அடித்தொண்டையில் என்னவோ பிளிறிவிட்டு, கையால் காற்றில் வெட்டுவதுபோல செய்துகாட்டிவிட்டு மணலை எற்றிக்கொண்டு அலையோரத்துக்குச் சென்று குந்தி அமர்ந்தாள். கால்முட்டிகளை மார்போடு சேர்த்துக் கைகளால் கட்டிக்கொண்டாள். தலையை நிமிர்த்தி தொடுவானத்தை உற்றுப்பார்த்தபடி எதற்காகவோ காத்திருந்தாள். ரோஸ் இடுப்பில் கையை வைத்துக்கொண்டு அவள் முதுகை முறைத்தபடி நின்றிருந் தாள். அவளிடமிருந்து பதில் வரப்போவதில்லை என்று தெரிந்ததும் கோபத்தில் மணலில் கிடந்த அவள் பொருட்களை – டவல், புத்தகம், குளியல் தொப்பி – பிரப்பங்கூடையில் மீன்காரி மீன்களை வாரிப் போடுவதைப்போல அள்ளிக் கைக்கடியில் வைத்துக்கொண்டு வேக மாக நடந்தாள். மைல்ஸ் எனக்குப் பின்னால் வருவதை உணர்ந்தேன். அடுத்த நொடி தலைதெறிக்கும் வேகத்தில் என்னைத் தாண்டி க்ளோயி உட்கார்ந்திருந்த இடத்தை அடைந்து பக்கத்தில் உட்கார்ந்து கொண்டான். அவள் தோளை அணைத்துக்கொண்டு அவள் தலைமீது அவன் தலையைச் சாய்த்துக்கொண்டான். ரோஸ் தயங்கி, அவர்கள் ஒருவரையொருவர் சேர்த்தணைத்துக்கொண்டு உலகத்துக்கு முதுகைத் திருப்பியபடி உட்கார்ந்திருந்ததைத் தீர்மானமில்லாமல் பார்த்துக் கொண்டிருந்தாள். பின் அவர்கள் அமைதியாக எழுந்தனர். கடலுக்குள் நடந்தனர். கடல்நீர் அவர்களைச் சுற்றி அலைகளாக உடையாமல் எண்ணெய்போல வழவழப்பாக இருந்தது. அவர்கள் ஒரே நேரத்தில் முன்னால் பாய்ந்து மெதுவாக நீந்தத் தொடங்கினர். வெள்ளை நுரைகளுக்கு நடுவே அவர்கள் தலைகள் எழும்பி எழும்பித் தாழ்ந்தபடி தூர, தூரச் சென்றுகொண்டிருந்தன.

நாங்கள் அவர்களைக் கவனித்துக்கொண்டிருந்தோம். ரோஸ் அவள் சேகரித்திருந்தவற்றைப் பிடித்துக்கொண்டும், நான் பேசாமல்

நின்றுகொண்டும். நான் என்ன நினைத்துக்கொண்டிருந்தேன் என்று தெரியவில்லை. ஏதாவது நினைத்துக்கொண்டிருந்தேனா என்பது ஞாபகத்தில் இல்லை. மனம் தனக்குள் எதையும் வைத்திருக்காமல் காலியாக இருந்துவிடுகிற தருணங்கள், அடிக்கடி என்றில்லாவிட்டாலும், ஏற்படுவதுண்டு. இப்போது அவர்கள் வெகுதூரதுக்குச் சென்றுவிட்டிருந்தனர். வெளிறிய வானத்துக்கும், அதைவிட வெளிறியிருந்த கடலுக்கும் இடையே இரண்டு வெள்ளைப் புள்ளிகளாக தொலைதூரத்தில் தெரிந்தனர். பின் அந்த இரண்டு புள்ளிகளில் ஒன்று மறைந்தது. அதற்குப் பிறகு எல்லாம் வேகமாக முடிந்துவிட்டது. அதாவது எங்களால் பார்க்க முடிந்தவை, முடிந்துபோயின. ஒரு தண்ணீர் தெறிப்பு, கொஞ்சம் வெள்ளை நீர், சுற்றியிருப்பதைவிட வெள்ளையான நீர். பின் எதுவுமில்லை. எதைப்பற்றியும் கவலையோ அக்கறையோ இல்லாத உலகம் மூடிக்கொண்டது.

பின்னால் ஒரு கூச்சல் கேட்டது. ரோஸூம் நானும் திரும்பிப் பார்த்தபோது, சிவந்த முகமும் ஒட்ட வெட்டப்பட்ட சாம்பல் முடியுமாக இருந்த குண்டு ஆள் ஒருவன் மணல்மேட்டிலிருந்து கையையும் காலையும் ஆர்ப்பாட்டமாக ஆட்டியபடி, மணலைச் சரித்துக்கொண்டு தமாஷான பரபரப்புடன் எங்களை நோக்கி ஓடி வந்துகொண்டிருந்தான். அவன் மஞ்சள் சட்டையும் காக்கி டிரவுசர்களும் இரட்டை வர்ண ஷூக்களும் அணிந்து கையில் ஒரு கால்ஃப் கிளப் வைத்திருந்தான். ஷூக்கள் நான் கற்பனை செய்துகொண்டதாக இருக்கலாம். ஆனால் கால்ஃப் கழியைப் பிடித்திருந்த வலதுகையில் கையுறை அணிந்திருந்தது நிச்சயமாக ஞாபகத்தில் இருக்கிறது. அது வெளிர்ப்பழுப்பில், விரல்களில்லாமல், பின்னால் குட்டிகுட்டியான துவாரங்களுடன் இருந்தது. அது ஏன் என் கவனத்தைக் குறிப்பாகக் கவர்ந்திருந்தது என்று தெரியவில்லை. அந்த ஆள், யாராவது போய் காவல்காரர்களை கூப்பிட வேண்டுமென்று கத்திக்கொண்டிருந்தான் அவன் ரொம்பவும் கோபமாக, ஜூலூ போர்வீரன் ‘நாப்கெர்ரி’ குறுந்தடியைச் சுழற்றுவதுபோல கால்ஃப் கழியைக் காற்றில் ஆட்டியபடி கத்தினான். ஜூலூக்கள், நாப்கெர்ரி என்று என்ன சொல்லிக்கொண்டிருக்கிறேன்? ஒருவேளை நான் சொல்லவந்தது தென்னாப்பிரிக்க ‘அஸ்ஸாகி’ வேல்கம்புகளாக இருக்கலாம். இதற்கிடையே அவனுடைய உதவியாளன் மணல்மேட்டின் மேல் கால்ஃப் சாதனங்கள் பிதுக்கிக்கொண்டிருந்த பையின்மேல் சாய்ந்து, கால்களைப் பின்னிக்கொண்டு கீழே நடப்பவற்றை வேண்டா வெறுப்பான பாவத்துடன் கவனித்துக்கொண்டிருந்தான். வயதைக் கணிக்க முடியாத ஒரு குள்ளமான ஒல்லிப்பிச்சான் அவன். கழுத்துவரை பொத்தானிட்ட ட்வீட் ஜாக்கெட்டும் ட்வீட் தொப்பியும் அணிந்திருந்தான். அடுத்ததாக, எங்கிருந்து என்று தெரியாமல் காற்றிலிருந்து உருப்பெற்று வந்தவன்போல, இறுக்கமான வெளிர்நீல நீச்சல் உடுப்பு அணிந்த ஒரு கட்டுமஸ்தான இளைஞன் பிரசன்னமானான். முன்னேற்பாடு எதுவுமின்றி உடனே கடலுக்குள் பாய்ந்து திறமையான வலுவான ஸ்ட்ரோக்குகளில்

வேகமாக நீந்திச்சென்றான். ரோஸ் இப்போது அலையோரமாக மேலும் கீழுமாக மூன்று தப்படிகள் இந்தப் பக்கம், நில், திரும்பு, பின் மூன்று தப்படிகள் அந்தப் பக்கம், நில், திரும்பு என்று நாக்லோஸ் கடற்கரையில் பைத்தியம் பிடித்த ஏரியாத்னே அலைந்து கொண்டிருந்ததுபோல, இன்னமும் டவலையும் புத்தகத்தையும் குளியல் தொப்பியையும் மார்போடு சேர்த்து பிடித்தபடி நடந்துகொண் டிருந்தாள். எவ்வளவு நேரம் கழித்து என்று தெரியாமல், அந்த உயிர்க்காப்பாளன் அலைகளற்ற தண்ணீரிலிருந்து எழுந்து, நீச்சல் வீரனின் தடுமாற்ற வீறாப்பு நடையோடு தலையை உலுக்கிச் செருமிக் கொண்டு எங்களை நோக்கி வந்தான். ஒன்றும் பலனில்லை என்றான். பலனில்லை! ரோஸ் வீறிட்டாள். கேவல்போல ஒரு வினோத ஒலியை எழுப்பிக்கொண்டு அப்படியும் இப்படியுமாக தலையை வேகமாக ஆட்டிக்கொண்டாள். அந்த கால்ஃப் ஆட்டக்காரன் அவளை வெறித்துப் பார்த்தான். அடுத்த நொடி அவர்கள் அனைவ ருடைய உருவங்களும் எனக்குப் பின்னால் சுருங்கிக்கொண்டே வந்தன. நான் ஓடிக்கொண்டிருந்தேன். ஸ்டேஷன் ரோடையும் ஸீடர்ஸையும் நோக்கிக் கடற்கரை மணலிலேயே தட்டுத்தடுமாறி ஓடிக்கொண்டிருந்தேன். நான் எதற்காக மணற்பகுதியிலிருந்து வெளியே வந்து சாலையில் ஓடாமற் போனேன்? கெட்டித்தரையில் ஓடுவது சுலபமாகக்கூட இருந்திருக்கும். ஆனால் சுலபமாக இருக்க நான் விரும்பாததுதான் காரணமா? நான் சென்றுகொண்டிருந்த இடத்தை அடைவதற்கு எனக்குத் திராணி இல்லை; அதுதான். இப்போதுகூட அடிக்கடி என் கனவுகளில் அந்த இடத்துக்கு நான் மீண்டும் வந்து விடுகிறேன். அந்த மணற்பரப்பு என் பாதங்களில் சிக்குகிறது. ஓட விடாமல் தடுக்கிறது. என் உள்ளங்கால்கள் ஏதோ பாசிபிடித்து நொய்ந்துவிட்டதுபோலத் தோன்றும். அப்போது எனக்கு இருந்த உணர்ச்சி என்ன? எல்லாவற்றுக்கும் மேலாக ஒரு திகைப்புணர்ச்சி. என்மீதே ஒரு திகைப்பு. எனக்குத் தெரிந்த, எனக்கு நெருக்கமான இரண்டு உயிருள்ள ஜீவன்கள் இப்போது திடீரென்று திடுதிப்பென்று இல்லாமல் போயிருக்கின்றனர். அவர்கள் உண்மையிலேயே இறந்து விட்டதாக நான் நம்பினேனா? என் மனதில் ஒரு விஸ்தாரமான பிரகாசவெளியில் அவர்கள் அந்தரத்தில், கைகளைப் பிணைத்துக் கொண்டு நேராக நிமிர்ந்து, எதிரேயிருக்கும் எல்லையில்லா ஒளிப்பிர வாகத்தின் ஆழத்துக்குள் தீர்க்கமாக பார்த்துக்கொண்டிருக்கின்றனர்.

இதோ கடைசியில் அந்தப் பச்சை இரும்பு கேட் வந்துவிட்டது. கார் சரளைப்பாதையில் நின்றுகொண்டிருக்கிறது. எப்போதும்போல முன்கதவு திறந்தேயிருக்கிறது. அந்த இல்லத்தில் எல்லாமும் நிச்சலமாக, அசைவின்றி இருந்தன. அந்த அறைகளுக்குள் நானே ஒரு காற்று போல, தப்பித்த ஆவி ‘ஏரியல்’போல, எதுவும் புரியாமல் புகுந்து சென்றேன். மிஸஸ் கிரேஸை வசிப்பறையில் கண்டுபிடித்தேன். அவள்

என் பக்கம் திரும்பினாள். பிற்பகலின் பால்வெளிச்சம் அவள் முதுகில் ஒளிர வாயின்மேல் கையைப் பொத்திக்கொண்டாள். கோடைக்கே உரித்தான, எதிலிருந்தும் கிளம்பாத ஒரு மயக்கமான அடங்கொலியைத் தவிர எல்லாம் நிசப்தம். பின், கார்லோ உள்ளே வந்தார். "அய்யோ ... அப்படியானால்..." அவரும் பேச்சை நிறுத்தி விட்டார். நாங்கள் ஸ்தம்பித்து நின்றிருந்தோம். நாங்கள் மூவரும் கடைசியில்.

சரியாகத்தானே செய்திருக்கிறேன்?

இரவு. எல்லாமே படுநிசப்தமாக இருக்கின்றன. யாருமே இல்லாதது போல, நான்கூட இல்லாததுபோல. மற்ற இரவுகளில் உறுமிக்கொண்டும் செருமிக்கொண்டும், ஒருசமயம் கிட்டத்தில் கரகரத்துக்கொண்டும், ஒருசமயம் தூரத்தில் பலவீனமாக முனகிக்கொண்டும் இருக்கிற கடலைக் கேட்க முடியவில்லை. இதைப்போல தனிமையில் இருப்பதை நான் விரும்பவில்லை. நீ ஏன் திரும்பி வந்து என்னை வியாபிக்காமல் இருக்கிறாய்? உன்னிடமிருந்து குறைந்தபட்சம் இதைத்தான் எதிர்பார்க் கிறேன். ஒவ்வொரு நாளும் ஒவ்வோர் இரவும் ஏன் இந்த மௌனம்? மூடுபனியைப் போலிருக்கிறது உன் மௌனம். முதலில் அது அடி வானத்தில் இருந்த ஒரு தீற்றலாக இருந்தது. அடுத்த நிமிடம் அரைக் குருடாக அதன் நடுவே தடுமாறியபடி ஒருவர் கையை ஒருவர் பற்றிக்கொண்டு நின்றிருக்கிறோம். இது மிஸ்டர் டாட்டை பார்த்து விட்டு, கிளினிக்கிலிருந்து ஆளரவமில்லாத கார் பார்க்கிங்கிற்கு நாங்கள் நடந்த தினத்தன்று ஆரம்பித்தது. அந்தக் கார் நிறுத்துமிடத்தில் கச்சிதமான உடலமைப்போடிருந்த கடற்பன்றிகள்போல அந்தக் கார் இயந்திரங்கள் வரிசையாக சத்தமெழுப்பாமல் நின்றிருந்தவிதம் ஆழமான மனக்குலைவை உண்டாக்கியிருந்தது. க்ளிக் க்ளிக்கென்று சத்தமெழுப்பியபடி நடந்துசெல்லும் அந்தக் குதிகால் உயர்ந்த செருப்புக்காரியின் அடையாளம்கூட அங்கே இருக்கவில்லை. அதன் பிறகு எங்கள் வீடும் அந்த அதிர்ச்சியில் அதற்கே உரித்தான ஒரு தனிமௌனத்தில் மூழ்கிப்போனது. அதற்கப்புறம் எல்லாமே மௌனப் பிரதேசங்களாகத்தான் மாறிப்போயின. மருத்துவமனையின் மௌன மான தாழ்வாரங்கள், அடங்கின பேச்சுக்களோடு வார்டுகள், வெயிட்டிங் ரூம்கள், இறுதியில் அந்தக் கடைசி அறை. உன் ஆவியை அனுப்பிவை. உனக்கு விருப்பமிருந்தால் என்னைச் சித்திரவதை செய். உன் சங்கிலிகளைக் குலுக்கிச் சத்தம் செய், உன் கல்லறையில் மூடிய துணியை தரையோடு இழுத்து வா, மரணத்துக்கு கட்டியம் கூறும் துர்தேவதை பான்ஷியை கையோடு அழைத்து வா. என்னோடு ஓர் ஆவி இருக்கட்டும்.

ஜான் பான்வில்

எங்கே எனது பாட்டில்? பெரிய குழந்தைகள் அருந்தும் பாட்டில் எனக்குத் தேவை. என் ஆறுதலுக்கு அருமருந்து.

மிஸ் வாவஸூர் என்னை ஓர் இரக்கப் பார்வை பார்க்கிறாள். அவள் பார்வையில் நான் சுருங்கிப்போகிறேன். நான் கேட்க விரும்புகிற கேள்விகளை, இங்கே முதலில் வந்ததிலிருந்து அவளிடம் கேட்க நினைத்து ஆனால் கேட்பதற்கு துணிவில்லாத கேள்விகளை அவள் அறிந்திருக்கிறாள். இன்று காலை அவற்றை நான் மீண்டும் மௌன மாக ஒன்றுசேர்த்துக்கொண்டிருந்ததைப் பார்த்தபோது அவள் தலையை அசைத்து, ஆனால் கனிவான குரலில், "உங்களுக்கு என்னால் உதவ முடியாது," என்றாள் புன்னகைத்தபடி. "உங்களுக்கு அது தெரிய வேண்டும்." இவ்வளவு உறுதியாக அவள் சொல்வதற்கு என்ன அர்த்தம்? எதைப்பற்றியும் எனக்கு அதிகம் தெரியாது. எப்போதும்போல நாங்கள் முன்கூடத்தில் வளைகோண ஜன்னலுக் கெதிரே அமர்ந்திருந்தோம். வெளியே அன்றைய பொழுது பிரகாசமாகக் குளிராக இருந்தது. இந்தக் குளிர் காலத்தில் எங்களுக்குக் கிடைத்த உண்மையான முதல் குளிர்தினம். இவையெல்லாமே சரித்திரப் புகழ்பெற்ற இந்நிகழ்காலத்தில் கிடைத்திருக்கிறது. மிஸ் வாவஸூர் தையல்போட்டுக்கொண்டிருந்ததைப் பார்த்தால் கர்னலின் ஸாக்ஸ் என்று சந்தேகமாக இருக்கிறது. பெரிய நாய்க்குடைபோல ஒரு மரச்சாதனத்தை வைத்துக்கொண்டு அதில் அந்தக் காலுறையை மாட்டி ஓட்டையை தைத்துக்கொண்டிருக்கிறாள். எந்தக் காலகட்டத் திலும் செல்லுபடியாகும் இந்தப் பணியில் அவளைப் பார்ப்பது மனதுக்கு ஓய்வாக இருக்கிறது. எனக்கு ஓய்வு தேவையாக இருக்கிறது. என் தலை ஈரமான காட்டன் உல்லில் இறுக்கிக் கட்டப்பட்டிருக்கலாம். என் வாயில் இருந்த குமட்டலின் அமிலச்சுவையை மிஸ் வாவஸூர் அளித்த திடமான பால் சேர்த்த தேநீராலோ, மெல்லியதாக ஸ்லைஸ் செய்த வறுத்த ரொட்டியாலோ அகற்ற முடியவில்லை. மேலும் என் நெற்றிப்பொட்டில் ஏற்பட்டிருந்த வீக்கம் விண்ணென்று வலித்துக்கொண்டிருக்கிறது. மிஸ் V.யின் முன் லஜ்ஜையோடு, செய்த பாவங்களுக்காக வருந்திக்கொண்டிருக்கிறேன். துஷ்டச் சிறுவன் போல உணர்கிறேன்.

அப்பாடா! நேற்றைய தினம் என்ன மாதிரி இருந்தது! அதுவும் நேற்றைய இரவு, கடவுளே! அதற்கப்புறம் அடுத்த நாள் காலை . . . அய்யோ கொடுமை. முதலில் எல்லாம் நம்பிக்கையோடுதான் தொடங்கி யது. இதில் என்ன முரண்நகையான விஷயமென்றால், கர்னலின் மகள்தான் அவளுடைய கணவன் குழந்தைகளோடு இங்கே வருவதாக இருந்தது. கர்னல் பரபரப்பை வெளிக்காட்டிக்கொள்ளாமல் அவரது கடுகடுப்பு முகபாவத்தை மாட்டிக்கொண்டு, "எல்லோரும் படை யெடுத்து வரப்போகிறார்கள்!" என்றார். ஆனால் காலை உணவின்

போது படபடப்பில் அவர் கைகள் நடுங்கியதில் மேஜை விதிர்த்து தேநீர்க் கோப்பைகள் சாஸர்களில் சப்தமிட்டன. மிஸ் வாவஸூர் அவருடைய மகளும் அவள் குடும்பத்தினரும் மதிய உணவு இங்கேதான் எடுத்துக்கொள்ள வேண்டும் என்றாள். கோழி சமைக்கப்போவதாகச் சொல்லிவிட்டு, குழந்தைகளுக்கு ஐஸ்கிரீமில் எந்தச் சுவை பிடிக்கு மென்று கேட்டாள். “ஓ, அதெல்லாம் எதற்கு? வேண்டாமே!” கர்னல் நெளிந்தார். அவர் மிகவும் நெகிழ்ந்துவிட்டார் என்பது தெளிவாகத் தெரிந்தது. கணநேரம் அவர் கண்கள்கூட பனித்தன. எனக்கும் அவர் மகளையும் அவளுடைய ஆணழக – கணவனையும் பார்க்கப்போகிறோம் என்ற எதிர்பார்ப்பு இருந்தது. அந்தக் குழந்தைகளை நினைக்கும்போதுதான் பகீரென்றது. குழந்தைகள், பொதுவாக, எனக்குள் மறைந்திருக்கும் ஒரு கொலைகாரனை வெளியில் கொண்டுவந்து விடுகின்றனர்.

அவர்கள் மதியம்தான் வருவதாக இருந்தது. ஆனால் நண்பகல் மணி அடித்து, மதிய உணவு நேரம் வந்துசென்ற பின்பும் வாசலில் எந்தக் காரும் வந்து நிற்கவில்லை, சின்னஞ்சிறுசுகளின் சந்தோஷக் கூச்சலும் கேட்கவில்லை. கர்னல் கையை முதுகுக்குப் பின்னால் கோர்த்துக்கொண்டு மேலும் கீழும் நடைபோட்டார், ஜன்னலுக்கு முன்னால் நின்றார், தலையைத் துருத்திப் பார்த்தார், மணிக்கட்டில் பொத்தானை நீக்கிவிட்டு கையை உயர்த்திக் கைக்கடிகாரத்தைக் கவலையோடு பார்த்தார். மிஸ் வாவசூரும் நானும் எதுவும் பேசத் துணிவின்றி ஊடாடிக்கொண்டிருந்தோம். சமையலறையிலிருந்து எழுந்த சிக்கன் வாசனை இரக்கமின்றிக் கிண்டல் செய்வதுபோலிருந் தது. பிற்பகல் பின்னேரத்தில் கூடத்திலிருந்த தொலைபேசி ஒலித்து எங்களை உலுக்கி எழுப்பியது. கர்னல் ரிஸீவரில் பாவமன்னிப்பின் போது செவிசாய்க்கும் பாதிரிபோலக் காதை அழுத்திக்கொண்டு கேட்டார். உரையாடல் சுருக்கமாகவே இருந்தது. அவர் என்ன பேசுகிறார் என்பதைக் காதில் வாங்காதிருக்க முயன்றோம். அவர் தொண்டையைச் செருமிக்கொண்டு சமையலறைக்குள் வந்தார். யாரையும் குறிப்பாகப் பார்க்காமல், “கார் ரிப்பேராகிவிட்டதாம்,” என்றார். நிச்சயம் அவரிடம் சொல்லப்பட்டிருப்பது பொய்தான், அல்லது அவர் இப்போது எங்களிடம் சொல்வது பொய். அநாதரவான புன்னகையோடு மிஸ் வாவசூரின் பக்கம் திரும்பினார். “சிக்கனுக்கு ஸாரி,” என்றார்.

அவரை வெளியேவந்து என்னுடன் மதுவருந்த அழைத்தேன். மறுத்தார். கொஞ்சம் சோர்வாக இருப்பதாகச் சொன்னார். திடீரென்று தலைவலிக்கத் தொடங்கியிருக்கிறதாம். அவர் அறைக்குச் சென்று விட்டார். படிக்கட்டுகளில் அவர் ஏறுவது எவ்வளவு கனமாக இருந்தது, எவ்வளவு மென்மையாக பெட்ரூம் கதவை சாத்தினார்! “ஓ, டியர்,” என்றாள் மிஸ் வாவஸூர்.

ஜான் பான்வில் 197

நான் மட்டும் தனியாக பியர்ஹெட் பாருக்குச் சென்று மட்டுமீறிக் குடித்தேன். எனக்கு அப்படியொரு திட்டமிருக்கவில்லை, ஆனாலும் அப்படி ஆகிவிட்டது. அது, வெகுகாலத்துக்கு முன் உச்சிவெயில் பிரகாசமாயிருந்த ஏதோ ஒரு நாளின் ஞாபகம்போல, பின்னேரத்து சூரியஒளியை வானத்தில் தீற்றிக்கொண்டு விதிர்விதிர்ப்பை ஏற்படுத்து கின்ற இலையுதிர் கால சாயங்காலங்களில் ஒன்றாக இருந்தது. அந்தத் தினத்தின் அந்திமம் மரணித்துக்கொண்டிருந்ததைப்போல மழை, சாலையின் பள்ளங்களில் வானத்தைவிட வெளுப்பான குட்டைகளைத் தேக்கிவைத்திருந்தது. காற்றடிப்பு பலமாக இருந்தது. சின்னக் குழந்தைகள் அவர்கள் அப்பாவிடம் குடிக்கப்போகாதீர்கள் டாடி என்று காலைப்பிடித்துக் கெஞ்சுவதைப்போல என் ஓவர் கோட்டின் தொங்கல்கள் என் கால்களில் அடித்துக்கொண்டன. ஆனாலும் நான் போனேன். பியர்ஹெட் ஓர் உற்சாகமற்ற விடுதி. முகப்பில் மிஸ் V. வைத்திருக்கும் 'பானரோமிக்'போல ஒரு மிகப் பெரிய டெலிவிஷன் செட், சவுண்டை முற்றிலும் அணைத்து மௌனச் சலனங்களாக நாள்பூரா ஓடிக்கொண்டிருக்கும். அதன் உரிமையாளன் ஒரு கொழுத்த, மென்மையான, சோம்பலான, அதிகம் பேசாத மனிதன். அவனுக்கு வினோதமான பெயர், தற்போதைக்கு ஞாபகத்தில் வரவில்லை. நான் டபுள் பிராந்தி அருந்தினேன். அந்த மாலை நேரத்தில் நடந்த விநோதமான கணங்கள் மூடுபனியில் பொதிந் திருக்கும் விளக்குக் கம்பங்களின் மந்தப் பிரகாசமான வெளிச்ச உருண்டைகள்போல என் ஞாபகத்தில் மேலெழும்பித் தெரிகின்றன. பாரில் இருந்த ஒரு வயதான ஆளை நான் சண்டைக்கு இழுத்ததாகவோ, அல்லது அவன் என்னைச் சண்டைக்கு இழுத்ததாகவோ ஞாபகத்தில் இருக்கிறது. இளைஞன் ஒருவன், அவன் ஒருவேளை அவனுடைய மகனாக அல்லது பேரனாக இருக்கலாம், சமாதானப்படுத்தினான். அவனை நான் தள்ளிவிட்டேன். அவன் போலீஸைக் கூப்பிடுவதாகப் பயமுறுத்தினான். அந்தப் பார் உரிமையாளன் – பராக்ரி, அதுதான் அவன் பெயர் – குறுக்கிட்டபோது, அடித்தொண்டையில் கூச்சலிட்ட வாறே அவனையும் கல்லாப்பெட்டியின் மேல் தள்ளிவிட முயன்றேன். உண்மையில் இப்படியெல்லாம் நான் நடந்துகொள்கிறவனே அல்ல. என்ன காரணத்தால் என்று தெரியவில்லை. அதாவது, வழக்கமான காரணத்தைத் தவிர எதனால் என்று தெரியவில்லை. கடைசியில் அவர்கள் என்னைச் சமாதானப்படுத்திய பின்பு, அந்த ஊமைப்பட டெலிவிஷனுக்கு அடியில் இருந்த மூலை மேஜைக்கு முனகிக் கொண்டே சென்றமர்ந்தேன். எனக்கு மூச்சு வாங்கியது. இப்படிக் குடித்துவிட்டுப் புலம்புகிற நடுங்கிய முனகல்களும் பெருமூச்சுகளும் எப்படிக் கேவல்களைப்போலவே கேட்கின்றன! அந்த மதுபான விடுதியின் பெயின்ட் அடிக்காத ஜன்னலின் மேல்பாகத்தின் வழியாகத் தெரிகிற சாயங்காலத்தின் கடைசி வெளிச்சம், ஊதாவும் பழுப்பும் கலந்த ஒரு கோபமான கலவையில் என்னை வெகுவாக பாதிப்பதாக, தொந்தரவு செய்வதாக இருந்தது. இது குளிர் காலத்துக்கே உரித்தான

ஒரு வண்ணம். குளிர் காலத்தின்மேல் எனக்கு எந்தப் பகையும் இல்லை. உண்மையில் இலையுதிர் காலத்துக்கு அடுத்தபடியாக என் அபிமான பருவம் குளிர் காலம்தான். ஆனால் இந்த வருடம் அந்த நவம்பர் மாத அழலொளி, குளிர்ப் பருவம் என்பதைவிடவும் வேறு ஏதோ ஒன்றுக்கான துர்ச்சகுனம்போலப்பட்டது. ஒரு கசப்பான துயரத்தில் நான் வீழ்ந்திருந்தேன். என் இதயத்தின் பாரத்தை தணிவிப்பதற்காக இன்னும் கொஞ்சம் பிராந்தி கேட்டேன். ஆனால் பராக்ரி மறுத்தான். அவன் தரமறுத்தது புத்திசாலித்தனமான செயல் என்று இப்போது ஒப்புக்கொள்கிறேன். பயங்கரக் கோபத்தோடு வெளியே வந்தேன். வேகமாக நடக்க முயன்றாலும் தட்டுத்தடுமாறித் தான் நடக்க முடிந்தது. நானும், 'குட்டி சேவகன்' என்று நான் செல்லமாக அழைக்கும் எனது பாட்டிலும் ஸீடர்ஸுக்குத் திரும்பி வந்தோம். படியேறும்போது கர்னல் பிளண்டன்னைச் சந்தித்தேன். அவரோடு கொஞ்சம் சம்பாஷித்தேன். எதைப்பற்றி என்று சரியாக ஞாபகத்தில் பதியவில்லை.

அப்போது இரவாகிவிட்டிருந்தது. அறைக்குள் ஓய்வெடுப்பதற்குப் பதிலாக பாட்டிலை என் கோட்டுக்குள் செருகிக்கொண்டு மீண்டும் வெளியே வந்தேன். அதன்பிறகு நடந்தவை ஒழுங்கில்லாமல், மங்கிய வெளிச்ச மினுக்கங்களாகத்தான் ஞாபகத்தில் இருக்கின்றன. கனமாக வீசிக்கொண்டிருந்த காற்றில் தனியாக நின்றுகொண்டு, தெருவிளக்கின் உதறிஉதறி ஒளிரும் வெளிச்சத்தில் ஏதோவொரு மகத்தான ஞான ஒளியை, அருட்காட்சியை எதிர்பார்த்துக் காத்திருந்ததும், அது நிகழ்வதற்குள் ஆர்வம் வடிந்து நடக்க ஆரம்பித்துவிட்டதும் ஞாபகத்தில் இருக்கிறது. அடுத்ததாக நான் கடற்கரையில் இருட்டில் மணலில் காலை நீட்டிக்கொண்டு உட்கார்ந்திருந்தேன். இப்போது காலியாகி விட்டிருந்த, அல்லது ஏறக்குறைய காலியாகிவிட்டிருந்த எனது பிராந்தி பாட்டில் மடியில் கிடந்தது. அங்கே கடலில் ஏதோ வெளிச்சம் தெரிவதைப்போலிருந்தது. நான் உட்கார்ந்திருந்த இடத்திலிருந்து தூரத்தில், மீன்பிடிப் படகுகளின் வரிசைபோல அந்த வெளிச்சத் துணுக்குகள் குதித்துக்கொண்டும் அசைந்தாடிக்கொண்டும் இருந்தன. நான் கற்பனை செய்துகொண்டதாகக்கூட இருக்கலாம். இந்தப் பகுதியில் மீன்பிடிப் படகுகள் இருப்பதாவது! கோட் அணிந்திருந்தும் குளிரெடுத்தது. நான் உட்கார்ந்திருந்த மணலின் ஈரத்திலிருந்து என் பிருஷ்ட பாகத்தைப் பாதுகாக்கும் அளவுக்கு இது கனமான கோட்டாக இல்லை. ஆனால் இப்போது நான் எழுந்து நிற்கும்போது என்னைத் தடுமாற வைப்பது இந்தக் குளிரோ ஈரமோ அல்ல. அந்த விளக்குகளுக்குக் கிட்டே சென்று அவை என்னவென்று பார்க்க வேண்டுமென்ற தீர்மானத்தோடு எழுந்து நடக்கும்போது இப்படிக் கால்கள் பின்னுகின்றன. கடலில் இறங்கி அந்த விளக்குகளை நோக்கி நீந்திச் செல்லலாம் என்றுகூட ஓர் எண்ணம் எனக்கு இருந்திருக்கும். எப்படியிருந்தாலும் அது கடல் விளிம்பிலேயேதான் இருந்தது. திடீரெனக் காலை எடுத்துவைக்கும்போது ஊன்ற முடியாமல்

தடுமாறி விழுந்தேன். கீழேயிருந்த கல்லில் என் நெற்றிப்பொட்டு இடித்தது. அதே இடத்தில் எவ்வளவு நேரமென்று தெரியாமல், சுய நினைவு இழந்து, மீண்டும் வந்து, சென்று, அலைபாய, எழுந்திருக்க முடியாமல், எழுந்திருக்க மனமில்லாமல் கிடந்தேன். ஓதம் தாழ்வாக இருந்தது நல்லதாகப் போயிற்று. எனக்கு வலி தெரியவில்லை. மனதில் பெரிய அளவில் துக்கம்கூட இருக்கவில்லை. உண்மையில் அந்த இடத்தில் கைகால்களைப் பரப்பிக்கொண்டு, இருட்டில், கொந்தளிப் பான வானத்தின்கீழே, கடலலைகள் ஆர்வமிக்க ஆனால் சுலபத்தில் பயந்தோடுகிற சுண்டெலிக்கூட்டம்போல மெலிதான மாய ஒளியில் மினுமினுத்தபடி ஆர்வத்தோடு ஆரவாரமாக முன்னால் பாய்ந்துவந்து உடனே புறமுதுகிட்டுச் செல்வதை பார்த்துக்கொண்டும், என்னைப் போலவே வயிறுமுட்டக் குடித்திருப்பதுபோல எனது ‘குட்டிச் சேவகன்’ மணலில் கிணுகிணுத்தபடி முன்னும் பின்னும் உருண்டுகொண் டிருக்கிற சத்தத்துக்குச் செவிசாய்த்துக்கொண்டும், கண்ணுக்குத் தெரியாத காற்றின் பிரமாண்ட குழிவுகள் குழல்களுக்குள் புகுந்து செல்லும் காற்று தலைக்குமேல் பேரோசையுடன் விசிறிச்செல்வதைக் கேட்டுக்கொண்டும் வீழ்ந்துகிடப்பது மிகவும் சுகமாகவே இருந்தது.

நான் அப்போது ஆழ்ந்த தூக்கத்தில், அல்லது மயக்கத்தில் இருந்திருக்க வேண்டும், கர்னல் என்னைக் கண்டுபிடித்து எழுப்பியது எதுவும் ஞாபகத்தில் இல்லை. ஆனால் நான் தெளிவாகப் பேசியதாக வும், அவர் என்னைக் கைத்தாங்கலாக எழுப்பி நடக்கச் செய்தபோது நான் உடன்பட்டதாகவும், ஸீடார்ஸ்வரை நான் பிரச்சனையின்றி நடந்துவந்ததாகவும்தான் சொல்கிறார். அப்படித்தான் இருந்திருக்கும், நான் ஏதோ கொஞ்சம் சுயநினைவோடுதான் இருந்திருக்கிறேன்; இல்லாவிட்டால் வேறு யாருடைய உதவியுமின்றி என்னைத் தூக்கி நிறுத்தி, கடற்கரையிலிருந்து என் படுக்கையறைவரை நடத்திச்சென்று, கதவைத் திறந்து படுக்கையில் படுக்க வைத்திருப்பதற்கு அவருக்கு பலம் இருந்திருக்காது. ஆனால் நான் அங்கேதான் இருந்திருப்பேன் என்று அவருக்கு எப்படித் தெரியும்? ‘பப்’பிலிருந்து வந்தபோது கர்னலை மாடிப்படியில் சந்தித்துப் பேசிக்கொண்டிருந்தேனில்லையா, அந்த சம்பாஷணையின்போது – சம்பாஷணை என்பது சரியான வார்த்தை இல்லை, ஏனென்றால் நான்தான் பேசிக்கொண்டிருந்தேன் என்று அவர் சொல்கிறார் – எல்லோரும் அறிந்த ஓர் உண்மையைப் பற்றி நீளமாகப் பேசிக்கொண்டிருந்திருக்கிறேன். எல்லோரும் அறிந்தது தான், என்னைப் பொறுத்தவரை அந்த உண்மை என்னவென்றால் தண்ணீரில் மூழ்கிச் சாவதுதான் மரணங்களிலேயே இலகுவான மரணம். இதைத்தான் திரும்பத் திரும்பச் சொல்லிக்கொண்டிருந்திருக் கிறேன். இரவு நெடுநேரம்வரை நான் திரும்பி வந்த சத்தம் எதுவும் கேட்காததால் எனது தலைக்கேறிய போதையில் என்னை நானே முடித்துக்கொள்ள விரும்பிக் கடலுக்குச் சென்றுவிட்டிருப்பேன் என்று பயந்திருக்கிறார். கடற்கரையில் அவர் வெகுநேரம் தேடவேண்டியிருந்

திருக்கிறது. தேடலை நிறுத்திவிடலாம் என்றிருந்தபோது நிலா வெளிச்சத்திலோ, அல்லது பிரகாசமான நட்சத்திர ஒளியிலோ அந்தக் கடலோர பாறைகளுக்கு நடுவே என் உருவம் மல்லாந்து கிடப்பது தெரிந்திருக்கிறது. எண்ணற்ற தலைப்புகளில் சுற்றி வளைத்து ஆழமும் விரிவுமாக நான் பிரசங்கம் செய்ததைக் கேட்டுக்கொண்டே அவர் ஸீடர்ஸுக்கு என்னைச் செலுத்திக்கொண்டு வந்திருக்கிறார். படியேறி அறைக்குள் செல்வதற்கும் அவர்தான் உதவியிருக்கிறார். தட்டுத்தடுமாறி நான் ஏறிச்சென்றதெல்லாம் அவர் சொல்லிக் கேட்டதுதான், நான் முன்பே சொன்னதைப்போல எனக்கு எதுவும் நினைவிலில்லை. அறைக்குச் சென்ற பிறகு கொஞ்சநேரம் கழிந்து நான் சத்தமாக வாந்தியெடுப்பதைக் கேட்டிருக்கிறார். நல்லவேளை, தரைவிரிப்பின்மேல் நான் வாந்தியெடுக்கவில்லை என்பதைச் சொல்ல வேண்டும். பின்கட்டில் ஜன்னலுக்கு வெளியே. அதன்பிறகு நான் விழுந்த சத்தத்தைக் கேட்டு அவரே கதவைத் திறந்துகொண்டு வந்திருக்கிறார். அங்கே அந்த இரவில் இரண்டாவது முறையாக நான் குவியலாக விழுந்துகிடந்திருப்பதைப் பார்த்திருக்கிறார். இம்முறை கட்டிலின் அடியில். சுயநினைவு இல்லாதிருப்பதைக் கண்டு உடனடியாக மருத்துவ உதவி தேவையென்று முடிவெடுத்திருக்கிறார்.

இன்னும் இருட்டு விலகாதிருந்த அதிகாலை நேரத்தில் எனக்கு விழிப்பு தட்டியது. கண்ணைத் திறந்தவுடன் தெரிந்த அந்த விசித்திரமான, கதிகலங்கவைக்கும் காட்சி ஏதோ மனப்பேதலிப்பில் உண்டான பிரமை என்று நினைத்தேன். அங்கே கர்னல் வழக்கம்போல ட்வீட், காவல்ரி ட்வில் உடுப்புகளில் நேர்த்தியாக இருந்தார் – அவர் அன்றிரவு தூங்கியிருக்கவேயில்லை – முகத்தைக் கடுகடுப்பாக வைத்துக்கொண்டு அறைக்குள் நடைபழகிக்கொண்டிருந்தார். அதைவிட நம்பமுடியாத படிக்கு மிஸ் வாவஸுரும் இருந்தாள். அந்தப் பழைய வீட்டில் நான் விழுந்த சப்தம், ஜன்னலுக்கு வெளியே நான் வாந்தியெடுத்தது, அவளைத் தூக்கத்திலிருந்து உலுக்கி எழுப்பியிருக்கிறது. அவள் ஜப்பானிய டிரெஸ்ஸிங் கவுனில் இருந்தாள். முடியை மேலே சேர்த்துக் கட்டிவைத்திருந்த கொண்டைவலையை என் சின்ன வயதுக்குப் பிறகு பார்த்ததில்லை. என்னிடமிருந்து தள்ளி சுவரோரமாக நாற்காலியில் பக்கவாட்டில் திரும்பி விஸ்லரின் 'தாய்' சித்திரம் போலவே கைகளை மடக்கி மடியில் வைத்து, தலையைக் கவிழ்ந்து உட்கார்ந்திருந்ததில் அவள் விழிப்பள்ளங்கள் இரண்டு இருட்டுக் குழிகள்போலத் தெரிந்தன. அவளுக்கெதிரே மேஜையில் எரிந்து கொண்டு இருந்த விளக்கு, அது மெழுகுவர்த்தி என்று நினைக்கிறேன், அந்தக் காட்சியின் மீது மங்கலான வெளிச்ச உருண்டையைக் கவிழ்த்திருந்தது. இந்த மங்கலான வெளிச்சம், அமர்ந்திருக்கும் பெண், நடைபழகும் ஆள் – இந்தக் காட்சியே ஜெரிகா அல்லது தெ லா டூரின் இரவுக் காட்சி ஓவியமாக இருக்கக்கூடும். திகைப்புற்று, என்ன நடந்துகொண்டிருக்கிறது, இவர்கள் இருவரும் இங்கே எப்படி

வந்தார்கள் என்றெல்லாம் புரியாமல் யோசித்து குழம்புவதைத் துறந்து மீண்டும் தூக்கத்தில், அல்லது மயக்கத்தில் ஆழ்ந்தேன்.

அடுத்து நான் கண்விழித்தபோது ஜன்னல் திரைகள் விலக்கப் பட்டிருந்தன. பகல். அறைக்கு, கழுவிச் சுத்தம் செய்து வைத்திருப்பதைப் போல ஒரு தோற்றம் இருந்தது. கூடவே எதற்காகவோ வெட்கத்தில் கூசி நிற்பதைப் போன்ற அம்சமும் கலந்திருந்தது. அறைக்குள் எல்லாமே வெளுத்து, உருவழிந்து, ஒப்பனை செய்துகொள்வதற்கு முன் பெண்ணின் காலைமுகம்போல இருப்பதாகத் தோன்றியது. வெளியே களங்கமற்ற ஒரு வெள்ளை வானம் வீட்டின் கூரைக்கு ஓரிரு கெஜம் உயரத்தில்போல அசைவின்றி சிணுங்கலோடு சமைந்திருந்தது. இரவுச் சம்பவங்கள் தெளிவில்லாமல் என் குழம்பிய பிரக்ஞைக்கு அவமான கரமாகத் திரும்பிவந்தன. ஒரு பலாத்கார முயற்சிக்குப்பின்போல படுக்கை விரிப்புகள் எறியப்பட்டு, முறுக்கிக்கொண்டு கிடந்தன. நோய்மையின் வலுவான நெடி விரவியிருந்தது. கையை மெதுவாகத் தூக்கினேன். என் விரல்கள் நெற்றிப்பொட்டில் புடைத்திருந்த வீக்கத்தைத் தீண்டியதும் என் தலைக்குள் கூர்மையாக வலி வெட்டிச் சென்றது. கட்டில் கிறீச்சிட மெதுவாகப் புரண்டபோதுதான் அந்த இளைஞன் என் நாற்காலியில் அமர்ந்துகொண்டு முன்னால் குனிந்து என் மேஜையில் கைகளைக் கோர்த்துவைத்தபடி என் லெதர் ரைட்டிங்பேடில் வைத்திருந்த புத்தகத்தைப் படித்துக்கொண்டிருப் பதைக் கவனித்தேன். அவன் இரும்பு பிரேமிட்ட கண்ணாடி அணிந் திருந்தான். உயர்ந்த, வழுக்கை விழத்தொடங்கிவிட்டிருந்த நெற்றி. இன்னதென்று சொல்லமுடியாத நிறத்தில் சொற்பமான முடி. அவன் உடைகளும் குறிப்பிட்டுச் சொல்லத்தக்கதாக இல்லை. சாயம் போன கார்டுராய்களைப் போட்டிருந்ததாக நினைவு. நான் அசைவதைக் கேட்டு புத்தகத்திலிருந்து அவசரமில்லாமல் கண்களை உயர்த்தி தலையைத் திருப்பி என்னைப் பார்த்தான். கொஞ்சமும் பதட்ட மில்லாமல் இருந்தான். சந்தோஷமில்லாமல் கொஞ்சம் புன்னகைக்கக் கூடச் செய்தான். எப்படி உணர்கிறேன் என்று விசாரித்தான். தத்தளிப் போடு – ஆம், அதுதான் சரியான வார்த்தை, நிச்சயமாக – படுக்கையில் திமிறினேன். இந்த முயற்சியில் நான் படுத்திருந்த மெத்தை ஏதோ கெட்டியான எண்ணெயில் நிரப்பிவைத்திருப்பதைப்போல தளும்பியது. அவனை அதிகாரத்தோடு விசாரணை செய்யும்விதமாக முறைக்க வேண்டுமென்ற நோக்கத்தோடு ஒரு பார்வை பார்த்தேன். ஆனால் அவன் கொஞ்சமும் அசராமல் தொடர்ந்து அமைதியாக என்னைப் பார்த்துக்கொண்டிருந்தான். அப்புறம் பேசினான்: "டாக்டர் (உலகத் திலேயே ஒரே ஒரு டாக்டர்தான் இருப்பதைப்போல உச்சரித்தான்) கொஞ்சநேரத்துக்கு முன் வந்து பார்த்துவிட்டுப் போனார். அப்போது நீங்கள் இருக்கவில்லை. (இருக்கவில்லையாம் – அப்படித்தான் அவன் சொன்னான். ஒருகணம் என்னையும் அறியாமல் மீண்டும் கடற் கரைக்குச் சென்றுவிட்டிருந்தேனோ என்று குழம்பினேன்.) தலையில்

அடிபட்டதால் உண்டான மயக்கமாக இருக்கக்கூடும், (இருக்கக்கூடும்? இருக்கக்கூடும்?) அதன்கூடவே கடுமையான ஆல்கஹால் பாய்ஸனிங்கும் சேர்ந்துகொண்டிருக்கிறது. ஆனால் இது தற்காலிகப் பாதிப்புதான் என்றார்," என்றான், யார் இவன்?

"க்ளேர்தான் என்னைக் கூட்டிவந்தாள்," என்றான். "இப்போது தூங்கிக்கொண்டிருக்கிறாள்."

ஜெரோம்! அந்த முகவாயில்லாத காதலன்! இப்போது அவனைத் தெரிந்தது. இவன் எப்படி என் மகளின் பிரியத்தை மீண்டும் சம்பாதித்துக்கொண்டான்? கர்னலோ, மிஸ் வாவஸூரோ அல்லது வேறு யாரோ அர்த்தராத்திரியில் அவளைக் கூப்பிட்டு அவள் தகப்பன் செய்திருக்கும் சமீபத்தைய கோணங்கித்தனத்தையும் அதனால் ஏற்பட்டிருக்கும் அபாயநிலையையும் சொன்னபோது உதவிக்குக் கூப்பிட இவனைத்தவிர அவளுக்கு வேறுயாருமே தோன்றவில்லையா? அப்படியானால், பழிசொல்ல வேண்டியது என்னைத்தான் என்று நினைத்தேன், அதற்கு நான் எப்படிப் பொறுப்பு என்று விளங்கா விட்டாலும். எனக்கு வந்த ஆத்திரத்தில் துள்ளியெழுந்து அந்த அகம்பாவம்பிடித்த பயலைக் கழுத்தைப் பிடித்து இரண்டாவது முறையாக வெளியே தள்ளுவதற்கு சக்தியில்லாமல், இன்னும்கூட போதை விலகினாற்போல தெரியாமல், தலை கிறுகிறுக்க அந்த டோஜின் ஆஸ்பத்திரி படுக்கையில் காலை நீட்டிப் படுத்துக்கொண்டு என்னை நானே சபித்துக்கொண்டிருந்தேன். ஆனால் இதைவிட மோசமான விஷயங்கள் நடப்பதற்கு இருந்தன. க்ளேர் எழுந்து விட்டாளா என்று பார்ப்பதற்கு அவன் வெளியே சென்றான். அவனோடு திரும்பி வந்தவள் முழுநீள அங்கிபோல அணிந்து மேலே மழைகோட் மாட்டியிருந்தாள். நேராக விஷயத்துக்கு வந்தாள். நெருப்பைப் பரவவிடாமல் அரக்க பரக்க அணைப்பதுபோன்ற அவசரத்தோடு, அவர்கள் நிச்சயிக்கப்பட்டிருப்பதாக அறிவித்தாள். ஒருகணம், திகைப்பில் கதிகலங்கி, அவள் சொன்னது எனக்குப் புரியவில்லை – யாரை வைத்து நிச்சயம் செய்துகொண்டனர்? என்ன வென்று? – அந்த ஒருகணம் எனது பரிபூரண வீழ்ச்சிக்குப் போதுமான தாக இருந்தது என்பது உடனே ஊர்ஜிதமானது. இந்த விஷயத்தை மறுபடியும் எடுக்காமலிருக்க என்னால் இயலாமல், கடந்துசெல்லும் ஒவ்வொரு கணமும் என்மீதான அவளது வெற்றியை மென்மேலும் உறுதிப்படுத்திக்கொண்டே சென்றது. இப்படித்தான் கண்ணிமைக்கும் நேரத்தில் இந்த விஷயங்கள் ஜெயித்து, தோற்றுவிடுகின்றன. யுத்த முறைகளைப்பற்றி மேஸ்த்ரே எழுதியிருப்பதைப் படியுங்கள்.

அவள் அதோடு நிறுத்தவில்லை. ஆரம்ப வெற்றியால் உந்தப்பட்டும், எனது தற்காலிக பலக்குறைவு வழங்கியிருக்கும் அனுகூலத்தைக் கெட்டியாகப் பிடித்துக்கொண்டும், இடுப்பின் மேல் கையை வைத்துக் கொண்டு எனக்கு உத்தரவுகள் பிறப்பித்தாள். நான் உடனே மூட்டை

கட்டிக்கொண்டு ஸீடர்ஸைவிட்டு புறப்பட்டாக வேண்டும். அவள் என்னை வீட்டுக்கு – வீடு, அவள் சொல்கிறாள்! – அழைத்துச்சென்று கவனித்துக்கொள்வாள். கவனிப்பு என்பதில் என்னென்னவெல்லாம் அடக்கம் என்றால், டாக்டர் (மீண்டும் அவர்) எனக்கு உடற்தகுதி வந்தாகிவிட்டது என்று அறிவிக்கும்வரை ஆல்கஹாலிக் ஊக்கிகள், தூக்க மருந்துகள் எல்லாவற்றுக்கும் பரிபூரணத் தடை என்பது அவற்றில் முக்கியமானது. நான் என்ன செய்வது? எப்படி மறுப்பது? நான் தீவிரமாக வேலைசெய்வதில் கவனம் செலுத்த வேண்டும் என்றாள். அவளுடைய நிச்சயிக்கப்பட்ட மாப்பிள்ளையிடம், "இவர் பொனாரைப்பற்றிய ஒரு பெரிய புத்தகத்தை எழுதி முடிக்கிற தருவாயில் இருக்கிறார்," என்றாள் மகளுக்கேயுரிய பெருமிதத்தோடு. அவளிடம் எனது 'பொனாரைப்பற்றிய பெரிய புத்தகம்' அதன் உத்தேசமான முதல் அத்தியாயத்தில் பாதிகூட முடிக்கப்படவில்லை என்பதையோ, ஒரு நோட்டுப் புத்தகம் முழுக்க வழிச்சொல்களையும் அரைவேக்காட்டு சுருக்க விளக்கங்களையும் எழுதி வைத்திருப்பதுதான் ஒரே சாதனை என்பதையோ சொல்லத் துணிவில்லை. சரி, அதைப்பற்றி ஒன்று மில்லை. நான் செய்யக்கூடிய விஷயங்கள் நிறைய இருக்கின்றன. பாரீஸுக்குச் சென்று ஓவியம் வரையலாம். அல்லது ஏதாவது ஒரு துறவி மடத்துக்குச் சென்று ஓய்வெடுக்கலாம், எல்லையற்ற சக்தி குறித்து அமைதியாகச் சிந்தித்தபடி நாட்களைக் கழிக்கலாம், அல்லது இறந்தோர் வரலாறு என்றொரு மகத்தான ஆய்வுநூல் எழுதலாம். அந்த மடத்தில் எனக்கென்று ஒதுக்கப்பட்டிருக்கும் அறையில் நான் நீண்ட தாடியோடு, கையில் இறகுப்பேனாவும் தலையில் தொப்பியுமாக இருக்கிறேன். பக்கத்தில் ஒரு சாதுவான சிங்கம் படுத்திருக்கிறது. பக்கத்து ஜன்னல் வழியே தூரத்தில் குட்டி குட்டியாக விவசாயிகள் கதிரறுத்துக்கொண்டிருக்கின்றனர். என் தலைக்குமேலே ஓர் ஒளிவட்டம் மிதந்துகொண்டிருக்கிறது. ஆஹா, வாழ்க்கையில்தான் எத்தனை சாத்தியக்கூறுகள் செறிந்திருக்கின்றன!

என் வீட்டை விற்பதற்கு நான் உடன்படக் கூடாது என்று நினைத்துக்கொள்கிறேன்.

என் பிரிவு அவளுக்கு பெரிய இழப்பாக இருக்கப்போகிறது என்கிறாள் மிஸ் வாவஸுர். ஆனால் நான் செய்வது *சரியான விஷயம்தான்* என்று நினைப்பதாகச் சொல்கிறாள். ஸீடர்ஸை விட்டுச் செல்வது என் தீர்மானம் அல்ல; நான் கட்டாயப்படுத்தப் பட்டிருக்கிறேன், என்கிறேன் அவளிடம். "ஓ, மேக்ஸ், உங்களை எதற்கும் கட்டாயப்படுத்தி இணங்கவைக்க முடியாது என்றல்லவா நினைக்கிறேன்," என்றாள். இது என்னிடம் கணநேர மௌனத்தை உண்டாக்கிவிடுகிறது. என் மனத்திடப்பத்துக்கு அளிக்கப்பட்ட பாராட்டி னால் அல்ல, முதல் முறையாக இவள் என்னைப் பெயர் சொல்லி அழைக்கிறாள் என்பதால். கொஞ்சம் அதிர்ச்சியாகக்கூட இருக்கிறது. இருந்தாலும், அதற்காக நான் அவளை ரோஸ் என்று கூப்பிட

முடியுமா என்று தெரியவில்லை. கடந்த சில வாரங்களாக நாங்கள் எங்களுக்கிடையே உருவாக்கி, மறு – உருவாக்கி வைத்திருக்கும் நாகரிகமான உறவை நல்லபடியாகப் பேணிக்காப்பதற்கு இதைப்போன்ற ஒரு சம்பிரதாயமான இடைவெளி அவசியம் தேவை. இந்த நெருக்கத்தைப்பற்றி குறிப்பிடும்போது, எப்படியோ பழைய, எழுப்பப்படாத கேள்விகள் மீண்டும் கூட்டமாக வந்து தாக்கத் தொடங்கிவிடுகின்றன. க்ளோயியின் மரணத்துக்குத் தானே காரணம் என்று அவள் நினைக்கிறாளா என்று அவளிடம் நான் கேட்க வேண்டும். என்னிடம் எந்த ஆதாரமும் இல்லாவிட்டாலும் க்ளோயிதான் முதலில் மூழ்கிப்போனாள், அதன்பின் அவளைக் காப்பாற்றுவதற்காக முயன்ற மைல்ஸூம் மூழ்கிப்போனான் என்றுதான் நம்புகிறேன். ஆனால் அவர்கள் இருவரும் கூட்டாக மூழ்கிப்போனது முழுக்க முழுக்க விபத்துதான் என்று அவள் நம்புகிறாளா என்றும் அவளிடம் கேட்க வேண்டும். கேட்டால் பதில் சொல்வாளென்றுதான் நினைக்கிறேன். வாயே திறக்காத அளவுக்கு அவளொன்றும் அழுத்தக்காரி அல்ல. கார்லோ மற்றும் கானி கிரேஸ்கள் பற்றி தானாகவே கொட்டிவிட்டாள். “அவர்கள் வாழ்க்கையே அழிந்துபோய்விட்டது” என்றாள். அந்த இரட்டையர்கள் இறந்து கொஞ்ச நாட்களிலேயே அவர்களும் இறந்துவிட்டனர் என்பதைச் சொன்னாள். அந்யூரிஸம் என்ற ரத்த நாள வீக்கத்தால் முதலில் கார்லோவும், அதன்பின் ஒரு கார் விபத்தில் கானியும். எப்படி நடந்த விபத்து என்று அவளிடம் கேட்கிறேன். அவள் என்னை ஒரு பார்வை பார்க்கிறாள். இலேசாக உதடுகளை மடித்தபடி, “கானி தற்கொலை செய்துகொள்கிற ரகம் அல்ல,” என்கிறாள்.

அந்தச் சம்பவத்துக்குப் பிறகு அவர்கள் அவளிடம் நல்லபடியாகத்தான் நடந்துகொண்டதாகச் சொல்கிறாள். ஒரு முறைகூட பழிகூறியதோ, கடமை தவறிவிட்டதாகவோ துரோகம் இழைத்துவிட்டதாகவோ குற்றம் சுமத்தியதோ கிடையாது என்கிறார். ‘பன்’னின் உறவினர்களைத் தெரியுமென்பதால் அவளுக்கு ஸீடர்ஸிலேயே வேலை கிடைக்கச் செய்திருக்கின்றனர். விடுதிக்காப்பாளர். ஒரு மெலிந்த சோகச் சிரிப்போடு, “இவ்வளவு வருடங்கள் கழித்தும் இங்கேயேதான் இருக்கிறேன்,” என்கிறாள்.

கர்னல் எச்சரிக்கையோடு ஆனால் கீழே கேட்கும்படியாக சத்தமெழுப்பிக்கொண்டு மாடியில் சுற்றிக்கொண்டிருக்கிறார். நான் போவதில் அவருக்குச் சந்தோஷம். அது எனக்குத் தெரியும். நேற்றிரவு செய்த அவரது உதவிக்காக நன்றி தெரிவித்தேன். “என் உயிரை காப்பாற்றியிருக்கிறீர்கள்”, என்றேன். நான் உண்மையைத்தான் சொல்கிறேன் என்பது திடுதிப்பென்று எனக்கே உறைத்தது. உருவமில்லாத சில சப்தங்களை எழுப்பிக்கொண்டு, தோளைக் குலுக்கிக்கொண்டு, தொண்டையை கனைத்துக்கொண்டு – *ஆ, அதெல்லாம் இல்லை, ஸார், நான் செய்ய வேண்டிய கடமையைத்தான் செய்தேன்!* –

என் தோளைப்பற்றி அழுத்தினார். அவர் எனக்கு ஒரு பிரிவுபசாரப் பரிசுகூட கொடுத்தார். ஒரு பவுண்டன் பேனா. பிரசித்திபெற்ற ‘ஸ்வான்’ பேனா. அவரளவுக்குப் பழையதாக இருக்குமென்று தோன்றியது. ஒரு பெட்டியில், மஞ்சள் டிஷ்யூ பேப்பர் படுக்கையில் மெத்தென்று கிடத்திவைக்கப்பட்டிருந்தது. இந்த வார்த்தைகளை அதைக்கொண்டுதான் செதுக்கிக்கொண்டிருக்கிறேன். அழகான வழவழப்பில் தடங்கலில்லாமல் படுவேகமாக ஓடுகிறது. எப்போதாவது தான் மை கொட்டுகிறது. எங்கிருந்து வாங்கிவந்தார், என்கிறேன். வேறு என்ன சொல்வதென்று எனக்குத் தெரியவில்லை. “ஒன்றும் வேண்டாம்”, என்றார். “எனக்கு இதை வைத்துக்கொண்டு எந்தப் பயனும் இல்லை. உங்களுக்குத் தேவைப்படும், எழுதுவதற்கு.” அவரது வெளுத்து உலர்ந்த உள்ளங்கைகளைப் பரபரவென்று தேய்த்தபடி அவசரமாகக் கிளம்பினார். இது வார இறுதி இல்லாவிட்டாலும் கூட அவர் மஞ்சள் நிற வெய்ஸ்ட்கோட்டை அணிந்திருப்பதைக் கவனித்தேன். இவர் உண்மையிலேயே முன்னாள் ராணுவ வீரர் தானா, அல்லது ஏமாற்றுகிறாரா என்று இனிமேல் எனக்கு எப்போதுமே தெரியப்போவதில்லை. மிஸ் வாவஸூரிடம் எனக்கு கேட்கத் திராணி யில்லாத கேள்விகளில் இதுவும் ஒன்று.

“அவள் போனதுதான் எனக்குப் பெரிய இழப்பு,” என்கிறாள். “கானி – மிஸஸ் கிரேஸைச் சொல்கிறேன்.” என் கண்கள் அவளை நிதானமாக வெறிப்பதை உணர்கிறேன். அவள் பதிலுக்கு அந்தக் கழிவிரக்கம் தோய்ந்த ஓரப்பார்வைகளில் ஒன்றைத் திருப்பித் தருகிறாள். “அந்த ஆளை நினைப்பதே கிடையாது,” என்கிறாள். “அதையெல் லாம் நினைப்பதேயில்லையா?” அவள் அந்த மரங்களின் அடியில் எனக்குக்கீழே நின்றுகொண்டு அழுததை, கைகளைக் கட்டிக்கொண்டு தலையைப் புதைத்துக்கொண்டிருந்ததை, அவள் கையிலிருந்த அந்தக் கைக்குட்டையை நினைத்துப் பார்த்தேன். “ஓ, நோ!” என்றாள். “எப்போதுமே கிடையாது.” பிக்னிக் சென்ற அந்த தினத்தையும் நினைத்துப் பார்த்தேன். அவள் எனக்குப் பின்னால் புல்லில் உட்கார்ந் திருந்ததை, நான் ஆர்வத்தோடு நோக்கிக்கொண்டிருந்த திக்கிலேயே அவளும் நோக்கிக்கொண்டிருந்ததை, எனக்கான விஷயமாகவே இருக்காதவொன்றை அவள் பார்த்துக்கொண்டிருந்ததை.

விடிவதற்குமுன் அன்னா இறந்துபோனாள். உண்மையைச் சொன்னால், அது நிகழ்ந்தபோது நான் அங்கே இருக்கவில்லை. அதிகாலை நேரத்தின் கரும் வனப்புமிக்க காற்றை ஆழமாக சுவாசிப்பதற்காக நர்ஸிங்ஹோமின் படிக்கட்டுகளில் இறங்கிக்கொண்டிருந்தேன். அந்த மிகவும் அமைதியான, சோகையான கணத்தில் எனக்கு வேறொரு கணம், வெகுகாலத்துக்கு முன், அந்தக் கோடைப் பருவத்தில் பாலிலெஸ்ஸில் கடலில் நான் குளித்துக்கொண்டிருந்த ஒருகணம்,

ஞாபகத்துக்கு வந்தது. குளிப்பதற்கு நான் தனியாகச் சென்றிருந்தேன். ஏன் நான் மட்டும் சென்றேன் என்றோ, க்ளோயியும் மைல்ஸூம் எங்கே போயிருந்திருக்கக்கூடுமென்றோ எனக்குத் தெரியவில்லை. ஒருவேளை அவர்கள் பெற்றோர்களுடன் எங்காவது சென்றிருக்கலாம். அது அவர்கள் ஒன்றாகச் சென்ற கடைசி பயணங்களில் ஒன்றாக இருந்திருக்கலாம். ஒருவேளை அதுவே கடைசியாகவும் இருந்திருக்கும். வானம் மேகமூட்டமாக இருந்தது. சிறுகாற்றுகூட கடற்பரப்பைக் கிளறவில்லை. தூங்கி வழியும் தையல்காரி துணியைத் திருப்பித் திருப்பி ஹெம்மிங் அடிப்பதைப்போல, கடலோரத்தில் சிற்றலைகள் ஒழுங்கற்ற வரிசையில் நெளிந்து வந்து உடைந்துகொண்டிருந்தன. கடற்கரையில் ஒருசிலர் மட்டுமே இருந்தனர். அவர்களும் நானிருந்த இடத்திலிருந்து தூரத்தில் இருந்தனர். இடம்பெயராமல் அடர்ந்திருந்த காற்றில் இருந்த ஏதோவொன்று அவர்கள் எழுப்பும் சத்தங்களை இன்னும் வெகுதூரத்திலிருந்து வருவதைப்போல கேட்கச்செய்து கொண்டிருந்தது. துல்லியமாக இருந்த இடுப்பளவு உயர தண்ணீரில் நின்றுகொண்டிருந்தேன். குனிந்து பார்த்தால் கடற்படுகையின் வரிவரியான மணற்கோடுகளும், குட்டி கிளிஞ்சல்களும், நண்டு ஒன்றின் உடைந்த கொடுக்கும் தெளிவாகத் தெரிந்தன. என் பாதமே கண்ணாடிப் பெட்டிக்குள் பதப்படுத்தி வைத்திருக்கும் ஜீவராசி போல வெளுத்து அந்நியமாக இருந்தது. அப்போது திடீரென, இல்லை, திடீரென்று அல்ல; வண்டியைக் கிளப்பும்போது திடீரெனத் துள்ளி எகிறுவதைப்போல மொத்தக் கடலும் பொங்கோதமாக எழும்பியது. அது அலை அல்ல. எதுவோ தன்னைத்தானே கலக்கி விட்டுக்கொள்வதைப்போல அடியாழத்திலிருந்து புரண்டு எழுந்து வந்த ஓர் எழுச்சி. சட்டென்று கொஞ்சம் மேலே தூக்கப்பட்டேன். அந்த எழும்பல் என்னைக் கரையை நோக்கிக் கொஞ்சம் உந்தியது. பின் எதுவுமே நடக்காததுபோல என்னை மீண்டும் இறக்கிவிட்டது. எதுவும் நடக்கத்தான் இல்லை. பெருவிளைவுகளை உண்டாக்கவல்ல எதுவுமில்லை. பேருலகின் மற்றுமொரு அலட்சிய தோள் குலுக்கல்.

நர்ஸ் ஒருத்தி வெளியில் வந்து என்னைக் கூப்பிட்டாள். திரும்பினேன். அவளைப் பின்தொடர்ந்து உள்ளே நடந்தேன். அது, நான் கடலுக்குள் நடந்துசெல்வதைப்போலத்தான் இருந்தது.